பர்ஸா

பர்ஸா

கதீஜா மும்தாஜ் (1955)

டாக்டர் கதீஜா மும்தாஜ் கேரள மாநிலத்தின் திருச்சூர் மாவட்டம் காட்டூரில் சம்சுத்தீன் பாத்திமா தம்பதியரின் மகளாகப் பிறந்தார். கோழிக்கோடு மருத்துவக் கல்லூரியில் மகப்பேறு பிரிவில் உதவிப் பேராசிரியராகப் பணிபுரிந்துவருகிறார். பத்திரிகைகளில் கதைகளும் கட்டுரைகளும் எழுதியுள்ளார். இது தன் அனுபவம் சார்ந்து எழுதிய முதல் நாவல்.

குளச்சல் மு. யூசுப்

குமரி மாவட்டத்தின் கடற்கரை நகரான குளச்சலில் பிறந்தவர். தமிழைத் தாய்மொழியாகக் கொண்டவர்.

இவரது மொழிபெயர்ப்பில் வெளிவந்த 'மீஸான் கற்கள்' 'மஹ்ஷர் பெருவெளி', 'ஒரு தந்தையின் நினைவுக் குறிப்புகள்', 'அழியா முத்திரை', 'நளினி ஜமீலா', 'அடூர் கோபாலகிருஷ்ணன் - இடம் பொருள் கலை', 'உலகப் புகழ்பெற்ற மூக்கு', 'பால்யகால சகி', 'சப்தங்கள்' ஆகிய நூல்களைக் காலச்சுவடு பதிப்பகம் வெளியிட்டிருக்கிறது.

அனுபவப் பதிவுகள், சுயசரிதைகள், நாவல்கள், சிறுகதைத் தொகுப்புகள் உள்ளிட்ட, இருபதுக்கும் மேற்பட்ட நூல்களை மலையாளத்திலிருந்து தமிழில் மொழியாக்கம் செய்துள்ளார்.

கதீஜா மும்தாஜ்

பர்ஸா

தமிழில்

குளச்சல் மு. யூசுப்

காலச்சுவடு பதிப்பகம்

பர்ஸா • நாவல் • ஆசிரியர்: கதீஜா மும்தாஜ் • மலையாளத்திலிருந்து தமிழில்: குளச்சல் மு. யூசுப் • © டாக்டர் கதீஜா மும்தாஜ் • முதல் பதிப்பு: டிசம்பர் 2009, மூன்றாம் (குறும்) பதிப்பு: மே 2016 • வெளியீடு காலச்சுவடு பப்ளிகேஷன்ஸ் (பி) லிட்., 669 கே.பி. சாலை, நாகர்கோவில்.

Farsaa • Novel • Author: TaakTar katiijaa mumtaaj • Translated from Malayalam by: kuLaccal mu. yuusup • © Dr. Katheeja Mumthaj • Language: Tamil • First Edition: December 2009, Third (Short) Edition: May 2016 • Size: Demy 1 x 8 • Paper: 18.6 kg maplitho • Pages: 272

Published by Kalachuvadu Publications Pvt. Ltd., 669 K.P. Road, Nagercoil 629 001, India • Phone: 91-4652-278525 • e-mail: publications @kalachuvadu.com •

ISBN: 978-81-89945-88-6

05/2016/S.No. 304, kcp. 1540, 18.6 (3) MR

வாசிக்கக் கட்டளையிட்ட,
சிந்திக்கவும் எழுதவும் பயிற்றுவித்த,
சந்தேகியாகத் தூண்டிய,
உண்மையை நம்புகிறவளாக அல்ல
உண்மையைத் தேடுபவளாக ஆகுக
என்று
மனதுக்குள்ளிருந்து முணுமுணுத்த
அந்தக் கருணைக் கடவுளுக்கன்றி
வேறு யாருக்கு
இதை
சமர்ப்பணம் செய்வேன்?

நன்றி

இந்நாவலை மொழிபெயர்ப்புக்காகப் பரிந்துரை செய்த கவிஞர் சுகுமாரன், இதனை மெய்ப்புப் பார்த்துத் திருத்தங்களை மேற்கொண்ட எம்.எஸ். அவர்கள், கவிஞர் ராஜ மார்த்தாண்டன் அவர்கள், இதன் அச்சாக்கப் பணிகளை மேற்கொண்ட காலச்சுவடு தோழியர்: சுமித்ரா, கலா, ஷாலினி, பிரேமா, சுதா, பாக்கியலட்சுமி, ஸ்ரீமதி, ஃபிளாரன்ஸ் மேரி, நண்பர்கள்: ஐயப்பன், பாலன், சாள்ஸ் டிக்கன்ஸ், காலச்சுவடு பதிப்பாசிரியர் கண்ணன், தமிழ்நாடு கலை இலக்கியப் பெருமன்றத் தோழர்கள் மற்றும் இதற்கு உதவியாக இருந்த பெயர் குறிப்பிடப்படாத அனைத்துத் தோழியர் மற்றும் நண்பர்களுக்கும் நன்றிகளுடன்

குளச்சல் மு. யூசுப்

முன்னுரை

Everywhere they turned, they were haunted by agonising questions: What is your claim and goal anyway? What is the 'defect' in religion that you propose to repair? What error or ailment has befallen it that has provoked this empathy and reformist zeal? What essential subject has escaped the prophet's mind, what good or evil has religion really does harbour such flaws and faults, why are you still committed or it . . ?

Abdul Karim Soroush

அண்மையில், கோழிக்கோட்டில் நடந்த, முறைப்படுத்தப் படாத முஸ்லிம் – முஸ்லிம் அல்லாதவர்களுக்கிடையிலான விவாத அரங்கில், ஹிந்துத்வர் அணியில் நம்பிக்கையுடனும் உறுதியாகவுமிருந்த ஒருவர் முன் வைத்த கேள்வி மிக முக்கியமானதாக இருந்தது. “இஸ்லாமிய ஆட்சியின் கீழ்தான் உலகம் பாதுகாக்கப் படும் என்ற நம்பிக்கையில் மற்றவர்களது தலையை எடுக்கும் தீவிரவாதியும், மிதவாதியும், அமைதியை விரும்புபவனும், மதமாச்சரியங்கள் இல்லாதவனும், பரோபகாரியும், முழுமையான இஸ்லாமிய நம்பிக்கை யாளனும், மதத் துவேஷமற்றவனும், எல்லா மதங் களையும் ஒன்றாகவே கருதுபவனுமாகிய முஸ்லிம் செக்யூலரிஸ்டும் தங்களுடைய நம்பிக்கைகளுக்கும் செயல்பாடுகளுக்கும் அடிப்படை குர்ஆன்தான் என்று உறுதியுடன் நம்புகிறார்கள். பிறகு, குர்ஆனின் வசனங் களிலும் அறிவிப்புகளிலும் ஏன் இந்த முரண்பாடுகள்? இவ்வளவு முரண்பாடுகள் அதில் இருக்குமென்றால், காலத்திற்கும் பண்பாடுகளுக்குமேற்ப அதை திருத்துவ துடன் மறுவாசிப்பு செய்ய வேண்டுமென்கிற கருத்து, அறிவுஜீவிகள் என்று சொல்லிக்கொள்பவர்களிடமிருந்தும் கூட ஏன் உருவாகவில்லை?”

நானொரு அறிவுஜீவியல்ல, ஆகவே அவருடைய ஆதங்கத்தில் நானும் இதயபூர்வமாகச் சேர்ந்துகொண்டேன்.

இப்படியான ஒரு முஸ்லிம் திருத்தல்வாதிக்கு அந்த மதத்தில் நேரிடவேண்டிய குற்றவிசாரணையைப் பற்றி இரானியன் அறிவுஜீவி அப்துல் கரீம் ஸொரோஷ் குறிப்பிடுவது மிகப் பெரிய உண்மையென்றுதான் நானும் தெளிவாக நம்புகிறேன்.

"உண்மையின் உறைய வைக்கும் அழகு எப்போதுமே ஆச்சார அனுஷ்டானங்களின், முகத்திரையின் பின்னால்தான் இருக்கிறது" என்று ஸொரோஷின் வார்த்தைகளைத் தன்னுடைய தேடுதல்களின்போது குறிப்பிடுகிறார் அஸ்மா பர்லாஸ் *(University of Texas)*. ஒரே ஒரு குர்ஆன் சொல்லுக்கு ஐந்தோ ஆறோ பேர்கள் எழுதிய முரண்பாடான வியாக்கியானங்களை அடுக்கிவைத்து அஸ்மா பர்லாஸ் கேட்கிறார்: "பெண்ணை, கர்ப்பப்பாத்திரத்தை, இந்த அளவுக்கு உயர்வாகப் போற்றுகிற, ஆணையும் பெண்ணையும் ஒரே 'நஃப்'சிலிருந்து சிருஷ்டித்ததாகச் சொல்லும் நீதிமான்களுக்கெல்லாம் நீதிமானாகிய இறைவன் எப்படி பெண்களுக்கு எதிரான வகையில் பேசக்கூடும்?" "பெண் என்பவள், ஆணின் விவசாய நிலம்" எனும் விவாதத்திற்குரிய வசனத்தில் 'ஹார்த்' என்ற சொல்லுக்கு விவசாய நிலம் என்பதைத் தவிர நான்கோ ஐந்தோ அர்த்தங்களிருப்பதாகவும் அதிலொன்று 'சுவர்க்கம்' என்பதாகவும் அஸ்மா குறிப்பிடும்போது பெண்ணும் ஆணும் பரஸ்பரம் சுவர்க்கங்களாகும் அழகியல் சிந்தனையில் அரபியல்லாத எனது மனமும் லயித்து நின்றது.

நாவலை எழுதிய பிறகுதான் அஸ்மா பர்லாசை நான் வாசித்தேன். அஸ்ரா நுஹ்மானியின் 'ஸ்டான்டிங் அலோண் இன் மெக்கா'வும் வாசிப்பை எதிர்பார்த்து என் மேஜையின் மீது இருக்கிறது. இந்த இரண்டு நூல்களும் என்னுடைய நாவலை வாசித்தபிறகு உருவான மன உணர்வுகளின், ஒற்றுமையின் அடையாளமாக என் கையில் வந்து கிடைத்தவை. பிறகு, நீங்கள் இப்படி தாவிக் குதிப்பதற்குமுன் என்னென்ன நூல்களை வாசித்தீர்கள் என்று கேட்கிறீர்களா? அபுல் – அல் – மௌதூதி உட்பட மூன்றுக்கு மேற்பட்ட குர்ஆன் வியாக்கியானங்களினூடே கடந்து போயிருக்கிறேன். வருடங்களாக, பலமுறை. 'ஸர்வத் ஸௌலத்'த்தின் 'இஸ்லாமிய சமூகம் – சரித்திர மாற்றங்களினூடே' பக்திசிரத்தையுடன் கூடிய ஒருவனுக்கு மட்டுமே சாத்தியப்படும் அளவில், மிகுந்த உணர்வுபூர்வமாகத் தேடிக்கொண்ட வரலாற்று அறிவுகளையும் நான் சொந்தமாக்கிக்கொண்டுள்ளேன். 'ஃபாத்திமா மெர்னி'ஸியின் 'விமன் அண்ட் இஸ்லா'முடன்

இணக்கமாகவும் ஒரு பெண்ணின் பார்வையுடனும் விமர்சனங்களுடனும் சரியான புரிந்துணர்வுடனும்தான் இஸ்லாமிய வரலாற்றை நான் அணுகியிருக்கிறேன். அப்புறம்? அல் - மௌதூதியின் புதிய இஸ்லாம் மரியம் ஜமீலாவுடனான விவாதங்கள் . . . அவ்வளவுதானா பாண்டித்தியம்? வேறு விசேஷமாகச் சொல்ல எதுவும் இல்லையென்று நினைக்கிறேன். நான் பண்டிதை இல்லை. எஞ்சியிருப்பவை அனுபவங்களும் மனசாட்சியின் குரல்களும் மட்டும்தான்.

நாவலை வாசித்தவர்களில் சிலர், ஒரு பெண்ணா இப்படியெல்லாம் சொல்லியிருக்கிறாள் என்று ஆச்சரியப்பட்டார்கள். உண்மையில் பெண்களுக்குத்தானே இதுபோன்ற விசாரணைகளுக்கான அதிக வாய்ப்பு இஸ்லாத்தில் இருக்கிறது? சிந்திக்கிற பெண்களுக்கு ஏற்படக்கூடிய, மனரீதியிலான வியாகுலங்கள் அப்படியான ஆண்களுக்கு உருவாக முடியாதே. என் மனதிலிருக்கும் அல்லாஹு, என்னைப் புரிந்துகொள்கிற கருணாநிதி, எப்படி என்னுடைய தனித்துவத்திற்கு எதிராக இருக்க முடியும்? ஆணுக்காக மட்டுமே வாதிக்கிற செயல்தளத்தினுள் அவனுக்காக ஒதுக்கப்பட்ட இரண்டாம்தரப் பிறவியாக என்னை எப்படி அந்த இறைவன் தரம் தாழ்த்துவான்? இந்தத் தேடுதலிலிருந்து அவளால் விடுபட இயலாது.

நாவலின் முஸ்லிம்களல்லாத வாசகர்கள், முதல் வாசிப்பில் சற்று பதற்றமடைந்ததாக எனக்குத் தோன்றியது. தஸ்லிமா நஸ்ரின் ஆக வேண்டிய தேவையிருக்கிறதா? என்மீதான உள்ளார்ந்த அன்பிலிருந்து உருவானதுதான் இந்தப் பதற்றம் என்பது எனக்குத் தெரியும். இருந்தாலும் முஸ்லிம் அல்லாதவர்களுக்கிடையில் முஸ்லிம்களைப் பற்றிய நம்பிக்கையின்மையின், தவறான புரிதல்களின் வெளிப்பாடுதானே இது? சுதந்திரமான சிந்தனைகளை அனுமதிக்காத மதம், ஆத்மார்த்தமான சந்தேகங்களையும்கூட முனையொடிக்கும் மதம். இஸ்லாம் உண்மையில் அப்படித்தான் இருக்கிறதா? என்னை ஆச்சரியப்படுத்துவதுபோல் முதல் வாசகர்களாகிய முஸ்லிம்களில் பலர் இதனை கை நீட்டி வரவேற்கவே செய்தார்கள். இதற்கான பொருள் என்ன? முஸ்லிம்களில் பலரது உள்ளத்திலும் இதுபோன்ற பதில் கிடைக்காத கேள்விகள் இருக்கின்றன. இதற்கு மிகப்பெரிய உதாரணம், இதற்கான ஆதரவு கரம் நீட்டிய, மதநம்பிக்கையும் சர்வதேச சிந்தனையோட்டங்களும் இலக்கிய ஆர்வமுமாக இயங்கிக்கொண்டிருக்கும் ஏ.பி. குஞ்ஞாமு எழுதித்தந்த ஆய்வு முன்னுரைதான்.

'நீங்கள் தஸ்லிமா நஸ்ரின் அல்ல' என்று நாவலை வாசித்த பின் எனக்குத் தைரியமும் உற்சாகமும் தந்தவரும்,

ஆக்கபூர்வமான மத விவாதங்களுக்குத் தலைமையேற்று நடத்திவருகிறவருமான திரு. சிவிக் சந்திரன், நாவலை வாசித்து அதன் தொடர்ச்சிபோல் நடந்த விவாதங்களில் பங்கு வகித்தும் பங்கு வகிக்காமலும் அபிப்பிராயங்களைச் சொன்னதுடன் தூண்டுதல்களையும் திருத்தங்களையும் விமர்சனங்களையும் முன்வைத்த எழுத்தாளர்கள்; உள்ளார்ந்த மனதுடன் வந்த ஏராளமானவர்களில் டாக்டர் கங்காதரன், திரு. ஏ.எம். பஷீர் (நீதிபதி, எழுத்தாளர்), மைனா உமைபான், கே.பி. ராமனுண்ணி, ஹஸன் நாஸிர், மனோஜ் தெக்கேடத்து, ஷிபு, மனோகரன், உஷாவும் பாலுவேட்டனும், டாக்டர் ராஜன், நஃப்ஸானா, ஸீனத் இப்படியாக... நன்றி, நன்றி, அனைவருக்கும்.

ஏழுவருடம் சௌதி அரேபியாவில், புனித நகரான மெக்காவில் வாழ்வதற்கான விதி இருந்தது. அறிவு வந்த நாள் முதல் மனதில் அழுத்தங்களாக இருந்த கேள்விகளுக்கு அந்நாட்டின் அனுபவங்களும் நேரடிக் காட்சிகளும் அதிகமான தீவிரத்தையும் தெளிவையும் ஏற்படுத்தியிருக்கலாம். அந்தக் கேள்விகளையும் சந்தேகங்களையும் நான் உரக்கச் சொல்லியிருக்கிறேன் என்பது மட்டுமே இந்த நாவலில் நான் செய்திருப்பது. யாருடைய மனதையும் நம்பிக்கைகளையும் நோகடிக்கும் மனப்பூர்வமான எண்ணம் எதுவும் இதன் பின்னால் இல்லை. நோகச்செய்துவிடுமோ என்கிற சந்தேகமிருக்கும் பட்சத்தில் அதைக் கேட்காமலேயே இருந்துவிடலாமே என்றால், கேள்விகள் கேட்பது என்பதை அதைவிடவும் முக்கியமான சமூகப் பொறுப்பாக என் மனம் கருதுகிறது என்றுதான் சொல்லவேண்டும். கேள்விகளும் சில நேரங்களில் பதிலாகக் கூடுமல்லவா?

டாக்டர் கதீஜா மும்தாஜ்

ஒன்று

புனித கஃபாவை மார்பில் தாங்கிய ஹரம் பள்ளி வாசலையடுத்த வெளிப்பகுதியில், தகிக்கும் வேனலில் ரஷீதும் ஸபிதாவும் இரண்டு அகதிகள்போல் முதல் முதலாக வந்து சேர்ந்தார்கள். போகுமிடம் நிச்சயமிருந்த மற்றப் பயணிகள் அவசரஅவசரமாகப் பிரிந்துபோக, அவர்கள் மட்டும் பெருவழியிலானார்கள். கதிரவன், உருக்கியூற்றிய பித்தளைக் குழம்பினாலான பிரமாண்ட எட்டுக்கால்பூச்சி போல் அவர்களது தலைமீது கால் களைப் பதித்துக் கௌரவத்துடன் நின்றிருந்தது. ரஷீது, ஸபிதாவைப் பார்த்தான். பேருந்தில் ஏறுவதற்குமுன் ஜித்தா விமான நிலையத்தில் வேலை பார்க்கும் நல்லவர் களான சில மலையாளிகள் ஏற்பாடு செய்து தந்திருந்த, வக்கீல் கோட்டை நினைவுபடுத்தும் அபாயாவும் மஃப்தா வுமாக அவள் மிகுந்த சிரமப்படுவதுபோல் அவனுக்குத் தோன்றியது. அந்தச் சிரமத்தினிடையிலும் டாக்டர் பிரபாகரனின் மருமகளின் கோதுமைநிற உடல், கறுத்த உடையின் பின்னணியில் விசேஷக் கவர்ச்சியுடனிருப் பதை அவன் கவனித்தான். அதை அவளிடம் சிறு புன்முறு வலுடன் சொல்லத் தோன்றினாலும் வறண்டு தொண்டைக் குள் ஒட்டிப்போயிருந்த நாவு அசைய மறுத்தது. இதைச் சொல்லியிருந்தால் ஒருவேளை அவளது இறுக்கம் சற்றுத் தளர்ந்திருக்கக்கூடும்.

அவர்களைப் பார்த்ததாலுமிருக்கலாம், மஞ்சள் நிற வாடகைக் கார் ஒன்று பின்னால் நகர்ந்து வந்து எதிரில் நின்றது. அழுக்கடைந்த முக்காடும் திருவடம் போன்ற வட்டமுமணிந்த ஒரு அரபித் தலையும் கையும் இடதுபுற ஓட்டுனர் இருக்கையிலிருந்து வெளியே நீண்டன.

“ஃபெய்ன் ஆப்க ரூஹு?” கேள்வியின் உடல்மொழியை வைத்து எங்கேபோக வேண்டும் என்று கேட்டதாக யூகித்துக் கொண்ட ரஷீது எடுத்துவிட்டான்:

“முதிரியா முஸ்தஷ்ஃபா” (ஹெல்த் டைரக்டரேட்). நேற்றிரவு அறிமுகமான ஏர்போர்ட் எமெர்ஜென்சி சர்வீசில் வேலை பார்க்கும் பலஸ்தீனிய டாக்டரின் மிகவும் பரிதாபகரமான ஆங்கிலத்திலிருந்து பொறுக்கியெடுத்து மனத்தில் பத்திரப்படுத்தி வைத்திருந்தவை, இந்த அரபி வார்த்தைகள். ஸபிதா இந்த வார்த்தையைத் தன் கையிலிருந்த சிறு டயரியில் அப்போதே குறித்து வைத்துக்கொண்டாள். “த ஆல்.” (வாருங்கள்.) அரபி, காரின் கதவைத் திறந்தான். ரஷீதின் கையிலிருந்த சற்றுப் பெரிய பெட்டியைக் கண்டதும் முகத்தைச் சுழித்த அரபி, என்ன சொன்னான் என்பது புரியாததால் சிறு தயக்கத்துடன் ரஷீது அதை மடியிலேயே வைத்துக்கொண்டு அமர்ந்தான்.

கார் மிக வேகமாகப் பாய்ந்துகொண்டிருந்தபோது ஸபிதாவின் இதயத்தினூடே ஒரு பதற்றமும் கடந்துபோனது. அதையவள் சிரமப்பட்டுதான் மறைத்துக்கொண்டாள். மொழி தெரியாத இந்தத் தேசத்தில், அறிமுகமில்லாத அரபியின் வாகனத்தில் நடக்கும் இந்தப் பயணம் தன்னை முழுவதுமாக எதுவும் தெரியாதவளாக மாற்றிவிட்டது. ரஷீது கூடவே இருக்கிறான் என்ற தைரியமும் ஒருபுறமிருந்தது. இவ்வளவுத் தொலைவு வரை வந்து சேர்ந்தது, அறிந்ததும் அறியாததுமான பல மொழிகள் பேசுபவர்களுடைய உதவியால்தானே? மும்பையிலிருந்து ரியாதிற்கு சௌதி ஏர்லைன்ஸ் விமானத்தில் ஏற்றிவிடும் போது அஜந்தா டிராவல்ஸ் தம்பி, தன்னம்பிக்கையைத் தூண்டும் விதமான வார்த்தைகளைத்தான் சொன்னான்:

“ரியாதிற்கு நான்கு மணி நேரப் பயணம். அங்கே போய்ச் சேரும்போது சாயங்காலம் இதே நேரம்தான் அங்குமிருக்கும். மினிஸ்ட்ரியிலிருந்து ஆட்கள் வந்து காத்து நிற்பார்கள். ஒன்றும் பயப்படத் தேவையில்லை. ரியாது, ஒரு நல்ல சிட்டி. தென், ஓகே, ஹேப்பி ஜேணி டாக்டர் அன்ட் மிஸஸ் டாக்டர் ரஷீது.”

மும்பை வியாபாரத்தனத்துடன் தம்பி கையசைத்து விடைகொடுத்தது முதல் இந்த நிமிடம்வரை ஸபிதாவின் மனமும் ரஷீதின் மனமும் அமைதியாகவும் உறுதியுடனுமிருந்தன. இரண்டு பேரும் சேர்ந்து புறப்பட இயன்றதே, பரஸ்பரம் உதவியின் கயிறு அறுந்துவிடாமலிருப்பதில் துவக்கம் முதலே கவனம் செலுத்திவந்ததன் விளைவுதானே. மும்பையில் நடந்த நேர்காணலின்போது ரஷீதிற்கு முன்பே தேர்வு செய்யப் பட்டவள் மகப்பேறு நிபுணரான டாக்டர் ஸபிதாதான். கண்

சிகிச்சை நிபுணரான டாக்டர் ரஷீதிற்கு அப்போது நேர்காணல் முடிந்திருக்கவில்லை. தேர்வு செய்யப்படுவானா என்பதுவும் நிச்சயமில்லை. ஏனென்றால் விண்ணப்பங்கள் ஏராளமாக வந்திருந்தன. ஒப்பந்தத்தில் கையெழுத்திடச் சொன்னபோது டாக்டர் ஸபிதா தயக்கம் காட்டினாள்:

“என்னுடைய ஹஸ்பன்டும் தேர்வு செய்யப்பட்டால் மட்டுமே என்னால் கையெழுத்திட முடியும்.”

பெண்மகப்பேறு நிபுணர்களுக்கு நல்ல தேவையிருக்கும் விஷயத்தை அவள் ஏற்கனவே புரிந்துகொண்டிருந்தாள்.

“நீங்கள் கையெழுத்திடுங்கள்; ஹஸ்பன்ட் செலக்டாகாமலிருந்தால்கூட ஃபேமிலி விசாவில் இரண்டுபேரும் போகலாம் தானே? அங்கே போனபிறகு வேலை கிடைப்பதிலொன்றும் சிரமமிருக்காது.”

அஜந்தா டிராவல்சின் குயுக்திக்காரர்கள் சிலர் அவசரம் காட்டினார்கள்.

“வேண்டாம்; எனக்கு கல்ஃபுக்குப் போகவேண்டுமென்ற பெரிய நிர்பந்தமொன்றுமில்லை. அவருக்கும் கிடைத்தால் மட்டும்தான் போக விரும்புகிறோம்.”

பிடிவாதம் வேலை செய்தது. விசேஷ முன்னுரிமையின் கீழ் ரஷீதின் நேர்காணல் சீக்கிரமாக நடந்துமுடிந்தது.

தம்பி சொன்னதுபோலவே, ரியாதில் ‘மினிஸ்ட்ரி ஆஃப் ஹெல்த்’ என்கிற பிளக் கார்டை உயர்த்திப் பிடித்துக்கொண்டு தூய வெண்ணிற லோகா அங்கியும் முக்காடுமணிந்திருந்த அரபியொருவன் எதிர்பார்த்து நின்றிருந்தான். ஹா . . . சௌதி அரேபியா எவ்வளவு அழகு . . .

பக்தூர்* அன்ட் பக்தூரா** ரஷீதைத் தனது அரைகுறை ஆங்கிலத்தில் வரவேற்று ஏர் போர்ட் கிளினிக்கில் உட்கார வைத்த அந்த அரபி, ஏர் போர்ட்டின் சட்டபூர்வமான சம் பிரதாயங்களை முடித்துவிட்டு வந்தான். பிறகு சௌதி அரேபிய மருத்துவத்துறை வாகனத்தில் மீண்டுமொரு எதிர்பார்ப்பு களுடனான பயணம். கூடவே துணைக்கு இரண்டு வெளி நாட்டுப் பெண்களுமிருந்தார்கள். அதிலொருத்தி எகிப்திய பக்தூரா. மற்றவள், அதே நாட்டைச் சேர்ந்த நர்ஸ். இரண்டு பேரும் புதுமுகங்களில்லை என்பது இளைஞனான டிரைவருடன் (இந்தியனோ?) அவர்கள் வேடிக்கையாகப் பேசிக்

* ஆண் டாக்டர்

** பெண் டாக்டர்

கொண்டிருப்பதிலிருந்து யூகிக்க முடிந்தது. எகிப்திய பக்தூரா, கறுப்பு நிறத்தில், நீளமான பர்தாவும் முக்காடுமணிந்து கண் களின் கீழ் உதடுகளையும் மூக்கையும் மறைக்கும் விதமாக மெல்லிய முகத்திரையுமணிந்திருந்தாள். நீண்டு மெலிந்த உடல் வாகும், திரைக்குள் தெளிவற்றுத் தெரியும் முகபாவனைகளும், மூக்கும், உதடுகளும், நீண்டு மெலிந்த கை விரல்களும் அவள் பேரழகியென்பதைக் காட்டியது. முகத்திரையணியாத எகிப்திய நர்ஸ் சுபைதா, குள்ள வாத்தைப் போலிருந்தாள்.

அவள் பேசுகிற கொழகொழா உச்சரிப்புடனான அரபியும் உடல் மொழியும் மேலும் அவளைக் கவர்ச்சியற்றவளாகக் காட்டியது. பக்கத்தில் அமர்ந்திருந்த ஸபிதாவை அவர்கள் கண்டுகொண்டதாகக் காட்டிக்கொள்ளவே இல்லை. வெகு இயல்பாகத் திரும்பியமர்ந்தபோது அந்த பக்தூரா கேட்டாள்:

"டாக்டர்தானே? முதன்முதலாக இப்போதுதான் சௌதிக்கு வருகிறீர்களா?"

"ஆமாம்."

"நீங்கள் கணவன் மனைவியா?" முன்சீட்டிலமர்ந்திருந்த ரஷீதை முகத்தால் சைகை காட்டிக் கேட்டாள். கள்ளச் சிரிப் புடன் தோழியும் இதில் கலந்துகொண்டாள்.

"இந்தியாவிலிருந்துதானே? உங்களுடைய டிரஸைப் பார்த் தாலே தெரிகிறது." பக்தூராவின் வார்த்தைகளில் லேசான கேலி தொனிக்கிறதோ? ஸபிதா இறுக்கத்தைக் கைவிடவே இல்லை.

"போஸ்டிங் எங்கே? ரியாதில்தானா?"

பக்தூராதான் கேட்கிறாள்.

"இங்கே வருவதுவரையிலும் ரியாது என்றுதான் சொன்னார்கள். இப்போது மெக்காவில் என்று தெரிகிறது."

ஸபிதாவின் சொற்களில் சிறிது கோபமும் வருத்தமு மிருந்தன. புராதனமான புனித நகரின் தடைகளையும் சட்ட விதிகளையும் நினைத்துஅவளது மனம் சஞ்சலமடைந்திருக்க வேண்டும். ரஷீது நினைத்துகொண்டான். திருமணம் செய்து கொள்ளத் தீர்மானித்தபோது முஸ்லிமாக மதம் மாறுவதைப் பற்றி அவளுக்கு அதிகமாக எதுவும் யோசிக்க வேண்டியதிருக்க வில்லை. ஸபிதா ரஷீது என்று சுயத்தை இழந்துவிடாத பெயரையும் அவள் முழு மனதுடன்தான் ஏற்றுக்கொண்டாள். முஸ்லிம் தம்பதிகளான டாக்டர்களைப் புனித நகரான மெக்கா விலேயே நியமிப்பதில் இயக்குனரக அதிகாரிகளைக் குற்றம்

சொல்வதற்கில்லை. பர்தாவும் முக்காடுமில்லாத பக்தூராவை, புனித நகரில் நியமித்துதான் ஒழுங்குபடுத்தியெடுக்கவேண்டும்.

“யா, அல்லா . . . மெக்கா ஷெரீஃபிலா? நீ புண்ணியம் செய்தவள்தான்.” குண்டானவள் ஸபிதாவைப் பெருமையுடன் பார்த்தாள்.

“மெக்கா ஷெரீஃபில் பணியாற்ற வேண்டுமென்றால் அதிர்ஷ்டம் செய்தவள்தான்.” மிஸ்ரி* பக்தூராவின் வார்த்தைகளில் நிராசை ததும்பி நின்றது.

வெள்ளை நிற டொயோட்டா கார் அப்போது பாலை வனத்தினூடே பாய்ந்துகொண்டிருந்தது. மாலை நேர மஞ்சள் வெயில். வளைவோ திருப்பமோ இல்லாத நெடிய பாதையின் இருபுறமும் முடிவே காணாத பாலைவனம். அங்குமிங்குமாக, காய்ந்துபோய் நிற்கும் புதர்ச்செடிகள். வெயில், தொலை தூரத்தில், சாலையின் நடுவே நீர்ப் பிரமையை உருவாக்கி யிருந்தது. நெருங்கிச் சென்ற பிறகுதான் கண்கள் ஏமாற்றப் பட்டது தெரிந்தது. முன்னால் ஓடிக்கொண்டிருக்கும் வாகனங் களின் சக்கரங்கள் நீரில் நனைந்ததும் வாகனங்கள் நீரில் பிரதிபலித்ததும் சற்று முன் தெளிவாகத்தானே தெரிந்தது.

இருபுறமுமுள்ள பாலைவன மணல்குன்றுகளிலும் அதன் பின்புறமுள்ள முடிவின்மையிலும் கண்கள் சென்ற போது மனது மிகுந்த சஞ்சலத்திற்குள்ளாவதை உணர்ந்தாள் ஸபிதா. கையிலொரு நீளக்கம்புடன் கண்பார்வையிலெங்கோ ஒரு காட்டரபியின் தலை மனதிலிருந்த ஏகாந்தப் பதற்றத்தை அதிகமாக்குவதுபோலிருந்தது.

கார், அப்போது பிரதான சாலையை விட்டுத் திரும்பி யோடத் தொடங்கியிருந்தது. அங்குமிங்குமாகச் சிறுசிறு கட்ட டங்கள் தென்பட்டன. கார், மூச்சு வாங்க ஒரு சிறு மதில் கட்டினுள்ளிருந்த ஓரளவிலான புதிய கட்டடத்தின்முன் போய் நின்றது.

“நீங்கள் இங்கே இறங்கிக்கொள்ளலாம். நாளைக் காலையில் ஏழு மணிக்கு கார் வரும். உங்களுடைய இன்றைய தங்குமிடம் இங்கேதான்.”

டிரைவர், ரஷீதிடம் ஆங்கிலத்தில் சொன்னான். பெட்டி யுடன் வெளியே இறங்கும்போது ரஷீது ஆறுதல் படுத்துவதைப் போல் ஸபிதாவைத் திரும்பிப் பார்த்து, “பிரச்சினையில்லை, காலையில் சந்திப்போம். உனக்கு இன்று லேடீஸ் ஹாஸ்டலில்

---

* எகிப்து

இடம் ஒதுக்கியிருக்கிறார்களாம். கூட இவர்களும் இருக்கிறார் களே" என்றான்.

ரஷீதை இறக்கிய இடத்திலிருந்து வண்டி போகும் தூரம் அதிகரிக்கும்தோறும் ஸபிதாவைப் பயங்கரமான தனிமை வந்து பொதிந்துகொண்டிருந்தது. நூற்றாண்டுகளுக்கு முந்திய பதூவியன் அரபிப் பண்பாட்டின் இறுக்கமும் பாலையின் மண்துகளை ஊதிப்பறக்கவிடும் காற்றின் வெம்மையும் அவளைச் சுற்றிப் பிணைந்துகொண்டிருந்தன. எனது நாட்டின் மிருது வான ஸ்பரிசங்கள் எங்கே ... இடைவழிகளும் நீர்ச்சால்களும் வாழைத்தோட்டங்களும் தென்னை மரமேறுபவர்களின் ஆரவாரங்களும் நிறைந்து ததும்பிவிழும் நீரோடைகளின் குசல விசாரணைகளும் கேரள நகரப் பேருந்துகளில் நடந்த கல்லூரிப் பயணங்களும் ... எல்லாமே கடந்துபோன ஏதோ ஒரு காலத் தின் தொலைதூர ஞாபகங்களா ..? இனி ஒருபோதுமே திரும்பப் பெற முடியாதபடி ...

ஈஸ்வரா ..!

சகபயணிகளான மிஸ்ரிகள், மலையாளச் சாயலுடன் கலப்பு நிறத்திலிருந்த அந்த அழகான டிரைவருடன் அரபியில், சரமாரி உரையாடலில் ஈடுபட்டிருந்தார்கள். அரபி மொழியைக் கற்றுக்கொள்ளாமல் இங்கே யாராலும் வாழ்ந்துவிட முடியாது போலிருக்கிறது. வந்து சேர்ந்துவிட்ட இந்த நிலைமையில் இன்னும் ஒரு வருடமாவது இங்கே இருந்துதான் தீரவேண்டும். அரபியைக் கற்றுக்கொள்ள முயற்சி செய்ய வேண்டும். இயலாம லிருக்காது. ஸபியா நினைத்துப் பார்த்தாள். நேர்காணலுக் கென்று வந்து மும்பையில் ஒரு வாரம் தங்கியிருந்தபோது ரஷீதின் ஊர்க்காரனான குஞ்ஞுப்துல்லாவின், ரஹ்மான் டிராவல்சில் ஒரு சிறு அறையில் தங்கியிருக்கவேண்டியதா யிற்று. அங்கே வைத்து அறிமுகமான 'தாயிஃப் சூப்பர் மார்க் கெட்' ஊழியரான அகமது, எவ்வளவு அழகாக அரபி மொழி பேசினான். மூன்று வருடங்கள் சௌதி அரேபியாவில் வாழ்ந்த வன்பில் டிராவல்ஸ் ஹமீதுடன் அவன் அரபியில் பேசிப் புதுமுகங்களான எங்களை ஆச்சரியப்படுத்துவதில் – மிகுந்த மகிழ்ச்சியடைவது போலிருந்தது. உலைந்து ஆடிக்கொண்டிருக் கும் மர ஏணிப்படிகளில் ஏறினால் குஞ்ஞுப்துல்லா சாம் ராஜ்ஜியத்தின் மேலாளர் அறை. அடுத்து ஓரளவு சுமாரான ஒரு அறையை டாக்டர் தம்பதிகளுக்கென்று பரிவுடன் அவர்கள் ஒதுக்கித் தந்திருந்தார்கள். பக்கத்திலிருந்த நீளமான ஒரு ஹாலில் அடுக்கியிடப்பட்ட மரக்கட்டில்களில் விசாவை எதிர்பார்த்து வாரங்களாகவும் மாதங்களாகவும் காத்துக் கிடக்கும் மலை யாளி இளைஞர்களின் விரக்தியும் பரிதாபமும் கலந்த முகங்கள்.

அறையின் ஜன்னல் வழியாகக் கீழே பார்த்தால் தரையில் நெளியும் உயிர்களின் மற்றொரு காட்சி. வெள்ளிக்கிழமைகள் தோறும் மும்பையின் பணமூட்டைகள் வினியோகிக்கும் சக்காத்து* உணவுக்காக இரண்டு வரிசைகளில் பாத்திரங்களுடன் நின்றுகொண்டிருக்கும் யாசகர்கள். அன்னமிடும் அந்தக் கோடீஸ்வரர்கள், யாசகர்களின் பார்வையில் அல்லாஹுவின் பிரதிநிதிகள். கள்ளக்கடத்தலோ, தாதாயிசமோ, கொலை பாதகமோ, பெண்வாணிபமோ செய்து சம்பாதிக்கும் பணம்தான் நம் பிச்சைப் பாத்திரத்தில் விழுகிறதோ என்றெல்லாம் அவர்கள் பார்ப்பதில்லை.

எதிரிலுள்ள பழைய கட்டடத்தில் அழுக்கடைந்த திரைச் சீலைகளிட்ட ஜன்னல்கள், சமையலும், சாப்பாடும், வாசிப்பும், தூக்கமும், ஒப்பனைகளுமெல்லாம் ஒன்றோ இரண்டோ சிறு அறைகளுக்குள் ஒதுக்கிக்கொண்ட பிளாட்வாசிகளான மராத்திக் குடும்பங்களின் வாழ்க்கையைத் திறந்து காட்டுகின்றன. நேரம் போவதற்காக அவர்களைப் பார்த்துக்கொண்டிருந்த ஸபிதா, ஒவ்வொரு குடும்பங்களின் உறுப்பினர்களையும் அவர்களது குணபாவங்களையும் பற்றி நன்றாகத் தெரிந்துகொண்டிருந்தாள். வளைகுடா பயணம் முடிவு செய்யப்பட்டு அடுத்தத் தடவை வந்திருந்தபோது பழைய நட்பைப் புதுப்பிப்பதற்காக ஆவலுடன் தன் கண்களை ஜன்னலினூடே அனுப்பி வைத்தாள்.

குஞ்ஞப்துல்லாவின் உதவியாளர்களான பையன்கள், விளக்குகள் அணைந்த பிறகு டிராவல்ஸ் அறையின் இருட்டுக்குள்ளிருந்து பைனாக்குலரில் அந்த மராத்திக் குடும்பங்களின் படுக்கையறைக் காட்சிகளைப் பார்த்து ரசிக்கும் இரகசியத்தை ரஷீது சொன்னபோது ஸபிதாவுக்கு வருத்தமாக இருந்தது. பகல் நேரங்களில் அவர்களது தனிமை பற்றிய சுயஉணர்வில்லாமல் தான் செய்துகொண்டிருந்ததும் மற்றொரு விதத்தில் இதுதானே?

கார், அப்போது ஓரளவு பெரிய மூன்று மாடிக் கட்டடத்தின் போர்ட்டிகோவினுள் வந்து நின்றது. வெள்ளையான உடல்வாகும் கறுத்த, கலைந்த தலைமுடியும் மங்கோலியச் சாயலிருந்தாலும் வசீகரமான முகபாவமும்கொண்ட ஃபிலிப்பைனி வார்டன் (இவ்வளவு இளமையிலா?) புதுமுகமான ஸபிதாவின் சான்றிதழ்களைப் பார்வையிட்டாள். "உம்" என்ற அவளது இறுக்கமான முனகலிலிருந்து வார்டனம்மாவுக்குப் பெரிதாக ஒன்றும் நம்மைப் பிடிக்கவில்லை என்பதையும்

* இலவசம்

அவள் புரிந்துகொண்டாள். அப்போது அலுவலக அறைக்குள் ஏறிவந்த டிரைவரைக் கண்டதும் ஃபிலிப்பைனி வார்டனின் முகம் பிரகாசமடைவதை ஸபிதா கவனித்துவிட்டாள். "யா, பஷீர்." அப்புறம் ஃபிலிப்பைனியின் அங்கலாய்ப்புச் சிணுக் கங்கள்; பஷீரின் சமாதான வார்த்தைகள்; பெண்ணின் தீராத அங்கலாய்ப்புகள், சண்டையாக மாறத் தொடங்கியபோது பஷீர் பிணக்கத்துடன் வெளியே இறங்கிப்போவது, பிலிப் பைனி, "த்ஆல், யா பஷீர்" என்றபடி பின்னால் ஓடிப்போய் அழைப்பது எல்லாமாகச் சேர்ந்து அந்த இடம் அழகிய ஒரு காட்சியாகப் பரிணமிப்பதை அவர்களது மொழி புரியவில்லையென்றாலும் ஸபிதா அப்படியே மெய்மறந்து பார்த்து ரசித்தபடி நின்றிருந்தாள்.

மறுநாள் காலையில் முதீரியாவுக்குச் செல்லும் பயணத் தினிடையில் ரஷீது வந்து வண்டியில் ஏறுவதுவரை தான் வேறு ஏதோ ஒரு உலகத்தில் அல்லவா இருந்தோம் என்பது போல் ஸபிதாவுக்குத் தோன்றியது. இயக்குனரக ஊழியர்கள் மெக்காவுக்குச் செல்வதற்கான சான்றிதழ்களைச் சரிபார்க்கும் போது அவள் மென்மையாகக் கேட்டாள்:

"மெக்காவில் எங்கள் இரண்டுபேரையும் ஒரே ஆஸ்பத்தி ரியில் போஸ்ட் செய்வீர்கள்தானே, இல்லையா?" ஒரு நாள் பிரிவு உருவாக்கிய மன விரக்தி அந்தச் சொற்களில் தெரிந்தது.

மேஜைகளின் பின்புறம் வரிசையாக அமர்ந்திருந்த அரபிகள் ஏதோ ஆபாசமான ஒன்றை நான் சொல்லிவிட்டது போல் சிரிக்கவும் கமெண்ட்களைப் பரிமாறிக்கொள்ளவும் செய்தார்கள். இதில் சிரிப்பதற்கு என்ன இருக்கிறதோ?

"சாசைய்ஹ! ஆஸ்பத்திரி இரண்டுதான். வீட்டில் நீங்கள் சேர்ந்திருக்கலாம். என்ன போதுமல்லவா?"

சௌதியிலும் குமாஸ்தாவின் வார்த்தைகளிலிருந்த எள்ளலைப் புரிந்துகொண்ட ஸபிதாவும் ரஷீதும் வேதனை யுடன் நின்றிருந்தார்கள்.

சான்றிதழ்கள் அனைத்தும் சிறிது நேரத்திற்குள் தயாராகி விட்டன. அன்று இரவு விமானத்தில் ரியாதிலிருந்து ஜித்தாவுக்கு. அங்கிருந்து எண்பது கிலோ மீட்டர் தூரத்தில்தான் புனித நகரமான மெக்கா மாநகர். சாலை மார்க்கமாகப் போக வேண்டும். ஏழு மணி விமானத்தில் செல்ல ஆறு மணிக் கெல்லாம் ஏர்போர்ட்டுக்குக் கொண்டுவந்து சேர்த்துவிட்டான் பஷீர். நன்றாக ஆங்கிலம் பேசும் பஷீரிடம் இந்தியாவா, மலையாளியா என்றெல்லாம் ஸபிதாவுக்குக் கேட்கத் தோன்றி யது. ஜூனியர்களை ராக் செய்யும் சீனியர் மாணவனின்

உயர் மனோபாவம் அவனிடம் தென்பட்டதாலோ என்னமோ ரஷீது பதுங்கிப்போய் இருந்துவிட்டான். வெளிநாட்டுக்கு வந்துசேர்ந்த அன்னிய உணர்வையும் பாதுகாப்பின்மையையும் ரஷீதும் நன்றாக அனுபவிக்கிறான். ஒருவேளை தன்னைவிடவும் அதிகமாக அனுபவிக்கிறானோ என்னமோ? அதுதான் இவ் வளவு மௌனம். கல்ஃபிற்கு வந்துசேருவதில் ஐயா எவ்வளவு ஆர்வமாக இருந்தார். நிச்சயமாகச் சொல்ல முடியும்: ஒரு அன்பான துணைவியாகத்தான் ரஷீதுடன் இங்கே நான் வந்தேன். அனுசரணையுள்ள மனைவியாக அல்ல. சுலபமாக பதற்றத்திற்குள்ளாகிவிடுகிற மிக மெல்லிய மன உணர்வுகள் கொண்டவன்தான் ரஷீது எனும் விஷயம் திருமணத்திற்கு முன்பே சபிதாவுக்குத் தெரியும். மைனசிலிருந்து தொடங்கிய வாழ்க்கை. ரஷீதைப் படிக்க வைத்த வாப்பாவின் கடன்களைத் தீர்க்க வேண்டியதிருந்தது.

வாழ்க்கையைத் தொடங்கும்போது இரண்டுபேரும் போஸ்ட் கிராஜுவேஷன் இரண்டாம் வருடம். சொல்லிக் கொள்ளும்படியான வருமானமெதுவும் கிடையாது. ஃப்ரி டிகிரியில் மடப்பள்ளி கல்லூரியிலிருந்து திரும்பிவரும் ஒரு நாள், பேருந்தில் வைத்து வெளுத்த, அழகான, எம்.பி.பி.எஸ். இரண்டாம் வருடம் படிக்கிற அந்த மாப்பிளா பையனை முதன்முதலாக ஸபிதா பார்த்தாள்.

–ரெம்ப ஒண்ணும் பாக்காண்டாம் கேட்டியா? அது நம்ம பிரபாகரன் டாக்டருக்க மருமோளாக்கும் – கமென்ட் கேட்டுதான் ஸபிதா திரும்பிப் பார்த்தாள். தன்னையே பார்த்த படி நிற்கிற, தோளில் பையைத் தொங்கவிட்டிருந்த பையனின் முகத்தில் திடீரென்று தோன்றி மறைந்த வெட்கத்தையும் அவனது நண்பனின் முகத்திலிருந்த கள்ளச் சிரிப்பையும் பார்க்காததுபோல் முகத்தை முன்புறமாகவே பலமாகப் பிடித்துவைத்தபடி பேருந்துப் பயணம் முடிவதுவரை நின்றி ருந்தாள். ஆனால், மனதிற்குள் அந்தப் பார்வையின் சுகமான அனுபவத்தில் ஆழ்ந்திருந்தாள். கக்கட்டு நிறுத்தத்தில் இறங்கி திரும்பி நடப்பதற்கு முன், தந்திரமான ஒரு கோணல் பார்வை. பிரிந்துபோவதற்குமுன் கவிழ்ந்த தலையின் கண்களை மட்டும் உயர்த்திய அந்த முகம், மிகச் சரியாக ஃபிரேமுக்குள் கிடைத் ததில் ஸபிதாவுக்கு மகிழ்ச்சி. பிறகு நட்பு தொடர்ந்தது. மருத் துவக் கல்லூரியில் இடம் கிடைத்தது என்றறிந்ததும் பிரபாகரன் மாமா சொன்னார்: "தாழத்துண்டியில் அப்துல் ரஹ்மான் சாரின் மகன் இப்போது இரண்டாவதோ மூன்றாவதோ ஆண்டு படிக்கிறான். அவனை நீயும் அப்பாவுமாக ஒரு தடவைப் போய்ப் பார்த்துவிடுங்கள். கல்லூரியில் சேர்ந்த பிறகு ஒரு உதவியாகவுமிருக்கும்."

தாழத்துண்டி, அப்துல் ரஹ்மான் சாரின் மகன் ரஷீது தான் வாரக்கடைசியில் வரும் அந்தப் பயணி என்பதை இதற்குள் தெரிந்து வைத்திருந்த ஸபிதாவுக்கு, மாமாவின் இந்த அபிப்பிராயம் மிகுந்த மகிழ்ச்சியை ஏற்படுத்தியது. அன்று அப்துல் ரஹ்மான் சார்தான் ஸபிதாவின் பொறுப்பை ரஷீதிடம் ஒப்படைத்தார்.

“பிரபாகரன் டாக்டரைப் போல் ஒரு டாக்டராக வேண்டுமென்று நான் எப்போதும் இவனிடம் சொல்வதுண்டு. டாக்டரின் மருமகளைக் கவனித்துக்கொள் என்று நான் இவனிடம் தனியாகச் சொல்லவேண்டியதில்லை. இல்லையாடா?”

“ஹாதா, முதீரியா முஸ்தஷ்ஃப!”

அரபி டிரைவரின் உரத்தக் குரல் கேட்டுத் திடுக்கிட்ட ஸபிதா, மெக்காவெனும் அந்த நம்பமுடியாத யதார்த்தத்தினுள் அவசரமாக இறங்கினாள். பெட்டியுடன் இறங்கிய ரஷீதெனும் சங்கிலிப் பிணைப்பு மட்டுமில்லாமலிருந்தால் கீழே விழுந்து பலமாக அடிபட்டிருக்கும்.

இரண்டு

ஸபிதாவுக்கு முதல் நாள் பணி இஸ்ஆஃபில். அதாவது, எமெர்ஜென்சி வார்டு. நம்மூரில் காஷுவா லிட்டி என்போமே அதுதான். ஸபிதாவை எங்கே பணியி லமர்த்துவதென்று முதீர் அயாத (ஓ.பி. டைரக்டர்.) அப்போது முடிவு செய்திருக்கவில்லைபோல.

"தற்போது இஸ்ஆஃபில் இருங்கள். அங்கே பக்தூரா வகீதா இருக்கிறார். அவர் ஹிந்தியாதான். எல்லாவற்றையும் சொல்லித் தருவார். ஓ.கே..?"

பக்தூரா வகீதா பெங்களூருவைச் சேர்ந்தவள். நடுத்தர வயது. எட்டு வருடங்களாக இதே ஆஸ்பத்திரியில் தானிருக்கிறாள்.

பக்தூரா ஃப்ரம் கேரளாவை அவள் மகிழ்ச்சியுடன் வரவேற்றாள்:

"கேரள டாக்டர்கள் திறமையானவர்கள். பக்தூர் முகம்மதைத் தெரியுமா?"

"நன்றாகவே தெரியும். எங்கள் ஊர்க்காரர்தான். இப்போது அவர்தான் எங்களுடைய பாதுகாவலர்."

ஸபிதா சிரித்தாள். டாக்டர் முகம்மதைப் பற்றிப் பெருமைப்பட்டுக் கொள்வதற்கான காரணங்களிருக் கின்றன என்பதை அவள் இதற்குள் புரிந்துகொண்டி ருந்தாள். இரண்டு நாட்களுக்குமுன் அகதிகளைப் போல் இந்த ஆஸ்பத்திரிக்குமுன் வந்திறங்கியபோது தேவதூதன் போல் அருகில் வந்து சேர்ந்த ஆள். நேராக வந்து மலையாளத்தில் பேசத்தொடங்கியவரைக் கண்டதும் ஸபிதாவுக்கு ஏற்பட்ட திகைப்பு கொஞ்சமல்ல. இப்படி யான ஒரு நபர் மெக்காவிலிருப்பதாக ரஹ்மான்

டிராவல்ஸ் ஹமீது சொல்லியிருந்தாலும், எங்களை ரியாதில் பணியமர்த்தப்போவதாக அஜந்தா டிராவல்ஸ் உறுதிபடச் சொன்னதால் ஊர்க்கார டாக்டரின் முகவரியை வாங்கி வைத்துக்கொள்ளவில்லை. அவர் இங்கே வந்து சேர்ந்து ஏழு வருடங்களாகின்றன. முதல் பார்வையிலேயே எந்த நாட்டுக் காரர்கள் என்பதையும் இந்தியாவாக இருந்தால் எந்த மாநிலத் தைச் சேர்ந்தவர்கள் என்பதையும் புரிந்துகொள்ளும் மந்திர வித்தை ஐயாவுக்கு கைவசப்பட்ட ஒன்றாக இருக்கக்கூடும். யாருக்கும் எந்தவிதமான உதவிகளையும் செய்வதற்குத் தயாராக இருக்கும் அவரதுமுன் உதவி வேண்டுபவர்கள் வந்து விழுகிறார் களோ அல்லது வந்து விழுபவர்களுக்கு உதவுகிறாரோ தெரியாது. இரண்டு நாட்களாக ஸபிதாவும் ரஷீதும் டாக்டரின் இருப் பிடத்தில்தான் தங்கியிருந்தார்கள்.

“வந்ததுமே ரொம்ப வசதியா ஓவர் கோட்டெல்லாம் ரெடி பண்ணிட்டிங்கபோல? நல்லா இருக்கு. எங்கிருந்து வாங்கினீங்க?”

பக்தூரா வகீதா தன்னை ஆழம் பார்க்கிறாள்.

“இதுவும் டாக்டர் முகம்மதின் தயவுதான்.” ஸபிதா புன்னகைத்தாள்.

ஆஸ்பத்திரியின் சுற்றுச்சூழலைப் பலவித டிசைன்களில் பின்னப்பட்டிருந்த ஓவர் கோட்டுகளும் ஆபரேசன் தியேட்டர் உடைகளுமுள்ள ஷாப்பிற்கு டாக்டர்தான் எங்களை அழைத்துக் கொண்டு போனார். எங்களுடைய சின்னச் சின்ன விஷயங் களையும் கவனத்தில் கொள்வதில் டாக்டர் அக்கறை எடுத்துக் கொண்டார். அதிகமான சிரத்தையெடுத்துக்கொள்ளாத ஆடை யலங்காரமும் வெளிப்படையான நடவடிக்கைகளும் உடல் மொழிகளும் நகைச்சுவை கலந்த பேச்சும் டாக்டர் முகம்மது வுக்கு ஒரு அபூர்வத் தனித்தன்மையை அளித்திருந்தன. டாக் டரின் குடும்பமும் குழந்தைகளுமெல்லாம் நாட்டிலிருந்தார்கள். இங்கே துணைக்குத் தூரத்து உறவிலுள்ள ஒரு இளைஞனிருந் தான். இரவுச் சாப்பாட்டை அவன்தான் சமைத்துக் கொடுப்பான். மற்ற நேரங்களில் வசதி போல். மதிய உணவைப் பெரும்பாலும் ஒரு சாண்ட்விச்சிலும் பெப்சியிலும் சமாளித்துக்கொள்வார். நன்றாகச் சாப்பிடுவதற்கான சந்தர்ப்பம் வாய்த்தால் சில நேரங்களில் ஒட்டகம் தண்ணீரைச் சேகரிப்பதுபோல் ஒரேய டியாகச் சாப்பிடவும் தயங்கமாட்டார்.

தன்னிச்சையாக அப்படி அலைந்து திரிவதிலுள்ள சுகத்தை அவர் அனுபவித்து வாழ்வதுபோல் ஸபிதாவுக்குத் தோன்றியது.

“ஆனால், ஒன்று. முடியை இப்படி வெளியே காட்டுவது இங்கே சரிப்பட்டு வராது தெரியுமா?” பக்தூரா வகீதாதான்.

ஸபிதா அதை ஏற்றுக்கொள்வதுபோல் பின்னால் நழுவிக் கொண்டிருந்த மஃப்தாவை முன்புறமாக இழுத்துவிட்டுக் கொண்டாள். கை மணிக்கட்டுவரை நீண்டு, கால் மூட்டுவரைத் தாழ்ந்து கிடக்கும் ஓவர்கோட்டும் மஃப்தாவுமாக ஏற்கனவே மூச்சுத் திணறுகிறது.

இங்கே எதிர்ப்படுபவர்கள் அனைவரும் மற்றவர்களின் நடவடிக்கைகளை ஒழுங்குபடுத்தும் கலாச்சாரக் காவலர்களின் பொறுப்பைத் தாங்களாகவே ஏற்றுக்கொண்டிருக்கிறார்களா? இந்த எட்டு வருட அரேபிய வாசம் பெங்களூருக்காரியையும் வசப்படுத்தாமல் இருக்குமா? இருந்தாலும் அவளிடம் பேசிக் கொண்டிருக்கும்போது சூழலின் இறுக்கம் அதிக அளவில் தளர்வதுபோல்தான் ஸபிதாவுக்குத் தோன்றியது. அவளது வெளிப்படையான பேச்சு, வாய் நிறைந்த சிரிப்பு, நகைச்சுவை உணர்வு எல்லாமே ஸபிதாவுக்குப் பிடித்திருந்தது.

இஸ்ஆஃபில் நோயாளிகளாக வருபவர்களில் அதிகமும் கர்ப்பிணிகள்தான். திடகாத்திரவதிகளான கர்ப்பிணிகள், பிரசவ வேதனையை அதன் எல்லாக் கோளாறுகளுடன் முகத்திலும் உடல் சேஷ்டைகளிலும் குரலிலும் வெளிப்படுத்திய படி உரிமையுடன்தான் வந்தேறுவார்கள். 'எனக்குத் தாங்க முடியாத வலியிருக்கிறது; எல்லாரும் என்னைக் கவனித்துக் கொள்ள வேண்டும்' என்பது போன்ற உரிமை. இஸ்ஆஃபில் நுழைந்ததும் சிஸ்டர் அன்பாக அவளைப் பரிசோதனைக் கட்டிலுக்கு அழைத்துச் செல்வாள். சிலர் வந்து ஏறுவதே "ஃபெயின்பக்தூரா?" என்ற கேள்வியுமாகத்தான். 'பக்தூரா எங்கே, சீக்கிரமாக வந்து என்னைப் பரிசோதிக்கச்சொல்' என்பதுபோன்ற பாவம். சிலர் பக்தூரா வகீதாவின் முன் பிடித்து வைத்ததுபோல் ஒரேயடியாக உட்கார்ந்தும் விடுவார்கள். பிறகு, தான் சகித்துக்கொண்டிருக்கும் வேதனைகளின் தன்மை களைப் பற்றியும் அதன் தீவிரத்தைப் பற்றியும் கை அசைவு களுடன் விவரிப்பார்கள். "இங்கே வந்து படுங்கள்; டாக்டர் பரிசோதிக்கட்டும்" என்று சிஸ்டர் ஒருவேளை அவசரப்படுத் தினால் உடனே, "சிஸ்டர் பேசாமலிரு; நான் பக்தூராவிடம் விஷயங்களைச் சொல்ல வேண்டாமா?" என்று கேட்டுக் கோபப்படுவார்கள்.

அவர்கள் சொல்வதையெல்லாம் பக்தூரா பொறுமையாக உட்கார்ந்து கேட்ட பிறகே பரிசோதனைக்கு உடன்படு வார்கள். பரிசோதனைக் கட்டிலில் நல்ல விரிப்பு; வெள்ளை நிறத்திலான மற்றொரு பெட்ஷீட் இரண்டாக மடித்துக் கால் பகுதியிலிடப்பட்டிருக்கும். நோயாளி படுத்த பிறகு அவளை இடுப்புவரை மூடுவதற்காக. இப்படி மூடிய பிறகுதான் பரி சோதனையைத் தொடங்க வேண்டும். கர்ப்பிணியின் அவஸ்

தையைக் கண்டு சீக்கிரமாக டாக்டர் பரிசோதிக்கட்டும் என்று கருதி விதிகளைப் பார்க்காமல் சிஸ்டர் துணியை உயர்த்த முனைந்தாள் என்றால் ஒரு அலறல்தான். பெண்களின் தனித் தன்மைக்கு அங்கே மிகுந்த முக்கியத்துவமிருக்கிறது. சொல்லப் போனால் பெண்ணியம் பேசுவதைவிட அதிகமாக. தன்னுடைய தனித்துவத்தைப் பேணுவது தனது உரிமை என்பதையும் அவள் உணர்ந்திருக்கிறாள். இது சர்க்கார் ஆஸ்பத்திரிதான். ஊரிலுள்ள சர்க்கார் ஆஸ்பத்திரியும் அதன் ஓ.பி.யும், காஷுவாலிட்டியு மெல்லாம் திடீரென்று ஸபிதாவின் நினைவுக்கு வந்தன. மேலிருந்து கீழாகப் பாதியை மறைக்கும் பச்சை நிறக் கர்ட்டன் ஒன்று தொங்கவிடப்பட்டிருக்கும். சரடு தளர்வடைந்துபோயிருப் பதால் பெரும்பாலும் அது, நடுப்பகுதியில், சுருண்டு கிடக்கும். திரைச் சீலைக்குப் பின்னால், பரிசோதனைக்காக எதிர்பார்ப் புடன் உள்ளே எட்டிப்பார்க்கும் பல ஜோடிக் கண்கள். கர்ப்பிணிகள், பரிசோதனைக் கட்டிலில் படுத்தபடியே திறந்து கிடக்கும் திரைத் துணியைப் பரிதாபத்துடன் பார்ப்பதைக் கண்டு டாக்டர் அந்த கர்ட்டனைச் சரியாகப் போடுவதற்கு முயற்சி செய்தாலும் முடியாமல் போய்விடும். பெண்ணுடலின் தனித்துவத்தைப் பிடிவாதமாகப் பகிரங்கப்படுத்தி அவளது சுயங்களை நெருக்குதல்களுக்குள்ளாக்கி மெல்லிய அக உணர்வு களைக் கோரப்படுத்துவதில் நமது நாட்டிலுள்ள அரசாங்க ஆஸ்பத்திரிகளுக்கும் மருத்துவர்களுக்கும் மிகப்பெரிய அளவிலான பங்கிருப்பதாக அவளுக்குத் தோன்றியது. வலியால் துடித்துக்கொண்டிருந்தாலும்கூட, நம்மூர்களிலுள்ள காஷுவா லிட்டிகளில் பெரும்பாலான பெண்களும் கதறியழுதபடி யெல்லாம் வரமாட்டார்கள் என்பதுவும் அவளது நினைவுக்கு வந்தது.

அழுகைகளையும் வேதனைகளையும் உள்ளொடுக்கி மருத்துவர்களையும் செவிலியர்களையும் பயந்து நம் மக்கள் அமைதியாகப் பரிசோதனைக்குட்படுவார்கள். இல்லாத திரைச் சீலைகள் பற்றியும் மறுக்கப்பட்ட மருத்துவ வசதிகளைப் பற்றியுமெல்லாம் எந்தவிதமான ஆவலாதிகளும் நம்மவர்களிட மில்லை.

பக்தூரா வகீதா பரிசோதனை முடிந்ததும் அட்மிஷன் சீட்டு எழுதத் தொடங்குவார். ஆனால் சில கர்ப்பிணிகள் அட்மிஷனாக விரும்பமாட்டார்கள். “கம் சென்ட்ரி பக்தூரா?” கேள்வி: கர்ப்பப்பை எத்தனை சென்டி மீட்டர் விரிவடைந்திருக் கிறது என்பதுதான்.

“வீடு பக்கத்தில்தான்; காரிருக்கிறது. போய்விட்டுப் பிறகு வருகிறேன்” என்பார்கள்.

கர்ப்பப்பை பத்து சென்டி மீட்டர் விரிவடைந்தால்தான் பிரசவமாகுமென்பதையும் ஒவ்வொரு சென்டிமீட்டர் விரிவடைவதற்கும் சுமார் ஒருமணி நேரமாகுமென்பதையும் போன்ற நடைமுறை அறிவுகளெல்லாம் அவர்களுக்கு அத்துபடி. நல்ல வலியிருந்தால் இந்த ஒருமணி நேர விதிகளுக்கெல்லாம் எந்த முக்கியத்துவமுமில்லை என்று தெரிந்திருப்பதால் பக்தூரா இதற்கு ஒப்புக்கொள்வதில்லை.

"ஏதாவது பிரச்சினைகள் உருவாகலாம். அட்மிட்டாகி விடுவதுதான் நல்லது" என்பார்.

"வேண்டாம் பக்தூரா, எனக்கு பிரசவ அறை பிடிக்காது; நான் போன தடவையும் இப்படித்தான் அட்மிட்டானேன். சேர்ந்து அரைமணி நேரத்திற்குள் பிரசவம் நடந்துவிட்டது."

தனது கணக்குகள் எவ்வளவு சரி என்பதைப் பற்றி அந்த வலிகளுக்கிடையிலும் மெச்சிக்கொள்வாள்.

பக்தூரா வகீதா ஒரு திறந்த ஸ்டாம்ப் பேடையும் எமெர் ஜென்சி ரெஜிஸ்டரையும் கர்ப்பிணியின்முன் நீக்கி வைத்தார்.

பங்களாதேஷ் சிஸ்டர் ஃபரீதா, கர்ப்பிணியின் பெரு விரலை ஸ்டாம்ப் பேப்பரில் பதித்தாள். 'அட்மிஷன் வேண்டாம்; இது என்னுடைய விருப்பத்தின்படி. பக்தூரா இதற்குப் பொறுப் பாக மாட்டார்.'

இதையெல்லாம் ஸபிதா ஆச்சரியத்துடன் பார்த்துக் கொண்டிருந்தாள்.

"அவளுக்கு நல்ல வலியிருக்கிறதே? பிரச்சினையாகி விடாதா?"

"அதற்குத்தானே விரலடையாளம் வாங்கினோம்? இப்படிச் செய்துவிட்டால் நமக்குப் பிரச்சினை வராது. தீர்மானம் அவளுடையதல்லவா?"

"எதுவாக இருந்தாலும் அரபிப் பெண்களுக்கு மெடிக்கல் விசயங்களில் நல்ல அறிவிருக்கிறது. நமது நாட்டிலுள்ள கர்ப்பிணிப் பெண்கள், மருத்துவரிடம் எத்தனை சென்டி மீட்டர் என்று கேட்கும் காலம் எப்போது வருமோ?"

எல்லா விஷயங்களையும் இவர்கள் கேட்டுப் புரிந்துகொள் வார்கள். அவசரக் கட்டங்களில் அதைப் பயன்படுத்திக் கொள்ளவும் செய்வார்கள். இதெல்லாம் அறிவியல் சம்பந்த மானவை; நமக்குத் தெரியாத விஷயங்கள் என்கிற சங்கோஜங்க ளெல்லாம் இவர்களிடம் கிடையாது. அரபிகளைப் பேசித் தோற்கடிக்க பக்தூராக்களால் இயலாது.

“நான் எப்போதோ வாசித்த ஞாபகமிருக்கிறது; புராதன காலம்தொட்டே சம்பாஷணைக் கலையில் அரபிகள் பெருமை யடைபவர்களாம். அன்னிய நாட்டுக்காரர்களை அவர்கள் ‘அஜமிகள்’ என்று பரிகாசம் செய்வார்கள். அஜமிகள் என்றால் ஊமைகள்.”

“பக்தூரரா வகீதா, சம்பாஷணக் கலையில் நீங்களுமே வல்லுனர்தான்.”

கெட்டியான துணியில், கறுப்பு நிறத்தில் ஸ்கர்ட்டும் மணிக்கட்டுவரை நீண்ட, மஞ்சள் நிறத்தில் டீ – சர்ட்டுமணிந்து ஓவர்கோட்டுமாக பக்தூரரா லைஸா அப்போது இஸ்ஆஃபினுள் வந்தாள். லைஸாவும் மிஸ்ரியன்தான். அதிகம் குண்டாக இல்லாத வாட்டசாட்டமான உடல்வாகு. பார்ப்பதற்கும் பரவாயில்லாமலிருந்தாள். ஆனால், முகபாவம் வசீகரமாக இல்லை. முப்பத்திரண்டு வயதாகியும் இன்னும் திருமணமாக வில்லையென்று பக்தூரராதான் பிறகு ஒருமுறை சொன்னார். இதில் ஆச்சரியப்படுவதற்கெதுவுமில்லையென்று ஸபிதாவுக்குத் தோன்றியது.

இந்த பக்தூரரா பிறகு ஒருபோதும் சிரித்து நான் பார்க்க வில்லையே என்பது ஸபிதாவின் கண்டுபிடிப்பு. இஸ்ஆஃபினுள் மூலையில் கிடக்கும் மேஜையின் அருகில் இருக்கையை இழுத்துப்போட்டு சுற்றிலுமிருப்பவர்களைக் கண்டுகொள்ளவே செய்யாமல் பக்தூரரா லைஸா தனது பணியைத் தொடங்கினாள்.

ஸபிதா அப்போதுதான் கவனித்தாள்: அவளிடம் ஒவ்வொரு வராகப் போய்க்கொண்டிருப்பவர்களெல்லாருமே ஒரேவிதமான முகச்சாயலுடையவர்கள்.

வெளுத்த, குள்ளமான மங்கோலிய முகத்துடன் வயதை யூகித்தறிய முடியாத சிறு உருவங்கள். சிலர் கறுத்த முகத்திரை தரித்திருந்தார்கள். திரைவிலகும்போது அதனுள் சாயம் தோய்த்த மெல்லிய உதடுகளும் வட்டமான, வெளுத்த, முழு நிலவு போன்ற முகங்களும்.

“அவர்கள் நோயாளிகளல்ல. கத்தாமாக்கள். மெய்டு சர் வென்ட்ஸ். இந்தோனேசியர்கள். அவ்வப்போது ஸ்ரீலங்கர்களும் இந்தியர்களும் வருவார்கள்.”

ஸபிதா பார்ப்பதைக் கண்டதும் பக்தூரரா வகீதா விவரித்தாள்:

“மருத்துவச் சான்றிதழ்களுக்காக வந்திருக்கிறார்கள். வேலை பார்ப்பதற்கு உடல்ரீதியாகவும் பிற தகுதிகளுமிருப்பதாகச் சான்றிதழ் தரவேண்டும். மிக முக்கியமான விஷயம், கர்ப்பமாக

இல்லையெனும் சான்றுதான். பொதுவாக இவர்களை ஓ.பி.யில் தான் பரிசோதனை செய்வது. அங்கே கூட்டம் அதிகமாக இருந்தால் முதீர்அயாதா இப்படியான ஒரு அட்ஜெஸ்ட்மென்ட் செய்வார். சிலநேரங்களில் நூறு நூற்றைம்பது பேர்கள்வரை வந்துவிடுவார்கள்."

"இவ்வளவுபேர்களுமே வீட்டு வேலைக்காகவா? இவர்க ளெல்லாம் புதிதாக இப்போதுதான் வந்திருக்கிறார்களா?"

"கொஞ்சம்பேர் புதுமுகங்கள். மற்றவர்கள் வருடாந்திர இகாமா*வைப் புதுப்பிப்பதற்காக வந்தவர்கள். இவர்கள் கர்ப்பம் தரித்திருக்கிறார்களா என்று பரிசோதனை செய்து ரிப்போர்ட் எழுத வேண்டும். திருமணமானவர்களென்றால் பி.வியும் பார்க்க வேண்டும். நாம் செய்யவேண்டியது இவ்வளவு தான்."

"பார்த்தால் சிறுமிகளைப் போலிருக்கிறார்கள்."

"ஆனால், இல்லை. முப்பத்தைந்து வயதுள்ளவர்கள்வரை இதிலிருக்கிறார்கள். இவர்களைப் பார்த்தால் வயது தெரியாது.

வெளுத்த, ஒல்லியான உடல்வாகு. வயதானபிறகும்கூட இப்படித்தான் தெரிவார்கள். அரபிகளுக்கு இவர்களை ரொம்பப் பிடிக்கும். பார்க்க அழகாகவும் சுத்தமாகவும் இருக்கிறார் களல்லவா? அதிகம்பேர்களும் காப்பர் – டியோ இம்பிளான்டோ பொருத்திக்கொண்டுதான் இங்கே வேலைக்கு வருவார்கள். அசம்பாவிதங்களுக்கான வாய்ப்புகளைப் பற்றி இவர்களுக்கு நல்ல அறிவிருக்கிறது." வகீதா பக்தூரா கமுக்கமாகச் சிரித்தாள்.

வீட்டு வேலைக்காரிகளையும் எஜமான்களையும் இணைத்துப் பேசும் புனைக் கதைகள் ஸபிதாவுக்குப் புதுமை யானதொன்றுமில்லை.

ஊரில், பெயர் பெற்றவளான கல்லாச்சிப் பாத்து எனும் பெண், இளவயதில் ஊரின் முக்கியஸ்தரான சூப்பி முதலாளி வீட்டில் சமையல்காரியாக இருந்தாள். அவளுடைய முதல் இரண்டு குழந்தைகளும் சூப்பி முதலாளியையே உரித்து வைத்ததுபோலிருப்பதாக ஊரில் பேசிக்கொள்வார்கள். இருந்தாலும் பக்தூரா வகீதாவின் பேச்சிலிருந்த மிகைப்படுத்தல் ஸபிதாவுக்கு ஆச்சரியமாக இருந்தது.

"நம்ப முடியவில்லையல்லவா? எஜமானுக்கும் அடிமைப் பெண்ணுக்குமிடையிலான உறவென்பது இன்று நேற்றுத்

---

* அடையாள அட்டை

தொடங்கியதல்ல அரேபியாவில். பண்டைய காலங்களில் அவர்கள் போரில் கிடைத்த இலாபப் பொருட்களாகக் கொண்டு வரப்பட்டார்கள்; இன்று, பெட்ரோ டாலரின் வளமையால் அன்னிய நாடுகளிலிருந்து இறக்குமதி செய்யப்படுகிறார்கள். கத்தாமாக்களாக இரத்தத்தினூடே கலந்துபோன பழக்கவழக் கங்கள் அவ்வளவு எளிதில் மாறிவிடவா செய்யும்?"

இஸ்ஆஃபில் வேலை பார்க்கும் சிஸ்டர் ஃபரீதாவுக்கு கத்தாமாக்களுடன் நேரடியாகப் பேசியதிலிருந்து கிடைத்த நிறைய அனுபவக்கதைகள் சொல்வதற்கிருந்தன.

"அவர்கள் இங்கே வந்து மொழியைப் பழகுவதற்கு முன்பே அரபிகள், சைகை மொழியால் தங்களது விருப்பத்தைப் புரிய வைத்துவிடுவார்கள். இரவு அவர்கள் படுத்திருக்கும் அறையின் உள் தாழ்ப்பாளைப் போடக்கூடாதென்று சொல்வார்கள். கீழ்ப்படியாத பட்சத்தில் உடல்ரீதியிலான இம்சைகளும் நடக்கும். போராடிப் பார்த்து ஜன்னல் வழியாகக் குதித்து இறந்துபோன ஒரு இந்தோனேஷிய கத்தாமாவின் கதை சமீபத்தில் வெளியானது. அரபிப்பெண்களும் இந்த விஷயத்தில் தலையிடமாட்டார்களாம். எப்படித் தலையிடுவார்கள்? அவன் போய் வேறொரு பெண்ணைக் கட்டிக்கொள்வான். பெண்ணுக்குக் கொடுக்கவேண்டிய சீதனத் தொகையாக நிறையப்பணம் செலவாகிவிடும். நமது நாட்டைப் போல் வரதட்சணை ஆணுக்குக் கிடைக்காதே?"

உண்மைதான், பக்தூரா ஸபிதா. இது நமது நாடு போலில்லை. எட்டுவருட அனுபவமிருக்கிறது எனக்கு இங்கே. இதை நீ முதல்பாடமாக எழுதியெடுத்துக்கொள்."

பக்தூரா வகீதா உருது மொழியில் சொல்லிவிட்டு வாய் விட்டுச் சிரித்தாள். வகீதாவின் தாய்மொழி உருதுதான். பிறகு, எனக்கு அறிமுகமான, மலையாளிகளல்லாத ஏராளமான இந்தியன் முஸ்லிம் டாக்டர்களைப்போல் வகீதாவும் இங்கே தனியாகத்தான் இருக்கிறாள்.

குழந்தைளெல்லாம் வளர்ந்துவிட்டார்கள். மூத்த மகன் பெங்களூருவில் எஞ்ஜினீயரிங் படிக்கிறான். இரண்டாவது மகன், பி.காம். வருடத்திற்கொரு முறை கணவனும் பிள்ளை களும் விசிட்டிங் விசாவில் வந்து ஒன்றிரண்டு மாதங்கள் தங்கிவிட்டுப்போவார்கள். ஏழெட்டு வருடங்களாக இப்படித் தான் நடக்கிறது.

ஆஸ்பத்திரியின் எதிரிலுள்ள பிளாட்டில் தனியாக வசிக் கிறாள். கணவரும் கூடவே இருக்கும்போதுதான் சிரமம்.

“அவர் வந்த மறுநாளே எனக்கு யூரினரி இன்ஃபெக்ஷனும் வந்துவிடும். அதனால் அவரது வருகை எனக்கு அவ்வளவாக மகிழ்ச்சியையெல்லாம் ஏற்படுத்தாது. மட்டுமல்ல, எனக்கு இதுபோல் கொஞ்ச காலம்தான் குடும்பத்தைத் தாங்கிக் கொள்ளவும் முடிகிறது. என்னென்ன அட்ஜெஸ்ட்மென்ட்களெல்லாம் செய்து வாழவேண்டியதிருக்கிறது.

எனக்கு இப்படி தன்னந்தனியாளாக வாழ்வதில்தான் மகிழ்ச்சி. யாரையுமே அட்ஜெஸ்ட் செய்யவேண்டாமல்லவா? பணத்தை மட்டும் சம்பாதித்து ஊருக்கு அனுப்பிக்கொண்டிருந்தால் போதும். அங்கே அவர்களுக்கும் நிம்மதி. இங்கே நானும் நிம்மதி. பரம சுகம்.”

பக்தூரா வகீதா திரும்பவும் சத்தமாகச் சிரித்தாள். நாற்பதுகளின் மஞ்சள் வெயில்போன்ற பிரகாசம்வீசுகிற அவளது தங்கநிற முகத்திலேயே கண்களைப் பதித்தபடி ஸபிதா அமர்ந்திருந்தாள்.

மூன்று

அப்து, கல்லாச்சிக்காரன். டாக்டர் முகம்மதின் தூரத்து உறவினன். டாக்டரின் பிளாட்டில்தான் தங்கியிருக்கிறான். சௌதி பப்ளிக் டிரான்ஸ்போர்ட் கம்பெனியில் மெக்கானிக்காக வேலை பார்த்துவருபவன். சாயும்காலம் அவன் பணிமுடிந்து வரும்போது மணி எப்போதுமே ஆறு கழிந்துவிடும். அப்புறம் குளித்து முடித்து விட்டுச் சமையலறைக்குள் நுழைவான். ஒன்று ஒன்றரை மணிநேரத்திற்குள் நல்ல சம்பா அரிசிச் சோறும் மீன் குழம்பும் ரெடி. டாக்டர் முகம்மதின் ஒருநாளைய முக்கியமான உணவு இது மட்டும்தான்.

மெக்காவுக்கு வந்து சேர்ந்த முதல் நாளன்று டாக்டர் முகம்மதின் நண்பரான அகமது ஹாஜியுடன் இரவு பகலாக தவாபு* செய்துவிட்டு வந்த ரஷீதும் ஸபிதாவும் பிளாட்டில் குளிரும் இருட்டுமுள்ள சிறு அறையில் மத்தியானம்வரை நினைவிழந்துபோய் தூங்கினார்கள். மெக்காவின் பழைய மாடலிலான ஒரு கட்டடத்தின் தரைத் தளத்தில் கோழிக்கூண்டுபோலுள்ள ஒரு பிளாட்டில்தான் டாக்டர் முகம்மதும் அப்துவும் தங்கி யிருந்தார்கள். பெரிய பிளாட்டில் வசிப்பதற்கு டாக் டருக்கு வசதியில்லாமலில்லை. அவருக்கு இதுவே தாராளம். இரவு நேரத்தில் கூடடைவதற்கொரு இடம் வேண்டும் அவருக்கு, அவ்வளவுதான். அதற்காக மட்டும் தான் அந்த பிளாட். ஆனால், வெள்ளிக்கிழமைகள் தோறும் மெக்காவிலும் சுற்றுப் பிரதேசங்களிலும் வேலை பார்க்கும் சொந்த ஊரைச்சேர்ந்த மலையாளிகள் பலரும் அங்கே வந்துவிடுவார்கள். ஊர்ச் சமாச்சாரங்களும் பிரியாணி வைத்தலும் வீடியோ காசெட் போட்டு சினிமா

* பிழைபொறுக்க வேண்டுதல்

பார்ப்பதுமாக, பிளாட்டில் கார்பெட் விரித்த, ஃபர்னிச்சர் களெதுவுமில்லாத அந்த நீளமான அறை கலகலப்பாகிவிடும். வாரமொருமுறை டாக்டர் முகம்மதுவிடம் ஆஜராகவில்லை யென்றால் அவர்களுக்கும் அந்த வாரம் பூர்த்தியானது போலிருக்காது.

காலமும் இடமும் தெரியாமல் மதியம்வரை தூங்கி, அசடுவழிய எழுந்து வந்த ரஷீதையும் ஸபிதாவையும் எதிர் பார்த்து, மேஜையின்மீது டாக்டர் ஏற்பாடுசெய்து வைத்திருந்த குப்ஸூம் பருப்புக் குழம்பும், பிளாஸ்கில் சாயாவுமிருந்தது. சும்மா சொல்லக்கூடாது; உணவு மிகவும் ருசியாக இருந்தது. டாக்டர் இனி இரவு பதினொரு மணிக்குத்தான் திரும்பி வருவார். ஆனால், அப்து வந்ததுமே பிளாட் உற்சாகமானது.

வடக்கன் மலபாரின் கிராமிய மொழியில் அரபிப் பதங் களையும் சேர்த்துக் குழைத்த வசீகரமான பேச்சு அப்துவுக்குக் கை வந்திருந்தது. வளைகுடா நாட்டின் ஏழெட்டு வருட அனுபவம் அவனது பேச்சில் தன்னம்பிக்கையையும் அலங்காரத் தையும் சேர்த்திருந்தது. புத்தம் புதிதாக வந்தேறிய, ஆச்சரியம் மிகுந்த கண்களுடன் தனது அரேபிய அனுபவங்களைப் பகிர்ந்து கொள்ளக் கிடைத்த இரண்டு டாக்டர்களையும் அப்துவுக்கு மிகவும் பிடித்துவிட்டது.

“நீங்க நல்ல சோறு தின்னு நாளு பல ஆயிருக்குமே? கொஞ்சம் பொறுங்க. ஒரு மணி நேரத்துக்குள்ளே நல்ல சம்பா அரிசிச்சோறும் மீன்கறியும் ரெடியாயிடும்”

வின்சென்டும் ஜெயபாரதியும் நடித்த ஒரு பழைய திரைப் படத்தின் காசெட்டை வீடியோ பிளேயரில் போட்டுவிட்டு அப்து அவர்களை அழைத்தான்:

“கொஞ்ச நேரம் இதைப் பாத்துட்டிருங்க. நான் இப்போ கியர்லெ கை வெச்சிடறேன்.”

அப்து, கியரைப் பலமாகப் பிடித்துவிட்டான் என்பது சிறிது நேரத்திற்குள் வீசிய மீன்குழம்பு கொதிக்கும் வாசனையி லிருந்து தெரிந்தது. நாவின் சுவையரும்புகளையும் மூளையின் சுவையுணரும் நியூரான்களையும் ஒன்றாகத் தூண்டுகிற வாசம்.

“நீங்க இப்ப சாப்பிடுறீங்களா அல்லது டாக்டர் வந்த பிற்பாடா . .?”

டாக்டர் வரட்டுமே என்கிற சாதாரண மரியாதையைக் கடைப்பிடிக்காமலிருக்க முடியாதல்லவா? அப்துவின் அனுப வங்கள் அப்படி, தங்கு தடையில்லாமல் பிரவாகித்துக்கொண்டி

ருந்தன. அவன் அனுபவங்களின் ஒரு குவியலாக இருந்தான். மருத்துவர்களுக்கும் உன்னத பதவியிலிருப்பவர்களுக்கும் கிடைக்காத அனுபவங்கள் அந்த மனதினுள் நிறைந்து ததும்பு வதாக ஸபிதாவுக்குத் தோன்றியது. நல்ல காதுகள் கிடைத்ததால் அவை இடைவெளியற்றுப் பாய்ந்துகொண்டிருக்கின்றன.

'அல்இஸ்திக்காம' எனும் காண்ட்ராக்ட் கம்பெனியின் பிரதிநிதிகள், எழுபதுகளின் இறுதியில், க்ளீனிங் தொழிலாளி களை வேலைக்கு எடுப்பதற்காக, சௌதியில் குடியுரிமை பெற்ற, மெக்கா ஹரமின் அருகில் ஓட்டலும் வியாபாரங்களும் நடத்துகிற மலப்புரத்துக்காரன் ஹஸன் மலபாரியின் உதவியுடன் கோழிக்கோட்டிற்கு வந்தார்கள். எப்படியெல்லாமோ கஷ்டப் பட்டு விசாவுக்கு எட்டாயிரம் ரூபாய் கொடுத்து ஜித்தா ஏர்போர்ட்டில் வந்திறங்கிய பத்து முப்பது தொழிலாளர்களில் அப்துவும் ஒருவன். அழுகையிலும் வேதனையிலும் உருவான அந்தப் பணத்தில் ஒரு சரியான விகிதம் ஹஸன் மலபாரியின் வியாபார அபிவிருத்திக்கும் அவனது ஓட்டலை நவீனப்படுத் துவதற்கும் உதவியிருப்பதை அப்து பின்னால்தான் தெரிந்து கொண்டான்.

அதில் மற்றொரு பங்கை மிஸ்ரி சூப்பர்வைசர் இல்மியும் நல்ல மனிதனான சௌதி ஸ்பான்சர் முகம்மது முஸ்தஃபாவின் தம்பி ஹனீஃபும் பங்கு போட்டுக்கொண்டார்கள். ஸ்பான்சர், பக்திமானும் நல்ல மனிதனுமான ஒரு அரபி. அவரிடம் வேலை பார்ப்பவர்கள் எந்த நேரத்திலும் சென்று தங்கள் குறைகளைச் சொல்லமுடியும். ஆனால், கம்பெனியின் எல்லாப் பொறுப்புகளையும் ரௌடிக் குணமுள்ள ஹனீஃபும் மிகப் பெரிய வக்கிரக் குணமுள்ள இல்மியும்தான் கவனித்து வந்தார்கள்.

ஸ்பான்சர் முஸ்தஃபாவின் ஒரேயொரு தேவை, முன்கோபக் காரியான தனது மனைவிக்கு வீட்டுவேலை செய்வதற்கு கம்பனியிலிருந்து ஒருவனைத் தவறாமல் அனுப்பிவைத்துவிட வேண்டும் என்பது மட்டும்தான். ஒரு கத்தாமாவை ஏற்பாடு செய்யலாமென்றால் அவளால் நீண்ட நாட்களுக்கு வேலைக் காரியை அனுசரித்துக் கொண்டுபோக முடியாது. எஜமானியை கத்தாமாவாலும் பொறுத்துக்கொள்ள முடியாது.

மெக்காவின் புராதன இறையில்லமான கஃபாவைச் சுற்றி விரிவுபடுத்தியெடுக்கப்பட்ட, நிரந்தரமாக விரிவாக்கம் செய்யப்பட்டு வருகிற ஹரம் பள்ளிவாசலைச் சுத்தம் செய்யும் பணிக்காகவே தாங்கள் கொண்டுவரப்பட்டிருக்கிறோம் என்பதை அப்துவும் மற்றவர்களும் இங்கே வந்த பிறகுதான் அறிகிறார்கள். 'அல்இஸ்திக்காமா'வின் அலுவலகமும் ஹரம் பள்ளிவாசலின் கீழ்த்தளத்திலுள்ள ஒரு அறையில்தான் செயல்பட்டது. புனிதப்

பயணிகளின் பார்வையில் படாத ஒரு அற்புத உலகம் இந்த அண்டர் கிரௌண்ட் என்று அப்துவுக்குத் தோன்றியதுண்டு. ஹரமின் பரப்பும் மார்பிளின் குளிர்மையும் வெண்மையும் வந்த முதல் நாளன்று அப்துவின் உடலைச் சிலிர்க்க வைத்தது. பாபுல் மாலிக் எனும், குர்ஆன் வசனங்களால் சித்திர வேலைப் பாடுகள் செய்யப்பட்ட பெரிய வாசலைக் கடந்து வந்தபோது தான் உள்ளே இந்த மாந்திரீக உலகமிருப்பதைக் கண்டான். கறுத்த பட்டுத்துணியால் போர்த்தப்பட்ட அந்தப் புராதன இறையில்லத்தினை ஹரமின் எந்த மூலையிலிருந்தும் காண முடியும். ஏறத்தாழ மூவாயிரம் ஆண்டுகளுக்குமுன் நபி இபுறாஹிமும் அவரது மகன் நபி இஸ்மாயீலும் கல் சுமந்து கட்டப்பட்ட, பெரியதொரு நீள் செவ்வகப் பெட்டியைக் கவிழ்த்து வைத்ததுபோன்ற, அல்லாஹ்வை ஆராதனை செய்யுமிடம். யாராலும் திருத்தப்பட இயலாத, இறை சாசனச் சட்டவிதிகளை மனிதகுலத்திற்குத் தாக்கீதுகளாக வைத்ததன் பேரடையாளமாகப் பூமியின் மார்மீது வானத்தைப் பார்த்தபடி நிமிர்ந்து நின்று கொண்டிருக்கிறது கறுத்த துணியால் போர்த்தப்பட்ட இந்த கஃபத்துல்லா.

இந்த இறையில்லத்தினுள் என்ன இருக்கிறது என்று அப்துவுக்கு இதுவரையிலும் தெரியாது. முகம்மது நபியின் பால்ய வயதுகளில் இதனுள் ஏராளமான விக்கிரகங்கள் இருந்தனவாம். இன்று அதில் எதுவுமே இல்லாமலிருக்கலாம். இஸ்லாம் விக்கிரக ஆராதனையைக் கொடிய பாவமாகக் கருதுகிறதல்லவா?

கஃபா வருடத்திற்கு இரண்டு முறைதான் கழுவிவிடப் படும். ரமலான் மாதத்திலும் ஹஜ் மாதத்திலும். இதன் நீரோட்டம், பிரமாண்டமானதொரு பாய்ச்சல் போல் நிகழும்.

அப்துவுக்கும் அவனது சக தொழிலாளர்களுக்குமான உலகமென்பது கஃபாவைச் சுற்றிலுமுள்ள விசாலமான மார்பிள் வெளிதான். அது, கஃபாவின் பெரும் சுற்றளவில் வான வெளியைக் கூரையாகக் கொண்டு பரந்து விரிந்து கிடந்தது. அந்த உலகத்தை நான்கு எல்லைகளாகப் பிரித்து ஏராளமான கார்பெட்டுகள் விரிக்கப்பட்டு, பிரமாண்டமான தூண்களைக் காவலாட்கள்போல் கொண்டிருக்கும் நீண்ட கூடங்கள். பள்ளி வாசலுக்குள் களகளா சத்தத்துடன் பொங்கியெழும் ஸம்ஸம் நீரூற்று. அதிலிருந்து வரும் நீர், குழாய்கள் வழியாகப் பள்ளி வாசலினுள்ளும் வெளியிலும் கொண்டுவரப்படுகிறது.

ஆங்காங்கே பெரிய பெரிய பாத்திரங்களில் அது சேகரிக்கப் பட்டு புனித யாத்ரீகர்களின் வசதிக்கேற்ப எடுத்துக்கொள்ள வகை செய்யப்பட்டிருக்கிறது. பெரும் வெயிலில், தாகத்தால்

தளர்ந்துபோன ஹாஜராபீவி தனது குழந்தைக்காகத் தண்ணீரைத் தேடியலைந்த சஃபா–மர்வா மலைகளுக்கிடையிலான வழித்தடம் முழுவதும் வெண் சலவைக்கற்கள் பதித்து ஹரமினுள் சேர்க்கப்பட்டிருக்கிறது. அந்தப் பகுதியில் இப்போது ஹாஜராபீவி அனுபவித்ததுபோன்ற பாலைவனத்தின் தகிக்கும் வெப்பம் கிடையாது. சலவைக் கற்களின் குளிர்மையும் செயற்கைக் குளிரூட்டமும் நிறைந்திருந்தது அந்த இடம். இரண்டு மலைகளின் ஓரளவிலான பகுதிகள் இப்போது பள்ளிவாசலுக்குள்ளிருந்தன. கஃபாவை முன்னிறுத்தி இமாம்* பிரார்த்தனைக்குத் தலைமை தாங்கும்போது அதன் நான்கு புறமும் சுற்றிலுமுள்ள கூடங்களிலும் மேல்மாடியிலும் ஹரமின் வாசலுக்குப் பின்புறமுள்ள வெளிப்பகுதிகளிலுமெல்லாம் சத்திய விசுவாசிகள் தொழுகைக்காக அணிதிரண்டு நிற்பார்கள். கஃபாவைச் சுற்றி தவாபு எனும் பிரதட்சிணமும் ஸஃபா–மர்வா மலைகளுக்கிடையில் ‘ஸஹ்ய்’ எனும் நினைவு ஓட்டமும் தொடர்ந்து நடக்கும் அந்தப் பகுதி முழுவதும் எந்நேரமும் நம்பிக்கையாளர்களின் பிரவாகம்தான். ரமலானிலும் ஹஜ்ஜிலும் இது மாபெரும் பிரவாகமாக மாறிவிடும்.

இவ்வளவு அழகும் விசாலமுமான ஹரம் பள்ளிவாசலைக் கூட்டிப் பெருக்கித் துடைத்து வைப்பதற்காகவே நம்மைக் கொண்டுவந்திருக்கிறார்கள் என்று தெரிந்தபோது, கல்லாச்சியில் சூப்பிக் காக்காவின் குசினி**க் கடையில் இரண்டு வருடம் சாயா அடிப்பவனாகவும் பெஞ்சு துடைப்பவனாகவும் வேலை பார்த்த அப்துவுக்கு முதலில் மகிழ்ச்சியும் பதற்றமும் கலந்த அனுபவம் ஏற்பட்டது. ஆனால், ஏராளமான கசப்பான அனுபவங்கள்தான் அவனை எதிர்பார்த்திருந்தன. தங்குவதற்கு இடம் கிடையாது. தேவையைத் தெரிவிப்பதற்கான மொழி தெரியாது. தொண்டைக்குள் இறங்குவதுபோன்ற உணவில்லை. அரபு நாட்டில், வெளியே இறங்கி நடக்கும்போது போலீஸ் பிடிக்காமலிருக்க வேண்டுமென்றால் ஒவ்வொருவரும் தங்களது உடல் உறுப்புகள்போல் கொண்டு திரிகிற ‘இகாமா’ எனும் அனுமதிச் சீட்டுமில்லை. ஹரமினுள்ளேதான் குளிக்கவும் தூங்கவுமெல்லாம் வேண்டும். இவ்வளவு அழகான ஒரு இடத்தில் தூங்குவதற்குக் கொடுத்துவைத்திருக்க வேண்டும் என்று திருப்திப்பட்டுக்கொள்ளவும் வழியில்லை. தூக்கம் கண்களைக் கிறங்க வைக்கும் நேரம் பார்த்துப் பள்ளிவாசல் போலீஸ்காரன் குச்சியை வைத்து முதுகில் தட்டியெழுப்புவான்.

---

* தொழுகையை முன்நின்று நடத்துபவர்

** சமையலறை

“அன கல்லம்து, இன்தி மாஃபி நும்ஹின.” (எத்தனை தடவை சொல்வது, இங்கே படுத்துத் தூங்கக்கூடாது என்று.)

எங்களுக்கு கம்பெனி இதுவரையிலும் தங்குவதற்கான இடம் ஏற்பாடு செய்து தரவில்லை என்று சொல்வதற்கு மொழியும் தெரியாதல்லவா? இரவு ஷிஃப்டிலிருக்கும் பணி யாளர்கள் வேலை செய்யாமல் கிடந்து தூங்குகிறார்கள் என்று அவர்கள் நினைத்திருக்க வேண்டும். பகல் முழுவதும் நீளமான துடைப்பானும் பிரஷும் பக்கெட்டும் சகிதம், துடைப்பதும் சுத்தம் செய்வதுமாக நம்பிக்கையாளர்களுக்கிடையில் சுற்றித் திரிந்த இவர்கள் வேலை செய்து தளர்ந்துபோய்தான் இப்படிப் படுத்துத் தூங்குகிறார்கள் என்ற விஷயம் போலீஸ்காரர் களுக்குத் தெரியாது. இரண்டு மூன்று முறை இப்படி எழுப்பிய பிறகு அண்டர் கிரவுண்டிலுள்ள அலுவலகத்தில்போய் அரை குறை அரபியில் புகார் செய்திருக்கிறார்கள்.

“போலீஸ்காரர்களெல்லாம் போய்விட்டார்கள். போய் நிம்மதியாகப் படுத்துத் தூங்குங்கள். நாங்கள் இருக்கிறோமே, ஏன் பயப்படுகிறீர்கள்?” என்ற போலியான ஆறுதல் மொழி களைக் கேட்டுத் திரும்பி வருவதைத் தவிர அவர்களுக்கு வேறு வழியே கிடையாது. ஏன் எங்களுக்குத் தங்குவதற்கான இடம் ஏற்பாடு செய்து தரவில்லை; ஏன் எங்களுக்கு இகாமா தரவில்லை என்றெல்லாம் கேட்க வேண்டும் என்று தோன்றும். ஆனால், கொழுக்கட்டையை வாயில் வைத்துக்கொண்டு பேசுவதுபோல், நிறுத்தாமல் அரபியில் எதையாவது சொல்லி துல்மி, அவர்களைப் பேச முடியாமலாக்கிவிடுவான். இல்மி என்கிற மிஸ்ரி சூப்பர்வைசருக்கு அவர்கள் சூட்டிய பட்டப் பெயர், துல்மி. இல்மி என்றால் ஞானி என்று பொருள். போக்கிரி என்று பொருள்படும் துல்மிதான் அவனுக்குப் பொருத்தமான பெயராக இருக்க முடியும் என்று அவர்கள் தீர்மானம் செய்ததெல்லாம் அரபி மொழி வசப்பட்ட பிறகு தான். மலையாளியான ஒரு சூப்பர்வைசரும் அவ்வப்போது ஹரமுக்கு வருவான். பெயர்: ஹைதர். அவன் வரும்போ தெல்லாம் அவர்கள் தங்களுடைய ஆவலாதிகளைச் சொல் வார்கள்.

துல்மியின் கொடுமைகளையெல்லாம் ஒவ்வொன்றாகப் பட்டியலிடுவார்கள். என்ன இருந்தாலும் ஒரு மலையாளி யல்லவா, உதவாமலிருக்கமாட்டார் என்ற நம்பிக்கையுடன்.

“எல்லாவற்றையும் நமக்குச் சரிசெய்துவிடலாம்” என்று சொல்லிவிட்டுப்போகும் ஹைதர், துல்மிக்கும் ஹனீஃபாவுக்கும் உளவாளியாகச் செயல்பட்ட விஷயம் பிறகுதான் அவர் களுக்குத் தெரியவந்தது.

கம்பெனியிலிருந்து ஓடி ஒளிந்துகொண்டால் என்ன செய்வது என்ற பயத்தில், மொழியைக் கற்றுக்கொண்டு அவர்கள் தங்களது காரியங்களைப் பார்ப்பதுவரையிலாவது முடிந்தவரை பிழிந்துவிடுவது என்ற நினைப்பில்தான் இகாமா தராமல் இப்படிக் கைதியாக வைத்திருக்கிறார்கள் என்பதைப் பிறகுதான் அவர்கள் புரிந்துகொண்டார்கள். சாப்பிடுவதற்கும்கூடப் பதுங்கிப் பதுங்கிப் போகவேண்டிய அவலமான நிலைமைதான் ஒன்று ஒன்றரை மாத காலமாக இருந்து வந்தது. அண்டர் கிரௌண்டி லுள்ள இரகசியப் பாதை வழியாகத் தெருவின் மறுபுறமுள்ள ஓட்டலுக்குப் போகவேண்டும். இப்படி, போலீஸ்காரர்களின் கைகளில் சிக்காமல் சாப்பிட்டுவிட்டு வருவதற்கான வசதியை ஏற்படுத்திக் கொடுத்ததுவும் துல்மிதான். அரபி சோறும் குப்ஸும் தின்று வெறி பிடித்துப்போயிருந்த காலத்தில் இடையிடையே கம்பெனி முதலாளியின் வீட்டில் அடிமை வேலை செய்வதற் கான யோகமும் வாய்க்கும். தடித்த, வாட்டசாட்டமான திமிர்ப் பிடித்த அரபி பெண், சோஃபாவில் கால்மேல் கால்போட் டமர்ந்தபடி உத்தரவிடுவாள்:

“யா ஷெய்கு, ஷுகுல் மாஃபி மஸ்பூத்து” (உன்னுடைய வேலை எதுவுமே சரியாக இல்லை) என்று அலறியபடி திரும்பத் திரும்ப அறைகளைச் சுத்தம் செய்யவும் சமையலறை வேலை களுக்கும் உள்ளாடைகள் உட்பட துணிகளைத் துவைக்கவும் சொல்வாள். மொழி தெரிந்த பிறகு பதில் பேச முடிந்தது.

“உங்களுக்கு வீட்டு வேலை செய்வதற்கொன்றும் நாங்கள் வரவில்லை; ஹரமில் வேலை பார்க்க அல்லவா வந்தோம்?”

ஆனால், அரபிப் பெண்ணுக்கு வேலைக்கு ஆளில்லாமல் முடியாதல்லவா? கம்பெனி ஆரம்பித்த பிறகு அவள் வேறு வேலைக்காரி யாரையும் நியமிக்கவுமில்லை. நியமிக்கவும் மாட்டாள். ஒரு தடவை, கூட இருந்த ஒரு மலப்புரத்துக் காரனின் இகாமாவை அந்த அரபிப் பெண் தந்திரமாகக் கைவசப்படுத்திவிட்டு தொடர்ந்து கொஞ்ச நாட்களாக அவனை வைத்து வேலை வாங்கினாள். கடைசியில் ஸ்பான்சரிடம் அவன் வருத்தப்பட்ட பிறகுதான் இகாமா திரும்பக் கிடைத்தது.

ஒருவழியாக இகாமாவெல்லாம் கிடைத்து வெளியே இறங்கலாம் என்றான பிறகு அப்துவும் சக தொழிலாளர் களும் ஹரமின் அருகிலுள்ள ஒரு மலையாளியின் ஓட்டலைக் கண்டுபிடித்தார்கள். அதன்பிறகு அவர்களது உணவு, தரையில் விரித்த சுப்ரா*வில் உட்கார்ந்து, மலையாளி பரிமாறும் சோறும் வறுத்தரைத்த கோழிக் குழம்புமாக மாறியது. பெரிய

* வட்டமான சாப்பாட்டு விரிப்பு

அளவிலான ருசியொன்றுமில்லாமலிருந்தாலும் எமனியின் சோறிலிருந்தும் குப்ஸிலிருந்தும் மத்தியானம் ஒரு நேரமாவது விடுதலை கிடைத்தது. தேவையான அளவுக்குப் புரிதலும் மொழியறிவுமெல்லாம் வசப்பட்ட பிறகு தங்குமிடம் தராததைப் பற்றிக் கேட்கிற மனத்திடம் வந்துவிட்டது. கடைசியில் மலை யாளத் தொழிலாளர்களுக்கு ஷாரா மன்சூரில் ஒரு மோசமான பிளாட்டில் ஏழெட்டு அறைகள் கிடைத்தன. காலையில் ஏழு மணிக்கு பிக்கப் (செய்கிற) வேன் வரும். நீல யூனிஃபாம் அணிந்த இஸ்திகாமா தொழிலாளர்கள், கால்நடைகளைப் போல் அடைத்து ஹரமுக்குக் கொண்டுபோகப்படுவார்கள். இரவு எட்டு மணிக்குத் திரும்பி வரும்போது நைட் ஷிஃப்டுக் கான ஆட்கள் தயாராக நிற்கவேண்டும். அரசாங்கம் நிர்ணயித்த சம்பளங்கள் எதுவுமில்லையென்றாலும் ஆரம்பத்தில் வாழ்க்கைக் குப் போதுமான அளவில் ஏதாவது கிடைத்துவந்தது. பரவா யில்லாத ஒரு தொகையை ஊருக்கும் அனுப்பிவைக்க முடிந்தது. ஊரில், அப்துவுக்கு மனைவியும் இரண்டு குழந்தைகளுமிருந் தார்கள்.

ஒரு ஆணும் ஒரு பெண்ணுமாக இரண்டு சிறுகுழந்தை கள். அப்போதெல்லாம் மலையாளித் தொழிலாளர்கள் அதி காலையில் நான்கு மணிக்கே எழுந்து அருகிலுள்ள ஓட்டல் களிலும் சந்தைகளிலும்போய் கூடுதல் வேலை பார்ப்பார்கள். கையில் பத்தோ இருபதோ ரியால் அதிகமாகக் கிடைத்தால் வந்த வரைக்கும் உதவியாக இருக்குமல்லவா? ஏழு மணிக்கு வேன் வருவதற்குள் குளித்து ரெடியாகியும்விடுவார்கள். நைட் ஷிஃப்ட் ஆட்கள் இப்படியான வேலைக்கு மத்தியானத்திற்குப் பின் போவார்கள். அரபிகள், சந்தையிலிருந்து வாங்கிய சாமான் களை அவர்களது வாகனங்களில் கொண்டுபோய் வைத்துக் கொடுத்தாலே போதும், பத்து ரியால் கிடைத்துவிடும். ஆயிரத்து ஐநூறு ரியால் சம்பளமும் இப்படியாகக் கிடைக்கும் அதிகப் படியான வருமானமுமாக ஓரளவு திருப்தியுடன் வாழ்ந்து கொண்டிருந்த ஒரு காலம் அது.

ஹரம் பள்ளிவாசலில் வேலைக்கு வந்த இரண்டாவது வருடம் அது. அப்துவுக்கு நன்றாக நினைவிருக்கிறது.

ஹிஜ்ரி வருடம் 1400, முஹர்ரம் – ஒன்று. அன்றுதான் அந்த அசம்பாவிதம் நிகழ்ந்தது. சௌதி அரசாங்கத்துடன் முரண்பாடு கொண்டவர்கள் ஹரம் பள்ளிவாசலைக் கைப் பற்றுவதற்காக நடத்தித் தோல்வியடைந்த புரட்சி. அன்று காலையில் வேலைக்குப் போவதற்குத் தயாராக நின்றிருந்த தொழிலாளர்களுக்கு ஒரு அறிவிப்பு வந்தது. இன்று வேலைக்குப் போகவேண்டாம்; யாருமே தங்கியிருக்கிற இடத்திலிருந்து வெளியே இறங்கக் கூடாது. ஹரமில் யுத்தம் நடக்கிறது . . .

ஹரம் ஷரீஃபில் யுத்தமா? யா அல்லா, இது என்ன? இஸ்லாம் உருவாவதற்கு முன் இப்படியான ஒரு சம்பவம் நடந்ததாக குர்ஆனில் குறிப்பிடப்பட்டிருக்கிறது. யானைகளின் போர். ஆக்கிரமிப்பாளர்களை, தின்று துப்பிய படைத்தவன் வைக்கோல் சக்கைபோல் அவர்களை நிர்மூலமாக்கிய ஒரு யுத்தம்.

இப்போது யார் இந்த நவீன உலகத்தின் ஆக்கிரமிப்பாளர்கள்? அப்துவுக்கும் கூட இருந்தவர்களில் இரண்டு பேர்களுக்கும் ஆச்சரியம் தாங்க முடியவில்லை. மற்றவர்களின் எச்சரிக்கைகளையும் கண்டுகொள்ளாமல் அவர்கள் ஹரமின் பக்கத்தில் வந்துவிட்டார்கள். ஹரமைச் சுற்றிலும் அப்போது ராணுவ வியூகம் அமைக்கப்பட்டிருந்தது. யாரையும் அங்கே நெருங்கவிடவில்லை. தெருக்கள் வெறிச்சோடிக்கிடந்தன. துப்பாக்கிகளும் டாங்குகளும் பைனாக்குலர்களும் மினாராக்களைக் குறி வைத்துக்கொண்டிருந்தன. கதவுகளில்லாத ஹரமின் வாசல்கள் பெரிய பெரிய உலோகத் தகடுகளால் மூடப்பட்டிருந்தன. உயரமான மினாராவின் ஒருபுறம் நிழலாட்டம் தென்பட்டது. முக்காடும், முகத்தை மூடிமறைத்திருக்கும் துணியுமாக அது மனித அசைவுகளல்லவா? திடீரென்று ஒரு வெடிச்சத்தம் கேட்டது. அந்த மினாராவில் பிறகு அசைவுகளில்லை.

குண்டு யார் மீதாவது பட்டிருக்குமோ? அல்லது அவர்கள் மெல்ல, பள்ளிவாசலுக்குள் நகர்ந்திருப்பார்களோ?

“மினாராவில் ஏறி ஹரமின் மொத்தக் கட்டுப்பாட்டையும் தங்கள்வசம் கொண்டுவந்துவிட முயற்சி செய்யும் அவர்கள் ஐம்பதுபேர்கள்வரை இருக்கிறார்களாம். மன்னருக்கெதிராகப் போராடுகிறார்கள். ஆடம்பரமும் சுகபோகமுமாக வாழும் மன்னரிடமிருந்து ஹரமை விடுவிக்க வேண்டும். ‘பாபுல் மாலிக்’ கைத் தங்கம் பொதிந்து மன்னரின் பெயரையும் பொறித்து வைத்தது சமீபத்தில்தானே? ஒரு வகையில் விஷயங்களில் உண்மைகளிருக்கின்றன.”

“ஸ்ஸ் . . . மெதுவாகப் பேசு. மன்னரின் ரகசியப் போலீஸ்காரர்கள் எல்லா இடங்களிலுமே இருப்பார்கள். அவர்களின் செவிப்புலன் நாயின் மோப்ப சக்தியைப்போல் கூர்மையானது.”

இரண்டு பலஸ்தீனியர்கள் தங்களுக்குள் பேசிக்கொள்வதிலிருந்துதான் அப்து விஷயங்களைக் கிரகித்துக்கொண்டான்.

இந்தச் சிக்கலான நிலைமை மேலும் இரண்டு நாட்கள் நீடித்தது. சௌதி போலீசும் ராணுவமும் ஹரமுக்குச் சேதம் விளைவிக்காமல் அவர்களைக் கைது செய்யும் பெருமுயற்சியில் ஈடுபட்டன.

ஆக்கிரமிப்பாளர்கள் நான்கோ ஐந்தோ பேர் குண்டடிபட்டு விழுந்தார்கள். மீதமுள்ளவர்கள் மெல்ல அறைக்குள் புகுந்துகொண்டார்கள். ஆக்கிரமிப்பாளர்களெல்லாம் பிடிபட்டு விட்டார்கள். வேலையாட்கள் உடனடியாக ஆஜராக வேண்டுமெனும் அறிவிப்பு ஒருநாள் வந்தது. உடனே, இஸ்திக்காம பணியாளர்கள் ஹரமின் முன் வந்திறங்கினார்கள். இகாமாவைச் சோதனையிட்டு ஒவ்வொருவரையாக பாபுல் மாலிக்கினூடே அனுப்பிக்கொண்டிருக்கும்போது மீண்டுமொரு வெடிச்சத்தம். இது போலியான ஒரு பிரகடனமாக இருந்தது.

ஹரம் பள்ளிவாசலை அதிக நாட்கள் அடைத்து வைத்தால் அதை அரசாங்கத்தின் தோல்வியாக நினைத்து மக்கள் அரசுக்கெதிராகத் திரும்பிவிட்டால் என்ன செய்வது? முடிந்தவரை சீக்கிரமாகக் கட்டுப்பாட்டுக்குள்ளாகிவிட்ட எல்லா இடங்களையும் பழுதுபார்த்து ஏகத்துவ நம்பிக்கையாளர்களை பள்ளிவாசலுக்குள் அனுமதிக்க வேண்டும். தொழுகையையும் தவாபையும் தொடங்க வேண்டும். இல்லாவிட்டால் மன்னரின் பிம்பம் குலைந்துபோய்விடும். எப்படியோ, போலீசாரின், ராணுவத்தின் போர்க்கால நடவடிக்கைகளைக் காணும் ஒரு வாய்ப்பு அப்துவுக்கும் கூட்டாளிகளுக்கும் கிடைத்தது.

ஹரமின் உட்பகுதி ஒரு போர்க்களம் போலிருந்தது. சுவர்களிலும் தூண்களிலும் இயந்திரத் துப்பாக்கியின் குண்டுகள் துளைத்திருந்தன. பல இடங்களில் தரைவிரிப்புகள் சுருண்டும் மடிந்தும் கிடந்தன. வெடிகுண்டுகள், ஒற்றை பூட்ஸ்கள், பிளாஸ்டிக் துண்டுகள், கூட்டிப்போடப்பட்டிருந்த கருவிகள் எல்லாம் சேர்ந்து அலங்கோலமாகக் கிடந்தன. அப்துவுக்கு மிகுந்த வருத்தம் தோன்றியது. ராணுவமும் போலீசும் வேகவேகமாக அங்குமிங்கும் நடந்துகொண்டிருக்கிறார்கள். நிலவறைக்குள் ஒழிந்துகொண்டிருக்கும் ஆக்கிரமிப்பாளர்களைத் துரத்துவதற்கு என்னவெல்லாமோ யுக்திகள் நடந்தன.

பெரிய மூட்டைகளில் மிளகுத்தூளைக் கொண்டுவந்து தரையில் கொட்டி பெட்ரோல் விட்டு தீ வைத்தார்கள். மிளகுத்தூள் புகைந்து அவர்கள் வெளியேறிவிடுவார்கள் என்ற நினைப்பில். அது பலிக்கவில்லையென்றானதும் அண்டர் கிரௌண்டிலிருந்து நீர் வெளியேறும் பாதைகளையெல்லாம் அவசர அவசரமாக சிமென்ட் வைத்து அடைத்து நிலவறைக்குள் தண்ணீரைச் செலுத்தி அதனூடே மின்சாரத்தைப் பாய்ச்சினார்கள். ஆனால் மேஜையின் மீதெல்லாம் ஏறி நின்று அவர்கள் தங்களது உயிரைப் பாதுகாத்துக்கொண்டார்கள். அவர்களுக்கு நிச்சயமாகத் தெரிந்திருக்கும், கீழ்ப்படிந்துதானாக வேண்டுமென்பது. இருந்தாலும் கடைசி மூச்சுவரை சாவின் விளிம்பில் நின்று அவர்கள் அரசாங்கத்துடன் போராடிக்கொண்டே இருந்தார்கள்.

அடையாள எதிர்ப்பை உணர்த்தும் வெறுமொரு முயற்சியும் தற்காப்பு நடவடிக்கையும் மட்டும்தானா அவர்களது நோக்கம்? பெட்ரோ டாலரின் செழுமையும் ராணுவ பலமுமுள்ள பெரிய தேசத்தினுடைய, கேள்வியே கேட்க முடியாத மன்னரை, அந்தத் தேசத்தின் ஆன்மிக அடையாளமாக இருக்கும் பள்ளிவாசலை மட்டும் கைப்பற்றுவதன் மூலம் தோல்வியடையச் செய்துவிடலாமென்று சிறு குழுவாக இருந்த அந்த இளைஞர்கள் தவறாக ஆசைப்பட்டுவிட்டார்களா? எண்ணெய்ப் பணத்தாலும் புனித யாத்ரீகர்கள் மூலம் சம்பாதிக்கும் செல்வத்தாலும் குவிந்துகொண்டிருக்கும் கஜானாக்களைக் கண்டு மதியிழந்துபோன நிலையில், நபி முகம்மதுவும் ஆரம்ப கால கலீஃபாக்களும் காட்டிய எளிமையான, முன்மாதிரியான வாழ்க்கைகளுக்கு முரணாக படாடோபங்களில் மூழ்கிக் கிடப்பவர்களிடமிருந்து சில நாட்களாவது கஃபத்துல்லாவைப் பாதுகாப்பது தங்களது ஜிகாத் என்று அந்த இளைஞர்கள் முடிவுசெய்தார்களா?

ராணுவம் ஒன்று ஒன்றரை வாரங்களுக்குப் பிறகுதான் மிச்சமிருந்த முப்பதுவரையிலான அந்த ஜிகாதிகளைக் கீழடக்கியது. மறுநாள் காலையில் கூண்டோடு அவர்கள் கழுத்து வெட்டிக் கொல்லப்படுவார்கள் என்ற அறிவிப்பு டி.வி.யிலும் ரேடியோவிலும் வெளியானது. அன்று நடந்த அந்தக் கூட்டக் கழுத்தறுப்பு மேளா பீதியூட்டும் அனுபவமாக இன்றும் அப்துவின் மனதிலிருக்கிறது. கறுப்புத் துணியால் தலையை மறைத்த பதினைந்து இளைஞர்கள். ஆராச்சார்கள் இரண்டு பேரிருந்தார்கள். இவர்களில் கறுப்பாக வாட்டசாட்டமாக இருந்தவன்தான் அதிகமான தலைகளை அறுத்தவன். அந்த இளைஞர்களின் வேறுபடுத்தப்பட்ட தலைகளும் உடல்களும் பலமணி நேரம் தரையிலேயே கிடந்தன. பார்க்க விரும்புபவர்கள் வந்து பார்த்துக்கொள்ளலாம். இதை ஒரு பாடமாக எடுத்துக்கொள்ளலாம். இனி ஒரு சுண்டு விரல்கூட ஆட்சிக்கூடத்திற்கெதிராகத் தூண்டப்படக் கூடாது.

"மகா ஜனங்களே, நான் நல்ல காரியங்களைச் செய்யும்போது நீங்கள் எனக்கு ஆதரவாக இருக்கவேண்டும். நான் தவறான முடிவெடுக்கும்போது நீங்கள் என்னைத் திருத்த வேண்டும். நான் உங்களுடைய ஆட்சித் தலைவன்தான். ஆனால், உங்களைவிட நான் உயர்ந்தவன் இல்லை."

முதல் கலீஃபாவான அபூபக்கர் சித்தீக்கின் சொற்கள் வரலாற்று ஏடுகளில் கனவுகளுடன் தூங்குகின்றன. 'செழிப்பிலும், செல்வத்தின் ஆதிக்கத்திலும் முஸ்லிம்களின் அழிவுக்கான அறிகுறிகளிருப்பதை நான் காண்கிறேன்' என்ற இரண்டாம்

கலிஃபா உமரின் சொற்களும் அவருடன் சேர்ந்து மதீனா முனவ்வறை கபருஸ்தா*னில்.

மதீனா ஹரம் பள்ளிவாசலிலும் அப்து வேலை செய்திருக்கிறான். இஸ்திக்காமா கம்பெனிதான் அங்கும் குத்தகையெடுத்திருந்தது. இடையிடையே பணியாளர்களை ஒன்றிரண்டு மாதங்கள் அங்குமிங்குமாக மாற்றுவார்கள். மெக்கா ஹரமை விடவும் மதீனாவில் பாதுகாப்பு நடவடிக்கைகள் மேலும் வலுப்படுத்தப்பட்டிருந்தன. ஏனென்றால், திருத்தூதருடையவும் கலீஃபாக்களுடையவும் பௌதீக உடல்கள் அடக்கம் செய்யப்பட்டிருக்கும் இடங்கள் அங்கேதான் இருக்கின்றன. பக்தி அதிகரித்துவிட்டால் மனிதன் என்னென்னவெல்லாம் செய்வான் என்பதை அப்து புரிந்துகொண்டதும் மதீனா ஹரமிலிருக்கும்போதுதான். மெக்காவின் ஹரம் பள்ளிவாசல் இரவு பகல் என்றில்லாமல் எந்நேரமும் ஏகத்துவ நம்பிக்கையாளர்களுக்காகத் திறந்தே இருக்கும். ஆனால், மதீனா பள்ளிவாசல் அப்படியில்லை. ஹஜ், உம்ரா காலங்களைத் தவிர மற்ற நேரங்களில் இரவு பதினொரு மணிக்குப் பிறகு ஹரமின் வாசல்களை மூடிவிடுவார்கள். மெக்கா ஹரமில் முன்பெல்லாம் வாசலுக்குக் கதவுகள் கிடையாது என்றுதான் அப்துவுக்கு ஞாபகம்.

ஆனால், கலவரம் நடந்த பிற்பாடு எல்லா வாசல்களுக்கும் உறுதியான கதவுகள் வந்துவிட்டன. நெருக்கடியான நேரங்களிலாவது மூடிவிடலாமல்லவா?

இவ்வளவு தூரம் பாதுகாப்பு நடவடிக்கைகளை ஏற்படுத்தியிருந்த பிறகும்கூட நபிகளாரின் கபரைத் திறந்து பௌதீக அடையாளங்களைக் கடத்திக் கொண்டுபோக நடந்த தடயங்களை அப்து அருகில் நின்று பார்த்திருக்கிறான். வெண்ணிறச் சலவைக் கற்களால் மூடப்பட்ட கபரின் ஒரு பகுதியில் கறுப்பு நிற கிரானைட் பதித்த வட்டமான ஒரு இடம்.

தனிநபர் ஆராதனைக்கு வழிவகுத்துவிடலாமென்று பயந்து ஓவியக் கலையிலும் தடைகளை உருவாக்கிய இஸ்லாமியக் கொள்கைகளில் ஆழமான பற்றுள்ளவர்கள்கூட சந்தர்ப்பம் வாய்க்கும்போதெல்லாம் கலைகளை நோக்கித் திரும்பியிருக்கும் காட்சிகளை மதீனாவில் பல இடங்களில் இன்றும் காண முடியும். முகம்மது நபியின், கலீஃபாக்களின் கபருஸ்தான்களில் ஏகத்துவ நம்பிக்கையாளர்களின் கூட்ட அழுகைக் குரலையும் கேட்க முடியும். அப்துவும் பக்திச் சிரத்தையுடன் பலமுறை அந்த இடங்களைத் தொட்டுத் தடவியிருக்கிறான். சுத்திகரிப்புத் தொழிலாளியென்பதால் இதற்கான வாய்ப்பு

---

* சமாதியிருக்குமிடம்

களும் மிகுதி. வாரத்திற்கொரு முறை நபிகளாரின், கலீஃபாக் களின் கபரிடங்களை அப்துவும் கூட்டாளிகளும் கழுவிவிட வேண்டும். கபரைக் கழுவிய தண்ணீர் ஹரமினுள்ளிருக்கும் ஓவு வழியாகப் போகாது. ஏனென்றால் பக்தியில் திளைத்து நிற்கிற புனித யாத்ரீகர்கள் அந்த நீரைச் சேகரித்துக் கொண்டு போய்விடக்கூடும். கபரைக் கழுவித் துடைத்த தூசு கலந்த, பெரிய பக்கெட்டுகளிலுள்ள தண்ணீரை முதலில் அவர்கள் வெளியே கொண்டுவந்து ஓடையில் கொட்டுவார்கள். இரண்டு பேர்களாகச் சுமந்து வெளியே கொண்டு வருவார்கள். இத னிடையில் எங்கிருந்து வருவார்களோ தெரியாது, பாகிஸ்தானிப் பெண்கள். மின்னல்போல் பாய்ந்து வந்து தங்களது துப்பட் டாவை பக்கெட் நீரில் முக்கியெடுத்துகொண்டு ஓடி மறைந்து விடுவார்கள். பிறகு அவர்கள் துப்பட்டாவைப் பிழிந்து அந்தப் புனித ஜலத்தைச் சேகரிப்பார்கள். சர்வரோக நிவாரணியாக அவர்கள் அதைப் பயன்படுத்தக்கூடும்.

முதல் நாள் தவாபின்போது, கஃபத்துல்லாவின் மூலை யிலும் இபுறாகீம் நபியின் கால்தடம் பதிந்த கல்லிலும் முகம் பதித்து முத்தம் கொடுத்தும் தலை சாய்த்து அழவும் செய்கிற பக்தர்களை ரஷீதும் ஸபிதாவும் பார்த்திருந்தார்கள். நீளமான குச்சிவைத்திருந்த முதவா* ஒரு பக்தனின்மீது லேசான ஒரு அடிவரை கொடுக்க வேண்டியதாயிற்று, அவரை அந்த ஹரா மான** செயலிலிருந்து மீட்க. பாவம், மனித மனங்கள். தொட்டு முத்தவும் காணிக்கைகளை அர்ப்பணிக்கவும் சாஷ் டாங்கமாகப் பணியவும் அதற்கொரு அடையாளமில்லாமல் முடியவில்லை. அரூபியும் எங்கும் ஏகோபித்தவனுமாகிய இறைவனுக்கு முஸ்லிமின் மனதளவிலாவதொரு அடையாள மிருக்கவே செய்கிறது. எங்கும் நிறைந்தவன், ஏகாந்த ரூபன், அநீதிகளைப் பொறுக்காதவன் ... பலவீனர்களைக் கனிவுடன் அணுகுபவன் ...

மதீனா பள்ளிவாசலில் ஆயிஷாபீவியின் அறையிருந்த இடத்தில்தான் இன்று நபிகளாரின், கலீஃபாக்களின் கபரிடங்கள் இருக்கின்றன என்பதை அப்துவும் அறிவான். தானும் முகம்மது வும் அன்பைப் பகிர்ந்துகொண்ட இடமாக இருந்தபோதும் கூட ஆயிஷாபீவிக்கு ஹரமின் வெளியே பள்ளிவாசல் இடத்தில் நபிகளாரின் சக துணைவியருடனும் மகள் ஃபாத்திமா வுடனும்தான் ஆழ்துயில் கொள்ளவேண்டியதாயிற்று.

---

* வழிபாட்டு ஒழுங்குகளைக் கண்காணிப்பவர்

** விலக்கப்பட்ட

அக்கிரமக்காரர்களால் வெட்டுண்டு மரணப் படுக்கையிலான கலீஃபா உமர், அப்போது இளம் வயதினளாக இருந்த ஆயிஷாவிடம் முகம்மதின் அருகில் அந்திமத் துயில்கொள்வதற்கான அனுமதியை வேண்டினார். அந்த இடத்தில் உமர் அன்று அடக்கம் செய்யப்படாமலிருந்தால், பல வருடங்கள் கழித்து இறந்துபோன ஆயிஷாவுக்கு அந்தப் பாக்கியம் சித்தித்திருக்குமோ? அப்துவுக்குப் பதில் தெரியாத கேள்வி இது.

சௌதி அரச குடும்பத்தின் சுகபோக வாழ்வைப் பற்றி அப்துவுக்கு ஒரு பார்வையிருந்தது. மெக்கா ஹரமின் எதிரிலுள்ள அரண்மனையில் ஓரிரு தடவைகள் வேலைசெய்யப் போயிருந்த அனுபவமும் அப்துவுக்கிருந்தது. ஓவர் டைம் வேலையாகவே இஸ்திக்காமா ஆட்கள் அங்கே போயிருந்தார்கள். ஆளொன்றுக்கு இருபது ரியால் கூலி. அரண்மனை முழுவதுமாகச் சுத்தம் செய்கிற வேலையென்றால் இந்தக் கூலி மிகவும் குறைவு என்று சொல்லி நண்பர்களில் பலர் போகாமலிருந்தபோதும் அப்து ஆர்வத்துடன் சென்றான். எதுவும் கிடைக்காமலிருந்தாலும் அரண்மனையைப் பார்க்கிற வாய்ப்பாவது கிடைக்குமல்லவா? பெரியளவிலான ஆடம்பரங்கள் வெளியே, தெரியாமலிருந்தாலும் அரண்மனையின் உட்புறத்தைக் கண்டதும் அப்து பிரமிப்பிலாழ்ந்துபோனான். தங்கக் கட்டில்கள், திண்டுகள், அரச பீடங்கள், நீச்சல் குளங்கள், கண் கூசும்படியான சுவர் அலங்காரங்கள், கால்கள் புதைந்துபோகுமோ என்று பயப்படும்படியான மிருதுவான கார்பெட்டுகள், வாஷ் பேசின் கூடத் தங்கம்தானோ என்கிற சந்தேகமும் அப்துவுக்கிருக்கிறது. ஆனால் மெக்காவிலிருக்கும் இந்த அரண்மனை வருடத்தில் பெரும்பாலான நாட்களும் காலியாகக் கிடக்கவே விதிக்கப்பட்டது. மன்னர் அல்லது, அவரது குடும்ப உறுப்பினர்கள், உம்ராவுக்கோ ஹஜ்ஜிக்கோ கஃபத்துல்லாவின் பட்டுத்துணியை மாற்றும் அந்த பக்திபூர்வமான சடங்கிற்கோ வரும்போது மட்டும் திறக்கப்படும் ஒரு சத்திரம் மட்டும்தான் இது. அப்படியென்றால் தலைநகரான ரியாதிலும் கோடைக்கால வாசஸ்தலமான தாயிஃபிலுமுள்ள அரண்மனைகளின் நிலை என்னவாக இருக்குமோ? அப்துவால் யூகிக்கவே முடியவில்லை. மதீனாவிலும் இதுபோன்ற ஒரு அரண்மனை இருக்கிறது.

துணியைக் கூட்டிப் பிடித்துத் தைத்த ஒரு மேலாடையுமணிந்து இரவு, ஈச்சைக் கீற்றுக் குடிலில் தூங்கிய உமர் கலீஃபாவின் இஸ்லாமிய சாம்ராஜ்யத் தலைநகராக மதீனா முனவ்வரா இருந்தது. ஈரான், இராக், சிரியா முதல் எகிப்து, துனீஷியா வரையிலும் நீண்டு விரிந்து கிடந்த, அந்தக் கால கட்டத்தின் மிகப்பெரிய சாம்ராஜ்யத்திற்கு அன்று கலீஃபாவாக இருந்தவர்தான் ஹஜ்ரத் உமர்.

ஆனால், அவர் இறைவனின் கலீஃபா. அதாவது, இறைவனின் பிரதிநிதியாக மட்டுமே இருந்துவிட்டுப் போவதில் கவனமாக இருந்தவர்.

அப்து வேலை பார்த்த இஸ்திக்காமா கம்பெனி, நிர்வாகச் சீரின்மையாலுமிருக்கலாம், படிப்படியாகக் குலைந்து போய் விட்டது. அதோடு அவர்கள் வேறுவிதமான குறுக்குவழிகளிலும் கால் வைத்தார்கள். பங்களாதேஷ் உருவாக்கத்தை நோக்கிய இந்தோ – பாக் போருக்குப் பிறகு இலட்சக்கணக்கான அகதிகள், இந்தியாவுக்குள் மட்டுமல்ல அரபு தேசமான சௌதி அரேபியாவிற்குள்ளும் நுழைந்தார்கள்.

இந்தியாவிற்குள் சட்டத்திற்குப் புறம்பாக ஊடுருவினார்களென்றால், சௌதிக்குள் அவர்கள் சொந்த மதத்தைச் சார்ந்த முஹாஜிர்கள்* என்ற பெயரில் கருணையுடன் விசா தந்து வரவழைக்கப்பட்டார்கள். சொந்த நாட்டில் அமைதியாக வாழ இயலாத முஸ்லிம் சகோதரர்கள். அவர்களுக்கான பாதுகாப்பைத் தரவேண்டியது சௌதி அரசாங்கத்தின் கடமையாகும். சட்டத்தின் சிடுக்குகளுக்குள் அவர்களை அலைய விடாமல் வேலைக்கான விசாக்களும் இகாமாவும் தரப்பட்டன. இஸ்திகாமா கம்பெனியும் பங்களாதேஷ்காரர்களைப் பணியிலமர்த்துவதில் ஆர்வம் காட்டியது.

போரினாலும் பொருளாதாரச் சீர்குலைவுகளாலும் தலைகீழாகக் குறைந்திருந்த பங்களாதேஷின் நாணய மதிப்பு அவர்களை மேலும் உற்சாகம் கொள்ள வைத்தது. பணி நியமனம் அதிகமாகத் தேவைப்படுவதால் பங்களாதேஷிகள் குறைந்த கூலிக்கு வேலை பார்க்கத் தயாராக இருந்தனர்.

எண்ணூறு ரியாலுக்கு பங்களாதேஷிகள் கிடைக்கும்போது ஆயிரத்து ஐந்நூறு வாங்கும் இந்தியர்களின் நிலைமை சிக்கலுக்குள்ளானதென்பது இயல்புதான். இந்தியர்களில் பலரும் பணி நீக்கம் என்ற பயமுறுத்தலுக்குள்ளானார்கள். புதிதாகக் கொண்டு வரப்படும் சுத்திகரிப்புத் தொழிலாளர்கள் அனைவரும் பங்களாதேஷிகளும் ஸ்ரீலங்காவினருமாகவே இருந்தனர். ஓய்வு நேரங்களில் வெளியே போய்ச் செய்கிற வேலைகளுக்கான கூலியிலும் வீழ்ச்சி. ஆரம்பத்தில் எல்லாம் சிறுசிறு வேலைகளுக்குப் பத்தும் இருபதும் ரியால்களைச் சர்வசாதாரணமாகத் தந்துகொண்டிருந்த அரபிகள் இப்போது ஒன்றோ இரண்டோ ரியால்கள் தரத் தொடங்கினார்கள். அப்து, வேறு வேலை பார்க்காமல் முடியாது எனும் நிலைமையிலானான்.

---

* அகதிகள்

இப்படியாகத்தான் அப்து, சாப்டகோ (சௌதி பப்ளிக் டிரான்ஸ்போர்ட் கம்பெனி)யில் வந்து சேர்ந்தான்.

ஆரம்பத்தில் சுத்திகரிப்புத் தொழிலாளியாகத்தான் பணியில் சேர்ந்தான். தெரிந்த வேலை அது ஒன்றுதானே? கம்பெனியின் உயர் அதிகாரிகள் அனைவரும் ஆங்கிலம் பேசும் வெள்ளைக் காரர்கள். மெக்காவில் முஸ்லிம் வட்டத்திற்கு வெளியிலுள்ள பகுதியில்தான் சாப்டகோவின் அலுவலகமும் பணிமனையு மிருந்தன.

பொதுவாக கம்பெனியின் நடைமுறைகள் நல்லவிதமாகவே இருந்தன. கிளீனிங் வேலைகளெல்லாம் சீக்கிரமாக முடிந்து விடும். கருவி மூலம் தண்ணீரையடித்து சுலபமாகச் செய்து முடித்துவிடுகிற வேலைதான். ஆகவே நிறைய ஓய்வு நேரமிருந்தது. வெறுமனே உட்கார்ந்திருக்காமல் வேலை செய்பவர்களின் அருகில்போய் உட்கார்ந்து விடுவான் அப்து. வாகனங்களில் நட் போல்ட்களைப் பிணைப்பதைப் பார்த்துக்கொண்டிருந்தும் அதற்கான உதவிகளைச் செய்தும் மெல்ல மெல்ல வேலைகளைக் கற்றுக்கொண்டான். மெக்கானிக்குகளில் அதிகம்பேரும் ஃபிலிப் பைனிகள்.

வெள்ளைக்கார சூப்பர்வைசர் வரும்போதெல்லாம் ஒர்க் ஷாப்பினுள் அப்துவும் கூடமாட உதவிக்கு நிற்பதைக் கண்டு, “அப்து, நீ இனி கிளீனிங் செய்ய வேண்டாம். ஹேய் மன்சூர், நீ அப்துவுக்கு மெக்கானிக் வேலையை நல்லபடியாகச் சொல்லிக் கொடு” என்றான். அப்படியாக ஃபிலிப்பைனி மெக்கானிக் மன்சூரின் அங்கீகரிக்கப்பட்ட சிஷ்யனானான் அப்து. மன் சூருக்கு நல்ல வேலைத்திறன் மட்டுமல்ல, நன்றாகக் கற்றுக் கொடுக்கவும் தெரிந்திருந்தது. அந்தப் பயிற்சி அப்துவுக்கு மிகப் பெரிய வரப்பிரசாதமாக மாறியது. அடுத்த வருடம் இகாமாவைப் புதுப்பித்து ரியாது தலைமை அலுவலகத்திலிருந்து வெளிவரும் போது அப்துவின் வேலை, அதிகமான சம்பளத்துடன் மெக் கானிக்காக மாற்றம் பெற்றிருந்தது.

– வெள்ளைக்காரன் ஏதோ மனசு வெச்சதுனாலெ இங்கெ வாழ்ந்துட்டிருக்கேன். இல்லேன்னா எப்பவோ நாடுவிட்டு ருப்பேன். இப்போ வருசம் ஏழெட்டாகுது. சௌதி என்னமோ சொந்த நாடுபோலெ ஆயிட்டுது –

இரண்டாவது நாள் அப்துவின் அனுபவங்களிலும் அடுப்பில் கொதித்துக்கொண்டிருக்கும் மீன்குழம்பின் கொதி யூறும் வாசனையிலும் சுவாரசியம் அதிகரித்துக்கொண்டி ருக்கிற நேரத்தில் முகம்மது டாக்டரும், விலாத, ஆஸ்பத்திரியின் பீடியாட்ரிஷியன் பக்தூர் அபூபக்கரும் வந்தார்கள். மஞ்சள்

நிறத்தில் ரோமத் தொப்பியணிந்த ஆடம்பரமான தமிழ் டாக்டர், முதல் நாள் காலையிலேயே ஆஸ்பத்திரியில் வைத்து ஸபிதா வுக்கு அறிமுகமாகியிருந்தார். பீடியாட்ரிக்ஸ் பிரிவில் வேலை பார்க்கும் முகம்மது டாக்டர்தான் அறிமுகம் செய்துவைத்தார்.

"நான் உங்கள் இரண்டு பேரையும் என் வீட்டிற்கு அழைக்க வந்திருக்கிறேன். ஃப்ளாட் கிடைப்பதுவரை நீங்கள் அங்கே தங்கியிருக்கலாம். இங்கே வசதி மிகக் குறைவாக இருக்கிறதே?"

இங்கே எங்களுக்கு எந்தவிதமான வசதிக் குறைவுமில்லை என்று சொன்ன பிறகும் தமிழர் விடுவதாகத் தெரியவில்லை.

கேரளாவிலிருந்து முதல்முதலாக வந்து சேர்ந்த டாக்டர் தம்பதிகளுக்குத் தங்க வசதி செய்து கொடுக்கிற பெருமையை அவர் விரும்புகிறார்போலிருந்தது. மனிதர் வருத்தப்படுவதாகத் தோன்றியதும் முகம்மது டாக்டரும் வற்புறுத்திச் சொல்ல ஆரம்பித்தார். ரஷீதும் இதை ஆமோதிப்பதாகத் தெரிந்தபோது ஸபிதாவுக்கு நிராசையாக இருந்தது. சாப்பிட்ட பிறகு அழைத்துக் கொண்டு போகலாமே என்ற அப்துவின் வருத்தம் கலந்த கேள்வியை முகம்மது டாக்டரோ அபூபக்கர் டாக்டரோ கவனிக்கவே இல்லை.

"என் மனைவி பிரசவித்துக் கிடக்கிறாள். இருந்தாலும் பிரச்சினையில்லை. வேலைக்காரி இருக்கிறாள். உங்களுக்கு அங்கே எந்தவித அசௌகரியமும் இருக்காது." தமிழரின் ஆறுதல் மொழிகள். பிறகு மூன்று நாட்கள் ரஷீதும் ஸபிதாவும் அந்தத் தமிழ்க் குடும்பத்துடனிருந்தார்கள்.

நான்கு

டாக்டர் முகம்மது, தனித்துவமும் பன்முக ஆளுமைகளும் கொண்ட மனிதர். எளிமையான வாழ்க்கை முறை. கீழ்நிலைப் பணியாளர்கள் முதல் ஆஸ்பத்திரி முதீர்வரை அனைவருடனும் நெருக்கமாக இருப்பவர். வரைமுறைகளின்றி சகலருக்கும் உதவும் மனோபாவம். இயல்பான, சில வேளைகளில் முகத்திலடிப்பது போன்ற பேச்சு. இது எல்லாவற்றிற்கும் மேலாக நிறைய வாசிப்ப வரும் மதம் சம்பந்தமான விஷயங்களைத் திறந்த மன துடன் அணுகுபவர் என்பதையுமெல்லாம் ரஷீதும் ஸபி தாவும் புரிந்துகொள்ளத் தொடங்கியிருந்தார்கள்.

சௌதியில் வந்து சேர்ந்து ஐந்து வருடங்களுக்கு மேலாகிவிட்டது. ஊரில் மனைவியும் பிள்ளைகளும் பெரிய மாளிகை வீடும் நகரில் பெரிய ஃபிளாட்டுமெல் லாம் சொந்தமாக இருக்கின்றன. முகம்மது மலபாரி யின் செம்மறியாட்டின் நெடிவீசும் பழைய மூன்று மாடிக் கட்டடத்தில் இவர், தனது வாழ்க்கையை ஒடுக்கிக்கொண்டிருப்பது முரண்பாடாகத் தோன்றியது. கட்டடத்தின் மூன்றாவது மாடியில் முகம்மது மலபாரி யும் அவரது குடும்பமும். இரண்டாவது மாடியில் சூப்பர் மார்க்கெட்டில் வேலை பார்க்கும் இரண்டு மூன்று இளைஞர்கள். எண்பத்தைந்து வயதான மலபாரி, நாற்பது வருடங்களுக்கு மேலாக சௌதியில் வாழ்பவர். பல்வேறு வேலைகளும் பிறகு வியாபாரமுமெல்லாம் செய்து வசதி வந்ததும் நாட்டிலிருந்து வீட்டாளையும் பிள்ளை குட்டி களையும் இங்கே அழைத்துக்கொண்டு வந்துவிட்டார். அனைவருக்கும் இப்போது சௌதி குடியுரிமை கிடைத்து விட்டது.

இந்தக் கட்டடத்தை மலபாரி வாங்கும் காலத்தில் மெக்கா மாநகரின் ஜர்வல் பகுதியில் ஓரளவு பெரிய கட்டடங்களில் இதுவுமொன்று. இன்று அங்கே எட்டு

மாடி, ஒன்பது மாடிகளில் ஆடம்பரமான ஃபிளாட்டுகள் ஏராளமாக வந்துவிட்டன. மெக்கா பட்டணத்தின் முகப்பகுதியில் பொருத்தமில்லாமல் நின்றிருந்த கட்டடங்கள் ஒவ்வொன்றாக இடிக்கப்பட்டு புதிய புதிய கட்டடங்கள் முளைத்துக் கொண்டிருக்கின்றன. ஜர்வல் ஹளகா(அங்காடி)வின் பின்புறத்தில் சிறிய தொழுகைப் பள்ளிவாசலின் நிழல் தொட்டு நிற்கும் மலபாரியின் இந்தக் கட்டடம் இன்னும் எத்தனை காலத்திற்கு நாகரிகங்களைத் தாக்குப்பிடித்து நிற்குமோ தெரியாது. ஆனால், அது தாக்குப்பிடித்து நிற்கும் காலம் வரை அதன் கீழ்த்தளத்தில் டாக்டர் முகம்மதுவும் இருப்பார்.

இதெல்லாம் ஒருபுறமிருந்தாலும், ரஷீதிற்கும் ஸபிதாவுக்கும் நல்ல அழகான ஃபிளாட்டைத்தான் டாக்டர் முகம்மது தேடிக் கொண்டிருந்தார். நான்கு மணிக்கு ஆஸ்பத்திரி வேலை முடிந்ததும் டாக்டர் முகம்மதுவுக்கும் ரஷீதிற்கும் ஃபிளாட் தேடியலைவதுதான் வேலை.

தமிழ் டாக்டரின் வீட்டில் இரண்டு நாள் தங்கியதும் ரஷீதிற்கும் ஸபிதாவுக்கும் அலுத்துவிட்டது. பரஸ்பரம் தேவைக்கு மட்டுமே பேசுவதுடன், இறைவனின் நாட்டத்திற்கேற்ப நம்முடைய வாழ்க்கையை நாம் ஒழுங்குப்படுத்தி வாழ வேண்டுமென்ற உணர்வைத் தேவைக்கதிகமாக வெளிப்படுத்தி, முழுக்க முழுக்க அன்னிய பாஷையிலேயே கருத்துகளைப் பகிர்ந்து கொள்கிற அந்தக் குடும்பத்துடனான வாசம் புதுமணத் தம்பதிகளான ரஷீதிற்கும் ஸபிதாவுக்கும் ஏற்றுக்கொள்ள முடிவதாக அமையவில்லை. ஆறாவது வகுப்பில் படிக்கும் டாக்டரின் மகளும்கூட குறும்புத்தனங்கள் காட்டுவதோ சிரிப்பதோ கொஞ்சுவதோ கிடையாது. உணவைப் பரிமாறி வைத்துவிட்டு அழைத்தால் அனுசரணையாகப் போய் அனைவருடனும் சேர்ந்தமர்ந்து சாப்பிடுவதும் தொழுவதும் குர்ஆன் ஓதுவதும் அல்லது வீட்டுப் பாடம் செய்வதும்தான் அவளது வேலைகள். பிரசவித்துக் கிடக்கும் டாக்டரின் மனைவி நஸீமா, ஜித்தாவில் இந்தியன் எம்பஸி ஸ்கூலில் ஆசிரியையாக வேலை பார்ப்பவள். தேவைக்கு மட்டுமே அவள் ஸபிதாவுடன் பேசினாள்: சாப்பிட்டீர்களா? ஆஸ்பத்திரி வேலைகளெல்லாம் பரவாயில்லையா? நன்றாகத் தூங்கினீர்களா? என்பதான வார்த்தைகள்தான் அதிகமும்.

பிறந்து ஒருசில நாட்கள் மட்டுமே ஆன பச்சிளம் குழந்தையும்கூடக் குளிர்சாதன அறைக்குள் கம்பளியால் போர்த்தப்பட்டு கை கால்களை அசைக்காமல் ஆடுகிற கட்டிலில் அமைதியாகக் கிடந்து தூங்கிக்கொண்டிருந்தது. மிக மிக அபூர்வமாகவே அதன் அழுகைச் சத்தம் ஃபிளாட்டில் கேட்கும். பாகிஸ்தான்காரியான தற்போதைய சமையல்காரி, சத்தமில்லாமல் தினமும் பச்சரிசிச் சோறும் கெட்டியாக எண்ணெய் படர்ந்து நிற்கும் உருளைக் கிழங்குக்கறியும் சமைத்துக்கொண்டிருந்தாள். காலை

உணவுக்குத் தவறாமல் ப்ரெட்டும் ஜாமும் பட்டரும். அபூபக்கர் டாக்டர் ஒரு ஸ்லைஸ் ப்ரெட்டையெடுத்து கத்தியை வைத்து ஒரு கோட்டிங் பட்டரைத் தடவுவார். அப்புறம், அதன்மீது கெட்டியாக ஒரு கோட்டிங் ஜாம் தடவுவார். மற்றொரு துண்டு பன்னையெடுத்து இந்தக் கலவையின்மீது வைத்து அழுத்தி விட்டுச் சாப்பிடுங்கள் என்று ரஷீதையும் ஸபிதாவையும் உற்சாகப் படுத்திய பிறகு பிஸ்மி சொல்லிச் சாப்பிடத் தொடங்குவார். டாக்டரைப் பின்பற்றுவதைத் தவிர ரஷீதிற்கும் ஸபிதாவிற்கும் வேறுவழியே இருக்காது. சாப்பிடும்போதே தேவையான அளவுக்கு டாக்டரிடமிருந்து உபதேசங்கள் கிடைக்கும்.

சௌதியில் நல்ல ஒரு குடிமகனாக எப்படி வாழ்வது? வழிபாடுகளில் பங்கு வகிப்பதெப்படி? அல்லாஹ்வுக்கு உவப்பான வனாக மாறுவதெப்படி ..?

மூன்று நாட்களான பிறகும் தோதுவான ஃபிளாட் கிடைக்க வில்லை. முகம்மது டாக்டரிடம் சொல்லி, அவர்கள் திரும்பவும் பழைய கோழிக்கூண்டு ஃபிளாட்டுக்கே வந்தார்கள்.

அபூபக்கர் டாக்டர் விடமாட்டாரோ என்கிற பயமு மிருந்தது. “சரி, உங்கள் விருப்பம்போல்” என்று பட்டுக்கொள்ளாத ஒரு பதிலில் அனுமதியளித்தார். கால நிச்சயமற்ற விருந்துப சரணையின் பாரம் அவரையும் பாதித்திருக்கலாம். முகம்மது டாக்டரும் ரஷீதும் வெளியே போனால் ஆறரை மணிவரை ஸபிதா தனித்தேயிருக்க வேண்டும். அப்து வந்துவிட்டால் பேச்சுத் துணைக்கு ஆள் கிடைத்துவிடும். மெக்காவிலும் மதீனாவிலும் கிடைத்த வாழ்க்கையனுபவங்களையும் அரபிகளைப் பற்றிய திடுக்கிட வைக்கும் கதைகளையும் அப்து வாய் மூடாமல் விவரிப்பான். எளிதில் வருத்தப்பட்டுவிடுகிற குணமாக இருந் தாலும் தன்னை அங்கீகரித்து தான் சொல்வதை ஆர்வமுடன் கவனிப்பதாகத் தெரிந்தால் அப்துவுக்கு உற்சாகமேற்பட்டு விடும். தான் என்ன வேலை சொன்னாலும் அதை மனமுவந்து செய்து தர அப்து தயாராக இருப்பதுபோல் ஸபிதாவுக்குத் தோன்றியது. ஆனால், தன்னை வெறுமொரு வேலைக்காரனாக மட்டுமே யாராவது பார்த்தால் அவனுக்குக் கோபம் வரும். நான் டாக்டர் முகம்மதின் சமையல்காரன் ஒன்றுமில்லை.

நல்ல வேலையிலிருக்கும் நான் டாக்டரின் உறவினன். சமையல் நுட்பமும் நன்றாகத் தெரியுமென்பதால் சமைக்கிறேன் என்று மற்றவர்களுக்கு நினைவூட்டுவது போல்தான் அவனது பேச்சும் செய்கைகளுமிருக்கும். அப்துவுக்குத் தேவையான அங்கீகாரத்தைத் தருவதாலுமிருக்கலாம், ரஷீதையும் ஸபிதா வையும் அவனுக்கு ரொம்பவும் பிடித்துப்போனது.

இங்கே வந்த மூன்றாவது நாள்தான் ஜர்வலியிலுள்ள ஃபிளாட் ஒரு வழியாக முடிவு செய்யப்பட்டது. ஸபிதாவின்

விருப்பத்தையறிவதற்காக முகம்மது டாக்டரும் ரஷீதும் அவளையும் அழைத்துக்கொண்டுபோய்க் காட்டினார்கள். தூய்மையான ஏரியாவில் டைல்ஸ் பதித்த சுவர்களும் இரண்டு படுக்கையறைகளும் கொண்ட அழகான ஃபிளாட். ஸபிதா வுக்குத் திருப்தி. டாக்டர் முகம்மதின் ஃபிளாட்டிலிருந்து அதிகத் தூரமுமில்லை.

ஸபிதா, ஆஸ்பத்திரிக்கு நடந்தே போய்விட முடியும். ரஷீது வேலை பார்க்கும் ஸாகிர் ஆஸ்பத்திரிக்குக் கொஞ்சம் தூரமிருந்தது. டாக்சியில் போவதானால் ஐந்து நிமிடப் பயணம். ஃபிளாட் ஐந்தாவது மாடியிலிருந்தது. லிஃப்ட் வசதியுமிருந்தது. கிளிக்குரலும் சிறு உடல்வாகும் கொண்ட அழுக்கடைந்த அரபிக் குப்பாயமுமணிந்த கட்டட உரிமையாளரான ஏமனி ஹாரிஸை, ஸபிதா சிறிது சந்தேகத்துடன்தான் கவனித்தாள். ஆளொரு நரி என்பதாக அவளுக்கு முதல் பார்வையிலேயே தோன்றிவிட்டது. முதல் நாள், ஃபிளாட்டைப் பார்க்க வந்தபோது தரைத் தளத்திலுள்ள, ஹாரிசின் அறையின் முன் அவனைத் தேடி வந்தபோது அங்கே சுற்றிக்கொண்டு நின்றிருந்த இரண்டு மலையாளிப் பெண்களைக் கண்டதும் டாக்டர் முகம்மது அறிமுகம் பாவித்தார்.

“நீங்க என்ன இங்கே?”

– “சே . . . நாங்க சும்மா . . . இதுக்குப் பின்னால இருக்குற பில்டிங்லதானே நாங்க தங்கியிருக்குறோம்.” – அவர்கள் ஸபி தாவைப் பார்த்து அறிமுகம் செய்துகொள்ள வந்தார்கள்:

– புதிய பக்தூராதானே? கேள்விப்பட்டோம். அறிமுகம் செய்துக்க முடியலே – அவர்கள் இரண்டுபேரும் ஹாஸ்பிடல் க்ளீனிங் அண்ட் கேட்டரிங் கம்பெனியான ‘அல்ஹனூஃபி’ல் வேலை பார்ப்பவர்கள்.

இளம் நீல நிறத்தில் பான்டும் டாப்புமணிந்த, இதுபோன்ற நிறைய பேர்களை ஆஸ்பத்திரியில் பார்த்தது ஸபிதாவுக்கு நினைவு வந்தது. அதிலொருத்தி கோழிக்கோட்டுக்காரி. மற்றவள் மலப்புரத்துக்காரி. மலையாளிகளைச் சந்தித்ததில் மகிழ்ச்சியிருந் தாலும் அவர்களுக்கும் ஏமனி ஹாரிசுக்குமிடையிலான நெருக்கத் திலும் சிரிப்பிலும் எதுவோ ஒன்று சரியில்லைபோலிருக்கிறதே என்ற சந்தேகம் ஸபிதாவுக்கு வந்தது.

இரண்டே நாட்களில் ஃபிளாட் வசிப்பதற்கு ஏற்றபடி மாறிவிட்டது. ஃபர்னிச்சர்களெல்லாம் தேர்ந்தெடுத்து வாங்கு வதற்கு டாக்டர் முகம்மதுவும் வந்து உதவினார். சம்பளம் கிடைப்பதுவரை ரஷீதும் ஸபிதாவும் மிஸ்கீன்கள்* என்பதால் பணம் கொடுத்ததெல்லாம் டாக்டர் முகம்மதுதான். ஃபி

* தர்மம் எடுப்பவர்கள்

ளாட்டை ஒழுங்குபடுத்துவதற்கு அப்துவும் வந்து நின்று உதவி னான். ஃபர்னிச்சர்களை எப்படி ஐந்தாவது மாடிக்குக் கொண்டு போவது? டாக்டர் முகம்மது தேர்வு செய்து வாங்கிய ஃப்ரிட்ஜ் மிகவும் பெரியதாக இருந்தது. லிஃப்டில் ஏற்ற முடியாது.

–"அதைப் பத்தியெல்லாம் நீங்க யோசிக்கவே வேண்டாம். அதுக்கெல்லாம் இங்கே தாராளம் ஆட்கள் உண்டு. அவனுங்க அதையெல்லாம் சொமந்து கொண்டுவந்து சேத்துருவானுங்க." – அப்து ஆறுதல் சொன்னான்.

நல்ல திடகாத்திரமான நீக்ரோ இளைஞர்கள் ஸபிதாவின் நினைவுக்கு வந்தார்கள்.

–"சே ... அவனுங்களுக்கு வெறும் ஒடம்பு மட்டும்தான் உண்டு. ஒண்ணுக்கும் லாயக்கில்லே. ஏமனிக்காரங்க இருக் கானுங்க. இவனுங்களோட உடம்பெப் பாத்தா நாமொ நம்பவே மாட்டோம். ஆனா, எவ்வளவு பெரிய சொமடாக இருந்தாலும் சரி, பூ போலெ கொண்டு போய்ச் சேத்துருவானுங்க. நீங்க வேணும்னா பாத்துட்டே இருங்க."–

அப்து சொன்னது சரியாகவே இருந்தது. வடகர, குற்றி யாடிப் பகுதிகளிலுள்ள வெளுத்த முஸ்லிம் பையன்களை நினைவூட்டும் சின்ன உடல் ஆகுருதியுள்ள ஏமனிகள், அவர் களைவிடவும் பெரிய ஃபிரிட்ஜையும் பிற ஃபர்னிச்சர் சாமான் களையும் கயிற்றால் வரிந்து கட்டி அதன் ஒரு முனையை நெற்றியில் வளையம்போல் கட்டி முதுகிலேற்றிக்கொண்டு ஐந்து மாடிகளிலேறி வருகிற காட்சியைக் கண்டதும் ரஷீதும் ஸபிதாவும் பிரமித்துப்போய் நின்றார்கள்.

'ரொம்பக் கஷ்டம். இவ்வளவு பெரிய ஃபிரிட்ஜ் வாங்கி யிருக்க வேண்டாமாக இருந்தது.' ஸபிதா நினைத்துக் கொண் டாள்.

'மனிதன் நினைத்தால் நடக்காதது என்ன இருக்கிறது? உடல் வலுவும்கூட மனதின் கட்டுப்பாட்டுக்குள்தானிருக் கிறது.' ரஷீதின் சிந்தனை இப்படியாக இருந்தது.

"பண்டொரு காலத்தில் இங்கு ஏமனிகளின் ஆட்சிதான் நடந்துகொண்டிருந்தது. அனைத்துத் துறைகளிலும் அவர்கள் தான். ஹரமின் எதிரிலுள்ள எல்லா வியாபாரங்களும் அவர்க ளுடையதுதான். அன்று ஏமனிலிருந்து விசா, பாஸ்போர்ட் போன்ற பிரச்சினைகள் எதுவுமில்லாமல் இங்கே வந்து வேலை செய்துகொண்டிருந்தார்கள். இப்போதெல்லாம் கட்டுப்படுத்தப் பட்டுவிட்டது. என்னவோ ஒரு சிறு உரசல் இரண்டு அரசாங்கங் களுக்குள். இருந்தாலும் இப்போது உடல்வலு சம்பந்தமான எல்லா வேலைகளுக்கும் ஏமனிகள்தான் வேண்டும்." அப்து சொன்னான்.

ஏமனுக்கும் சௌதி அரேபியாவுக்குமிடையில் நூற்றாண்டுகளைக் கடந்த உறவிருக்கிறது. வியாபாரச் சமூகமான ஏமனிகள், அரேபியாவைக் கடந்துதான் ஒட்டகத்தில் சிரியாவுக்கும் ஜோர்தானுக்குமெல்லாம் செல்வார்கள். கலாச்சாரங்களுக்கிடையிலான கருத்துப் பரிமாற்றங்களும் நிறையவே நடந்தன. ஒருவேளை அரேபியன் பதூக்களுக்கு வியாபாரத்தின் அடிப்படைப் பாடங்களைக் கற்றுக்கொடுத்ததே ஏமனிகளாகவே இருக்க வேண்டும். அதற்கு முன் ஏமன் வியாபாரிகளைப் பாலைவனத்தின் பாதுகாப்பற்ற வழிப்பாதையில் வைத்துத் தாக்கி அவர்களது பொருட்களைக் கொள்ளையிடுவது அரேபியன் கோத்திர வர்க்கத்தின் அங்கீகரிக்கப்பட்டவருமான மார்க்கமாக இருந்ததாம். அப்போதெல்லாம் ஒரு இழப்பு நேர்ந்துவிட்டதோடு எல்லாவற்றையும் இழந்துபோய்விட்டதான மனநிலைகள் மனிதர்களிடமிருக்கவில்லை.

பாலைவனப் பயணங்களின்போது இடையிடையே திருட்டுக்கிரையாவது என்பது இயல்பான விஷயமாகவே கருதப்பட்டது. கொள்ளையர்களின் தொந்தரவுகளில்லாத புதுப் புது வழிகளைக் கண்டுபிடித்துப் பயணத்தைத் தொடர வேண்டும். பெரிய பெரிய குழுக்களாகப் போக வேண்டும். பயணம் முழுவதும் கொள்ளைக்காரர்கள் வருகிறார்களா என்பதைக் கவனித்துக் கொண்டே இருக்க வேண்டும். இப்படியான எதிர்ப்புகளினூடாக இணங்கிச் செல்கிற ஒரு வாழ்க்கை முறை.

பல நூற்றாண்டுகளுக்கு முன்பே கலாச்சார வளமிகுந்த ஏமனின், ஷீபா பேரரசியின் சாம்ராஜ்யத்தைக் குறித்த சுலைமான் நபி(சாலமன்)யின் கதையைச் சொல்லும்போது குர்ஆனில் விவரிக்கப்பட்டிருக்கும் பகுதியை ரஷீது நினைத்துப் பார்த்தான். சுலைமானின் சாம்ராஜ்யம் சிரியாவா, கோலான் அடிவாரமா? எதுவாயினும் அன்றைய அரேபிய மண், ஏமனிலிருந்து அங்குவரை நீண்டு கிடக்கும் சஞ்சார அனுகூலமற்ற வழித்தொலைவு மட்டும்தான். சூரிய பகவானை வழிபடுபவர்களாக இருந்தார்களாம் ஷீபா பேரரசியும் அவளது பிரஜைகளும். இரத்தினங்களிலான அவளது சிம்மாசனமும்கூட வரலாற்றில் ஒரு கதாபாத்திரமாக இடம்பெற்றிருக்கிறது. சுலைமானின் அரண்மனைக்குள் வரவழைக்கப்பட்டபோது அதன் பளபளப்பைக் கண்டதும் தண்ணீராக இருக்குமென்று கருதி ஆடையைத் தூக்கிப் பிடித்து காலடியை எடுத்து வைத்து அகங்காரத்தில் அடியேற்ற ஷீபா அரசி. . .

“பாண்டவர்களின் அரண்மனைக்குள் வந்தேறி நீர்ப் பிரமிப்பிலகப்பட்டுவிட்ட கௌரவர்களைப்போல் இல்லையா?”

வரலாற்றுப் பொருத்தங்கள் ஸபிதாவுக்குள் ஆச்சரியத்தைத் தூண்டின.

"ஸபிதா டாக்டர், சௌதி அரேபியா அனுபவங்களைப் பற்றியெதுவும் சொல்லவே இல்லையே? ஹௌ டு யூ ஃபீல் ஹியர்? எங்களிலிருந்து வித்தியாசமாக ஏதாவது சொல்வதற்கு இருக்குமல்லவா உங்களிடம்?"

"வந்து ஒரு வாரம்தானே ஆகிறது டாக்டர். இருந்தாலும்... சொல்வதற்கிருக்கிறது. நிறையவே... குறிப்பாக, ஒரு புதிய இஸ்லாம் என்ற நிலையிலும்..."

"சொல்லுங்கள், சொல்லுங்கள். எங்களுக்கு அது புதியதொரு அனுபவமாகவும் இருக்குமல்லவா?"

"நிறைய சந்தேகங்கள்... கன்ஃப்யூஷன்ஸ்... பல்வேறு விஷயங்களில்... வெளிப்படையாகச் சொல்வது ஒருவேளை மதநிந்தனையாக இருந்தாலோ? விமர்சனங்களைத் தாங்கிக் கொள்ளும் பக்குவம் முஸ்லிம்களிடமிருக்கிறதா?"

"தைரியமாகச் சொல்லுங்கள். எதுவாக இருந்தாலும் எங்களிடம் பயம் வேண்டாம்"

"முதல் விஷயம்... உள்ளே இருந்த எல்லா விக்கிரகங்களையும் தூர எறிந்துவிட்டு, நீங்கள்... தவறு, நாம் கஃபா என்கிற வழிபாட்டில்லத்தைப் பெரியதொரு விக்கிரகமாக்கிவிட்டிருக்கிறோம் இல்லையா? சிலை வழிபாடு, அதாவது, குறியீட்டை ஆராதனை செய்வது... கொடிய பாவமாக அல்லவா இஸ்லாம் கருதுகிறது?"

"கஃபா, விக்கிரகம் அல்லவே? அது ஒரு பள்ளிவாசல். பல நூற்றாண்டுகளுக்கு முன், ஏக இறைவனாகிய அல்லாஹ்வை ஆராதனை செய்வதற்காக இபுறாகீம் நபியால் கட்டப்பட்ட பள்ளிவாசல்."

"உண்மைதான். எல்லாப் பள்ளிவாசல்களையும்போல் அதுவும் ஒரு பள்ளிவாசல். ஆனால்..?"

"... எல்லாப் பள்ளிவாசல்களையும்போல் அல்ல, இஸ்லாத்தினுடைய முதல் பள்ளிவாசல். உலகம் முழுவதிலுமுள்ள முஸ்லிம்கள் தொழுகையின்போது திரும்பி நிற்கும் கிப்லா."

"ஆமாம். வரலாற்றுப் பெருமையும் ஆன்மிக முக்கியத்துவமும் வாய்ந்த இடம். ஆனால், இன்று அது, ஒரு விக்கிரகத்தின் எல்லாப் பண்புகளுடனும்தான் கவனம் பெற்றுக்கொண்டிருக்கிறது. முதல்முதலாக நான் அங்கே சென்றபோது என்னால் இதைத்தான் உணர்ந்துகொள்ள முடிந்தது. சரி, அப்படி இல்லையென்றால் ஏகத்துவ நம்பிக்கையாளர்கள் ஏன் அதை வலம் வர வேண்டும்? எதற்காக அதைத் தொட்டு கண்களில் ஒற்றிக்கொள்ள வேண்டும்? இவ்வளவு கொண்டாட்டங்களுடன் ஆண்டுக்கொரு தடவை அரசர் தன்னுடைய பரிவாரங்களுடன் வந்து எதற்காக அதைக் குளிப்பாட்டிவிட வேண்டும்? ஏன்

இவ்வளவு விலையுயர்ந்த பட்டுத்துணியைப் போர்த்த வேண்டும்?"

– மக்களுக்கு பக்தி முத்திப்போனா தொட்டு முத்த ஏதாவ தொண்ணு வேணுமே? மதீனாவுலெ நான் நேரடியா பாத்தது, நபிகளோட கபருலேயும் சகாபாக்களோட கபருலேயும். அவ்வளவு ஏன், ஆயிஷாபீவி, ஃபாத்திமாபீவியோட கபருகள்லே வரைக்கும்!

மதீனாவோட பக்கத்துலேதான் உஹது மலை இருக்கு. உஹது யுத்தம் நடக்கும்போது நபி கடைசியா உக்காந்திருந்த பாறையைத் தொட்டு முத்த ஆளுங்க மூச்சு வாங்க ஏறி வர்றதைப் பாக்கணுமே –

அப்துவின் நேரடியான அனுபவங்களில் எப்போதுமே உண்மையின் வெளிச்சமிருக்கும்.

"இஸ்லாத்திற்கு விரோதமானது என்றெல்லாம் சொல்லப்பட்டாலும் முகம்மது நபியும் மனைவியரும் சகாபாக்களும் இங்கே வந்துகூடும் சராசரி முஸ்லிம்களைப் பொறுத்தவரை அவர்களது மனதினுள் ஆராதனைக்குரிய விக்கிரகங்கள்தான். பிம்பங்களுக்கு அனுமதியில்லையென்பதால் அவர்களுக்கு வேறு வழிகளெதுவுமில்லை. கிறிஸ்துவத்தின் கதையை எடுத்துக் கொண்டால். அவர்களும் ஏகத்துவக் கொள்கையாளர்கள் தான். ஆனால், ஏசு கிறிஸ்துவை அறைந்து கொன்ற சிலுவையை அவர்கள் கழுத்தில் தொங்கவிட்டிருக்கிறார்கள்; முத்தமிடுகிறார்கள்; ஆராதனை செய்கிறார்கள். பௌலோ கொய்லாவின் 'ஸகீ'ரில்: 'கால மாற்றத்தில், ஒரு மின்சார நாற்காலியில் உட்கார வைத்து ஏசு கிறிஸ்து கொல்லப்படுகிறார் என்று வைத்துக் கொள்ளுங்கள். அந்த நாற்காலியை ஆராதனை செய்யும் பக்தர்களின் நிலைமையைப் பற்றிக் கொஞ்சம் கற்பனை செய்து பாருங்கள்' என்பதுபோன்ற ஒரு சொற்றொடர் இடம்பெற்றிருக்கும்."

ஓரிறை நம்பிக்கையென்பது செமிட்டிக் மதங்களுக்கு மட்டுமே சொந்தமானதல்ல ரஷீது, எங்கும் நிறைந்தவனும் ஏகாந்த ரூபனும் ஈடிணையற்றவனுமாகிய ஏக தெய்வக் கோட்பாடுதான், கோடானுகோடித் தெய்வங்களை ஆராதிப்பவர்களாக நீங்கள் ஆட்சேபிக்கும் சனாதன ஹிந்துக்களுடைய கோட்பாடும். ஆனால், இந்த உண்மையை உணர்ந்துகொள்ள எளிய மனங்களால் இயலாமலும் போய்விடுகிறது.

இது, கடவுளுக்கு ஈடாக மற்றொன்றை வைத்துப் பார்ப்பதாக ஆகாது. பாவம், மனித மனம். விக்கிரகங்கள் மூலம் அது இறை சிந்தனையை மனதில் ஸ்தூல வடிவமாக

வைத்துப் பார்க்கிறது. இந்நிலையில் ஈஸ்வர அனுபவம் அவனது ஆத்மாவுடன் அண்மித்திருப்பதாகவும் அவனால் உணர முடிகிறது.

“இஸ்லாத்தின் மீதான பார்வையை ஒரு மதம் என்கிற கண்ணோட்டத்திலிருந்து விலக்கி சமூகப் பரிவர்த்தனைக் கான ஒரு காரணியாகவே நான் பார்க்கிறேன். கொலையும் கொள்ளையும் பாலியல் அராஜகமும் அடிமை வியாபாரமும் பழமையான தெய்வ வழிபாடுகளுமென, கோத்திரங்களும் வமிசங்களுமாக பிரிந்து மோதிக்கொண்டிருந்த அரேபியன் தீபகற்ப மனிதர்களையெல்லாம் இஸ்லாமென்கிற ஒரு கொடி யின்கீழ் பல நூற்றாண்டுகளுக்கு முன்பே ஒன்று திரட்ட இயன்ற ஒரு காரணி. ஆன்மிகம், ஏக இறை நம்பிக்கையெல்லாம் அதற்கு வலுவான ஒரு அடித்தளமாக அமைந்தது” என்றார் டாக்டர் முகம்மது.

“அன்று நடந்த அந்தப் புரட்சியின்போது பதூவியன் மனங்களைப் பக்குவப்படுத்தியெடுக்கத் தேவைப்பட்ட கடின மான வழிமுறைகளையும் தடைகளையும், தொடர்ந்து நவீன காலத்திலும் கடைப்பிடிப்பதால்தானே முஸ்லிம்கள் பிற்போக்கு வாதிகளென்று முத்திரை குத்தப்படுகிறார்கள்? பரிகசிக்கப்படு கிறார்கள்?”

“ஸபிதா டாக்டர் இதைக் கொஞ்சம் விளக்கமாகச் சொல்ல வேண்டும். காலத்திற்கேற்றபடி கோலம் மாற வேண்டும் என்று சொல்ல வருகிறீர்களா? இயற்கைக்கு முரணான, மேற்கத்திய நுகர்வுக் கலாச்சாரத்தின் சீரழிவுக்குள் முஸ்லிம்கள் சிக்காம லிருப்பதற்கான காரணமே இஸ்லாமியச் சட்டவிதிகளல்லவா?”

“சிக்கவில்லையென்றா சொல்கிறீர்கள்? எனக்கு இதில் நம்பிக்கையில்லை. பெண்களைப் பொறுத்தவரை ஒருவேளை இது சரியாக இருக்கலாம். பர்தா மட்டுமல்ல, கறுத்த கையுறை களும் காலுறைகளும் முகத்திரையுமாகப் பெண்களை இன்றும் விதிப்படி வழி நடத்த முடிகிறதல்லவா? இதை வேண்டுமானால் கலாச்சாரப் பேணுதல் என்று சொல்லலாம்.” ஸபிதாவின் பதிலில் சற்றுக் கடுமையிருந்தது.

“பர்தா ஒரு கலாச்சாரத்தின் குறியீட்டுக் கவசம். இதை நேற்று சொன்னவர் யார் தெரியுமா? உத்தரப் பிரதேசத்துக்கார ரான டாக்டர் மன்சூர். ஆஸ்பத்திரியில் வைத்து. அப்படி யென்றால் ஆண்களும் அரபிக் குப்பாயமும் முக்காடுமணிந்து கொள்வதுதானே சரியாக இருக்குமென்று நான் திருப்பிக் கேட்டேன்.” ரஷீது சிரித்தான்.

—“இப்பிடி பர்தாவெல்லாம் போட்டுட்டு நடக்குறப் பொண்ணாப் பொறந்தவளுங்க நல்ல ஈமான்* உள்ளவங்கன்னா நீங்க நெனக்கிறீங்க? பர்தா இங்கே எவ்வளவு விஷயங்களுக்குப் பாதுகாப்பா இருக்கு தெரியுமா? இங்கெ பக்கத்துலதானே யூனிவர்சிட்டி இருக்கு? அதன் எதிர்லே என்னென்ன நாடகங்கள்லாம் நடக்குனு உங்களுக்குத் தெரியுமா? காருலெ கொண்டு வந்து எறக்கிட்டுப்போறவன், புருசங்காரனா வாப்பாவான்னு தெரியாது. அப்புறம் அந்தப் பொண்ணு வேறொருத்தங்கூட காருலெ ஏறி மொகத்தையும் மூடிட்டுப் போகும்.

பக்கத்துலெ இருக்கிறவளெ நாமெ எல்லாரும் பொண்டாட்டின்னுதானே நெனைப்போம்? மொகத்துலெ போட்டிருக்குற துணியை நீக்கிட்டுப் பார்க்கிற உரிமை போலீஸ்காரனுக்குக் கூட கிடையாது இல்லையா? அப்பிடிப் பாக்குறது பொண்ணாப் பொறந்தவளுக்குச் செய்யுற அவமரியாதையாப் போயிடும். வகுப்பு முடியிற நேரத்துலெ பொண்ணு, கேட் பக்கத்துலெ ரெடியாக வந்து நின்னுடுவா.”—

“சுருக்கமாகச் சொல்ல வேண்டுமென்றால் ஒழுக்கமென்பது தனிமனிதனின் மனதிலிருந்து உருவாகிறதைவிட்டு அதிகாரிகளின் பணியாக மாறிவிடுகிற நிலைமை இது, இல்லையா?”

“அதுதான் முழுக்க முழுக்க உண்மை.” முகம்மது டாக்டருக்கு ஸபிதா சொன்னதில் உடன்பாடிருந்தது. “ஒழுக்கத்தின் காவலாளி வெளியிலுள்ள விஷயமாக இருக்கும்வரை உள்ளே இருக்கும் பண்பாட்டுக்கு வேலையில்லாமல் போய் விடுகிறது. பிறகு, காவலாளியின் கண்களை விட்டு விலகுவது என்கிற பொறுப்பு மட்டுமே தனி மனிதனின் தேவை. இதற்குத் தைரியம் போதாதவர்கள் கண்மூடி எல்லாவற்றையுமே ஏற்றுக்கொள்வார்கள். நேற்று முன்தினம் நாம் பார்த்த அல்ஹனூஃப் பெண்கள் இந்தக் கண் தப்பும் கலையில் நிபுணத்துவம் வாய்ந்தவர்கள். நினைத்துப் பார்த்தால் கஷ்டமாகவுமிருக்கிறது. ஏஜென்டுக்குப் பத்தும் பதினைந்தும் கொடுத்து இங்கே வந்தால், கிடைப்பது என்னவோ வெறும் எண்ணூறு ரியால். வீட்டிலுள்ள கஷ்டங்களை நினைத்துப் பார்ப்பவர்களில் அந்தப் பெண்கள் கொஞ்சம் தைரியமுள்ளவர்கள். குறுக்கு வழிகளைத் தேடிப் போகாமலிருந்தால்தான் ஆச்சரியப்பட வேண்டும்.”

“வீட்டுவேலைக்காரிகள், கத்தாமாக்களின் நிலைமை கொஞ்சம் பரவாயில்லை என்று நினைக்கிறேன். சரிதானே? சில அரபிகள் அள்ளிக்கொடுப்பார்கள் என்று ஊரிலிருக்கும் போது கேள்விப்பட்டிருக்கிறேன்.”

---

* இறை நம்பிக்கை

–"உம் . . . அள்ளியள்ளிக் கொடுக்குறாங்க. நீங்க வேற. நான் சொன்னேனே, மாடு மாதிரி வேலை வாங்குவா அரபிக் காரி. எவ்வளவுதான் தொடைச்சாலும் சுத்தம் பண்ணாலும் சுவிட்ச் போர்டு மேலேயும் ஃபிரிட்ஜ் மேலேயும் கையை வெச்சித் தடவிப்பாப்பா. பெறகு, கண்ணுக்கு நேரா வெரலைத் தூக்கிப் பிடிச்சிட்டு மொகத்தையும் கோணிக்கிட்டு, என்ன தான் தொடைச்சியோ பிலாயே, ஃபுல்லூசை* எண்ணி வாங்க மட்டும் தெரியுதில்லையான்னு கேப்பா. அரபிக் கொழந்தைகளெ மேய்க்கிறதே ஒரு தனி வேலை. கொரங்குக் குட்டிகளைப்போலத் தான். ஒண்ணைப் பிடிச்சா மற்றொண்ணு உச்சாணியிலெ ஏறி உக்காந்துக்கும். இல்லேன்னா கண்ணைத் தப்பிட்டு ரோட்டுக்கு ஓடிடும். ரோட்டுலெ டிராஃபிக்கை நீங்கதான் பாக்குறீங்களே, அதுலெ ஒண்ணு காஞ்சிபோறதுக்கு எவ்வளவு நேரம்வேணும். காஞ்சி போச்சுன்னு வையுங்க, கத்தாமாவோட நெலமையென்ன ?" –

"உடனடியா எக்ஸிட் அடிச்சு அனுப்பி விடுவார்களோ ?"

–"ஆமாமா, எக்ஸிட் அடிச்சு விட்டுடுவாங்க, ஆனா, வந்து சேர்றது மய்யித்து*தான். இது தெரிஞ்ச கதையும்தான். சங்கனாச்சேரியிலிருந்தோ என்னமோ ஒரு கத்தாமா பொண்ணு. இது ரியாதுலெ நடந்த விஷயம். அரபியோட கொழந்தை ஒண்ணு காஞ்சிப்போச்சு.

கபரடக்கமெல்லாம் முடிஞ்சி கத்தாமாகிட்டெ எல்லாத் தையும் கெட்டியெடுத்துட்டுப் புறப்படச் சொன்னாங்க. ராத்திரி யோட ராத்திரியா அரபி, அந்தப் பொண்ணையும் கூட்டிட்டு காருலெ கிளம்பினான். கொஞ்சதூரம் போனதும் கார் ஜன்னல் வழியா அரபி எதையோ வேணும்னே கீழே போட்டுட்டு அந்தப் பொண்ணுகிட்டெ அதை எடுத்துட்டு வரச் சொன்னான். அவ எறங்கி நடந்துட்டிருக்கும்போது காரை பின்னாலெ கொண்டுவந்து ஒரு தட்டு.

உயிருக்குப் பதில் மற்றொரு உயிர். அப்புறம் விபத்துன்னு சொல்லி மய்யித்தை பார்சல் கட்டி அனுப்பினாங்க." –

"அதில் மிகைப்படுத்தல்களுமிருக்கும், கொஞ்சம் உண்மையு மிருக்கும்."

முகம்மது டாக்டரின் தலையீடு அப்துவுக்குப் பிடிக்க வில்லை.

---

* துட்டு

* சடலம்

–"மிகைப்படுத்தலெல்லாம் கிடையாது. நீங்க என்னத்தக் கண்டீங்க! ரியாதுலே இருந்து உம்ராவுக்கு வந்த பரீக்குட்டி சொன்ன விவரம் இது. அவன் அப்பிடி வேணும்னு சொல்றவன் கிடையாது. மலயாளி அசோசியேஷன் தலையிட்டுதான் மய்யித்தெ அனுப்பி வச்சது. நேரடியா தெரிஞ்ச விஷயம் இது." –

"ஆண்டான் – அடிமை மனோபாவம் அரபி இரத்தத்தில் ஊறிப்போன ஒன்று. உலகில் அனைத்து நாடுகளிலும் அடிமை சம்பிரதாயம் முடிவுக்கு வந்தபிறகும் இஸ்லாமிய நாடுகளில் மட்டும் தொடர்ந்துகொண்டிருக்கிறது. ஜெனீவா மாநாட்டில், ஆயிரத்துத் தொள்ளாயிரத்து இருபத்து நான்கில் ஒரு அறிக்கை வெளியிட்டுதான் அதைத் தடைசெய்ய வேண்டியதாயிற்று. அந்த மாநாட்டின்போது இரண்டு நாடுகள் அதை எதிர்த்தன.

எந்த நாடுகளெல்லாம் தெரியுமா? சௌதி அரேபியாவும் ஏமனும். உண்மையிலேயே முகம்மது நபி முதலில் கொண்டுவருவதற்கு முயற்சி செய்தது அடிமை முறையை ஒழித்தல்தான். வமிசாவளியையும் குலத்தையும் தேசங்களையும் கடந்த சகோதரத்துவம். இஸ்லாத்தின் நோக்கம் அன்றும் இன்றும் இதுதான். ரசூலுல்லா, அடிமையைப் படைத் தலைவனாக்கினார். நண்பராகக் கொண்டார். படிப்படியாக அவர் இதுபோன்ற மாற்றங்களுக்கு ஒரு முன்மாதிரியாகத் திகழ்ந்தார். இருந்தும் பலன் என்ன? இன்றும் இஸ்லாமின் இந்தப் பாதுகாவலர்கள் நடந்துகொள்ளும் முறை இதுதான்.

கத்தாமாக்கள் என்றால் இன்றும் அவர்களுக்கு அடிமைகள்தான். அடிமைப்பெண்களை உடல்ரீதியாகவும் பயன்படுத்திக் கொள்ளலாமெனும் பண்டைக்கால மரபைத்தான் இப்போதும் அவர்கள் கடைப்பிடித்து வருகிறார்கள்."

"முகம்மது நபிக்கும்கூட அடிமைப்பெண்கள் இருந்ததாக வரலாற்றில் குறிப்பிடப்பட்டிருப்பது . . ?"

"அடிமைகள் அந்தக் காலகட்டத்தின் யதார்த்தங்கள். ஒரே நாளில் பழக்கவழக்கங்களையெல்லாம் புரட்டிப்போட்டு விடுமளவுக்குக் காட்டரபிகளின் மனம் விகாசமடைந்திருக்க முடியாதல்லவா? இந்நிலையில் செய்ய முடிவதென்ன? படிப்படியான மாற்றங்கள். அதற்கான ஒரு முன்மாதிரியாக நபியே திகழ்ந்தார். அடிமைப்பெண்களைத் திருமணம் செய்வது, அல்லது அடிமைப்பெண்களுக்குக் குழந்தைப் பிறந்தால் அதை விடுதலை செய்வது, அவர்களை 'உம்மி காலத்' என்பதாக உயர்ந்த பதவியை அளிப்பது. உம்மி காலத் என்றால் ஒரு உயரிய அந்தஸ்து. அதாவது, தன் மகனின் தாய் . . . மனைவியாகவில்லையென்

றாலும் மகனின் தாயாக அங்கீகரிக்கப்படுதல். அடிமைப் பெண்ணைவிடவும் அவளுக்குப் பிறக்கும் குழந்தைக்கு மிகப் பெரிய அங்கீகாரத்தையளித்தல். ஞாபகத்தில் வைத்துக்கொள் ளுங்கள், இதெல்லாம் ஆயிரத்து நானூறு வருடங்களுக்குமுன் கொண்டுவரப்பட்ட சீர்திருத்தங்கள். இன்றைய கண்ணோட்டங் களில் இது மிகப்பெரிய சாதனைகளாக இல்லாமலிருக்கலாம்." முகம்மது டாக்டர் சொல்லி முடித்தார்.

"பிரச்சினை இங்கு அதுவல்லவே டாக்டர். இன்றைய இஸ்லாமியர்களின் சிந்தனைகளும் கண்ணோட்டமும், அன்றைய சிறைக்குள் அடைபட்டுக்கிடக்க வேண்டுமா என்பது தானே? இஸ்லாம் ஒரு மனிதகுலச் சீர்திருத்தக் கொள்கை எனும் நிலையிலிருந்து விலகி ஒவ்வொரு பகுதிகள் சார்ந்த தனிப்பட்ட பண்பாட்டையும் அல்லவா அது துடைத்தெறிந்து விட்டது? ஆயிரத்து ஐநூறு வருடங்களுக்கு முந்திய காலத்தினுள் நாம் குடியேற வேண்டிய தேவையென்ன என்பதல்லவா இன்றைய, இப்போதைய பிரச்சினை?"

"ஸபிதா டாக்டர் சொல்வதில் பெருமளவு உண்மைகளிருக் கின்றன."

– "இப்பிடியே பேசிட்டிருந்தா போதுமா? மணி என்ன தெரியுமா? அவங்க தூங்கட்டும். நாளைக்கு உங்களுக்கு டூட் டிக்குப் போக வேண்டாமா?" –

அப்து டாக்டரை நினைவுபடுத்தினான். டாக்டருக்கு நாளைக்கு மதியம்வரை டியூட்டி.

"சரி, நாங்கள் கிளம்புகிறோம். எங்கள் இரண்டுபேருக்கும் நாளைய மதியச் சாப்பாடு இங்கேதான், என்ன ஒப்புக்கொள் கிறீர்கள்தானே? ஸபிதா டாக்டருடைய கை ராசியை நாங்களும் தெரிந்துகொள்கிறோமே." டாக்டர் விடைபெற்றார்.

– "நீங்க எதுக்குமே கவலப்பட வேண்டாம். நாளை வெள்ளிக் கிழமைதானே. நான் காலையிலேயே வந்துடறேன். நாளைய மத்தியானச் சாப்பாட்டெ நாம அசத்திப்புடலாம்."–

அப்துவுக்கும் ரஷீதிற்கும் ஸபிதாவுக்கும் அன்றைய வெள்ளிக்கிழமை விடுமுறை.

ஐந்து

பத்துப் பதினைந்து நாட்களாக ஸபிதாவுக்கு ஓ.பி. பிரிவில்தான் வேலை. போஸ்ட் கிராஜுவேஷனுக்குப் பிறகு இரண்டு வருட எக்ஸ்பீரியன்சில் ஸ்பெஷலிஸ்ட் தகுதியை அடையவில்லை என்பதால் தற்போது மகளிர் நோய்ப்பிரிவின் ரெசிடெண்ட் என்பதாகத்தான் ஒப்பந்தம். ஒரு வகையில் இதுவும் நல்லதாகப்போய் விட்டது. ஆரம்பத்திலேயே அஹ்சாய்* பொறுப்பைக் கையாள்வதில் அபத்தங்கள் நேர்ந்துவிடக் கூடும். ஊரிலுள்ளது போல்தான் இங்கேயும் இருக்குமென்று நம்பி விடவும் முடியாது. மொழிப் பிரச்சினை வேறு. புதிதாக ஒரு டாக்டர் வந்தால் ஆஸ்பத்திரி அதிகாரிகளின், அவர்களது சிங்கிடிகளான சில அரபு டாக்டர்களின் உளவுக் கண்கள் அவர்களைப் பின்தொடர்ந்துகொண்டேயிருக்கும். குறைந்த பட்சம் ஒரு மாதமாவது கழிந்தால்தான் அந்த டாக்டரைப் பற்றிய ஒரு அபிப்பிராயம் அவர்களுக்குள் உருவாகத் தொடங்கும். இளம் வயதும் சுறுசுறுப்பும் கொண்டவளான ஸபிதாவைப் பற்றி அவர்களுக்கு நல்ல அபிப்பிராயம்தான் என்பதை அவளும் உணர்ந்திருந்தாள். நல்ல அபிப்பிராயங்களை வெளிப்படையாகச் சொல்வதில் அரபிகள் தாராள மனமுடையவர்கள். "நீங்கள் திறமையானவர்; கேரள டாக்டர்கள் ரொம்ப நல்ல மனிதர்கள் என்பதை நாங்கள் அறிவோம்" என்பது போன்ற அபிப்பிராயங்களை முகத்திற்கு நேராகக் கேட்கும் போது ஆரம்பத்தில் ஸபிதா சற்றுப் பதற்றமடைந்தாள். மிகச் சாதாரணமான விஷயங்களுக்கும் அவர்கள் இப்படிப் புளகாங்கிதப்படுவதுதான் அவளைப் பதற்றப்படுத்தியது.

---

* ஸ்பெஷலிஸ்ட்

“நீங்கள் எழுதிய கேஸ் ஷீட்டை வாசித்தேன். நல்ல இங்கிலிஷ். உங்களுடைய டயக்னோசிஸ் மிகச் சரியாக இருந்தது.” ‘ரப்சர்டு எக்டோபிக் ப்ரெக்னன்சி.’

இதுபோலவும் வரும் சில கமெண்ட்கள். ரப்சர்டு எக்டோபிக் டயக்னோசிஸ் செய்வதற்கு எந்தவித சிரமமுமுள்ள கேஸ் இல்லையே என்று ஸபிதா மனதிற்குள் சிரித்துக்கொள்வாள்.

ஓ.பி. போஸ்டிங், அரபி படிப்பதற்கு மிகவும் உதவியாக இருந்தது. ஓ.பி.யில் பெரும்பாலும் பங்களாதேஷ் நர்ஸ்கள்தான் வேலை பார்த்தார்கள். பாருள், நதீரா, ஸரீனா அப்புறம் இஸ்ஆஃபில் வேலை பார்க்கும் ஃபரீதாவும் அவ்வப்போது வந்துவிடுவாள். சேலையணிந்த ஸபிதாவை அவள் தன்னுடைய டாக்டராகவே நினைத்துக்கொண்டாள். “பக்தூரா, நீங்கள் வங்காளியைப் போலவே இருக்கிறீர்கள். முன்பு இங்கே ஸெல்மா என்றொரு பக்தூரா இருந்தாள். இப்போது அவள் நூர் ஆஸ்பத்ரியில் வேலை பார்க்கிறாள். பார்ப்பதற்கு உங்களைப் போலவே இருப்பாள்.”

நீளமான கோட்டின் கீழ்ப்பகுதியில் அலங்காரமாகத் தெரியும் சேலையின் விளிம்பைப் பிடித்துக்கொண்டு கேட்பாள்:

“இது பெங்காள்கோட்டா சாரிதானே பக்தூரா? எவ்வளவு அழகான நிறங்களாக இருக்கின்றன உங்களுடைய சேலைகளெல்லாம். இதெல்லாமே கேரளாவிலிருந்துதான் வாங்கினீர்களா?”

வங்காளிகளுக்கும் கேரளீயர்களுக்குமிடையே உணவு வகைகளிலும் ஆடைகளிலும் நடையுடை பாவனைகளிலும் மட்டுமல்ல, குணவிசேஷங்களிலும்கூடப் பொருத்தமிருப்பதாகத் தெரிகிறது. சோறும் மீனும்தான் வங்காளிகளுடையவும் விருப்பமான உணவு. மலையாளிகளைப்போல் பதுங்கிய குணமுடையவர்கள்தான் பெங்காளிகளும். பாகிஸ்தானிகளிடமிருக்கும் ஆர்ப்பாட்டமோ கூக்குரலோ பந்தாவோ எதுவும் இவர்களிடமிருக்காது. உத்தரப்பிரதேசியான ஷகீனா பக்தூராவிடமோ பெங்களூரு வகீதாவிடமோ அஹ்சாய் நதீராவிடமோ காட்டாத நெருக்கத்தை இந்த பங்களாதேஷ் சிஸ்டர்கள், தெற்கு மூலையிலிருந்து வந்து சேர்ந்த மலையாளி பக்தூராவிடம் காட்டினார்கள். பக்தூராவுக்கு அரபியைக் கற்றுக் கொடுக்கவும் பல்வேறு நாடுகளைச் சேர்ந்த நோயாளிகளின் குணவியல்புகளைச் சுட்டிக் காட்டவும் அவர்கள் போட்டிபோட்டார்கள். ஸபிதாவும் திறந்த மனதுடன்தான் அவர்களது அன்பை ஏற்று வாங்கினாள். அவர்கள் மொழிபெயர்த்துச் சொல்லும் அரபிப் பதங்களையெல்லாம் ஸபிதா ஒரு நோட்டுப் புத்தகத்தில் குறித்துவைத்துக்

கொண்டு நேரம் கிடைக்கும்போதெல்லாம் அவற்றை மனப்பாடமாக்கிக்கொள்ளவும் முயற்சி செய்துகொண்டிருந்தாள்.

"ஏஷ் முஸ்கில?" (என்ன பிரச்சினை?)

"கம் பிஸ்ர இன்தி?" (உனக்கு எத்தனை குழந்தைகள்?)

"ஃபெயின் வொஜ?" (எந்த இடத்தில் வலிக்கிறது?)

இரண்டு வாரங்கள் சென்றபோது பெரியளவில் தவறுகளில்லாமல் நோயாளிகளிடம் பேச முடிந்தது. ஸபிதாவையே ஆச்சரியப்பட வைத்த முன்னேற்றம் இது. இலக்கணமோ எழுத்தோ தெரியாமல் ஒரு மொழி இவ்வளவு எளிதில் வசப்பட்டுவிட முடியுமா?

உருது பேசும் இந்தியர்களும் பாகிஸ்தானிகளும் நிறைய பேர் இருந்தார்கள். இவ்வளவு காலமும் இந்திய முஸ்லிம்கள் பேசுகிற, நமக்கு எந்தவிதத்திலும் தொடர்பில்லாத ஒரு மொழியாகத்தான் உருதுவை நினைத்திருந்தாள் ஸபிதா. பக்தூரா வகீதாவும் ஷாகீனும் நோயாளிகளும் பேசிக்கொள்வதைக் கண்டதும் இது நாம் பள்ளிக்கூடத்திலும் கல்லூரியிலுமெல்லாம் படித்த இந்தி மொழியல்லவா என்று தோன்றியது.

இந்திய – அரபுப் பண்பாடுகளின் கலப்புக்கூறுகளினூடே உருவான அழகான ஒரு மொழியல்லவா உருது. இந்தி உச்சரிப்பும் அரபு வரிவடிவமும் கலந்த மொழி. ஏராளமான அரபுப் பதங்களால் செழுமை பெற்ற மொழி. பேசிப் பழக்கமில்லையென்றாலும் இந்தி மொழி கற்றிருந்ததால் உருது மொழியினரையும் சமாளித்துவிட முடியும் என்று தெரிந்தது. பாகிஸ்தானிகளில் நிறையபேர் சௌதியில் பல்வேறு உயர்ந்த பொறுப்புகளிலிருந்தார்கள். சௌதியில் குடியுரிமை பெற்றவர்களும் ஏராளம். இவர்கள், பதூவியன் அரபிகளைவிடவும் சௌதிகளென்ற வகையில் தங்களைப் பெருமையாகக் கருதுபவர்கள். 'அன சௌதியா' (நான் சௌதிக்காரன்) என்று ஒருவன் அழுத்தமாகச் சொல்லி உறுதிப்படுத்துகிறான் என்றால் புரிந்துகொள்ளலாம். இது ஒரிஜினல் கிடையாது. 'அன பலூஷி, மிஸ்கீன்' (நான் பலூஷிகாரன், ஒரு ஏழை) என்று பணிவுடன் கூறிக்கொள்கிற, உருது தெரியாத, பலுசிஸ்தான் பகுதியிலுள்ள பாகிஸ்தானிகளும் ஏராளம்.

ஸபிதாவையோ மற்ற இந்திய டாக்டர்களையோ பார்த்தால் வந்து சுற்றி நின்று விடுவார்கள். 'நீ பக்தூரா பாகிஸ்தானிதானே? நீ எங்களை மட்டும் கவனித்தால் போதும்.'

'நான் பாகிஸ்தானியில்லை, ஹிண்டியா' என்று சற்று இறுக்கத்துடன் பதில் சொன்னாலும் விடமாட்டார்கள். 'ஹிண்டியா – பாகிஸ்தானியா குல்லு ஸவ – ஸவ.'

அதாவது, எல்லாமே ஒன்றுதானாம். கடுகெண்ணெயின் வாசமும் சித்திரவேலைப்பாடுகளுடன்கூடிய அழுக்கும் வர்ணப் பகட்டுடன் கூடியதுமான சல்வார் கமீசுமணிந்த இந்த பலூஷிகள் உண்மையிலேயே மிஸ்கீன்கள்தான். ஆகவேதான், இலவச மருத்துவமனையான விலாதாவுக்கு வருகிறார்கள். மெக்காவிலுள்ள முஸ்தஷ்ஃபா நூரும், முஸ்தஷ்ஃபா ஹிராவும் அரசாங்கத்தின் கீழுள்ள கட்டண மருத்துவமனைகள். வெளிநாட்டுக்காரர்கள் இங்கே சிகிச்சைக்குப் பணம் செலுத்த வேண்டும். சௌதிகள் பணம் செலுத்தத் தேவையில்லை. விலாதா ஆஸ்பத்திரியில் இலவச சேவைதான் என்றாலும் எல்லாவிதமான வசதிகளுமுண்டு. அட்மிட் செய்யப்பட்ட நோயாளிகளுக்குக் குறிப்பிட்ட நேரங்களில் உணவும் இலவசமாகக் கிடைக்கும். கணவனுக்கும்கூட இக்காமா இல்லையென்றால் மருத்துவமனைக்குள்ளிருக்கும் ஜெயில் பிரிவுக்குள் சேர்க்கப்படுவார்கள்.

தினமும், எந்தெந்த நாடுகளிலிருந்தெல்லாம் ஓ.பி. பிரிவுக்கு நோயாளிகள் வருகிறார்கள் என்பதை நினைத்து ஸபிதா முதலில் ஆச்சரியப்பட்டதுண்டு. சௌதிகள், மிஸ்ரிகள், பாகிஸ்தானிகள், சூடானிகள், சோமாலியாவினர், சிரியாக்காரர்கள், பலஸ்தீனியர்கள், பங்களாதேஷிகள், இந்தோனேஷியாக்காரர்கள், இந்தியர்கள் இப்படியாகப் பல்வேறு தேசங்களைச் சேர்ந்தவர்கள். இராக்கியரையும் ஈரானியரையும் துருக்கியரையும் ஹஜ், உம்ரா சீஸன்களில் மட்டும்தான் பார்க்க முடியும். இவர்கள் அரபி பேசுபவர்களில்லை என்பதால் டாக்டர்களுக்கு மிகுந்த சிரமமாகிவிடும்.

பெரும்பாலானவர்களுக்கும் பாரசீகமும் துருக்கியும் தவிர வேறு மொழிகளெதுவும் தெரியாது. ‘கிளினிக்கல் ஃபைன்டிங்ஸ்’ படியான சிகிச்சைதான் அப்போது நடக்கும். எந்த நாட்டினர்கள் வந்திருந்தாலும் சரிதான், சௌதி நோயாளிகளுக்குத்தான் முன்னுரிமை தரவேண்டும். இல்லையென்றால் உடனே ‘முதீர் அயாதா’விடம் புகார் போய்விடும். முதீர்அயாதா, ஹுஸைன் அமைதியான, நல்ல மனிதர். ஒரிஜினல் பதூவியன். டாக்டர்களுடன் நல்ல முறையில் நடந்துகொள்வார். புகார்களுடன் வரும் நோயாளிகளிடம் விஷயங்களைத் தெளிவாகச் சொல்லிப் புரிய வைப்பார். அதன் பிறகும் நோயாளி ஏற்றுக்கொள்ள மறுத்தால் குற்றம் சாட்டப்பட்ட டாக்டரைத் தொலைபேசியில் கூப்பிட்டு, அல்லது நேரடியாக வந்து விசாரிப்பார். சில வேளைகளில் பரிவுடன் தாக்கீது செய்வார். வில்லங்கம் பிடித்த சிலர் முதீர் முஸ்தஷ்ஃபாவிடம் (மருத்துவமனை இயக்குனர்) போய் புகார் செய்து விடுவார்கள். அவர் பயங்கரமான ஒரு மனிதர். வெளிநாட்டவர்கள் என்றால் அவருக்குத் துச்சமான எண்ணம் என்று சிஸ்டர் ஹரீதாதான் சொன்னாள்.

ஸபிதா இதுவரையிலும் முதீரைப் பார்த்ததில்லை. வேலையில் சேர்ந்த முதல் நாளன்றும் அவள் முதீர் அயாதாவைத்தான் சந்தித்தாள். கார்பெட் விரிக்கப்பட்ட, முதீரின் இராஜ தோரணை யிலான அறையின் அண்மைத் தரிசனம், அந்த வழியாக நடக்கும் போது கிடைக்கும், அவ்வளவுதான்.

ஒரு மிஸ்ரி நோயாளியிடம் ஸபிதா அரபியில் நோய் விவரங்களை விசாரித்துக்கொண்டிருக்கும்போது ஒருநாள் முதீர் அயாதா ஓ.பி.க்கு வந்தார்.

"வெரிகுட் பக்தூரா ஸபிதா, நீங்கள் நன்றாக அரபி பேசு கிறீர்களே, குயிஸ், குயிஸ். (நல்லது). அப்புறம் இன்று முதல் தேதியல்லவா? சஹ்பான்* ஒன்று. காஷியரிடம்போய் உங் களுடைய கழிந்த அரை மாதச் சம்பளப் பணத்தை வாங்கிக் கொள்ளலாம். பக்தூர் ஹாஷிம் வந்த உடன் நீங்கள் போகலாம். ஓ.கே?"

பக்தூர் ஹாஷிம் திரும்பி வந்ததும் ஸபிதா எந்த இடமென்று கேட்டுத் தெரிந்துகொண்டு காஷியரின் அறைக்குப் போனாள். டாக்டர்களின் ஓரளவிலான நீண்ட வரிசை. மூன்று நான்கு பேர்களுக்கு முன்னால் நின்றிருந்த டாக்டர் முகம்மது கையுயர்த் திக்காட்டிப் புன்னகைத்தார். காஷியர் சௌதிக்காரன்தான். கலப்பு நிறத்தில் நீண்ட பெரிய தாடையெலும்புகளும் மாக்கான் தவளையைப் போன்ற மூக்கும் அரபித் தாடியும் வைத்திருந்த ஒரு திடகாத்திரமான மனிதன். பக்தூர் முகம்மதுவிற்குப் பணத்தை எண்ணிக்கொடுக்கும்போது அவன் அவரிடம் நலம் விசாரிப்பது போல் தெரிந்தது. மிகச் சரளமாக அரபி பேசும், திறந்த மன துடன் நடந்துகொள்ளும் டாக்டர், காஷியரிடமும் நெருக்கம் தான். சம்பளத்தை வாங்கிய பிறகும் போகாமல் டாக்டர் அங்கேயே நின்றிருந்தார். அரபி பேசத் தெரியாத ஸபிதாவுக்கு ஏதாவது உதவி தேவைப்படுமென்று அவர் நினைத்திருக்க வேண்டும்.

நீண்ட, அரேபிய அங்கியும் வெள்ளை முக்காடுமாக அதிகாரத் தோரணையுடன் காஷியர் அறைக்குள் வந்த மங்கிய நிறத்தில், குள்ளமான அந்த மனிதரைக் கண்டதும் அங்கே நின்றிருந்தவர்கள் முணுமுணுத்துக்கொண்டார்கள். 'முதீர்.' ஓ..! டைரக்டர். இராஜதோரணையிலான அந்த அறைக்குப் பொருத்தமான எந்த அம்சங்களும் அவரிடமில்லை. பதூவியன் அரபியாகவே இருக்கவேண்டும். டிரஷரரின் பக்கத்தில் வந்து எதையோ அரபியில் பேசிக்கொண்டிருந்தார்.

---

* அரபு எட்டாவது மாதம்

இதனிடையில் ஸபிதாவின் முறை வந்தது. இகாமாவை வாங்கிப் பரிசோதித்தார். புதியவர் என்று தெரிந்ததும் உரத்தக் குரலில் எதையோ அவர் கேட்டது ஸபிதாவுக்கு விளங்கவில்லை. பக்தூர் முகம்மது எங்கே? முதீர் பக்கத்திலிருப்பதால் சற்று விலகியே அவர் நின்றிருந்தார். கேள்வி புரியாததால் தயக்கத்துடன் நின்றிருந்த ஸபிதாவை அவர் மேலும் கீழுமாக ஒருதடவை பார்த்துக்கொண்டார். நரித்தனத்துடன் அந்த முதீர் என்னவோ சொல்வதைக் கேட்டதும் டிரஷரரும் கூடி நின்றிருந்தவர்களும் வாய்க்குள் சிரிப்பதைக் கண்டபோது ஸபிதாவுக்கு என்னவோ போலிருந்தது. டாக்டர் முகம்மது அப்போது ஆபத்பாந்தவனாக வந்து சேர்ந்தார்.

“இவர் ஜர்வலியில்தான் தங்கியிருக்கிறார். என்னுடைய ஊர்க்காரிதான்.”

டாக்டரின் பதிலிலிருந்து அவர் கேட்டது தங்கியிருக்கும் இடத்தைப்பற்றியது என்பதை ஸபிதா புரிந்துகொண்டாள்.

அதன் பிறகு அவர் அடித்த கமெண்ட்தான் அவளை அலட்டிக்கொண்டிருந்தது. அதைச் சொல்லும்போது அவரது முகபாவனையையும் மற்றவர்களின் மௌனச் சிரிப்பையும் வைத்து அது நல்லவிதமான கமெண்டாக இருக்க முடியாது என்பதையும் யூகித்துக்கொள்ள முடிந்தது. சம்பளத்தையும் வாங்கிவிட்டுத் திரும்பி வரும்போது டாக்டர் முகம்மது வெளியே நின்றிருந்தார்.

“வருத்தப்பட வேண்டாம். புதிதாக வந்தவர்களின்மீதான ஒரு சிறு ராக்கிங். அப்படித்தான் எடுத்துக்கொள்ள வேண்டும்.”

“என்ன சொன்னார் முதீர்? எல்லோரும் சிரித்தார்களே?”

– “விடுங்க, அந்தாளு ஒரு நரி. நாகரிகம்னா என்னான்னே தெரியாதவன்.” –

“அதைப் புரிந்துகொள்ள முடிந்தது. இருந்தாலும் என்ன சொன்னார் என்று தெரிந்திருக்கலாமே?”

“அது ... எங்கே தங்கியிருக்கிறீங்க என்று கேட்டானல்லவா? டாக்டர் பதிலெதுவும் சொல்லாததும் அவன் நாக்கிலிருந்து வந்த கமெண்ட் அது. ‘யொக்தூபு ஹளகா’ அதாவது, ஸ்ட்ரீட் கேர்ள் என்று எழுது. வெளிநாட்டுக்காரன் என்கிற ஏளன மனோபாவம்தான். வேறென்ன.”

ஸபிதா திடுக்கிட்டுப் போனாள். எவ்வளவு சுடுகிற பரிகாசம். ஸ்ட்ரீட்கேள் ... வேசி. என்னை ... பிரபாகரன் டாக்டரின் மருமகளை ... ஊரின் முக்கியஸ்தரான ராகவன் முதலாளியின்

மகள் . . . நன்றாகப் படிப்பவள் என்றெல்லாம் மரியாதை யுடனும் அங்கீகாரத்துடனும் வளர்ந்தவள்.

பெட்ரோ டாலரின் அகம்பாவம்தான். ஸபிதாவுக்குக் கையிலிருக்கிற ரியாலைத் தூக்கியெறிந்துவிட வேண்டும் போலிருந்தது. எறிந்துவிட்டு முதீரின் முகத்திற்கு நேராகச் சொல்ல வேண்டும்: அர்த்த ராத்திரி குடைப்பிடிக்கிற உனது பெட்ரோல் நாற்றமடிக்கிற பணம் எனக்குத் தேவையில்லை.

“வருத்தப்பட வேண்டாம். இன்னும் இதுபோல் என்ன வெல்லாம் கேட்கவேண்டியதிருக்கிறது. வந்த புதிதில் இதை விடவும் எவ்வளவோ பெரிய அவமானங்களையெல்லாம் நாங்கள் அனுபவித்திருக்கிறோம் தெரியுமா?”

ஸபிதாவின் நிறைந்த கண்களைப் பார்த்து டாக்டர் முகம்மது ஆறுதல் சொல்ல முயற்சி செய்தார். அதைச் சொல்லி யிருக்க வேண்டாமாக இருந்தது.

“நீங்கள் எதற்காக வருத்தப்பட வேண்டும். தவறாகப் பேசுபவன், தன்னைத் தானே அசிங்கப்படுத்திக்கொள்கிறான்?” தெரியாமல் சொல்லிவிட்டோமே என்ற வருத்தம் டாக்டரை விட்டு அகலவே இல்லை.

“சே . . . இல்லை. எனக்கு வருத்தமெதுவுமில்லை.”

ஸபிதா ஆறுதலையடைய முயற்சி செய்தாள். பிறகு அன்று எதற்குமே மூடுவரவில்லை. நல்லவேளையாக அப்போது மணி ஒன்றாகியிருந்தது. வீட்டிற்குப் போய்விடலாம். ரஷீதைப் பார்க்கலாம். திடீரென்று ரஷீதின்மீதும் கோபம் வந்தது. ஏன் இங்கே வந்து அடிமை வேலை பார்ப்பதென்று முடிவு செய்தான்? எதற்காக இப்படி அவமானங்களையெல்லாம் தாங்கிக் கொண்டு பணம் சம்பாதிக்க வேண்டும்? இரண்டுபேருமே டாக்டர்கள்தானே? ஊரிலேயே வாழ்ந்திருக்கலாமே? ஆனால், ரஷீதின் கனவுகளுக்கு அக்னிச் சிறகுகள் முளைத்திருந்தன. சிகரங்களை எளிதில் சென்றடைந்துவிட வேண்டும். உடலையே கரித்துமா. .?

உணவு பரிமாறிக்கொண்டிருக்கும்போது ஸபிதாவின் முகத்திலிருந்த மழை மேகங்களை ரஷீது கவனித்தான்.

“இன்று இஸ்ஆஃபிசில் பெரும் ஆரவாரம். மிஸ்ஃபலாவில் ஒரு ஆக்சிடெண்ட் நடந்துவிட்டது. மிஸ்ஃபலா ஞாபகமிருக் கிறதா? நாம் ஃபிரிட்ஜெல்லாம் வாங்கினோமே, அந்த இடம் தான். ஒரு டாக்சியும் துருக்கிக்காரர்கள் உம்ராவுக்கு வந்த ஒரு பஸ்சும் மோதிவிட்டன. ஆன் த ஸ்பாட்டில் நான்குபேர் காலி.

இனிமேல் ஆஸ்பத்திரிகளிலெல்லாம் கூட்டம் அதிகமாகி விடும். ரம்சான் மாதம் தொடங்குகிறதல்லவா? நீயும் நோன்பிருக்க வேண்டியதிருக்கும். இதைத் தவிர இங்கு வேறு வழியே கிடையாது. முகத்தில் ஏன் ஒரு வாட்டம்? ஆஸ்பத்திரியில் ஏதாவது பிரச்சினையா? நானும் தெரிந்து கொள்கிறேனே?"

"சே ... ஒன்றுமில்லை. அரபிகளின் மனோபாவங்களைப் பற்றி யோசித்தேன். நம்மைப் போன்ற வெளிநாட்டுக்காரர்களை எல்லாம் இவர்கள் தங்களது அடிமைகள் என்று நினைக்கிறார்கள். அற்ப உயிர்கள். வேலை செய்வதற்காக விலைக்கு வாங்கப்பட்டவர்களல்லவா நாம்?"

"கோபப்படாதப்பா, எல்லோருக்குமே தெரிந்த விஷயங்கள் தானே இதெல்லாம்? சௌதிகாரன், ஒரு அட்டெண்டர்கூட வெளிநாட்டு டாக்டரை அதிகாரம் செய்ய முடிகிறது. இன்று நான் அல்ஹனூஃபிலுள்ள ஒன்றிரண்டு மலையாளிகளைச் சந்தித்தேன். அவர்களும் இதைத்தான் சொன்னார்கள். அல் ஹனூஃப் தெரியுமில்லையா ..? ஆஸ்பத்திரி கிளீனிங், கேட்டரிங் எல்லாம் காண்ட்ராக்ட் எடுத்திருப்பவர்கள். உங்களுடைய விலாதா ஆஸ்பத்திரியுட்பட!

நாம் இந்த பில்டிங்குக்கு முதன்முதலாக வந்த அன்று இரண்டு பெண்களைப் பார்த்தோம், ஞாபகமிருக்கிறதா? ஏமனி ஹாரிசுடன்? நீகூட ஏதோ சரியில்லையே என்று சந்தேகப்பட்டாய் ..?"

ரஷீது பேசத்தொடங்கினான் என்றால் கண் மூக்கு தெரியாது. நல்ல மூடிலிருந்தால் கேட்க சுவாரஸ்யமாகவும் இருக்கும்.

கேட்டுக்கொண்டிருப்பவர்களின் மூடையோ கவனத்தையோ அவன் பெரிதாகக் கணக்கில் எடுத்துக்கொள்ளமாட்டானோ என்றுகூடச் சில நேரங்களில் தோன்றும். அவ்வப்போது தொடர்ந்து பேசிக்கொண்டிருப்பதும் சில நேரங்களில் தொந்தரவு படுத்தும் மௌனமும். அவனது குணங்கள். இங்கே வந்தபிறகு ரஷீதின் சுபாவ விஷேசங்களைப் பற்றி அதிகமாக அறிந்து கொள்ள முடிந்தது. இடையிடையே கலகலப்புடன் வந்தேறும் முகம்மது டாக்டரையும் அப்துவையும் விட்டால் பெரும்பாலான நேரங்களிலும் இரண்டுபேரும் தனியாகத்தானே? எதுவாயினும் ரஷீது தனது முக வாட்டத்தைப் பற்றி வேறு எதையும் கேட்காமலிருந்தது நல்லது. மட்டுமல்ல, இந்த அளவுக்கு வருத்தப்படுவதற்குத்தான் என்ன இதில் இருக்கிறது? மூடிக்கட்டி வைத்திருக்கும் அக உணர்வுகளின்மீதான இவ்வகை இஞ்ஜெக்ஷன்களும் அவ்வப்போது தேவைப்படுகிற விஷயங்கள்தானே?

உலக வரைப்படத்தில் ஒரு புள்ளியாகக்கூடக் குறிப்பிடப்பட முடியாத வடகேரளத்தின் சிறு கிராமத்திலுள்ள பெண்ணொருத்தி, தனக்குள் ஊதிப் புடைக்க வைத்த கலாச்சாரத் தனித்தன்மைக்கு, கணக்கற்ற கலாச்சாரங்கள் ஒன்றுகூடும் இந்தப் புனித நகரின் நெரிசலினுள் என்ன முக்கியத்துவமிருக்க முடியும்? சட்டையைக் கழற்றி விடுவதுபோன்ற சிறு விஷயமொன்றிற்கு ஏன் இத்தனை மன அங்கலாய்ப்பு.

இதெல்லாம் என்னை எந்த விதத்திலும் பாதித்துவிடப் போவதில்லையென்று ஸபிதா அப்போது மனதிற்குள் உறுதி செய்துகொண்டாலும், சௌதி அரேபிய நினைவுகளில் தொந்தரவுபடுத்தும் ஒன்றாக இதுவும் மனதினுள் எக்காலமும் பதுங்கிக் கிடந்தது.

ஆறு

ஹரமிலிருந்து ஜர்வலிக்குத் திரும்பிச் செல்லும் போதுதான் முதன்முதலாக அவரைச் சந்தித்தான் ரஷீது. மெக்காவிற்கு வந்து ஒரு மாதமாகிறது. ஹரமைச் சுற்றிப் பரந்து விரிந்து கிடக்கும் உலகமும் பாதைகளும் மெல்ல மெல்ல அறிமுகமாகிக்கொண்டிருந்தன. டாக்டர் முகம்மது வின் உபசாரத்திற்குப் பாத்திரமாக, உம்ராவிற்கு வந்திருந்த தனது ஊர்க்காரரான ஒரு மௌலவி எதிர்பாராமல் வந்து கிடைத்தார். ஹரமின் பக்கத்தில் வழி தெரியாமல் சுற்றித் திரிவதைக் கண்டு விசாரித்தார். தங்கியிருக்கும் கட்டடத்தைக் கண்டுப் பிடிக்க முடியாமல் அலைந்து, ஹரமினுள்ளேயே திரும்பவும் ஏறி, முதலில் நுழைந்த வாசல் எதுவென்பதைப் புரிந்துகொள்வதற்கு அவர் எடுத்த முயற்சியும் பலனளிக்கவில்லை. திரும்பவும் வேறேதோ வாசல் வழியாக வெளியேறினாராம். இப்படி யாகப் பதற்றத்துடன் அலைந்துகொண்டிருந்தார் மௌள லவி. கூட்டத்திலிருந்து வழி தவறியபோது வாங்கிச் சேர்த்த ஐந்து ரியால் பத்து ரியாலுக்கான லொட்டு லொடுக்குச் சாமான்களடங்கிய பையும் ஒரு கையி லிருந்தது. உம்ரா விசாவில் வந்திருந்தாலும் திரும்பிச் சென்ற பிறகு மற்றவர்களுக்கு எதையேனும் கொடுக்க வேண்டாமா? பேசிக்கொண்டிருந்தபோதுதான் தெரிந்தது. ஆள் நாதாபுரத்துக்காரர், தெரிந்த குடும்பம்தான். அவரது பீவிக்குச் சன்மானமாகக் கொடுக்க ஒரு ஃபிளாஸ்க்கும் வாங்க வேண்டும். அப்புறம் தங்கியிருக்குமிடத்திற்குக் கொண்டுபோய்ச் சேர்த்துவிட வேண்டும். உதவி செய் வதற்கு ஆள் கிடைத்துவிட்ட மகிழ்ச்சி மௌலவியின் முகத்தில் தெரிந்தது. ஆனால், ரஷீதிற்கு தாமதிக்க நேர மில்லை. ஃபிளாட்டில் ஸபிதா தனியாக இருக்கிறாள். டியூட்டி நான்கு மணிக்கு முடிந்து அவள் வந்திருப்பாள்.

ஏதையாவது சொல்லி, ஃபிளாட்டின் வாசலைத் தட்டித் தொந்தரவு செய்யும் ஏமனி ஹாரிசின்மீது அவளுக்கு இப்போது பயம் கலந்த வெறுப்பு உருவாகியிருந்தது.

“பக்தூரா, ஃபீமாயோ?” ஃபிளாட்டில் தண்ணீர் வருகிறதா? கீழே இருக்கிற ஃபிளாட்டில் பிரச்சினை எதுவுமில்லையே?” என்பது போன்ற விசாரணைகளுடன்தான் நேற்று அவன் அழைப்பு மணியை அமர்த்தினான்.

ரஷீது இரவு டியூட்டிக்குச் சென்று அரை மணி நேரத்திற்குப் பிறகு இது நடந்திருக்கிறது. பக்தூராவாக இருந்தாலும் ‘ஹிந்தியா’ அல்லவா? வளைத்துப் பார்க்கலாமே என்ற மோசமான எண்ணம்தான் அவனது சிரிப்பில் தொனிப்பதாக ஸபிதா உறுதிபடச் சொன்னாள். ஹிந்தியாக்காரிகளான அல் ஹனூஃப் பெண்களை அவனுக்கு ஏற்கனவே தெரியும்தானே.

அந்தி மயங்கிய நேரம். பேசியபடி வெறுமனே இதுவரை சுற்றித் திரிந்தாகிவிட்டது. ஐந்து ரியால் கடையையும் ப்ரூஸ்ட் சிக்கன் ஸ்டாலையும் கடந்து மெயின் ரோட்டிற்கு இறங்கும் பாதையை இதுவரை நன்றாகத் தெரிந்த இடமென்றே ரஷீதும் நினைத்திருந்தான். டாக்டர் முகம்மது மேலும் ஒரு தடவை அந்த இடத்தை அழுத்தமாக அடையாளப்படுத்திச் சொல்லவும் செய்திருந்தார். இருந்த பிறகும் எப்போது, எந்த இடத்தில் வைத்து, வழியைத் தவறவிட்டோம்? இரு புறமும் களிமண் கட்டிகளால் கட்டப்பட்டு, சுண்ணாம்புப் பூசப்பட்ட, ஆங்காங்கே விரிசல் விழுந்த, ஜன்னல்களில்லாத பழைய வீடுகள் மட்டுமிருந்தன. மெக்கா நகரின் அபிவிருத்தித் திட்டத்தில் இதுவரை உட்படுத்தப்படாத ஒரு சிறு வீதி. கிட்டத்தட்ட வெறிச்சோடிக்கிடந்தது. மஃரிபு* பாங்கு அழைக்கப்பட்டு விட்டதா? ஹரமிலிருந்து வெகுதொலைவுக்கு வந்துவிடவில்லையென்பதால் பாங்கோசை காதில் விழுந்திருக்க வேண்டும். ஒருவேளை கவனிக்கத் தவறியிருக்கலாம். ஸலா** நேரத்தில் பொதுவாக, தெருக்கள் வெறிச்சோடிவிடுவது சகஜம்தான். இருந்தாலும் அப்போதைய சஞ்சாரமின்மை ரஷீதை மிகவும் அலட்டியது. மெயின் ரோட்டிற்குச் செல்கிற வழியைக் கண்டு பிடித்துவிட முடியும்தான். கொஞ்சம் சற்று வளைந்தும் நெளிந்தும் எப்படிப் போனாலும் சரி, கடைசியில் போய்ச்சேருவது அங்கேதான். எதிரில் ஒரு ஆள் வருவது தெரிந்தபோது சற்று ஆசுவாசமாக இருந்தது. வந்தவர் ஒரு பதூ. கையிலொரு கம்புமிருந்தது. நீளக் குப்பாயம். ஆனால், வெளுப்பாக இல்லை. மிகவும்

* அந்திநேரத் தொழுகைக்கான அழைப்பு

** தொழுகை

பழைய ஒரு அங்கி. அதன் முன்பாகத்தில் புராதன வகையி லான சித்திர வேலைப்பாடுகள் செய்யப்பட்டிருந்தன. பெரிதாகத் தொங்கிக்கிடந்த அந்தக் குப்பாயத்தின்கீழ், வேட்டிபோல் எதையோ வாரிச் சுற்றியிருந்தார். நீளமான பறட்டைத் தலைமுடி. அழுக்குப் படிந்த கை நகங்கள். காலில் அணிந்திருப்பதென்ன? கிழிந்துபோன பழைய செருப்பா? இல்லை, ஏதோ மரத்தின் தோல் அல்லது, பனம்பட்டையால் செய்யப்பட்ட ஒன்று. மரவேரில் செய்யப்பட்ட விரல் மோதிரமும் அணிந்திருந்தார். இடது காலணியின் பின்பகுதி உடைந்துபோயிருந்ததால் காலின் ஒரு பகுதி வெளியே கிடந்தது. அழுக்கிலும் புழுதியிலும் பொதிந்திருந்த அந்த மனிதரைப் பற்றித் தெரிந்துகொள்வதில் ரஷீதிற்கு ஆர்வம் தோன்றியது. இதோ, ஒரு ஒரிஜினல் பதூ. ஹரமிலும் நெரிசல் மிகுந்த வழிப்பாதைகளிலும் காணும் வெளுத்த 'தௌபு'ம் முக்காடுமணிந்த நாகரிக அரபியல்ல. அரேபியன் மண்ணின் வீரியமும் நேர்மையுமுள்ள பதூவியன். ரஷீது அவரைக் கூர்ந்துப் பார்த்ததனாலுமிருக்கலாம், அந்த மனிதரும் அப்படியே நின்றுவிட்டார். செத்த மீனைப் போல் துடிப்பற்ற அவரது கண்கள் ரஷீதின் முகத்திலேயே பதிந் திருந்தன. வயதை யூகித்தறிந்துகொள்ள இயலவில்லை.

வழியோரத்தில் அறைகுறையாகத் தகர்ந்து கிடந்த ஒரே யொரு அறையுள்ள சிறு கட்டடத்தின் கல்மீது அவர் உட்கார்ந் திருந்தார். அதில் வந்து உட்கார்ந்துகொள்ளும்படி அந்த உயி ரிழந்துபோன கண்கள் தன்னையும் அழைப்பதாக ரஷீது புரிந்துகொண்டான்.

“இந்தத் தெருவில் அந்தி நேரத்தில் எதற்காக இப்படி அலைந்துத் திரிகிறீர்கள்?”

“உங்களைப் பார்ப்பதற்காகத்தான்.” இப்படிச் சொல்லத் தான் ரஷீதிற்குத் தோன்றியது.

“உம் . . . எனக்குத் தெரியும், நீங்கள் வருவீர்களென்று . . .”

ஆச்சரியத்தில், ரஷீதின் புருவங்கள் உயர்ந்துகொண் டிருப்பதைக் கண்டுகொள்ளாமல் அவர் பேசிக்கொண்டே இருந்தார்.

“இல்லையென்றால் இவ்வளவு நீண்ட காலத்திற்குப் பிறகு ஆண்டவன் எதற்காக என்னைத் திரும்பவும் உணர்த்தப் போகிறான்.

ஆமாம், என்னுடைய தூக்கம் கலையும்போதே உங்களைப் பார்க்கப் போவதாக ஏதோ ஒரு உள்ளுணர்வு உறுதியாகச் சொன்னது.”

ரஷீதின் எலும்புகளினூடே குளிர் நுழைந்தேறியது. இந்த மனிதர் . . . இந்த மனிதர் . . . பள்ளித்தோட்டத்தின் கபரைத் திறந்து . . . நூற்றாண்டுகளின் நெடுந்தொலைவையும் கடந்து . . . என்னைப் பார்ப்பதற்காகவா வந்தார்? ரஷீது கையை ஊன்றி எழப்போனான்.

"பயப்பட வேண்டாம்; நான் ரூஹானியின் ஸ்தூல வடிவ மில்லை. கபரிலிருந்து எழுந்து வருவதைப் பற்றி ஈஸா நபியின் உதாரணத்தைக் குறிப்பிட்டு அல்லாஹ¬, குர்ஆனில் சொல்லி யிருக்கிறானே."

இந்த மனிதர் அரபியில் பேசியபோதும் எந்த வார்த்தையும் தனக்குப் புரியாமலில்லையே என்பதை நினைத்து ரஷீது ஆச்சரியப்பட்டான்.

தனது அரபு மொழிக் கல்வி தொடங்கி ஒரு மாத காலம் தானே ஆகிறது?

"நூற்றாண்டுகளைக் கடந்துதான் நான் வந்திருக்கிறேன். என் நினைவிலுள்ள இறுதிக் காலத்தில் நான் ஹரமின் சுற்று வட்டாரத்தில்தான் வாழ்ந்துகொண்டிருந்தேன். ஆமாம். மதீனாவில் பிறந்து வளர்ந்த நான், வயதான காலத்தில் பிரக் ஞையை இழப்பதுவரையிலும் இங்கே, இந்த புனித நகரில்தான் இருந்தேன். இன்று நான் இந்த மண்ணிற்குப் பரிச்சயமற்றவன். ஆகவேதான் புது மனிதர்களிடமிருந்து முகம் மறைத்து ஒளிந்து வாழ்கிறேன். ஆனால், உங்களைக் காண்பதை நான் விதி யென்பதாகவே உணர்கிறேன்."

"நூற்றாண்டுகளைக் கடந்து வந்தீர்களா? எந்த நூற்றாண்டு? இறந்து மறுபடியும் பிறக்காமல் யாராவது நூற்றாண்டுகளைக் கடந்து வாழ முடியுமா?"

"நீ ஒரு இந்தியனாக இருப்பதால்தான் உன் மனம் மறு ஜென்மத்தைப் பற்றி யோசிக்கிறது. இஸ்லாத்தில் மறுஜென்ம மென்பது ஆகிரத்தில்* மட்டும்தான் நிகழுமென்பதை நீ அறிந்த தில்லையா?"

"பிறகெப்படி நீங்கள் நூற்றாண்டுகளைக் கடந்து வந்தீர்கள் என்பதைச் சொல்லுங்கள்?"

"அது அல்லாஹ¬வின் கருணை. அல்லாஹ¬வின் சக்தியை நீ சந்தேகிக்கிறாயா? நூற்றாண்டுகளாக அல்லாஹ¬ குகைக் குள்ளிட்டுச் சோதித்த மனிதரைப் பற்றி குர்ஆனில் நீ வாசித்த தில்லையா? அவர்களுடனிருந்த காவல் நாய், அவர்கள் எழுப்பப்

---

* மறு உலகம்

படும்போது வெறும் எலும்புக்கூடாக மட்டுமே இருந்தது. சாப்பிடுவதற்காக அவர்கள் கையிலிருந்த வெள்ளிப் பணத்துடன் கடை வீதிக்குச் சென்றபோதுதான் தங்களுடைய கையிலிருப்பது புராதன நாணயமாக மாறிப்போயிருப்பதைப் புரிந்துகொள்கிறார்கள். அவர்களுடைய வேஷத்தையும் புராதன நாணயத்தையும் பார்த்தும் கேள்விப்பட்டும் வந்து கூடிய மக்களின் நடுவில் அவர்கள் அனுபவித்த தனிமையையும் வலியையும் யூகித்துப்பாருங்கள்."

"என்னால் புரிந்துகொள்ள முடிகிறது. உங்களுடைய அனாதைமையையும் என்னால் யூகிக்க இயலுகிறது."

"ஆனால், என் மனதில் நீ நினைப்பதுபோல் வேதனைகள் எதுவுமில்லை. ஏனென்றால் எனது விதியின் இரகசியங்களை நான் கண்டடைந்திருக்கிறேன்."

"நீங்கள் எந்தக் காலகட்டத்திலிருந்து வருகிறீர்கள்? உங்களுடைய வேஷத்திலிருந்து என்னால் எதையும் யூகிக்க முடியவில்லை."

அந்த மனிதரின் வலது கை மூட்டின் கீழ் சூனியமாக இருப்பதை அப்போதுதான் ரஷீது கவனித்தான். தொங்கிக் கிடந்த அந்த நீளக் குப்பாயத்தினுள்ளிருந்த சூனியம் இதுவரை மூடப்பட்டிருந்தது.

"தன்னளவிலும் மிகுந்த கட்டுப்பாட்டுடனும் நீதி போதத்துடனும் இஸ்லாமிய ஆட்சித்தலைவனாக இருந்தவர் யார்? நீ தெரிந்திருக்க வேண்டிய விஷயம் இது. அந்த மகானாகிய உமர் கலீஃபாவின் சட்டப் பாதுகாவலரால்தான் எனது வலது கை வெட்டியெறியப்பட்டது."

சூனியமாக இருந்த தனது கையைப் பார்த்தபடியே அவர் இதைச் சொன்னார். அவருடைய முகத்தில் இப்போதும் விகாரமேதுமற்ற உணர்வுதான் நிரம்பியிருந்தது.

"நீங்கள் முகம்மது நபியைப் பார்த்திருக்கிறீர்களா?"

"வரலாற்றை நுட்பமாகக் கவனிப்பவனாக இருந்தால் நீ இப்படிக் கேட்டிருக்கமாட்டாய். ரசூலுல்லாவின் மரணத்திற்குப் பிறகு இரண்டரையாண்டு காலம்தான் சாத்வீகியான அபூபக்கர் சித்தீக், கலீஃபா பதவியை அலங்கரித்தார். அவரது இறப்புக்குப்பின் உமர் அல்கத்தாபு கலீஃபாவாக வந்தார் அல்லவா? அப்போதுதான் கையை வெட்டியெறியும் தண்டனைக்குள்ளாகியிருக்க வேண்டுமென்றால் முகம்மதுவின் காலத்தில் நான் இளைஞனாக இருந்திருக்க வேண்டும். அப்படி

யென்றால் என்னுடைய குழந்தைப் பருவத்திலாவது நான் நபியைப் பார்த்திருக்க வாய்ப்பிருக்கிறதல்லவா?"

"நபிகளாரின் மதீனாவில் வளர்ந்த நீங்கள் எப்படி ஒரு குற்றவாளியாக மாறினீர்கள்? தாங்கள் ஒரு குற்றவாளியாக இருந்தீர்கள் என்பதை என்னால் கற்பனைசெய்துகூடப் பார்க்க முடியவில்லை."

"ம்... இருந்தும் நானொரு பாவியானேன். நான் திருடினேன் என்பது உண்மையும்தான்."

"நீங்கள் எதைத் திருடினீர்கள் என்பதை நான் தெரிந்து கொள்ளலாமா?"

"இதோ, இந்த அங்கியைத்தான். இந்த அங்கியின் அழகு அன்று என்னைத் திருடனாக்கியது. பெர்சியாவியிலிருந்து கொண்டு வரப்பட்ட போர் இலாபங்களில் இதுவும் ஒன்று. இலாபப் பொருட்களைப் பங்கீடு செய்வதற்கு முந்திய நாளிரவு நான் இதைத் திருடினேன்.

பெர்சியாவுக்குச் சென்றிருந்த போர்வீரர்களில் அப்போது இருபத்தொரு வயதான நானுமொருவன். இந்த அங்கி மற்றொருவனுக்குச் சொந்தமாவதை என்னால் தாங்கிக்கொள்ள முடியவில்லை. அடிபணிந்துவிட்ட பேர்சிய மன்னரின் அரண்மனைப் பொருட்களை அள்ளிக் கொண்டுவரும்போதே இதன் அழகு என்னை அடிமைப்படுத்தியிருந்தது. யுத்த இலாபங்களைக் கண்டதும் அன்று உமர் கலீஃபா சொன்ன வார்த்தைகள் இப்போதும் என் காதுகளில் ஒலிக்கிறது:

'இப்படியான செல்வங்களின் ஆதிக்கத்தில் இஸ்லாத்தின் வீழ்ச்சியை நான் காண்கிறேன்.'

ஆனால், அந்த வார்த்தைகளைக் கேட்ட பிறகும் எனக்கு எதுவும் தோன்றவில்லை. தோன்றியிருந்தால் அன்றிரவு நான் இந்தத் திருட்டைச் செய்திருக்கமாட்டேன் அல்லவா?"

"திருட்டுப்பொருளைக் கண்டுபிடித்து ஆதாரத்துடன் தானே உங்களுக்குத் தண்டனையளித்தார்கள்? பிறகெப்படி இது உங்களிடமே திரும்ப வந்தது?"

"அந்த விவரணைகளுக்குள் நாம் செல்ல வேண்டாம். நூற்றாண்டுகளுக்குப் பிறகு இறைவன் இதை எனக்கு மீட்டுத் தந்தான் என்று வேண்டுமானால் நம்பிக்கொள். ஒற்றைக் கையனாகிய நான் இழந்துவிட்ட என்னுடைய வாழ்க்கைக்குப் பதிலாக... எனக்குத் தண்டனை கிடைப்பதற்குக் காரணமான இதே அங்கியை அணிந்துகொண்டு இன்றைய சட்ட அமலாக்கங்

களை நான் கவனித்துக்கொண்டிருக்கிறேன். இறைவனின் நாட்டப்படி ... ஹரமின் எதிரில் அறுந்து விழுந்துகொண்டிருக்கும் வலது கரங்கள் ... வாழ்கிற வெம்பலுடன் துண்டாகி விழும் சிரங்கள். ஆமாம், நான் இப்போதும் பார்த்துக்கொண்டு தானிருக்கிறேன்."

முகம்மது டாக்டருடன் ஹரமின் எதிரில் தலைவெட்டு நடக்குமிடத்தைப் போய்ப் பார்த்தது ரஷீதின் மனதில் பதற்றத்துடன் ஞாபகத்திற்கு வந்தது. கொலைக் கருவி, கழுத்தை அழுத்துவதற்கு முன்பே உயிருள்ள பிணங்களாக மாறிவிடுகிற குற்றவாளியின் முக பாவங்களை டாக்டர் விவரித்தது நினைவுக்கு வந்தபோது ரஷீது நடுங்கினான்.

"இஸ்லாமியச் சட்டவிதிகள் நூற்றாண்டுகளுக்குப் பிறகும் அப்படியே தொடர்ந்துகொண்டிருப்பதில் உங்களுக்குத் திருப்தி தானா?

இஸ்லாத்தின் முழுமைக்கும் இறை நம்பிக்கைக்குமான அடையாளம் என்று நீங்கள் இதையெல்லாம் கருதுகிறீர்களா?"

"ஹூம் ... இஸ்லாமியச் சட்டவிதிகள் கடுகளவு மாற்றமில்லாமல் அப்படியே தொடர்ந்துகொண்டிருக்கின்றன, உண்மைதான். ஆனால் ... எனது கையை வெட்டும்படி உத்தரவிட்ட மனிதரையாவது உங்களுக்குத் தெரியுமா, உமர் கலீஃபா. இன்றும் என்னுடைய ஆராதனைக்குப் பாத்திரமானவர். பேரீச்சம் மரக்குடிலில் தூங்கி, சாதாரண மனிதன் போல் ஆடைகளணிந்து, இரவு நேரங்களில் குடிமக்களின் குறைகளையறிந்து கொள்வதற்காக நகர்வலம் வந்தவர். தனக்கெதிராக எழுந்த குற்றச்சாட்டைக்கூட விசாரணை செய்ய உத்தரவிட்டவர். தனக்கு வாரிசாகத் தன் குடும்பத்திலிருந்து யாரும் வந்துவிடக் கூடாது என்று கண்டிப்புடன் உத்தரவிட்டிருந்த உமர் கலீஃபாவிற்கான இடம் இப்போது எங்கே இருக்கிறது? உங்களுடைய காந்திகூட முன்மாதிரியாகக்கொள்ள ஆசைப்பட்ட ஜனநாயக ஆட்சித்தலைவனாக இருந்த உமர் கலீஃபாவை நீ கேள்விப்பட்டதுண்டா?"

"இந்த முரண்பாட்டைச் சுட்டிக்காட்டுவதற்காகவே அல்லாஹு உங்களை உயிர்த்தெழ வைத்தான் என்பதாக உங்களுக்குத் தோன்றுகிறதா?"

"என்னுடைய கர்மவிதியை நான் தெளிவாகவே உணர்ந்திருக்கிறேன். அது உன்னைக் காண்பதுவும் உன்னோடு பேசுவதும் தான்."

"என்னிடம் பேசுவதால் என்ன நடந்துவிடப் போகிறது? நான் உங்களுடைய நாட்டில் வந்தேறியவன். இங்கே உள்ளவர் களின் பார்வையில், அரசாங்கத்தின் வெறுமொரு கூலியாள்."

"அதை நான் தெரிந்துகொள்ளவேண்டிய அவசியமில்லை. நான் இதுவரை சொன்னதும் இனி சொல்லப்போவதுமான செய்திகளை உன்னிடம் கொண்டுவந்து சேர்க்கவேண்டுமென்பது மட்டும்தான் எனது கடமை. அதன் பிறகு அந்தச் செய்திகளுக்கு என்ன நிகழப்போகிறது என்பதைப் பற்றி அறிந்துகொள்வது என்னுடைய கடமைக்குட்பட்டதல்ல. நேரம் இருட்டிவிட்டது. உனக்குப் போக வேண்டாமா? நாம் இனியும் சந்திக்க வேண்டிய திருக்கிறது.

அல்லாஹுவின் நாட்டம் இது."

அந்த மனிதர் கம்பைத் தரையிலூன்றி எழுகிறார். ரஷீதிற்கு அபோதுதான் நேரத்தைப் பற்றிய உணர்வு திடீரென்று ஏற் பட்டது. களிமண்ணிலான கட்டடங்களின்மீது, உயரத்தில் இருட்டு தனது கனத்த போர்வையை விரித்து மூடியிருந்தது. அங்குமிங்குமாகச் சோர்வுடன் பிரகாசிக்கும் வெளிச்சப் புள்ளிகள் மட்டும்தானிருந்தன. தொலைவில் இடுங்கிய பாதை களின் மறுபுறம் ஒளிப் பிரளயம். ஆமாம், இதுதான் போகும் வழி . . . ஸபிதா காத்திருந்துப் பயந்துபோயிருப்பாளோ?

பதூ, தனது நீண்ட கழியை அசைத்தசைத்து எதிர்த்திசை யின் இருட்டில் நடந்து மறைவதை ஒரு நிமிடம் ரஷீது பார்த்துக் கொண்டே நின்றான். பிறகு ஒளிவெள்ளத்தை நோக்கி வேகமாக நடந்தான்.

ஏழு

ரம்சான் மாதம் தொடங்கியது. ஆஸ்பத்திரியில் ஓ.பி. நேரம் மாறுதலுக்குள்ளாகியிருந்தது. காலையில் ஏழு மணிக்குப் பதிலாக எட்டு மணிக்குப் பணி தொடங்கியது. இரண்டு மணிவரையிலும் நீளுகிற சுவாரசியங்கள் எதுவுமில்லாத ஓ.பி. பிறகு வீட்டிற்குச் சென்றால் தொழுகையையும் நோன்பையும் சோர்வையுமெல்லாம் முடித்துவிட்டுத் திரும்பவும் வரவேண்டும். இரவு எட்டு முதல் பதினொன்றுவரையிலும் அடுத்த ஓ.பி. சௌதி அரேபியா இந்த ஒரு மாதமும் பகல் தூக்கத்திலாழ்ந்து கிடப்பதும் இரவு உற்சாகத்துடன் விழித்திருப்பதும் பார்க்க அற்புதமாக இருக்கும்.

காலை எட்டு மணி டியூட்டிக்காக வரும்போது தெருக்கள் வெறிச்சோடியிருக்கும். பெரும்பாலான கடைகளும் மூடியே கிடக்கும். அதிகாலை நான்கு மணிக்கு எழுந்து ஃபித்ர்* உணவருந்தி, ஸுப்ஹு* தொழுகையும் முடித்துவிட்டு அரபிகள் கிடந்து தூங்க ஆரம்பித்து விடுவார்கள். இரவில் நீண்ட நேரம் விழித்திருந்த கடனையும் அதிகாலையில் விழித்த கடனையும் தீர்க்கவேண்டாமா? பத்து மணிக்கு அலுவலகத்திற்கும் பிற பணிகளுக்கும் போகவேண்டியவர்கள் சற்று முன்பாக எழுந்து காலைக் கடன்களை முடித்துவிட்டு உறக்கத்திலாழ்ந்திருக்கும் அரபிச்சியை எழுப்பாமல் கதவைத் திறந்து புறப்பட்டு விடுவார்கள். பள்ளிக்கூடங்களெல்லாம் அடைத்திருக்குமென்பதால் குழந்தைகளும் தூங்கியே கிடக்கும். மருத்துவத் துறைப் பணியாளர்களுக்கு மட்டும்தான் எட்டு மணிக்காவது பொழுது விடியும். மற்றப்

---

* அதிகாலை

* அதிகாலை

பணியாளர்கள் அரபியின் தினச்சரியைகளையே எளிதாகப் பின்பற்றிவிடுவார்கள்.

முஸ்லிம்கள் மட்டுமே வசிக்கும் ஒரு புனித வட்டத்தினுள் நோன்பு வைக்காமலிருக்க சிறு குழந்தைகளாலும் மாதவிலக்கி லிருக்கும் பெண்களாலும் மட்டுமே முடியும். நோன்பு காலத்தில் வெளிப்படையாக எதையேனும் தின்பவனுக்குக் கடுமையான தண்டனை கிடைக்கும்.

மதிய நேரத்திற்குப் பிறகு நகரம் மெல்லக் கண் விழிக்கத் தொடங்கும். குப்ஸ¬ கடைகள், கோழிக்கடைகள், பேக்கரிகள், சூப்பர் மார்க்கெட்டுகள் ... இறகுகள் உதிர்க்கப்பட்ட முழுக் கோழிகள், கனலின்மீது கம்பியில் தொங்கிக்கிடந்து உடலை வளைத்தும் நெளித்தும் வெந்துகொண்டிருக்கும். குகைபோலிருக் கும் கனல் அடுப்புகளில் சூடான குப்ஸ¬களைச் சுட்டெடுத்துக் கொண்டே இருப்பார்கள். சூடுமாறாமல் அவற்றைப் பார்சல் களாக வாங்கிச் செல்வதற்கு ஐந்து மணியானதும் கூட்டம் வந்துவிடும். நோன்பு திறப்புப் பதார்த்தங்களைத் தயாரிப் பதற்குக் கேரளத்தில் மலபார் முஸ்லிம் பெண்கள் அனுபவிக்கும் அவஸ்தைகளெதுவும் அரபிப் பெண்களுக்குக் கிடையாது. வீட்டில் தயாராகும் உணவுகளின் நேர்ப்பகுதியும் பேக்கரிகளில் தயாரானவையாகவே இருக்கும்.

சமூசா தயாரிக்க வேண்டுமென்றால் விசேஷ சைஸில் வெட்டியெடுக்கப்பட்ட மைதா மாவின் ரெடிமேட் வடிவங் களை பேக்கரியிலிருந்து வாங்கிவிட முடியும். ஒன்றோடொன்று ஒட்டிவிடாமலிருக்க பிளாஸ்டிக் காகிதங்களை இடையிடையே வைத்து அடுக்கப்பட்டிருக்கும் இவற்றை எண்ணிக்கை சொல்லி வாங்கிக்கொண்டுவந்து மசாலாவை உள்ளே வைத்து ஓரங்களை மடித்து எண்ணெயில் சுட்டெடுத்தாலே போதும். குற்றியாடி – நாதாபுரம் பகுதிகளில் நோன்புக் காலத்தின் விசேஷ பதார்த்த மாகிய குட்டிப்பத்தலின் நவீன வடிவம்தான் ‘மக்ரோணி’ என்று ஸபிதாவுக்குத் தோன்றியதுண்டு. அரிசி மாவில் கொதிக் கிற தண்ணீரைவிட்டு, குழைத்துப் பதப்படுத்தி, நெல்லிக்காயை விடவும் சிறு சிறு உருளைகளாக்கி, பிறகு அதை விரலால் மெல்ல அழுத்தி ஆவியில் வேக வைத்தெடுத்து, இறைச்சியைப் பொடிப்பொடியாக நறுக்கி மசாலா சேர்த்துத் தனியாகப் பக்குவப்படுத்தி பெரிய சீனிச்சட்டி*யில் கடுகும் கறிவேப்பிலையு மிட்டுத் தாளித்து, இந்தச் சட்டியில் குட்டிப்பத்தலையும் மசாலா கலந்த இறைச்சியையும் அள்ளிப்போட்டு பக்குவம் செய்தெடுக் கும் இந்தச் சுவையான குட்டிப்பத்தலை குஞ்ஞகமது ஹாஜியார் வீட்டின் சமையலறை மேஜையிலமர்ந்து தானும் தோழி

* வாணலி

ஷாஹ்றினாவும் வயிறு புடைக்கத் தின்றது ஸபிதாவின் ஞாபகங்களில் ஒன்று. இங்கே சூப்பர் மார்க்கெட்டுகளில் பிளாஸ்டிக் கவர்களில் கிடைக்கும் மக்ரோணியைப் பணம் கொடுத்து வாங்க வேண்டிய வேலை மட்டும்தான். வீட்டில் கொண்டு வந்து இறைச்சியையும் மசாலாவையும் சேர்த்து சூடாக்கியெடுத்தால் அதே பதார்த்தமாகிவிடும். கதாமாக்களுள்ள அரபியின் வீடுகளில் கோழி நெய்யில் வேகவைத்த பாசுமதி அரிசிச் சோறும், கோழியும், பெரிய மீனைச் செதிலுடன் வேகவைத்ததுமெல்லாம் சமையலறையிலேயே தயாராகிவிடும்.

பலவகையான கீரைகளும் காய்கறிகளும் காபேஜூம் நறுக்கியிடப்பட்ட சாலடுகளும் தாராளமாக இடம் பெறும். நோன்பு திறப்பதென்பது ஒரு தீவன உற்சவம்தான். நிறுத்தி வைத்து வறுத்தெடுத்த ஒரு முழுக் கோழியை ஆண்கள் உட்கார்ந்த இடத்திலிருந்தே தின்று முடித்துவிடுவார்கள். பக்கத் துணைக் காகக் கொஞ்சம் குப்ஸூம் சலாடும் இடம்பெறும். வெளிநாடுகளிலிருந்து வந்தவர்கள் உணவுவகைகளில் தனித்தன்மையைக் கடைப்பிடிப்பதைப் பெரும்பாலும் நோன்பு காலங்களில்தான் பார்க்க முடியும். வங்காளிகளுக்கும் ஃபிலிப்பைனிகளுக்கும் நோன்பு திறக்கும்போதே அரிசிச் சோறும் மீனும் வேண்டும்.

மலையாளிகளுக்கு இது, அதிகாலையில் நோன்பு வைக்கும் போது போதும். மலையாளிகளின் சமையலறையில் அரிசிக் கஞ்சி, ஜீரகக் கஞ்சி போன்றவை தயாராகும். நோன்பும், தொழுகையுமெல்லாம் முடித்துவிட்டுப் பெண்கள் வெளியே வருவார்கள். ஷாப்பிங் செல்பவர்கள்; நண்பர்களையும் உறவினர்களையும் சந்திக்கச் செல்பவர்கள்; ஆஸ்பத்திரிக்குச் செல்பவர்கள். பகல் நேர ஓ.பி. தூங்கி வழிந்துகொண்டிருக்கும். இரவாகி விட்டால் போதும், கூட்டம் நிரம்பி வழியும். அரபிப் பெண்கள் தலையினூடே அபாயாவையும் மூடிக்கொண்டு காலில் செருப்புச் சத்தமெழுப்பியபடி நோயிருந்தாலும் சரி, இல்லாமல் போனாலும் சரி, ஆஸ்பத்திரியில் ஏறியிறங்கிவிடுவார்கள். கர்ப்பிணிகள்கூடப் பரிசோதனைக்கு இரவில்தான் வருவார்கள். அப்புறம், உம்ராவுக்கு வந்தவர்கள். ரம்சான் மாத உம்ரா விசேஷமானதல்லவா?

ஒன்பது மணிக்கு ஹரமில் தராவி* தொழுகை ஆரம்பமாகும். பல ரக்ஆத்*களாக முப்பது நாட்களில் ஓதி முடிக்கும் இந்த குர்ஆன் பாராயணத் தொழுகை நீண்ட நேரம் நடக்கும்.

---

* ரம்சான் மாதத்தின் இரவுத்தொழுகை.

* தடவை

நெற்றியும் கால்மூட்டுகளும் சுஜூதி*ல் மீண்டும் மீண்டும் அமர்ந்தெழுந்து வலிக்கத் தொடங்கும். ஒரு தடவை ஸபிதாவும் ரஷீதும் சேர்ந்து தராவி தொழுகைக்குப் போனார்கள். இமாம், குர்ஆனை இராகமாக இழுத்து, இடையிடையே தேம்பியழுவது போன்ற தொனியில், உணர்ச்சிமேலிட ஓதுவார். இரவு, ஒன்று ஒன்றரை மணிவரையிலும் இந்தத் தொழுகை நீளும். நேரம் போகப் போகப் பாலைவனக் குளிர், ஹரமின் சலவைக்கல் தரையினூடே தொழுகையாளியின் வெறும் காலினூடே உடலை வந்து மூடும்.

பெரியவர்களுடன் வந்திருக்கும் குழந்தைகள் காத்திருந்து சோர்ந்துபோவார்கள். ஒவ்வொரு முறையும் சுஜூதில் அமரும் உம்மாமார்களை அவர்கள் தடுத்தும், நோண்டியும், விரலால் குத்தியும், பக்கத்திலிருக்கும் கைப் பைகளைத் தகுந்த நேரம் பார்த்து எடுத்துக் குடைந்துகொண்டும், ஆங்காங்கே அமர்ந் திருக்கும் தங்களின் வயதையொத்த மற்றக் குழந்தைகளுடன் முகக் கொனஷ்டைகளில் ஈடுபட்டும் நேரம் போக்கிக்கொண் டிருப்பார்கள். மூட்டுப்போட்டு தலை தாழ்த்துவதனிடையில் மற்றவர்களின் கவனத்தில் படாமல் குழந்தைகளைக் கட்டுப் படுத்த முயற்சி செய்யும் தாய்மார்களுமுண்டு. தந்திரமாக ஒரு அடி வைப்பார்கள் அல்லது காத்திரமான தாக்கீதுடன் முறைத்து ஒரு பார்வை. ஆண்கள், தடைப்படாத பக்திச் சிரத்தையுடன், இமாமைப் பின்பற்றி நின்று, குர்ஆன் வசனங் களை அடியொற்றி அமைதியாக வழிபட்டுக்கொண்டிருப் பார்கள்.

ஹரமில், ஆண்களும் பெண்களும் தனித் தனியாகப் பிரிந்து நின்று தொழுகையில் ஈடுபட்டாலும் கஃபாவை ஏழு முறை சுற்றி வரும் தவாஃபின்போது இப்படியான வேறுபாடுக ளில்லை. அது, சாத்தியப்படவும் செய்யாது. பரஸ்பரம் பிரிந்து போய்விடாமல் கவனித்தபடி குடும்பத்துடன் பிரதட்சணம் செய்வார்கள். ஒழுக்கத்தின் பாதுகாவலரான 'முதவா' சிரத்தை யுடன் கண்காணித்தபடி சர்வ ஜாக்கிரதையாக, கஃபாவைச் சுற்றிலுமுள்ள விசுவாசிகளின் நெரிசலினூடே ரோந்து சுற்றிக் கொண்டிருப்பார். மெரூண் கலரில் தலைப்பட்டையுள்ள முக்காடின் கீழ் நீண்ட தாடியும் பளபளக்கும் கண்களுமாக அவர், கையில் வைத்திருக்கும் நீண்ட கம்பால் விசுவாசிகளெனும் சாதாரண மனிதர்களைக் கட்டுப்பாட்டுக்குள் வைத்திருப்பார். ஒரு தடவை ஸபிதாவின் மீதும் அந்தக் கம்பு நீண்டதுண்டு. 'யா ஹரீம், முகத்தை மூடு'என்ற ஆக்ரோசக் குரல் கேட்டதும் ஸபிதா திடுக்கிட்டுவிட்டாள்.

---

* தொழுகையின்போது நெற்றி தரையில் பதியும்படியான வழிபாடு.

பள்ளிவாசல் போலீசின் தாடி ரோமங்களினூடே ஏளனம் வழிந்துகொண்டிருந்தது. “இப்படி, தட்டுக் கெட்டுத் திரியக் கூடாது பெண்ணே” என்று அவர் சொல்வதுபோல்தான் ஸபிதாவின் காதுகளில் விழுந்தது. இது அவளது சுயமரியாதைக்குக் கிடைத்த மற்றொரு அடி. ஒப்பனைகளெதுவும் இல்லாத, தலைமுடியைக் கவனமாக ஒதுக்கி மறைத்துக் கட்டிய, ஒரு குழந்தையைப் போல் களங்கமற்றிருப்பதாக ரஷீது அடிக்கடிச் சொல்லும் இந்த முகத்தையும் மறைத்து மூடிவிட வேண்டுமா? இதைப் பார்த்து விட்டால் பக்திப் பரவசத்துடன் புனித கஃபாவை வலம் வரும் ஆண்களுக்குப் பாலியல் ஆர்வம் உருவாகிவிடக் கூடுமென்று இவர் பயப்படுகிறாரா? ஸபிதாவுக்குத் தனது பெண்ணுடல் மீது முதன்முதலாக வெறுப்புத் தோன்றியது. எவ்வளவு கேவலமானது பெண் ஜென்மம். ஆணின் விகாரங்களுக்கும் ஆசைகளுக்கும் ஏற்றபடி வடிவமாற்றத்தை ஏற்படுத்திக்கொள்ள வேண்டிய இரண்டாம் தர, அடிமைப் பிறவி. நீண்டு கிடக்கும் கறுத்த முக்காட்டின் ஒரு முனையை வளைத்து மூக்கின் குறுக்கே சேஃப்டி பின்னின் உதவியுடன் அவசரமாக மறைவை உருவாக்கிவிட்டு, சற்று முன்னால் சென்றுவிட்ட ரஷீதைப் பின்தொடர்ந்து ஆற்றாமையுடன் நடையை எட்டிப் போட்டாள். கருவிழிகளை மறைத்துவிட்ட கண்ணீரையும் கடந்த வருத்தமும் வேதனையும் மேலிட்டது.

நோன்பின் இறுதிப் பத்தாவது நாட்களில் ஆஸ்பத்திரிகளில் கூட்டம் குறைந்தது. பெண்களும் குழந்தைகளும் பெருநாளின் கோலாகலங்களை நோக்கித் திரும்பியிருந்தார்கள். ஹரமைச் சுற்றிலும் வியாபாரங்கள் சுறுசுறுப்பாக நடந்துகொண்டிருந்தன. வெளிநாட்டு மிஸ்கீன்களின் பெருநாள் ஷாப்பிங் பெரும்பாலும் இங்கேயே முடிந்துவிடும். அரபிகளும் வருமானம் அதிகமுள்ளவர்களும் ஜித்தாவின் இன்டெர்நேஷனல் மார்க்கெட்டுகளையும் தங்க ஆபரணத் தெருக்களையும் தேடிப்போவார்கள்.

பணிமூப்பு மருத்துவர்களில் பலருக்கு இந்தப் பத்து நாட்களும் பெருநாளுக்கான விசேஷ விடுப்பு அனுமதிப்பதுண்டு. தனிப்பிரிவாகச் செயல்படும் ஓ.பி.யிலும் இஸ்ஆஃபிலும் வார்டுகளிலும் தேவையின் அடிப்படையில்தான் மருத்துவர்கள் பணியிலிருப்பார்கள். புதிய ஆளாக இருந்ததால் ஸபிதாவுக்கு விடுப்புக் கிடைக்கவில்லை. துறைத் தலைவராகிய எகிப்திய மருத்துவர் உஸ்மானும் விடுப்பிலிருந்தார். பக்தூர் இக்பால்தான் ஆக்டிங் இன் சீஃப். சூடானியான பக்தூர் இக்பால், இங்கிலாந்தில் எம்.ஆர்.சி.ஓ.ஜி. படித்தவர். விலாதாவில் அவர் சேர்ந்து இரண்டு வருடம் பூர்த்தியாகவில்லை. முப்பத்தைந்து

வயதைக் கடந்த, திருமணமாகாதவர். மகளிர் நோய்ப் பிரிவில் மேற்படிப்பாகக் கருதப்படும் எம்.ஆர்.சி.ஓ.ஜி. படித்த இன்னும் இரண்டுபேர் விலாதாவிருந்தார்கள்.

இருவருமே சூடானிகள்தான். இன்னொருவர் ஐம்பதைக் கடந்த, கரும் ஈட்டியின் நிறமுள்ள ஆஜானுபாகுவாகிய பக்தூர் அப்பாஸ். உடலைப் போலவே உக்கிரக் குணம்கொண்டவர். ஆகவே அவரது பக்கத்தில் போவதற்குக்கூட மருத்துவமனைப் பணியாளர்களுக்குப் பயம். பக்தூர் இக்பால் அப்படியல்ல, அமைதியான குணமுள்ளவர். கலப்பு நிறத்தில் நெடிதுயர்ந்த, உறுதியான உடல்வாகு.

ஆப்ரிக்கப் பெருநிலப்பகுதியின் தென்முனையிலிருந்து வடக்கு நோக்கிப் போகுந்தோறும் உடலமைப்பிலும் குணபாவங்களிலும் படிப்படியான மாற்றங்களிருக்கும். மத்திய ஆப்ரிக்காவைக் கடந்து சூடானுக்கு வரும்போது, ஆப்ரிக்கன் தனித்துவம் கொண்ட நீண்ட உறுதியான உடல்வாகும் சுருட்டைத் தலைமுடியும்தான். இருந்தாலும்கூடத் தோலின் நிறம், மெல்ல மெல்ல மாற்றமடைந்துவிட்டிருக்கும். குணவியல்புகளும் அப்படியே அமைதியும் வசீகரமும் கொண்டதாக மாறுகிறது. வட ஆப்ரிக்கர்களாகிய எகிப்தியர்களும் துனீஷியர்களும் லிபியர்களும் வெள்ளைத் தோலன்கள்தான். ஆனால், சூடானிகளின் வெள்ளந்தியான மனோபாவம் ஏனோ, மிஸ்ரிகளிடம் இல்லாமல் போய்விடுகிறது. இவர்கள் அதிகப்படியான வக்கிரத் தன்மையும் அலட்சியமும் கொண்டவர்கள் என்பது ஸபிதாவின் எண்ணம்.

இரண்டு எம்.ஆர்.சி.ஓ.ஜி களிருந்தும் எகிப்திய எம்.எஸ்., உஸ்மான் துறைத் தலைவராக இருப்பதில் மருத்துவர்களுக்கிடையில் அதிருப்தி நிலவி வந்தது. பணிகளுக்கான விதிமுறைகளை ஒழுங்குபடுத்துவதிலும் துறைசார்ந்த நிர்வாகத்திலும் மிஸ்ரி பக்தூராவின் அதிகபட்சத் தலையீடு பல தடவை அவர்களுக்கு இடையூறாக இருந்திருக்கிறது.

அன்னிய தேச மருத்துவமனை என்பதால் அதிருப்திகள் உயர்ந்தெழுவதில்லை என்பது மட்டும்தான். நாற்காலியைத் தற்போது விட்டுக் கொடுக்காமலிருப்பதற்குத் தேவையான தந்திரமும் அதிகாரிகளிடம் செல்வாக்கும் மிஸ்ரி உஸ்மானிடம் போதுமான அளவுக்கிருந்தது மற்றொரு காரணம். அரசாங்க மருத்துவமனையாக இருந்தாலும் பணியாளர்கள் நியமனம் அனைத்துமே சௌதியில் மருத்துவமனையின் நிர்வாக ஆளுகைக்குட்பட்ட விஷயம்தான். மெக்காவிலும் மதீனாவிலுமுள்ள இயக்குனரகங்கள் இதிலெல்லாம் தலையிடுவதில்லை. தேவையான மருத்துவர்களைப் பணியமர்த்துவதிலும் ஒட்டுமொத்தமான கட்டுப்பாட்டையும் மட்டுமே அவர்கள் கண்காணிப்பார்கள்.

ஓ.பி.யில் ஸபிதாவின் வேலைப்பளு மிகவும் குறைவாக இருந்தது. அவ்வப்போதுதான் நோயாளிகளும் கர்ப்பிணிகளும் வந்துபோய்க்கொண்டிருந்தார்கள். வெளிநோயாளிகள் குறைவாக இருந்ததால் பக்றூராவைப் பார்க்கவும் பேசவும் 'அல்ஹனூஃப்' பணியாளர்களாகிய மலையாளிப் பெண்கள் வருவார்கள். உணவு விடுதியில் வேலை பார்ப்பவர்கள், சௌதி ஹால் மற்றும் ஜூஸ் பாக்கெட்டுகளை பக்றூராவுக்கு இடையிடையே அன்பளிப்பாகக் கொண்டுவந்து தருவார்கள். உணவோடு சேர்த்து நோயாளிகளுக்கு விநியோகிப்பதற்கான பாக்கெட்டுகள் இவை. இதெல்லாம் தேவையில்லை என்று அன்பாக மறுத்தாலும், "இது எங்களுக்கு எக்ஸ்ட்ராவாகக் கிடைப்பது பக்றூரா, நாங்கள் இதையெல்லாம் ஹாஸ்டலுக்குத்தான் கொண்டு போவோம். இது எங்களுடைய மகிழ்ச்சிக்காக நாங்கள் தருவதில்லையா . . ." என்று சொல்வார்கள்.

ஸபிதாவுக்கு, பிறகு இதைச் சற்றுக் கண்டிப்புடன் மறுக்க வேண்டியதாயிற்று. மலப்புறம், குற்றியாடி, கோழிக்கோடு பகுதிகளிலுள்ள பெண்கள்தான் அல்ஹனூஃபில் அதிகமும். சீருடையிலிருக்கும்போது இவர்களது வயதை மதிப்பிடவே முடியாது. ஆனால், இந்தப் பெண்களில் பலருக்கும் வயதுக்கு வந்த மகள்களிருந்தார்கள். பதினாறோ பதினேழோ வயதுகளில் முதுகில் சுமத்தி வைக்கப்பட்ட திருமண நுகத்தடியை மூச்சிரைக்க இழுத்திழுத்துத் தளர்ந்துபோய்விட்டவர்கள் முப்பத்தைந்தை நெருங்கும்போது, திருமண வயதையடைந்துவிட்ட மகள்களை வெளியே இறக்குவதற்கான சீதனப் பணத்தையும் தங்க நகைகளையும் சம்பாதிப்பதற்காகக் கடல் கடந்து வந்தவர்கள்தான் இதில் அதிகமும். சிரிப்பும், வேடிக்கைப் பேச்சுக்களும், நட்பும், மனஸ்தாபங்களும், சில நேரங்களில் சற்று 'வழிதவறி'ச் செல்வதுமாகத் தங்களது இளமையின் இரண்டாம் கட்டத்தை இங்கே இவர்கள் எரித்துத் தீர்க்கிறார்கள். இவர்களுடைய வியர்வைப் பணம் போய்ச் சேர்ந்தால்தான் பிள்ளைகளுக்கு ஸ்கூல் ஃபீஸ் கட்ட முடியும்; நல்ல ஆகாரம் சாப்பிட முடியும்; சுரிதாரும் கவரிங் நகையும் வாங்கவும், புருஷன்காரனுக்கு நீரிழிவுக்கான மருந்து வாங்கவும், விசாவுக்கு வாங்கிய பணத்தின் கடனைத் தீர்க்கவும், திருமணத்திற்கான பொன்னும் பணமும் சேமிக்கவுமெல்லாம் முடியும்.

எண்ணூறு ரியால் சம்பளத்தை நம்மூர்ப் பணமாக மாற்றினால் கிட்டத்தட்ட நான்காயிரம்தான் கிடைக்கும்.

தங்குமிடமும் உணவும் கம்பெனிப் பொறுப்பாக இருந்தாலும் இங்கே வேறு செலவுகளும் இருக்கிறதே? ஊருக்கு ஒரு தடவை போய்வரலாமென்றால் யார் யாருக்கு என்ன

வெல்லாம் வாங்கிப் பெட்டியை நிரப்பவேண்டியதிருக்கிறது. மூன்று வருடத்திற்கொரு முறை நாட்டிற்குப்போய் வருவதற்கு கம்பெனி டிக்கெட் தரும். போகாமலிருந்தால் டிக்கெட்டுக்கான பணம் கையில் கிடைக்கும். இதற்காக, ஐந்து வருடமான பிறகும் ஊர் வெளிச்சம் பார்க்காத கோழிக்கோட்டுக்காரி நஸீமாவை ஸபிதா சந்தித்தாள்.

"என் மூத்த மவளோட கல்யாணத்தை நான் இங்கிருந்தே ரிமோட் கண்ட்ரோல்லெ நடத்துனேன்" என்றாள் நஸீமா. வேடிக்கையாகச் சொன்னதையும் மீறிய அவளது மன வலியை ஸபிதாவால் உணர்ந்துகொள்ள யூகிக்க முடிந்தது.

வங்காளதேச நர்ஸுகளும், நோயாளிகளில்லாத நேரம் பார்த்து பக்தூராவின் பக்கத்தில் வந்தமர்ந்துகொள்வார்கள். வங்காளத்தின் கிழக்குப் பகுதிகளிலுள்ள விசேஷங்கள்; சமீபத்தில், சேமித்த பணத்தை வைத்து வாங்கிய ஃபிளாட்டைப் பற்றிய கனவுகள் ... தாகாவில் இப்போது ஃபிளாட் வாங்கி வாடகைக்கு விடுவதுதான் மிகவும் இலாபகரமான வியாபாரமாம். வாடகையை வசூலிப்பதற்கு ஊரில் உறவினர்கள் யாராவது இருந்தால் போதும். நம்பிக்கையான கணவன்கள் எல்லோருக்கும் வாய்த்து விடுவதில்லை. காரணம் இதுவாகவுமிருக்கலாம், இவர்களில் பலர் இங்கே வந்து சேர்ந்ததற்கு. சகோதரர்களோ வாப்பாவோ வாடகைப் பணத்தை வசூலித்துக்கொள்வார்கள். ஒரு பகுதியை அவர்களும் தேவையில்லாமல் செலவு செய்வார்கள்தான் என்றாலும் பிள்ளைகளின் எதிர்காலத்தைக் கருதிக் கொஞ்சமாவது சேமிக்க முடிகிறது. மார்பகப் புற்று என்று தெரிந்த பிறகும் ஊருக்குப் போகாமல் முஸ்தஷ்ஃபா ஸாஹிரில் அறுவைச் சிகிச்சை செய்துவிட்டு ஒரு மாதத்திற்குள் திரும்பவும் வேலையில் சேர்ந்துவிட்ட பாறுளிக்குமிருந்தது நான்கைந்து ஆண்டுகளுக்குப் பிந்தைய ஒரு வங்காளிக் கனவு: கொஞ்சம் காசு சேமித்து நதிக்கரையில் ஒரு வீடு வைக்க வேண்டும். காற்றும் வெளிச்சமுமுள்ள ஒரு வீடு. ஃபிளாட்டெல்லாம் வசிப்பதற்கு உதவாது. அது வாடகைக்குக் கொடுக்கத்தான் லாயக்கு.

மலையாளி நர்ஸ்கள் மிகவும் குறைவு. எரணாகுளத்துக்காரி புஷ்ரா, வசதியான வாழ்க்கையைக் கருதிக் கடல் கடந்து வந்தவள். நாட்டில் கணவனும் மகளுமிருக்கிறார்கள். கொச்சியில் இப்போது புதிதாக வீடு வைத்திருக்கிறாள். மகள் கான்வென்டில் இங்கிலீஷ் மீடியம் படிக்கிறாள். படிப்பில் கெட்டிக்காரி. அவளை டாக்டராக்க வேண்டும்.

ஹைதராபாதிலிருந்து வந்த திருமணமாகாத யுவதிகள் நிறையபேர் நர்ஸாக இருந்தார்கள். உருது பேசுபவளாக இல்லாமலிருந்தாலும் மலையாளி பக்தூராவிடம் அவர்களில் பலர்

நல்ல நெருக்கமாகவே இருந்தார்கள். "நீங்கள் ஹிந்திப் படத்தில் வசனம் பேசுவதுபோல் உருது பேசுகிறீர்கள். கேட்பதற்கு இனிமையாக இருக்கிறது." சொன்னவள் அமல் என்பதாகவே நினைவு. அமலும் ஜஸீலாவும் இணை பிரியாத் தோழிகள். இரண்டு பேருக்குமே பிரசவ அறையில்தான் டியூட்டி. கீழே இருக்கும் ஃபார்மசியிலிருந்து, பிரசவ அறைக்குள்ளிருப்பவர்களுக்குத் தேவையான 'பிட்டோஸி'யும் 'மெதர்ஜி'யுமெல்லாம் வாங்க வரும்போதுதான் இன்டியன் பக்தூரராவைப் பார்க்க வருவார்கள். அமலும் ஜஸீலாவும் பள்ளிப் பருவத்திலிருந்தே சேர்ந்திருப்பவர்கள். ஜஸீலாவுக்குச் சிறு அளவில் ஆண் தன்மை இருப்பதுபோல் தெரியும். கனத்த குரலும் நீண்டு நிமிர்ந்த நடையும் திடமான உடல் சலனங்களும் கொண்டவள். மெலிந்த உடலமைப்புகொண்ட அமலின் குரல், இனிமையாக இருக்கும். இருபத்தைந்தை நெருங்குகிற பருவம். மற்றொரு ஹைதராபாத் பெண், யாஸ்மின். யாருடனும் பேசமாட்டாள். அழகாக இருப்பாள். அவளது இயல்பிற்கேற்ப சிசு பரிபாலனப் பிரிவில் தான் வேலை.

ஃபார்மசிஸ்டாக வேலை பார்க்கும் ஹைதராபாத் காரன் அப்துல்காதருக்கு யாஸ்மின்மீது விருப்பமிருப்பதாக ஸபிதாவிடம் சொன்னவள் அமல்தான். ஆனால், யாஸ்மினிடம் எந்த விதமான எதிர்வினைகளுமில்லையாம். பிடிக்கவில்லை என்பதை யாவது முடிவாகச் சொல்லிவிட்டால் அப்துல்காதர் தப்பித்துக் கொள்வான்.

காதரின் உம்மாவும் வாப்பாவும் அவனைத் திருமணம் செய்துகொள்ளச் சொல்லி வற்புறுத்துகிறார்களாம். சௌதியில் தனியாக வாழத்தொடங்கி நான்கு வருடங்களாகின்றன. அமலுக்குத் திருமண நிச்சயதார்த்தம் முடிந்துவிட்டது. அடுத்த விடுமுறையில் திருமணம் நடக்கும் என்று சொல்லும்போது ஜஸீலாவின் முகத்தில் சிறு நிராசை படர்ந்தது. இதைக் கேட்டுக் கொண்டு நின்றிருந்த அமலின் முகம் இறுக்கமானதையும் ஸபிதா கவனித்தாள்.

தமிழ்நாட்டிலிருந்து வந்திருந்த கிரண்ராணி என்றொரு கறுப்புப் பெண் இருந்தாள். கிரண்ராணியை சௌதி அரேபிய குமாஸ்தாக்கள் கரீம்ராணியென்று மாற்றியிருந்தார்கள். ஒரு கிளரிக்கல் மிஸ்டேக். ஆனால், அது அவளுக்கு அனுக்கிரகமாக மாறிவிட்டது. கிரண்ராணியெனும் ஹிந்துத்வச் சுவையுடனான பெயரைவிடவும் அவளுக்கு கரீம்ராணியெனும் பெயர்தான் வசதியாக இருந்தது. அல்லது கேட்பவர்களெல்லாம் முகத்தைச் சுளித்துக்கொண்டு திருப்பிக்கேட்டிருப்பார்கள்: 'என்ன பெயர் இது, இதற்கு என்ன அர்த்தம்' என்று! ஸபிதா என்கிற பெயரின்

பின்னிணைப்பாக ரஷீதுமிருப்பதால் பெரிய பிரச்சினைக ளெதுவும் உருவாகவில்லை. இருந்தாலும் சிலர் கேட்பதுண்டு: ஸபிதா என்றால் என்ன? ஏன் முஸ்லிம் பெயர் வைத்துக் கொள்ளவில்லை? எவ்வளவு நல்ல பெயர்கள் இஸ்லாத்தில் இருக்கின்றன? எதுவாயினும், தன்னுடைய பெயர் இரகசியத்தை ஸபிதா அவர்களிடம் சொல்லவே இல்லை. சௌதிக்கு வருவதற்கு முன், மும்பையில் டிராவல்சில் வைத்து ஸபிதாவுக்கு இந்த உபதேசம் கிடைத்திருந்தது:

“பிரச்சினையொன்றுமில்லை. நீங்கள் இப்போது முஸ்லிம் தானே. ஆகவே இதுதான் நல்லது. தேவையில்லாமல் சந்தேகக் கண்களுடன் பார்க்க வைக்க வேண்டாமல்லவா?” கரீம்ராணி முஸ்லிம்தான். ஹைதராபாத் முஸ்லிம்களின் தனித்துவமான கலாச்சாரங்களொன்றும் தமிழ் நாட்டில் கிடையாதென்று கரீம்ராணி சொன்னாள்.

“எங்களூரில் நாங்கள் முக்காடெல்லாம் போடுவதில்லை. மற்றவர்களைப்போல்தான் நாங்களும்.”

“கேரளத்திலும்கூட இப்படித்தான்” என்றாள் ஸபிதா.

ஈதுல்ஃபித்ர்* அன்றும் ஸபிதாவுக்கு டியூட்டி இருந்தது. தற்போதைய முதீர் அயாதாவாகப் பொறுப்பேற்ற டாக்டர் சித்தீக், பெருநாள் கிஃப்ட் பாக்கெட்டுடன் ஸபிதாவின் அறைக் குள் வந்தார். அதில் இனிப்புப் பலகாரங்களும் சாக்லெட்டுகளு மிருந்தன. பெருநாள் கொண்டாடாமல் சேவை செய்யும் மருத்துவர்களுக்கு நிர்வாகத்தின் நன்றிப் பிரகடனம்:

“ஹேப்பி ஈதுல்ஃபித்ர், பக்தூரரா. உங்களுக்கு வருடம் முழுவதும் மகிழ்ச்சி நிரம்புவதாக.”

“தாங்க்யூ டாக்டர் சித்தீக். உங்களுக்கும் அதுவே விழை வதாக.”

வாழ்த்துக்களைப் பரிமாறிக்கொள்வதற்கு அர்த்தச்செறிவு களுடன்கூடிய அழகிய சொற்களால் வளம் படைத்தது அரபு மொழி.

மலையாளிகளுக்குக் கிடைக்காத ஒரு வரம் இது. ஒரு நன்றி சொல்ல வேண்டுமென்று தோன்றினால் அடிப்படைக் கல்வியறிவில்லாதவன்கூட இங்கிலிஷ்காரன் உதறிவிட்டுப் போன ‘தாங்க்ஸ்’ என்கிற வார்த்தையை உயிரில்லாமல் உச்சரிப் பதைப் பார்க்கலாம். ‘அஸ்ஸலாமு அலைக்கும் வ ரஹ்மத்

---

* ரம்சான் பெருநாள்

துல்லா'(அல்லாஹ்வின் அனுக்கிரகங்கள் உங்கள்மீது உண்டாவதாக) என்று ஒரு முஸ்லிம் மற்றொரு முஸ்லிமைக் கண்டதும் வாழ்த்துத் தெரிவிக்கிறான். எவ்வளவு உயர்வான சொற்கள். 'வ அலைக்கும்ஸலாம்'(உங்கள்மீது அப்படியே உண்டாவதாக) என்பதாகப் பதில் வாழ்த்தும் சொல்லப்படும்போது பரஸ்பர மன உவப்புடன் இரண்டு இதயங்களுக்கிடையிலான ஒரு பாலமாகவும் அது அமைந்துவிடுகிறது. இதே மொழியின் சில அழகான சொற்பிரயோகங்களை எதிர்மறையாகப் பயன்படுத்துவதிலிருக்கும் சாதுரியமும்கூடச் சில வேளைகளில் ஸபிதாவை ஆச்சரியத்திலாழ்த்தியதுண்டு.

'நீங்கள் எனக்காக இதைச் செய்து தர இயலுமா?' என்று ஒருவர் கேட்டு, மற்றவர் 'இன்ஸா அல்லாஹ்' என்று உறுதியுடன் பதில் சொன்னால் இதில் மறுத்து வேறெதுவும் யோசிப்பதற்கில்லை. அல்லாஹுவின் அனுக்கிரகமிருந்தால், அல்லாஹு நாடினால் நான் அதைச் செய்து தருவேன் என்பதாகவும், அதே நேரத்தில் சர்வ வல்லமை பெற்ற இறைவனின் அனுக்கிரகமோ நாட்டமோ இன்றி இப்பிரபஞ்சத்தில் ஒரு இலைகூட அசைய முடியாது எனும் உயரிய தத்துவமும் உள்ளடங்கியிருக்கிறது. ஆனால், கொடுத்த வாக்கை மிக எளிதில் மீறுவதற்கான உத்தியாக இதை முன்கூட்டியே திட்டமிட்டுப் பயன்படுத்தும்போது ..? 'தவறிழைத்துவிட்டேன்' என்று வருத்தப்படும் ஒருவர் தனது மனசாட்சியைத் தொட்டு அதன் மூலம் அல்லாஹ்விடம் மன்னிப்புக் கோரும் சொற்கள்தான் 'அஸ்தஹ்ஃபிருல்லாஹுல் அலீம்' (கருணாமயனாகிய இறைவன் என்னை மன்னித்துக்கொள்வானாக.) பள்ளிக்கூடத்தில் படிக்கும் காலத்தில் என்னுடைய வகுப்புத் தோழி ஷாஹினா, அவ்வப்போது தன் முகத்திலடித்தபடி குற்றவுணர்ச்சியுடன் மூன்று முறை அஸ்தஹ்ஃபிருல்லாஹுல் அலீம் என்று சொல்வதைக் கேட்டிருக்கிறேன். தனது தோழியைத் தவறாக எண்ணிக் குசும்பி என்று சொல்லிவிட்டதற்காகவோ, கோபம் வந்து அவளது குன்றிமணிப் பாத்திரத்தைக் கீழே கொட்டிவிட்டதற்காகவோ அவள் இதைச் சொல்லியிருக்கலாம். இந்தச் சொற்களின் உண்மை, அப்போது ஸபிதாவின் மனதில் சுத்தமான நீரினுள் கிடக்கும் கூழாங்கற்கள் போல் தெளிவாகத் தெரிந்திருந்தது. இங்கே ஆஸ்பத்திரியில் இரண்டுபேர்களுக்கிடையே, அவர்கள், நர்ஸ்களோ டாக்டர்களோ நோயாளிகளோ யாராகவுமிருக்கலாம், மனஸ்தாபமோ தகராறோ ஏற்பட்டால் அவர்கள் உரத்த குரலில் சொல்வார்கள்:

'அஸ்தஹ்ஃபிருல்லாஹுல் அலீம். உன்னை இப்போது கசாப்பு செய்துவிடலாம்போல் தோன்றுகிறது. இதற்காக இறைவன் என்னைப் பொறுத்தருள்வானாக!'

இதுதான் இப்போதைய அதன் பொருள் என்பது அவர்களது முகங்களிலும் அசைவுகளிலும் தெளிவாக எழுதி வைக்கப்பட்டிருக்கும்.

மேஜையின்மீது தொலைபேசி சிணுங்கியதும் ஸபிதா திடுக்கிட்டாள். பக்தூர் இக்பாலின் குரல்:

"ஈத்முபாரக் பக்தூரரா ஸபிதா. தனியாக இருந்து டியூட்டி பார்ப்பது சிரமமாக இருக்கிறதா?"

"நோ ப்ரோப்ளம் பக்தூர் இக்பால். பேஷண்ட்ஸ் மிகவும் குறைவுதான் இன்று."

"வாழ்க்கையில் ஈத் கொண்டாடாமலிருப்பது இதுதான் முதல்முறையாக இருக்குமில்லையா? ஆனால், என்னால் எதுவுமே செய்யமுடியாமல்தான் உங்களைப் பணியிலமர்த்த வேண்டியதாயிற்று."

ஸபிதாவுக்கு ஆச்சரியமாக இருந்தது. புதிதாகப் பணியில் சேர்ந்தவர்களை இதுபோன்ற டியூட்டிகளில் நியமிப்பது அங்கீகரிக்கப்பட்ட விதி என்பதாகத்தான் அவள் கேள்விப்பட்டிருந்தாள். தான் வந்து ஐந்து மாதம்தான் ஆகியுமிருக்கிறது. முஸ்லிமாக இதுவரை இரண்டு தடவைதான் ஈத் கொண்டாடியிருக்கிறேன் என்பதை டாக்டரிடம் சொல்லிவிடலாமா என்று ஸபிதாவுக்கு வேடிக்கையாகத் தோன்றியது. வேண்டாம்; சிறு வயது முதலே ஈதின் உற்சாகங்களை அனுபவித்து வளர்ந்தவள் தான். பெருநாளின் முதல்நாளைய மருதாணி வைப்பதிலிருந்து பெரும்பாலும் பெருநாளன்று மதிய உணவும் ஷாஹினாவின் வீட்டில்தான் நடக்கும். உம்மச்சி*யாரின் நெய்ச்சோறின், கோழிக் குழம்பின் ருசியே தனிதான். ஸபிதா வரவில்லையென்றால் நிச்சயமாக அவளது பங்கு வீட்டுக்கு வந்து விடும். மதிய உணவுக்குப் பிறகு ஷாஹினாவின் வீட்டில் அக்கம்பக்கத்து பெண்பிள்ளைகளெல்லாம் ஒன்றுகூடிக் கும்மிப் பாடலெல்லாம் பாடுவார்கள். தாமதமாக வீட்டுக்கு வந்து சேரும் தனது தலையைப் படிக்கட்டில் பார்த்ததும் கூடத்தில் நடந்துகொண்டே டிகிரி படிக்கும் அக்காவின் வயர்லெஸ் தகவல் அடுப்படிக்குச் செல்லும்:

–ஆங் . . . பெருநாள்காரி வந்துட்டாம்மா. –

–ஒரு எடத்துலெ ஒக்காந்து ரெண்டெழுத்துப் படிக்காமெ இப்படியே அலஞ்சிட்டுத் திரி. இப்பிடி நடந்தா மெடிக்கலுக்கு

* தாய் எனும் அர்த்தத்தில் மரியாதையாகக் குறிப்பிடும் சொல்

அட்மிஷன் கெடச்சாப்போலதான். – அம்மா பிலாக்கணம் வைப்பாள்.

“சௌதி அரேபியாவில் உங்களது முதல் ஈதை இல்லாம லாக்கியதற்காக என்னை மன்னித்துவிடுங்கள். டியூட்டி ரோஸ்டெர் தயாரித்த பாவத்தைச் செய்தவன் நானல்லவா?”

“அது ஒரு பிரச்சினையே இல்லை டாக்டர். அப்புறம் ஊரிலிருப்பதைப்போலவா? இங்கே தனியாகத்தானே இருக் கிறோம். ஹஸ்பன்டுக்கும் இன்றைக்கு டியூட்டிதான் ஸாஹிரில். எப்படியும் சாயங்காலத்திற்குப் பிறகு இரண்டுபேருக்குமே ஓய்வுதானே?”

“ஆமாமா. அதுவும் சரிதான்... ஓ.கே, பக்தூரரா ... தென்.” பக்தூர் இக்பாலின் பேச்சு திடீரென்று நின்றுவிட்டதுபோல் ஸபிதாவுக்குத் தோன்றியது.

எட்டு

"உங்களுக்கு எத்தனை வயதாகிறது?"

நரைத்த தாடிரோமங்களையும், நெற்றியில் மட்டும் சுருக்கங்கள் விழுந்த முகத்தையும், நரைத்த கண்களையும் பார்த்துப் புதிய நண்பருடைய வயதை யூகித்துக்கொள்ள முயன்று தோல்வியடைந்த ரஷீதிடமிருந்து தன்னையும் அறியாமல் வந்த கேள்வி இது. கேட்ட பிறகுதான் கேட்டிருக்க வேண்டாமோ என்று தோன்றியது. பதினான்கு நூற்றாண்டு வயதாகிறது எனக்கு என்று நடுங்கும் குரலில் பதில் சொல்லிவிடுவாரோ?

"வேண்டுமானால், என்னுடைய வயதை நீ ஹிஜ்ரா வருடமாகக் கணக்கு வைத்துக்கொள்ளலாம். ஆமாம், ஒரு வயது அதிகம்தான். நபி ஸல்லல்லாஹு மதீனா தலைவர்களின் அழைப்பிற்கிணங்கி மெக்காவில் தலை மறைவாக வாழ்வதைவிட்டு யஸ்ரிஃப், அதாவது மதீனா நகரையடையும்போது, இளம்பெண்கள் தஃப் கொட்டிப் பாட்டுப்பாடி அம் மகானை வரவேற்பதைப் பார்ப்ப தற்காக, உம்மா என்னையும் இடுப்பில் தூக்கிக்கொண்டு தெருவோரத்தில் வந்து நின்றிருந்தளாம். என் உம்மா வுடைய கோத்திரம் மட்டுமே எனக்குத் தெரியும். வாப்பா யாரென்கிற விஷயத்தில் உறுதியில்லை. உம்மா, விவாக ரத்து பெற்ற ஒரு மாதத்தில் மற்றொருவர் உம்மாவைத் திருமணம் செய்துகொண்டார். பிறகு, எட்டு மாதத்திற்குள் நான் பிறந்தேன். நான் குறை மாதத்தில் பிறந்துவிட்டதாக உம்மா சொன்னாள். இல்லை, நீ கர்ப்பத்துடன்தான் என்னிடம் வந்தாய் என்று உறுதியாகச் சொன்னார் இரண்டாம் தந்தை. இவரால் என்னை ஒருபோதுமே மகனாக ஏற்றுக்கொள்ள இயலவில்லை. முதல் வாப்பாவும் வேறொரு திருமணம் செய்து புது வாழ்க்கையைத் துவங்கி

யிருந்தார். முதல் மனைவிக்குப் பிறந்த நான்கு பிள்ளைகளைத் தவிர, ஆதாரமில்லாமல் பிறந்த எனக்கு, தகப்பன் ஸ்தானத்தை யளிப்பதற்கு அவரும் தயாராக இல்லை. உம்மாவுக்கு இரண்டாம் தந்தையிடமிருந்து ஐந்து குழந்தைகள் பிறந்தன.

இந்த ஒன்பது குழந்தைகளினிடையில் யாருமில்லாமல் நானும் வளர்ந்தேன். தகப்பன் பெயர் தெரியாத அனாதைப் பிறவி. இந்த அனாதைமையை வாழ்க்கை முழுவதுமே கொண்டு திரிய விதிக்கப்பட்டவன் நான். எனக்கு இரண்டு தகப்பன் களிருந்தும் உண்மையில் நான் தகப்பனில்லாதவன்.

விவாகரத்திற்குப் பிந்தைய மூன்று மாதத்தை இத்தா காலம் என்பதாக குர்ஆனில் சொல்லப்பட்டிருப்பது எதற்காக என்பதை ரஷீது முழுமையாகப் புரிந்துகொண்டான். அவ ளுடைய கர்ப்பப் பாத்திரத்தில் ஒளிந்திருப்பது தெரிய வருவது வரை காத்திருக்கும் காலம். பிரக்னென்சி டெஸ்டும் அல்ட்ரா சவுண்ட் ஸ்கேனிங்கும் இல்லாத காலத்திலுள்ள இயற்கையான வழிமுறை. மூன்று மாதமாகிவிட்ட பிறகு உள்ளூரின் அனுபவ முள்ள பேறு பார்க்கும் பெண்கள் கர்ப்பிணிகளின் அடிவயிற் றைப் பரிசோதனை செய்து பார்த்தாலே கர்ப்பமா இல்லையா என்பது தெரிந்துபோய் விடும்.

“மனதினுள் ஆழமான காயங்களுடன் நான் வளர்ந்து வந்தேன். மதீனாவில் முகம்மதின் பெருமைகள் அதிகரித்துக் கொண்டிருந்தன. அங்கே நபிகளார் கட்டிக்கொண்டிருக்கும் ‘மதீனத்துன்னபவி’ எனும் அச்சாணியைச் சுற்றி காந்த வளை யத்தால் கவரப்பட்டதுபோல் மதீனாவாசிகள் வலம் வந்துகொண் டிருப்பதையும் சிறுவனாக இருந்த நான் பார்த்துக்கொண் டிருந்தேன்.

அரசியலும் ஆன்மிகமும் அங்கே ஒன்றாகவே விவாதிக்கப் பட்டன. ஒன்றுகூடித் தீர்ப்புகள் வழங்கியும், ஒளிவுமறை வற்றதும், சமூகம் சார்ந்ததுமான தனது இல்லற வாழ்க்கை மூலம் நபியவர்கள் தனது தோழர்களை மதீனத்துன்னபவியில் வழிநடத்திக் கொண்டிருந்தார். மெல்ல மெல்ல அந்தக் காந்த வளையம் விரிவடைந்துகொண்டிருப்பதையும் சிறுவனான நான் எனக்குத் தெரிந்த வகையில் புரிந்துகொண்டிருந்தேன். உமர் கலீஃபாவின் ஜிகாது படையில் நான் சேரும்போது எனக்கு வயது பதினெட்டுதான் ஆகியிருந்தது. அப்போது, நபிகளார் மரணித்து ஏழு வருடங்களாகியிருந்தன. பாதகங்கள் புரிவதில் உற்சாகம் காணும் மனோநிலையுடைய ஒரு இளை ஞனாக அப்போது நானிருந்தேன். உஹது போர் மற்றும் அகழிப் போர்க்காலங்களில் மதீனாவாசிகளினிடையே படர்ந்து நின்ற பீதியும் உத்வேகமும் கலந்த விசேஷமான அந்தச் சூழல்

என்னுள் ஆர்வத்தைத் தூண்டியிருந்தது. யுத்தம் போதையாக மாறியிருந்தது. 'உம்மா, வளர்ந்த பிறகு நானும் ஜிகாதிற்குப் போவேன்' என்று சொல்லிக்கொண்டிருந்த என்னை உம்மாதான் கலீஃபா உமரிடம் அழைத்துக்கொண்டுபோனார். இளமையின் கொள்கைப் பிடிப்பும் துடிப்பும் முற்றி நின்ற என்னை ஏதோ காரணத்தால் கலீஃபாவுக்கு மிகவும் பிடித்துப்போய்விட்டது. மஸ்ஜிதில் நடக்கும் அறிவுரைகளில் ஏன் சரிவரப் பங்கு வகிப்ப தில்லையென்று அவர் பரிவுடன் என்னிடம் கேட்டார். படை யினருக்கென்று தனியாக நடத்தப்படும் அறிவுரை நிகழ்ச்சி களில் கலந்துகொள்வது மட்டும்தான் அந்தக் காலத்தில் என் னுடைய வழக்கமான மதக் கல்வி. இதில், ஜிகாதிகளின் போராட்ட வீரியத்தைத் தூண்டும் விதமான அறிவுரைகள் தான் நிறைந்திருக்கும்."

"இஸ்லாத்தைப் பற்றி நீங்கள் எப்போது அதிகமாகத் தெரிந்துகொண்டீர்கள்?"

"என் கை வெட்டப்பட்ட பிறகுதான்! அதன்பின் நான் நீண்ட எண்பது வருட காலங்கள் வாழ்ந்தேன். முகம்மது நபியின் அறிவுரைகளை, குர்ஆனை, கலீஃபாக்களைப் பற்றி நெருக்கமாகத் தெரிந்துகொள்வதற்கு இந்தத் தண்டனை என்னை அருகதையுடையவனாக மாற்றியது.

உண்மையில் இது எனக்குள் ஒரு மனமாற்றத்தை ஏற்படுத் தியது. என்னுடைய கையை வெட்டியெறியும்படி உத்தரவிட்ட உமர் கலீஃபாவைதான் நான் மிகவும் அதிகமாக மதிக்கிறேன் என்று சொன்னால் இந்த மனமாற்றத்தின் ஆழத்தை நீங்கள் புரிந்துகொள்ள முடியும். இஸ்லாத்தின் வளர்ச்சி; தேசங்களின் எல்லைகளைக் கடந்த அதன் வேகமான பயணம்; முகம்மது நபிக்குப் பின் அபூபக்கர், உமர், உஸ்மான், அலி கலீஃபாக்களின் முன்மாதிரியான வாழ்க்கை . . .

இன்றைய காலகட்டத்திலும்கூடக் கற்பனை செய்து பார்க்க முடியாத, இஸ்லாத்தின் முன்மாதிரி ஜனநாயகம் . . . ஆனால், முப்பது . . . வெறும் முப்பதே வருடங்கள் மட்டும்தான் இந்த பொற்காலம் நீடித்திருந்தது. ஆனால், நான் இதன் பிறகும் வாழ்ந்தேன். தங்களை முஸ்லிம்களென்று சொல்லிக்கொள்ப வர்கள் மதீனா நகரைத் தகர்த்துத் தரைமட்டமாக்குவதற்கும் அங்கே கர்பலாவில் திருத்தூதரின் மகளார் ஃபாத்திமாவின் சாத்மிகியான மகன் ஹுஸைனும் அவரது குடும்பமும் படு கொலைக்குள்ளாவதற்கும் என்னுடைய வாழ்க்கை சாட்சியாக இருந்தது."

"கலீஃபாக்களின் குடும்ப ஆட்சிமுறையை எதிர்த்த காரணத் திற்காகவே ஹுஸைனையும் அவரது குடும்பத்தையும் படு

கொலை செய்தார்கள் என்று படித்திருக்கிறேன். ஷியாக்கள் இந்த கர்பலா தியாகிகளின் வாரிசுகளல்லவா? திருத்தூதரின் வழிவந்தவர்கள்; அவரைப் பின்பற்றுபவர்கள்; அநீதியை எதிர்த்த வர்கள். வரலாற்றுப் பக்கங்களினூடே கடந்துபோகும்போது என் மனம் அவர்களின்பால் பதிந்துவிடுகிறது. ஆனால், வர லாற்றுக் குறிப்புகளில் அவர்கள் தனிமைப்பட்டுப் போனார்கள்."

தேர்ந்தெடுக்கப்பட்ட கடைசி கலீஃபாவாகிய அலிக் கெதிராகக் கலகம் செய்து மேலே வந்தவன்தான் முஆவியா. அலியின் தியாக மரணத்திற்குப் பின் வாள் பலத்தால் கலீஃபா பொறுப்புக்கு வந்த முஆவியாயின் படை பலத்தின் எதிரில் முன்யோசனையில்லாமல் தாமாகவே முன்வந்து தோல்வியைத் தழுவியவர்கள்தான் இன்று முஸ்லிம்கள் எனும் பெயரில் உலகம் முழுவதிலுமுள்ள, ஷியாக்களல்லாத, நீயும் உட்பட்ட வர்கள்.

ஸுன்னிகளெனும் பெயரில் அன்று அவர்கள் ஒன்றாக இணைந்து நின்றார்கள். உண்மையில், முன்யோசனையின் மையின், வஞ்சனையின் கறைபடிந்தது, உங்களுடைய வரலாறு. இஸ்லாத்தின் உட்பூசல்களை இல்லாமல் செய்வதற்குப் படை பலம் மிகுந்த தலைவனின் கீழ் அணிவகுத்து நின்றார்களாம். ஆமாம், படைபலத்தின்முன் நீதி பணிந்தும், சத்தியம் வளைந்தும் கொடுத்தது. முஆவியாவிற்குப் பின் கிலாபத்தின் அடிப்படைத் தத்துவங்களைக் காற்றில் பறக்கவிட்டுக் குடும்ப ஆட்சியின்கீழ் அதிகாரம் தொடர்ந்தபோதும் நீங்கள் கை கட்டி வாய் மூடி நின்றிருந்தீர்கள். இதனால், உனக்குச் சுய கழிவிரக்கம் ஏற்படுகிற தென்றால் அது இயல்பானதுதான். சரித்திரப் புரிதலும் நியாய உணர்வுமுள்ள யாருக்குமே இது ஏற்படத்தான் வேண்டும்."

"ஆனால், இஸ்லாமிய வெற்றிகளின் தொடர் பயணம் நடந்ததற்கும் சன்னிகள்தானே காரணமாக இருந்தார்கள்? பதினெட்டாம் நூற்றாண்டுவரை நீடித்த இஸ்லாமியப் போர்கள், இஸ்லாமிய ஆட்சி, சௌதி அரேபியா உள்ளிட்ட இன்னும் எத்தனையெத்தனை நாடுகளில் நடைபெறுகிறது? குர்ஆனின், ஷரியத்தின் அடிப்படையிலமைந்த ஆட்சிமுறைகள்தானே இங்கெல்லாம்? இதன்மூலம் இஸ்லாத்தின் தனித்தன்மையை இன்று வரையிலும் பேணிப் பாதுகாத்துக்கொள்ளவும் முடிகிற தல்லவா?"

"ஹூம் ... இஸ்லாமியப் போர்கள் ... இஸ்லாமிய ஆட்சி ..."

அவரது கண்களில் குரோதம் நிழலிடுவதைக் கண்டதும் ரஷீது உடனே பேச்சை மாற்றினான்.

"குர்ஆன் நேரடியாக இறைவனிடமிருந்து இறக்கப் பட்டதாக நீங்களும் நம்புகிறீர்களா? என்னுள்ளிருக்கும் நம்பிக்கை

யாளன் இதை உண்மையென்று சொல்லும் அதே நேரத்தில் எங்கிருந்தோ ஒரு அறிவு என்னிடம் வந்து சில கேள்விகளைக் கேட்கிறது.”

“உன்னை எனக்கு மிகவும் பிடித்திருக்கிறது; உன்னுடைய வெளிப்படையான கேள்வியையும் . . .” அவர் சிறிது நேரம் மௌனத்திலாழ்ந்திருந்துவிட்டுச் சொன்னார்:

“எந்த மதம்தான் இறைவனிடமிருந்து அருளப்படாதது? ஒவ்வொரு இக்கட்டான யுக சந்திகளிலும் தூதர்கள் வழியாக இறைவன் ஆன்மிகத்தையும் சமூக நீதிகளையும் போதனை செய்ய முயற்சிக்கிறான். மதமாகப்பட்டது, தொடக்கத்தில் அதுவரையிருந்த அனாச்சாரங்களைக் களைவதாகவோ, திருத்தி யமைப்பதாகவோதான் தன்னைக் கவனத்திற்குட்படுத்திக் கொள்கிறது. பிறகு, அதுவே தன்னை ஒரு அனாச்சாரமாக்கி . . . மனிதத்தின் கழுத்தில் கட்டித்தூக்கிய கற்பாறையெனப் பரிணாம மடைகிறது.”

“என்னுடைய கேள்விக்கான பதில் இன்னும் வரவில்லை. முகம்மது நபிக்கு நேரடியாகத் தரிசனம் தந்த ஜிப்ரீல் மலக்கு, அல்லாஹுவின் வசனங்களான குர்ஆனை நபியிடம் ஓதச் சொன்னார் அல்லவா? இறைவனின் நேரடியான இதுபோன்ற தலையீடு வேறெந்த மதத்திலிருக்கிறது?”

“எளிய மனிதர்களாகிய நம்முடைய இயல்பு வாழ்க்கையில் கூட நம்மில் எத்தனைபேர் பல்வேறு சந்தர்ப்பங்களில் இறை வனின் நேரடியான தலையீட்டால் மிரண்டு போனவர்கள் தான். இல்லையென்று உன்னால் மறுக்க முடியுமா? தீர்க்க தரிசிகள், இறைவனின் தொடர்ந்த தலையீடுகளால், அதன் தாங்கிக்கொள்ள முடியாத பாரத்தால் ஏற்றுக்கொள்பவர் களாக மாற்றப்படுகிறார்கள். அவர்கள் இறைத்தன்மையை அனுபவித்துக்கொண்டே இருப்பவர்கள்.

நேரிடையான தரிசனங்களினூடே, கடுமையான குளிரின் ரூபத்தில் . . . தாங்கிக்கொள்ள முடியாத, வெடிப்பதுபோன்ற தலைவலியின் உணர்வில் . . .”

“ஜிப்ரீலின் தரிசனம் இதுபோன்ற ஒரு அக அனுபவம் மட்டும்தான் என்றும், அது வெறுமொரு தோற்றம் என்றுமா சொல்கிறீர்கள்?”

“ஒரு மனிதனின் யதார்த்த அனுபவம், மற்றொருவனுக்கு மாயையாகத் தோன்றலாமே? நூற்றாண்டுகளைக் கடந்து வந்தநான் உன் முன் ஒரு யதார்த்தமாக இருக்கிறேன். ஆனால், உனது மனைவிக்கு, அல்லது மற்றொரு மனிதனுக்கு வெறுமொரு

கற்பனை சிருஷ்டி மட்டும்தான். குலைந்துபோன மனதின், தேடுதல் நிரம்பிய அறிவின் ஒரு கற்பனா சிருஷ்டி. ஆண்டு களுக்குப் பிறகு, கடந்து வந்த பாதையை நீ திரும்பிப் பார்த்தால் ஒருவேளை இப்போது அனுபவிப்பவை உனக்கும்கூட ஒரு கனவுபோல் தோன்றலாம். அப்படியென்றால் எது உண்மை? எது பொய்? உலக வாழ்க்கை வெறும் மாயை என்பதாக குர்ஆனில் மட்டுமல்ல, உங்களின் பகவத்கீதையிலும் சொல்லப் படுகிறதல்லவா?"

"ஜிப்ரீல் வெறும் மாயையென்றால், குர்ஆன் இறைவனின் சிருஷ்டியல்ல, வெறுமொரு மனித சிருஷ்டியான ஒரு புத்தகம் மட்டும்தான் என்றா தாங்கள் நினைக்கிறீர்கள்..?

"கடவுளையும் மனிதனையும் பிரிக்கும் அந்த மையப்புள்ளி எது? இலௌகீகத்திற்கும் ஆன்மிகத்திற்குமிடைப்பட்ட இந்த வரம்பின் நிர்ணய உரிமை யாரிடமிருக்கிறது? மானுடத்தின் எந்த மகா சிருஷ்டியில் தெய்வம் உறையாமலிருக்க முடியும்? உலகப் புகழ்பெற்ற ஓவியத்தில், சலவைக்கல்லில் மாயாஜாலம் காட்டிய உங்களுடைய தாஜ்மகாலில், உலகைக் கீழடக்கிய உன்னதமான இலக்கியப் படைப்பில்... இதெல்லாம் தெய்வம் உறையுமிடங்களில்லையா? சாத்தியமே இல்லையென்று தோன்றும் ஒரு அறுவைச்சிகிச்சையை உன்போல் டாக்டர் ஒருவர் வெற்றிகரமாகச் செய்து முடிக்கும்போது... ஏன், இதையெல்லாம் நானா செய்து முடித்தேன் என்று மனத் திருப்தியுடன் ஒருவன் சிந்திக்கும் எந்தச் செயல்பாடுமே இறைத்தன்மை கொண்டதுதான். அப்படியென்றால் ஒவ்வொரு சமூகத் தேவைகளின்போதும் முகம்மது சந்தேகத்துடன் நின்றி ருக்கும் வேளையில் நடுங்க வைப்பதுபோல் வந்திறங்கும் திருவசனங்களில் மட்டும் எப்படி இந்த அம்சம் இல்லாமலிருக்க முடியும்? குர்ஆன் ஒரு முழுமை பெற்ற கிரந்தமாக மேகப் பிளவிலிருந்து கீழே இறங்கியதாக முகம்மது ஒருபோதுமே சொன்னது கிடையாதல்லவா?"

"இஸ்லாம் முழுமை பெற்ற மதமும் முகம்மது நபி இறுதித் தூதர் என்றுமல்லவா சொல்லப்படுகிறது..?"

"இரட்சகனின் மதமென்று சொல்லிக்கொள்வது இஸ்லாம் மட்டுமல்ல என்பதை நீயும் அறிந்திருப்பாய்தானே? வரலாற்றின் ஒவ்வொரு காலகட்டங்களிலும் மனிதனைக் கெடுதிகளிலிருந்து விலகச் செய்து மன உன்னதங்களை நோக்கி உயர்த்தும் இரட்சகர் களாகவே அனைத்து மதங்களின் உற்பத்தியும் நிகழ்ந்தன. சமூகம் சார்ந்த இந்தக் கடமையை நிறைவேற்றி முடித்ததும் மதங்கள் மனிதப் பண்பாடுகளின் உட்கூறுகளாக மாறியிருக்க வேண்டும். இந்த மகா சாகரத்தில் கலந்திருக்க வேண்டும்...

நீரில் தேன் கலப்பதுபோல் . . . நல்லபடியாக . . . அமைதியாக . . . இனிமையுடன் ..! ஆனால், இன்று நிலைமை இப்படியாகவா இருக்கிறது? வரலாற்றில் கடமையை நிர்வகித்த பின் தனது தனித்தன்மைகளை இழந்துவிட்ட மதங்கள் மனிதனைப் பிரித்துக் கட்டும் கயிறுகளாகவும் அன்னிய மதத்தவர்களின்மீது வீசும் சாட்டைகளாகவும் மாற்றம் பெற்றுவிட்டன . . . சந்தேகப்படுபவனின் வாயை மூட வைக்கும் கவசங்களாகவும் . . . ஆமாம், இரட்சகனே கொடூரமானவனாக மாறுகிற நிலைமை.”

“வாளால் பரப்பப்பட்ட மதம் என்பதான ஒரு அவப்பெயர் இஸ்லாத்திற்கு இருக்கிறதல்லவா?”

“கிறிஸ்துவுக்குப் பிந்தைய முதல் நூற்றாண்டின் பிற்பகுதிகள் யுத்தங்களின் காலகட்டமாகவே இருந்தன. ஒப்பீட்டளவில் சொல்வதானால், நாகரிகச் சமூகமான ரோம, பாரசீகப் பேரரசுகளின் தோற்றமும் வளர்ச்சியுமெல்லாம் சாத்மிக முறையிலா அமைந்தது? இனக் குழுக்களுக்கிடையிலான சண்டைகளும், சச்சரவுகளும், வழிப்பறியும், கொள்ளையும், நாகரிகமற்ற சமூகமான அரபிகளிடையே அதிகமாகக் காணப்பட்டன. அப்போது, சகோதரத்துவமும் ஒற்றுமையும் ஏக இறைவனின் கீழ் அனைவரும் ஒன்றுபடும் அறிவிப்புமாக இஸ்லாம் உருவானது. கலகங்களையும் சகிப்பின்மைகளையும் எதிர்ப்புசக்திகளையும் முளையிலேயே கிள்ளியெறிவதற்கு அந்தக் காலகட்டத்தின் வழமுறையான வாளை உருவுதல் இஸ்லாமிய கிலாஃபத்திற்கும் தேவைப்பட்டது. போர்களில் ஈடுபடவேண்டிய நிர்ப்பந்தமிருந்தது. ஆனால், ஒரு விஷயத்தை நினைவில் வைத்துக் கொள்ள வேண்டும்: அது ஒரு கிலாஃபத்தாகவே இருந்தது. அதன் கடிவாளம், ஏதாவது அரசன் அல்லது பேரரசனின் கைகளில் இருக்கவில்லை . . . கிலாஃபத்! மக்களின் எழுச்சி. ஆமாம், மதீனா மண்ணில் உருவான, உங்களுடைய மகாத்மா முன்மாதிரியாகக்கொள்ள விரும்பிய கறைகளற்ற ஜனநாயகம். அதன் தளநாயகன், கோத்திரத்தையோ வமிசத்தையோ செல்வத்தையோ பாரம்பரியத்தையோ கணக்கில்கொள்ளாத தேர்ந்தெடுக்கப்பட்ட கலீஃபா. நம்பிக்கையின், தன்னலமின்மையின், அறிவின், மனித வடிவங்களாக இருந்ததால் இவர்களின் வார்த்தைகளுக்கு அளவிட முடியாத சக்தி இருந்தது. அக்கிரமக்காரர்களை அடிபணியச்செய்கிற, வீரர்களைத் தயார்ப்படுத்தும் சக்தி.

அடிபணிந்தவர்கள் வெறுமொரு கொள்ளைக்காரர்களாக மட்டுமே நடத்தப்படவில்லை. அன்று முதல் அவர்களும் கிலாஃபத்தின் நற்பலன்களை அனுபவிக்கமுடிந்தது. ‘குழுச் சிந்தனையின்மூலம் நடைமுறைப்படுத்தப்பட்டது கிலாஃபத்;

வாள்மூலம் ஸ்தாபிக்கப்பட்டது அரசாட்சி'யென்று அன்றொரு சூஃபி ஞானி சொன்ன வார்த்தைகள் இந்தக் கூற்றை உறுதி படுத்துகின்றன."

"முஸ்லிம்களுக்குப் பிற இன மக்கள்மீது ஆதிக்கம் பெற முடிந்ததற்கான காரணம், அதன் அரசியல் காரணங்களி லிருந்த உன்னதமான நோக்கம்தான் என்று எச்.ஜி.வெல்ஸ் எனும் மேற்கத்திய வரலாற்றாய்வாளரும் குறிப்பிட்டிருக் கிறார். ஆனால்..."

"உண்மைதான். ஆனால் அந்த உன்னதங்கள் முழுவதும் குறுகிய காலம்வரைதான் நிலைபெற்றிருந்தது. கலீஃபா அலிக்குப் பிறகு நிகழ்ந்த அனைத்துமே உடல் பலத்தின், அதிகார மோகத் தின் அரசாட்சியாகவே இருந்தன. ஆனால், கலீஃபா என்கிற பெயரை அவர்களும் நீண்ட காலமாக அணிந்திருந்தார்கள், அவ்வளவுதான். வாள் பலத்தால் கலீஃபா பதவியைப் பிடித்த முஆவியா முதல், நான்காம் நூற்றாண்டின் இறுதியில் கைபர் கணவாயைக் கடந்து இந்தியாவுக்கு வந்து பொன்னையும் பொருளையும் வாரிச்சுருட்டிக் கொண்டுபோன இஸ்லாமிய சாம்ராஜ்யத்தின் பிரதிநிதியான கஸ்னி வரை ஏதாவதொரு வடிவத்தில் இஸ்லாத்தின் பெயரைத் தவறாகப் பயன்படுத்திய வர்கள்தான். ஆன்மிகம் சார்ந்து பின்தங்கியிருந்தாலும் கலை யிலும், வரலாற்றறிவிலும், இலக்கியத்திலும், அறிவியலிலும் முன்னேறிய ஒரு இஸ்லாமியக் கலாசாரம் அன்று வளர்ந்து கொண்டிருந்தது. அரேபியா, பதூவியன் கலாச்சாரத்திலிருந்து இந்தக் கலாச்சாரத்திற்கான தொலைவைக் கடந்தது இஸ்லாமிய இரதத்தில்தான்."

"ரோமப் பேரரசையும் பாரசீகப் பேரரசையும் போரில் வெற்றிகொண்டுதானே சிரியா, எகிப்து, ஈரான், இராக் ஆகிய நாடுகளுக்கு இஸ்லாம் பரவியது? பேரரசை விரிவுபடுத்தும் ஆசைதானே இஸ்லாமியச் சீர்குலைவுக்கும் காரணமாக இருந் தது? மதீனத்துன்னபவியைத் தலைமையிடமாகவும் ஆன்மிகத்தை அடிப்படையாகவும் கொண்டு உருவான ஒரு முன்மாதிரி ஜனநாயகம், அட்லாண்டிக் கரை முதல் சீன எல்லைவரை யிலும் நீண்ட ஒரு சாம்ராஜ்யத்தைக் கட்டி மேய்ப்பதென்பது சாத்தியமற்ற விஷயமல்லவா?"

"அந்தக் காலகட்டத்தின் அடையாளமான சாம்ராஜ்ய விஸ்தீரண மோகமும். அதிகாரப் பொறுப்புக்கு வருபவர்களின் சுகபோக வாழ்க்கையும்தான் இஸ்லாத்தின் வீழ்ச்சிகளுக்கான காரணங்கள். அலி கலீஃபாவின் காலம்வரைக்கும் பொற்கால மென்று சொன்னேன். அவரது முன்னோராகிய உஸ்மான் கலீஃபாவின் காலத்திலேயே மனிதப் பலவீனங்கள் கிலாபத்தைப்

பலமிழக்கச்செய்யும் வேலையைத் தொடங்கியிருக்கக்கூடும். முன்னோர்களின் எளிய வாழ்க்கைக்குப் பதிலாக உஸ்மான் கலீஃபா மேற்கொண்டது, ஓரளவிலான ஆடம்பர வாழ்க்கையைத்தான். அபூபக்கர், உமர் கலீஃபாக்களை விடவும் உஸ்மான் கலீஃபா தனவந்தராக இருந்ததுவும், அவர் தனக்காக அரசு கஜானாவைப் பயன்படுத்தவில்லையென்பதுவும்தான் பிந்தைய காலம், அவரை மகானாகக் கொண்டாடுவதற்கான காரணங்கள் ... ஆனால், தீவிரவாதிகளால் அவரும் அவருக்குப் பின் வந்த அலியும் படுகொலைசெய்யப்பட்டதுடன் இஸ்லாத்தின் நல்ல அம்சங்களை வேரறுத்து மன்னராட்சியின் கெடுதிகளுக்குள் வீசியெறிந்த இதே தீவிரவாதம் முப்பதாண்டுகளுக்குள் உன்னதமான இந்த மதத்தின் எதிரணியிலும் வந்து இடம் பிடித்திருந்தது."

"ஒருவேளை இதுபோன்ற ஒரு உன்னதமான ஜனநாயக ஆட்சிமுறையை நீண்டகாலம் தாங்கிக்கொள்ளுமளவுக்குச் செழுமையான மனோபாவம், அரபு – பாரசீகக் கலாச்சாரங்களில் இல்லாமலும், இதுவே உலகின் வேறு ஏதாவது பகுதிகளாக இருந்திருக்குமெனில் இந்நிலைமையில் மாற்றமுமேற்பட்டிருக்குமோ ?"

"கலாச்சாரங்களில் பன்முகக் கூறுகளிருப்பதாக உரிமை கொண்டாடும் உங்களது இந்தியாவில் நிகழ்ந்ததும் நிகழ்ந்து கொண்டிருப்பதுவும்கூட இதுதானே? வரலாற்றின் அற்புதமெனக் கருதப்படும் ஒரு காந்தி உங்களுக்குக் கிடைத்தார். ஆன்மிகத்தைத் தவிர்த்துப் பார்த்தால் இஸ்லாமியக் கிலாபத்துடன் நெருக்கமான ஒற்றுமைகொண்ட உங்களுடைய ஜனநாயக ஆட்சிமுறையின் நாற்பது வருடங்களுக்குப் பிந்தைய இன்றைய நிலையென்ன? மன்னராட்சியும் காலனியாதிக்கமுமெல்லாம் ஒழிந்துவிட்ட பிறகும் உங்களின் புதிய ஆட்சியாளர்கள் ஊழலிலும் இனவாதத்திலும் மூழ்கி இன்றும் சுயநலன்களைச் சேவிக்கும் மன்னர்களாகத்தானே வாழ்கிறார்கள் .. ? ம் ..! மனித இயல்பு எல்லாக் காலங்களிலும் ஒரேவிதமாகத்தான் இருந்திருக்கிறது. நல்ல விஷயங்களை அதனால் நீண்ட காலம் தாங்கிக்கொள்ள முடிவதில்லை. முன்மாதிரியான ஆட்சிமுறையென்பது எக்காலத்திலும் அவனது உட்டோப்பியன் கனவாக மட்டுமே இருந்துகொண்டிருக்கிறது. நன்மையைக் கனவு காண்பதற்காவது அவனைத் தூண்டிக்கொண்டிருப்பது மானுடகுலப் பண்பாடெனும் மகாசாகரத்தில் அந்தந்தக் காலகட்டங்களில் அலையெழுப்பியும், பிறகு மெல்ல அடங்கிவிடவும் செய்கிற இவ்வகை உணர்வுகளாகவே இருக்க வேண்டும். நன்மையைக் கனவு காண இயலுவதென்பதே மானுட இயல்பின் உன்னதமான குணமல்லவா? ஆனால் ... கனவுகளைச் சாத்தியப்

படுத்துவதற்கு வாளையுருவினால் பிறகு கனவென்பதே இல் லாமல் போய்விடும்...”

நண்பர் பேசுவதை நிறுத்திவிட்டு நிமிர்ந்தமர்ந்தார். அவரது நரைத்த கண்கள் தியானத்திலிருப்பதைப்போல் அடைந்து கொண்டன. நீண்ட மௌனம்... இனி அவர் அதிகமாகப் பேசமாட்டார் என்று ரஷீதிற்குத் தோன்றியது. இன்றைய தினம் இவ்வளவுதான்... இதுவரை அவர் சொன்னவற்றை மனதில் அசைபோட்டுப் பார்த்தபோது ரஷீதின் உடல் மெல்ல அதிர்ந்தது.

உள்ளொடுங்கும் சுபாவமுள்ள ரஷீது எப்போதுமே இப்படித்தான். தனது பொறுப்புகளைப் பற்றிய மனதின் நினைவூட்டல்கள் அவனை எப்போதுமே பதற்றத்திற்குள்ளாக்கி விடும்.

ஒன்பது

ரம்சான் முடிந்த அடுத்த மாதம், ஸபிதாவின் டியூட்டி இஸ்ஆஃபில். வாரம்தோறும் ஷிஃப்ட் மாறி மாறி வரும். முதல் வாரம், காலையில் ஏழு மணி முதல் பிற்பகல் மூன்று வரையிலும். இரண்டாவது வாரம், மூன்று மணி முதல் இரவு பதினொரு மணி வரையிலும். அப்புறம், நைட் ஷிஃப்டு. ஒரே நேரத்தில் இரண்டு டாக்டர்கள் டியூட்டியிலிருக்க வேண்டும்.

நைட் டியூட்டியில், பரஸ்பரப் புரிதல்களின் பேரில் ஒன்றிரண்டு மணி நேரம் ஓய்வெடுக்க முடியும். பலஸ்தீனிய டாக்டர் ஹாஷிம்தான் சாதாரணமாக ஸபிதாவுடன் டியூட்டியிலிருப்பான். மிகவும் குணமுள்ளவன் ஹாஷிம். ஏழெட்டு வருடமாக இதே ஆஸ்பத்திரியில் பணியாற்றுபவன். குடும்பத்துடன் மெக்காவிலேயே தங்கியிருக்கிறான். பலஸ்தீனியர்களை சௌதி அரசாங்கம் மிகுந்த பரிவுடன்தான் அணுகுகிறது. வேலைக்கு அமர்த்துவதிலும் குடும்ப விசா தருவதிலும் மிக அதிகமான சலுகைகள் அவர்களுக்கிருந்தன. நீண்ட காலமாக இஸ்ரேலில் யூதர்களின் கொடுமைகளுக்காட்பட்டும் அவர்களுக்கெதிராகப் போராடிக்கொண்டுமிருக்கும் முஸ்லிம் சகோதரர்களல்லவா? துப்பாக்கிக் குண்டுகளை உதிர்த்துக் கொண்டிருக்கும் இஸ்ரேல் போலீசும் அவர்களுக்கெதிராகத் தெருவோரம் நின்று கல்லெறிந்துகொண்டிருக்கும் பலஸ்தீனியச் சிறுவர்களும், சௌதி டி.வி. யின் செய்தி நேரத்தின்போது காட்டப்படும் வழக்கமான காட்சிகள். விடுமுறைக் காலங்களில்கூடத் தங்களுக்குப் பிடித்தமான தாய் நாட்டிற்குச் செல்லாமல் சௌதியிலேயோ ஜோர்தானிலேயோதான் விடுமுறையைக் கழிப்பார்கள். பலஸ்தீனிய டாக்டர்கள் தங்களுடைய நாட்டைப் பற்றிய கனவுகளை வருத்தத்துடன் சொல்லி வேதனைப்படு

வார்கள். நோயாளிகளில்லாத நேரங்களில் ஹாஷிமின் சிதைந்த ஆங்கிலத்தின் வழியாக ஸபிதாவுக்கு பலஸ்தீன அரசியல், மற்றும் உலக அரசியலின் பலகணிகள் திறந்து கிடைத்தன. பலஸ்தீன விடுதலை இயக்கத்திற்கு ஆதரவாகவும் ரஷ்ய இரும்புக் கரங்களின் பிடியிலிருந்து விடுபடுவதற்கும் போராடும் ஆஃப் கான் சகோதரர்களின் கண்ணீரைத் துடைப்பதற்கு வேண்டு கோள்விடுக்கும் நன்கொடைப் பெட்டிகள், சௌதி சூப்பர் மார்க்கெட்டுகளிலும் ஷாப்பிங் சென்டர்களிலும் எனப் பல்வேறு இடங்களில் வைக்கப்பட்டிருப்பதை ஸபிதா பார்த்திருக்கிறாள்.

இஸ்ஆஃபில் வேலை பார்க்கும் நர்ஸ்களுடனும் அல்ஹ னூஃபில் வேலை பார்க்கும் துப்புரவுத் தொழிலாளர்களு டனும் அதிகமாக நெருங்கிப் பழகுவதற்கு செகண்ட் ஷிஃப்டிலும் நைட் ஷிஃப்டிலும் கிடைத்த ஓய்வு நேரங்கள் உதவியாக இருந்தன. இதுபோக மிச்சமிருந்த நேரங்களில் கையில் கொண்டு வரும் குர்ஆனின் மொழிபெயர்ப்பையும் பிற வரலாற்று நூல் களையும் ஸபிதா வாசிக்க முயற்சி செய்வாள். புத்தகங்கள் வாங்குவது ரஷீதிற்கு எப்போதுமே மிகவும் பிடித்தமான ஒரு விஷயம். இதையெல்லாம் வாசிப்பதற்கேற்ற நல்ல தருணம், சௌதி அரேபியாவில் வாழ்ந்த இந்தக் காலகட்டம்தான். வாசிப்பனுபவங்களும் நேரடியான அனுபவங்களும் பரஸ்பரம் கைகோர்த்தும் சில வேளைகளில் மோதிக்கொண்டுமிருந்தன.

அவ்வப்போது, ஃபிட்னஸ் சர்டிஃபிகேட்களுக்காக கத்தா மாக்கள் இஸ்ஆஃபிற்கு அனுப்பிவைக்கப்படுவது இப்போதும் நடந்துகொண்டிருந்தது. இஸ்ஆஃபில் கூட்டமில்லையென்று தெரிந்தால் மட்டும்தான் முதீர்அயாதா இப்படி அனுப்பிவைப் பார். சிறு உடல்களும் கறுத்து நீண்ட தலைமுடியும் முழுநிலவு போல் முகங்களுமுள்ள பெண்கள். பதிந்த மூக்கும் சிறுகீறல்கள் போன்ற கண்களும் கொண்ட இந்த இந்தோனேசியப் பெண் களிடம் உண்மையிலேயே இனம்புரியாத ஒரு வசீகரமிருந்தது.

ஏதோ ஒரு அவசர கேஸ் ட்ராலியில் வந்தபோது கத்தா மாக்களின் சான்றிதழ்களை ஒதுக்கி வைத்துவிட்டு ஸபிதா அங்கே சென்றாள். நோயாளி, சௌதிக்காரிதான். நகரத்தின் ஏதோ ஒரு தொலைவிலிருந்து ஆம்பூலன்சில் கொண்டு வந்திருந் தார்கள். ரூரல் டிஸ்பென்சரி நர்ஸும் கூடவே வந்திருந்தாள். செம்மறியாட்டின் வாசம் வீச, நீண்ட காலமாகத் தண்ணீரையே பார்க்காத, தலையினூடாக மூடிய நீண்ட கறுப்பு அங்கியுடன் ஒன்றிரண்டு உறவுக்காரப் பெண்களுமிருந்தார்கள்.

நோயாளி காகிதம்போல் வெளுத்துப்போயிருந்தாள். முப் பத்து நான்கு வாரக் கர்ப்பம். இரத்தப்போக்கு ஏற்பட்டிருந்தது.

'அப்ரப்ஷ்யோ பிளாசண்ட்' இனி தாயின் பாதுகாப்புதான் முக்கியம். ஹமீதா நர்ஸின் உதவியுடன் ட்ரிப் ஆரம்பமானது. அவசரமாக கேஸ் நோட் எழுதப்பட்டது. ஸ்ரீலங்கன் அட்டெண் டரிடம் நோயாளியை டிராலியில் வைத்து உடனே பிரசவ அறைக்குக் கொண்டுபோகச் சொல்லிவிட்டு ஸபிதா பிரசவ அறைக்கு ஃபோன் செய்தாள், டியூட்டியிலிருப்பவர்களைத் தயாராகச் சொல்லி. அப்போது பக்தூரா ஷகீன் டியூட்டியிலிருந் தாள். பிரச்சினையில்லை, அவள் வரவேற்பறையில்தானிருப் பாள். ஒரு நீண்ட பெருமூச்சை உதிர்த்துவிட்டுத் திரும்ப இருக்கையில் வந்தமர்ந்தபோதுதான் கத்தாமா பரிசோதனையில் தொடர்ந்து ஈடுபட்டுக்கொண்டிருந்த பக்தூர் ஹாஷிமைக் கவனித்தாள். இங்கே நடந்தது எதுவுமே இவருக்குத் தெரியாதா? பக்கத்தில் நின்றிருந்த கத்தாமாவின்மீது அக்னிப் பார்வையை வீசுகிறார் ஹாஷிம். கோபத்துடன் அவளிடம் என்னவோ சொல்கிறார். என்ன பிரச்சினையோ? பொதுவாகவே, மிகுந்த அமைதியான குணம்கொண்டவர்தான் டாக்டர் ஹாஷிம். முயல்குட்டிபோலிருக்கும் இந்த இந்தோனேசியப் பெண், அவரை எப்படி இவ்வளவு கோபப்படுத்திவிட்டாள்? திகைப் பூட்டும் ஒரு சம்பவம் அப்போது நடந்தது. பக்தூர் ஹாஷிம் இருக்கையிலிருந்து வேகமாக எழுந்து பதுங்கிப்போய் நின்றிருந்த கத்தாமா பெண்ணின் முகத்திற்கு நேராகக் கையை நீட்டுகிறார். என்ன நடக்கிறது என்று ஸபிதா யூகிப்பதற்குள் பக்தூர் ஹாஷிம் இந்தோனேசியாப் பெண்ணின் உதட்டில் தீட்டியிருந்த சாயத் தைக் கோபத்துடன் வேகமான விரல் அசைவினூடே மாய்த்து விட்டார். வெளுத்த முகத்தின் உதடுகளைச் சுற்றி சிவப்பு அடையாளங்கள் படர்ந்த கத்தாமா, பள்ளிக்கூட நிகழ்ச்சி முடிந்து மேடையின் பின்புறம் அலங்காரங்களையும் ஒப்பனை களையும் துடைத்துக்கொண்டிருக்கும் மாணவியை நினைவுபடுத் தினாள். மிகுந்த பதற்றத்திற்குள்ளாகியிருந்த அவள் அவசரமாகத் தலையில் உயர்த்தி வைக்கப்பட்டிருந்த முகபடாமைத் தாழ்த்தி விட்டுக்கொண்டாள்.

"இனிமேல் இதைப் போடக்கூடாது என்ன?" பக்தூர் ஹாஷிமின் தடையுத்தரவு. இந்தோனேசியக்காரியின் நிறைந்த கண்கள் முகத்திரையினுள் மறைந்திருந்தன. ஸபிதாவுக்குத் தீயால் யாரோ உடலில் சுட்டதுபோலிருந்தது. என்ன செய்கிறார் இந்த ஆள்? லிப்ஸ்டிக் போடுவதும் அலங்காரம் செய்வது மெல்லாம் அந்தப் பெண்ணுடைய உரிமைகளல்லவா? மருத் துவப் பரிசோதனை செய்கிற டாக்டருக்கு இதில் தலையிடுவ தற்கு என்ன உரிமை இருக்கிறது? லிப்ஸ்டிக் அணிந்த பெண்கள் இங்கே அபூர்வமான காட்சிகள் எதுவுமில்லையே? பெருமள விலான சௌதிப் பெண்கள் உதட்டுச் சாயத்துடனும் கண்களைச்

சுற்றி நீல நிறத்தில் மஸ்கராவும் கண்களிலும் புருவங்களிலும் அலங்காரத்துடனும்தான் வருகிறார்கள். அந்த இந்தோனேசியப் பெண் அவமானத்துடன் இறங்கிப்போனதும் ஸபிதாவால் அதைச் சொல்லாமலிருக்க முடியவில்லை.

“பக்தூர் ஹாஷிம், நீங்கள் செய்தது சரியில்லை. அவள் லிப்ஸ்டிக் போட்டுக்கொள்வதில் உங்களுக்கென்ன வந்தது?”

“பக்தூரா, அவளொரு கத்தாமா பெண். மெய்டு சர்வென்ட். அவளுடைய கணவன் இப்போது இங்கே இல்லை. பெண்கள் அவர்களுடைய கணவன்கள் காண்பதற்காக மட்டும் தான் இப்படியெல்லாம் அலங்காரம் செய்துகொள்ளலாம்.”

ஓ... அப்படியென்றால் விஷயம் இதுதானா? அன்னிய நாட்டில் இப்படி அலங்காரங்களுடன் நடந்தால் யாராவது அத்துமீறிவிடக்கூடும் என்ற நல்லெண்ணத்தினால் அல்ல. கணவனை மகிழ்விக்கும் நோக்கமில்லாமல் அவள் ஏன் அலங்காரம் செய்துகொள்ள வேண்டும் என்கிறார். ஒரு பெண் தன்னுடைய கணவன் பார்த்தும் அனுபவித்தும் ரசிப்பதற்கான சுகபோக வஸ்து மட்டும்தான் என்பதை உறுதிப்படுத்திக்கொள்வதுதான் அவனது நோக்கமாக இருந்திருக்கிறது.

“பெண்கள் கணவன்களுக்காக மட்டுமில்லாமல் தன்னுடைய திருப்திக்காகவும் அலங்காரம் செய்துகொள்ளலாம். அவளும் முழுமையான ஒரு மனிதப் பிறவிதான். உங்களைப் போன்ற ஒரு டாக்டர்கூட ஏன்தான் இப்படிக் குறுகலாகச் சிந்திக்கிறீர்களோ?”

“அல்லாஹி, இது குறுகலான சிந்தனையில்லை பக்தூரா. இஸ்லாமிகத்துவம். குர்ஆனிலும் ஹதீஸ¬களிலும் இது தெளிவாகச் சொல்லப்பட்டிருக்கிறது.”

“அன்னியப் பெண்களின் மீதான அத்துமீறலும் இஸ்லாமிகத்துவமா?”

“இது அத்துமீறலில்லை பக்தூரா. தவறுகளையும் அநீதிகளையும் கண்டும் திருத்த முயற்சி செய்யாமலிருப்பதுகூட இஸ்லாத்திற்கெதிரானதுதான்.”

இதோ இஸ்லாத்தின் ஒரு பாதுகாவலன். ஸபிதா, தயவு செய்து நிறுத்திவிடு. மதத்தின் பிடியில் வாளும் கையுமாக நின்றிருப்பவனிடம்போய் நீ பெண்ணியம், உரிமைகள் போன்ற விலைபோகாத கேடயங்களுடன் சமர் செய்ய நினைக்கிறாய். பேசாமல் மௌனத்தை நோக்கித் திரும்பி விடு. காயப்பட்டுவிடக் கூடுமென்ற பயத்தினால் அல்ல, இந்த மனிதன் வாளுடன் உறுதியாக நிற்பது, தனது மனத்தின் இரும்புக் கதவுகளுக்குக்

காவலாகத்தான் என்பதை நீ அறிவாய்தானே? ஸபிதாவின் மௌனம் ஹாஷிமையும் தொந்தரவுப்படுத்தியிருக்க வேண்டும். தன்னுடைய வாதங்களெதுவும் இவளிடம் செல்லுபடியாக வில்லையென்பதை அவனும் புரிந்துகொண்டான். பரஸ்பரம் எதுவும் பேசாமல் அவர்கள் மீண்டும் இஸ்ஆஃபில் வந்த நோயாளிகளைப் பரிசோதிப்பதிலும் அட்மிட் செய்வதிலும் ஈடுபட்டார்கள்.

பக்தூர் இக்பால் திடீரென்று அப்போது இஸ்ஆஃபிலினுள் வந்தார். அவர் இப்படித்தான். எதிர்பாராமல் வீசும் காற்றைப் போல் இஸ்ஆஃபிலுக்கோ ஓ.பி. வார்டுக்கோ திடீரென்று வருவார். ஒவ்வொன்றையும் கேட்டுப் புரிந்துகொண்டு, வந்த சுவடறியாமல் இறங்கிப்போகவும் செய்வார். இந்தத் திடீர் வருகையினுள் அவர் நிறைய விஷயங்களைப் புரிந்துகொள்கிறார் என்று ஸபிதாவுக்குத் தோன்றும்.

"அஸ்ஸலாமு அலைக்கும், பக்தூர் ஹாஷிம். கைஃப ஹாலிக்? (நலமாக இருக்கிறீர்களா?) நானொரு எ.பி.எச். பேஷண்டை இங்கே அனுப்பிவைத்தேனே, அவரை அட்டெண்ட் பண்ணியது யார், பக்தூராவா? ஹலோ, பக்தூரா . . ."

"அவரை உடனே அட்மிட் பண்ணிட்டேனே டாக்டர், என்ன நடந்தது? ஏதாவது பிரச்சினையா டாக்டர்?" ஸபிதா வுக்குப் பதற்றமாகிவிட்டது.

"ஒரு பிரச்சினையும் கிடையாது. வெறுமனே விசாரித்தேன், அவ்வளவுதான். நான் முதீர்அயாதாவின் அறையிலிருக்கும் போதுதான் டிராலி வந்தது . . . பேஷண்ட் வெளூறிப்போயிருந் ததைக் கண்டதும் உடனே இங்கே அனுப்பி வைத்தேன். . . டிரிப் ஸ்டார்ட் பண்ணியிருப்பீர்கள்தானே? நீங்கள் திறமை யாகக் கையாளுவீர்கள் என்பது எனக்குத் தெரியும்."

இந்த வருகையின், விசாரணையின் நோக்கம் இதுவல்ல என்று ஸபிதா சந்தேகித்தாள். நோயாளியின்மீது பொறுப்புணர்வு மிக்க ஒரு மருத்துவ நிபுணருக்குத் தோன்றக்கூடிய அக்கறையோ முன்னுரிமையோ அல்ல இது. பிறகு? தன்னிடம் பேசும்போது அவர் நேருக்கு நேராக முகத்தைப் பார்ப்பதைத் தவிர்க்கிறாரே ஏன்? அவரையுமறியாமல் சந்தித்த அந்தக் கண்களில் ஒளிந்திருந்த சிறு பதற்றமும் இயலாமையும் எதைக் காட்டுகிறது . . ?

"ஓகே, பக்தூரா. வேலை நடக்கட்டும். பை, பக்தூர் ஹாஷிம். உங்களுடைய பணிக்கு நான் தடையாக நிற்க வேண்டாம்." காத்திருக்கும் ஒன்றிரண்டு நோயாளிகளைப் பார்த்ததும் பக்தூர் இக்பால் திடீரென்று எம்.ஆர்.சி.ஓ.ஜி. யின் இங்கிலிஷ் ஸ்டைலில் மிடுக்கானார்.

தயாராகத் திரைமறைவில் படுக்கவைத்திருந்த நோயாளியைப் பரிசோதிப்பதற்காக ஃபரீதாவுடன் போகும்போது அவள் சொன்னாள்:

"பக்தூர் இக்பால் ரொம்ப நல்ல மனிதன். எம். ஆர். சி. ஓ. ஜி. என்கிற எந்தத் தலைக்கனமுமில்லாதவர். பக்தூர் அப்பாஸை பக்தூராவுக்குத் தெரியுமல்லவா? ஐயோ, அவருடைய பக்கத்தில் போகவும்கூட எல்லோரும் பயப்படுவார்கள்."

இதுவரையிலும் அனைவருமே பக்தூர் இக்பாலைப் பற்றி நல்ல விஷயங்களைச் சொல்லியே ஸபிதா கேள்விப்பட்டிருக்கிறாள். கௌரவமான மனிதர். அக்கறையுடன் பணியாற்றுபவர். திறமையான ஆப்ஸட்ரீஷியன். ஓ.பி. யில் கன்சல்டன்ட் அறையில், பக்தூர் அப்பாஸைப் போலில்லாமல் மிகவும் இயல்பாக இருப்பவர். எல்லோரது அறைக்குள்ளும் அவ்வப்போது ஓடியோடி வந்துவிடுவார். ஸ்பெஷல் கேஸ் ஏதாவது வந்தால் அறைக்குள் கொண்டுவந்து காட்டுவதற்கும் விவாதிப்பதற்குமான சுதந்திரம் ஜூனியர்களுக்கிருந்தது. இதுவே பக்தூர் அப்பாஸ் என்றால் 'ரெஃபெடு டு கன்சல்டன்ட்' என்றெழுதி அந்த அறைக்குள் நோயாளியை அனுப்பிவைத்துவிடுவார். ஓ.பி. யில் நோயாளிகள் இல்லாதபோது, பக்தூர் இக்பால் முதீர்அயாதாவின் அறைக்குள் போய் அமர்ந்திருப்பார். ஒரே இடத்தில் அவரால் அதிக நேரமொன்றும் அடங்கியிருக்க முடியாதுபோல் தோன்றும். ஆஸ்பத்திரிக்கு வரும் பொதுமக்கள் பல்வேறு தேவைகளுக்கும் விசாரணைகளுக்கும் சில வேளைகளில் புகார்களுடனும் முதீர்அயாதாவின் அறைக்குள் ஏறியிறங்குவார்கள். அவர்களையெல்லாம் கவனித்தபடி இதனிடையில் கிடைக்கிற நேரத்தில் முதீர்அயாதாவுடன் பேசிக்கொண்டுமிருப்பார். ஓ.பி. பொறுப்பிலிருக்கும் டாக்டர்கள் குறிப்பாக, வெளிநாட்டினருக்கு அதிக நேரமொன்றும் ஓ.பி. யைவிட்டு விலகி நிற்கும் தைரியம் வராது. ஏனென்றால், ஓ.பி. யில் இடையிடையே பெரிய முதீர் வந்துவிடுவார். இருக்கை காலியாகக் கிடப்பதைக் கண்டால் நடவடிக்கை எடுக்கப்படலாம். பக்தூர் இக்பால் அனுசரணையான ஒரு மனிதர் என்பதாலும் அவரது அணுகுமுறைகளில் மேலதிகாரிகளுக்குச் சந்தேகமில்லையென்பதாலும் பிரச்சினையெதுவுமிருக்காது. அவருக்கென்று சிற்சில விசேஷ சலுகைகள் அனுமதிக்கப்பட்டிருப்பதை அனைவருமே அறிவார்கள்.

பக்தூர் ஹாஷிம் ஸபிதாவின் ஒப்புதலுடன் மாடியிலிருக்கும் அறைக்குப் போயிருந்தார். அதிகம்போனால் அரை மணி நேரம்தான் ஓய்வெடுப்பார். மனிதர் இம்மாதிரி விஷயங்களில் நேர்மையானவர். சௌதி பக்தூரா ஷம்ஸாத் இருக்கும்

போதுதான் பிரச்சினை. சில மணி நேரம்வரையிலும் ஸபிதா இஸ்ஆஃபில் தனியாகவே இருக்கவேண்டியதாகிவிடும். "நான் பிரசவ அறைவரை போய்விட்டு வருகிறேன்; அட்மிட் செய்யப் பட்ட பேஷண்ட் எப்படியிருக்கிறாள் என்று பார்க்க வேண்டும்" என்று சொல்லிவிட்டுப் போனால் திரும்பி அவள் வந்துசேருவது எப்போதாவதுதான். தொடர்ந்து வேலை பார்ப்பதென்பது பொதுவாகவே சௌதிகளால் இயலாத காரியம். அலட்சிய மென்பது அவர்களது இரத்தத்தில் ஊறிப்போன ஒன்று. சௌதி குடியுரிமை கிடைத்த வெளிநாட்டுக்காரர்களும் இந்த அலட்சியக் குணத்தை ஆபரணமாகச் சூடிக்கொள்வதுண்டு. 'நாங்கள் எதற்காக உயிரைவிட்டு வேலை பார்க்க வேண்டும். அதற்குத்தான் அரசாங்கம் தீனிபோடும் வெளிநாட்டுக்காரர்கள் இருக்கிறீர்களே? நீங்கள் செய்யுங்கள். இது எங்களுடைய நாடு' என்பதுபோன்ற பாவனைதான். பக்தூரா ஷம்ஸாத், ஸபிதா வுடன் நல்ல நட்புறவுடன்தானிருந்தாள். இந்தியன் எம்.டி.யான ஸபிதாவின்மீது சிறு மரியாதையும் இருப்பதுபோல் தெரிந்தது. பக்தூராக்களான வகீதாவும் ஷஹீனாவும் டி.ஜி.ஓ. மட்டும் தான். ஷம்ஸாத்தும் டி.ஜி.ஓ. தான். காஷ்மீரி ஸ்பெஷலிஸ்ட் நாதிரா மட்டும்தான் மற்றொரு இந்தியன் எம்.டி. யாக இருந்தாள். இந்தோனேசிய இரத்தத்தில் பிறந்தவள் ஷம்ஸாத். வெளுப்பாக இருந்தாலும் முக வசீகரமெல்லாம் கிடையாது. சின்ன உடல் வாகு. கால் மூட்டையும் கடந்து நீண்டு கிடக்கும் கோட்டும் புலித்தோலை நினைவுபடுத்தும் மஃப்தாவும் கண்ணாடியு மெல்லாம் சேர்ந்து இருக்கும் கொஞ்ச அழகையும் இல்லாமல் செய்துகொண்டிருந்தது. கியூட்டக்ஸ் தீட்டிய அவளது நீளமான, வெளுத்த கை விரல்களும், சுறுசுறுப்பும், தன்னம்பிக்கையு டனான அவளது பேச்சுக்களும் ஸபிதாவுக்குப் பிடிக்கும்.

பக்தூரா ஷம்ஸாதுடன் இஸ்ஆஃபில் வேலை செய்யும் நாட்களின்போது பக்தூர் இக்பால் இடையிடையே இங்கே வருவது ஸபிதாவின் நினைவுக்கு வந்தது. பேச்சு முழுவதும் ஷம்ஸாதுடன்தான் என்றாலும் அவ்வப்போது ஸபிதா தன்னைக் கவனிக்கிறாளா என்பதை உறுதிப்படுத்திக்கொண்டு புன்முறுவல் செய்வார். பக்தூரா ஷம்ஸாத் பிரசவ அறைக்குப் போவதாகச் சொல்லி மாடிக்குப்போன ஓரிரு சந்தர்ப்பங்களில் இக்பாலின் தொலை பேசி அழைப்பு ஸபிதாவுக்கு வரும்.

"ஃபெயின் பக்தூரா ஷம்ஸாத்?" (ஷம்ஸாத் எங்கே?)

"மாடியில் பிரசவ அறைக்குத்தான் வந்திருக்கிறார்."

தொடர்ந்து வருகிற சில தனிப்பட்ட விசாரணைகள், உண்மையில் ஷம்ஸாத் எங்கே இருக்கிறாள் என்பதை அறிந்து கொள்வதற்காகத்தான் தன்னைத் தொடர்புகொள்கிறாரா

என்ற சந்தேகத்தை ஸபிதாவுக்குள் தோற்றுவிப்பதாக இருந்தது. ஒருமுறை பக்தூர் இக்பால் இஸ்ஆஃபில் வந்துவிட்டுப் போனதும் பக்தூரரா ஷம்ஸாத் மிகுந்த மகிழ்ச்சியுடன் கேட்டது ஸபிதா வுக்கு நினைவு வந்தது.

“டாக்டர் எதற்காக அடிக்கடி நம்மைத் தேடி வருகிறார்?”

சிறு புன்னகையுடன் தான் அப்போது சொன்ன பதில் ஷம்ஸாதிற்கு மிகுந்த மகிழ்ச்சியைத் தந்ததுவும் ஸபிதாவின் நினைவுக்கு வந்தது: “டாக்டர் ஒரு எலிஜிபிள் பாச்சுலரல்லவா? இங்கே உங்களைப் போல் எலிஜிபிள் லேடியும் இருப்பதால் தான்.”

ஷம்ஸாதிற்கு வயது முப்பதிருக்கும். இதுவரை திருமணமாக வில்லை. படித்த சௌதிப் பெண்களுக்குத் திருமணம் பெரும் பாலும் வாலிகூட ஏறமுடியாத மலைபோல். திருமணத்தின் போது பெண் வீட்டாருக்குக் கொடுக்க வேண்டிய மகர்* தொகை பெண்ணின் குடும்பப் பாரம்பரியத்திற்கும் கல்வித் தகுதிக்குமேற்ப அதிகமாக இருக்கும். அதிக விலை கொடுத்து கடிக்கிற நாயை எதற்காக வாங்கவேண்டுமென்று சௌதி ஆண்கள் யோசிக்காமலிருந்தால்தான் ஆச்சரியம். வேலை பார்க்காத கல்வியறிவில்லாத சௌதி பெண்களைப் மேய்ப்ப தற்கே சிரமப்படவேண்டுமென்றாள் நர்ஸ் ஃபரீதா. அப்படி யென்றால் வேலை பார்க்கும் பெண்களைப் பற்றிச் சொல்லவா வேண்டும்? பொதுவாகவே மிகுந்த மனத்திடம் கொண்டவள் சௌதிப் பெண். இஸ்லாமியச் சட்டத்திட்டங்களின்படி பெண்களுக்கான உரிமைகளை முழுமையாக அடைவதில் எப்போதுமே கவனத்துடனிருப்பாள். விடிந்தது முதல் இரவு வரையிலும் வீட்டுப்பணிகளின் சிறைக்குள்ளகப்பட்டு கணவ னின் அடியும் உதையுமேற்று ‘தலாக்’ மிரட்டல் உட்பட அனைத்தையும் சகித்துக்கொண்டு வாழ்ந்து தீர்க்கும் இந்தியப் பெண்களின் அவலநிலையில் இல்லாமல் குடும்பத்திற்குள்ளா வது அவளால் மிகுந்த உறுதியுடன் வாழ முடிகிறது. சீதனம் வாங்கித் திருமணமாகி வந்த பிறகு வீட்டிற்குள் அவளுடைய ஆட்சிதான். வரதட்சணை என்ற பெயரில் ஆணுக்குப் பணம் கொடுத்துத் திருமணமாகும் இந்திய மணமகளின் நிலைமை எந்த அளவுக்குத் தரம் தாழ்ந்துபோயிருக்கிறது? அரபிப் பெண் களுக்கு கத்தாமாக்களை ஏற்பாடு செய்து கொடுக்கவேண்டி யதும் அவளுக்கு ஷாப்பிங் போவதற்கான வாகனமும் பணமும் ஏற்பாடுசெய்து கொடுக்க வேண்டியதும் கணவன்களின் கடமைகள்தான்.

---

* வரதட்சணை

"யா அகமது, ஹமீத்து பிஸ்ர" (அகமது, குழந்தையைப் பிடித்துக்கொள்.) என்ற உத்தரவுடன் இடுப்பிலிருக்கும் குழந்தையை, கூடவே வந்திருக்கும் கணவனிடம் ஒப்படைத்து விட்டு எமெர்ஜென்சி ரூமுக்குள் வந்து டாக்டரின் எதிரிலிருக்கும் செயரை இழுத்துப்போட்டு உட்கார்ந்து அதிகார பாவத்துடன் நோய் விவரங்களைச் சொல்லும் சௌதிப் பெண்ணை ஸபிதா ஆழமாகப் பார்ப்பாள். அவள் கர்ப்பமாக இருக்கிறாள். அவளுக்கென்று சில உரிமைகளுமிருக்கின்றன.

வீட்டில் கணவன் மனைவிக்கிடையே சண்டையும் சச்சரவுகளும் நிறையவே நடக்கும். ஆனால், ஆண், தன்னுடைய கோபத்தைப் பெண்ணின் உடல்மீது காட்டினால் உடனே அவள் போலீஸ் கேஸாக்கிவிடுவாள். சௌதியில் என்னென்ன விஷயங்கள் தண்டனைக் குற்றங்கள் என்பதை சௌதிப் பெண் நன்றாகவே அறிவாள். ஆகவே, சௌதிக் கணவன் மனைவியை அடிக்கமாட்டான் என்றெல்லாம் சொல்லிவிட முடியாது. அனுசரணையில்லாமல் நடந்துகொண்டால், முடியாத பட்சத்தில் மனைவியைத் தண்டிக்கலாமென்று குர்ஆனில் கூடச் சொல்லப்பட்டிருக்கிறதே. கணவன் அடித்ததான குற்றச் சாட்டு வழக்காகி போலீசாருடன் மருத்துவச் சான்றிற்காக இஸ்ஆஃபிற்கு வரும் பெண்கள் ஆவேசத்துடன் அபாவாவைக் கழற்றி கையிலும் உடம்பிலுமுள்ள அடிபட்டு நீலம் பாரித்த இடங்களைக் காட்டித் தருவார்கள். அடித்த கணவனுக்குக் கிடைப்பது, சிறைத் தண்டனையா இழப்பீட்டுடன் கூடிய தலாக்கா என்பதெல்லாம் ஸபிதாவுக்குத் தெரியாது. "தலாக்கெல்லாம் தேவையில்லை; ஆனால், செய்த குற்றத்திற்குத் தண்டனையை அனுபவித்துதானாக வேண்டும்" என்பதுபோல் தான் அடிபட்டவளும் பேசுவாள். சரி, தண்டனை முடிந்து வந்தபிறகு இவர்களால் மகிழ்ச்சியாக ஒற்றுமையுடன் வாழ இயலுமா?

எல்லா உணர்வுகளும் அரபிகளிடம் தீவிரமாகவே செயல்படும். அன்பும் நெருக்கமும்கூட இப்படித்தான்.

"நீங்கள் இந்திய டாக்டர்கள் மிகவும் நல்லவர்கள்; மிஸ்ரிகள் சரியில்லை" என்பதுபோன்ற அபிப்ராயங்களையும் தயக்கமே இல்லாமல் சொல்லிவிடுவார்கள்.

சௌதிப் பெண்களின், இந்தத் தீவிரமான உணர்வு நிலையும், தன்திடமும் நினைவிலி மனங்களில் தொடர்ந்து காயப்படுபவர்களின் சீற்றங்களா இல்லை, கூண்டிலடைபட்ட சிங்கம், கம்பிகளைப் பிறாண்டியவாறே உறுமுகிறதா?

இஸ்ஆஃப் டியூட்டியிலிருக்கும்போது இரவு ஒரு மணிக்கு அவசர அவசரமாக ஓடிவந்த சௌதி இளைஞன் ஒருவனின்

தேவையைக் கேட்டு ஸபிதா ஆச்சரியப்பட்டு நின்றுவிட்டாள். அவனுடைய மனைவியின் கையை ஆவேசமாகப் பிடித்து இழுத்துக்கொண்டுவந்து ஸபிதாவின் முன்னால் நிறுத்தினான். அவளுக்குப் பதினேழு அல்லது பதினெட்டு வயதுதானிருக்கும்.

முகத்திலிருந்த ஒப்பனைகளையும் ஆபரணங்களையும் இன்னும் கலைக்கவில்லை. பொதுவாகவே சௌதிப் பெண்கள் ஒப்பனை செய்துகொள்வது கணவனுடன் படுக்கையறைக்குப் போகும்போதுதான். அன்றுதான் அந்தத் தம்பதிகளின் திருமணம் நடந்திருக்கிறது. முதலிரவு அறையிலிருந்து அவசர அவசரமாக அவளைக் காரில் அழைத்துக்கொண்டு அவன் வந்திருப்பது சந்தேகத்தைத் தீர்த்துக்கொள்வதற்காகத்தான்.

“பக்தூரா, இவள் கன்னி கழியாதவள்தானா? பரிசோதனை செய்து சொல்லுங்கள்.”

“இவள் கன்னி கழியாதவளாக இருந்தாலும் உங்களுக்குத் தான் இப்போது திருமணமாகிவிட்டதே?”

“பக்தூரா, என்னுடைய சந்தேகம் இதுதான். முதன்முதலாக உறவுகொண்டால் இரத்தம் வரவேண்டுமல்லவா? ஆனால், அப்படி நடக்கவில்லை. அதற்கான காரணம் என்ன என்பதை நீங்கள் பரிசோதனை செய்து சொல்லுங்கள்.”

இளங் காளையைப் போல் மூச்சுவாங்க நின்றுகொண்டிருக்கும் அவன் அவளையும் பக்கத்தில் நிறுத்திக்கொண்டுதான் தன்னுடைய சந்தேகத்தை இப்படி உரத்தக் குரலில் கேட்கிறான். எல்லா முதல் சம்போகங்களின்போதும் இப்படி இரத்தப்போக்கு ஏற்படும் என்று சொல்ல முடியாதென்றும் கன்னிமையின் அடையாளமாக இதை எடுத்துக்கொள்ள முடியாதென்றும் எனக்குத் தெரிந்த மொழியிலெல்லாம் சொல்லி அவனுக்குப் புரியவைக்க முயற்சி செய்தேன். அவன் விடுவதாக இல்லை.

“நீங்கள் முதலில் அவளைப் பரிசோதியுங்கள்; பிறகு உங்களுடைய கருத்தைச் சொல்லுங்கள்.”

அவனை அமைதிப்படுத்த இனி அது மட்டுந்தான் வழி. இல்லையென்றால் அவன் சூழ்நிலையை இன்னும் மோசமாக மாற்றிவிடுவான் என்பதும் ஸபிதாவுக்குப் புரிந்தது. அந்தப் பெண் எந்த எதிர்ப்பையும் காட்டிக்கொள்ளாமல் உணர்ச்சியற்ற நிலையில் பரிசோதனைக்கு ஒத்துழைத்தாள். இந்தத் திருமணத்திற்கான அங்கீகாரத்தைத் தேடிக்கொள்வது இப்போது அவளுடையவும் ஒரு தேவையாக இருந்தது. ஸ்திரீதனம் தந்து திருமணம் செய்துகொள்பவனின் வீரம் முதலிரவில்தான் தெரியும் என்பதை அவளும் அறிவாள்.

ஸபிதா கொடுத்த உறுதியில் 'சுக்ரன் யா பக்தூரா' (நன்றி) என்று சொல்லிவிட்டு மணமகளின் கையையும் பற்றி அவன் அவசரமாகத் திரும்பிச் சென்றான். முதலிரவு இன்னும் தீர வில்லையே!

விவாகரத்துச் செய்யப்பட்டவர்களையும் கைம்பெண் களையும் முதல் திருமணம் செய்வதற்கு சௌதி ஆண்கள் தயங்காதவர்கள்தான் என்ற விஷயம் ஸபிதாவுக்குத் தெரியும். இளமை உதிர்ந்துவிட்ட நிலையிலுள்ள சௌதிப் பெண், இருபத் தைந்து வயதான மணமகனுடன் இல்லாத கர்ப்பத்தைப் பற்றிய சந்தேகத்தைத் தீர்த்துக்கொள்வதற்காக இஸ்ஆஃபில் பரிசோத னைக்கு வந்த சம்பவம் நேற்றுதான் நடந்தது.

"என்னுடைய பதினாறு வயதான மகனின் முதரீஸ்(டீச்சர்) தான் அஷரஃப். மகனுக்கு டியூஷன் சொல்லிக்கொடுப்ப தற்காக வீட்டுக்கு வருவான். நாங்கள் திருமணம் செய்துகொள் வதாக ஒருநாள் முடிவு செய்தோம். என்னுடைய கணவர் இறந்துபோய் இரண்டு வருடங்களாகின்றன."

இதில் நீங்கள் இவ்வளவு ஆச்சரியப்படுவதற்கு என்ன இருக்கிறது என்பதுபோல் அவள் ஸபிதாவைப் பார்த்துப் புருவங்களை உயர்த்தினாள். ஆனால், இந்தப் பதினெட்டு வயதுப் பெண்ணின் விஷயத்தில் அவளது புது மணமகன் இவ்வளவு நிர்பந்தம் காட்டுவதற்கான காரணம் என்னவாக இருக்கும்?

ஸபிதாவின் இந்தச் சந்தேகத்தை நாடகம் அரங்கேறிய வேளையில் இஸ்ஆஃபில் பார்வையாளராக இருந்த ஐம்பது வயதான அட்டெண்டர் பெண் ஸெல்மாதான் தீர்த்து வைத்தாள். பக்தூராவிடம் அவ்வப்போது சௌதிப் பெருமைகளைப் பிரஸ்தா பிப்பதில் ஸெல்மா அக்காவுக்கு வெகு பிரியமிருந்தது. மற்ற, ஸ்ரீலங்கன், ஃபிலிப்பைனி ஆட்களை வைத்து வேலைகளைச் செய்தும் அவ்வப்போது காவா* குடித்தும் கடலை கொறித்தும் இரவு டியூட்டியின்போது சில மணி நேரங்கள் நன்றாகத் தூங்கியெழுந்தும் மிச்சநேரம் முழுவதும் பக்தூராக்களிடமும் நர்ஸ்களுடனும் ஊர் விஷயங்களைப் பேசியும் தனது மாறாத மூட்டு வேதனைக்கான சிகிச்சைகளைப் பற்றிய அபிப்ராயங் களையும் ஆராய்ந்தவாறே இரவைக் கழிக்கும் ஸெல்மா சொன் னாள்:

"பக்தூரா, கன்னி கழியாதவளுக்குக் கிடைக்கும் ஸ்த்ரீதனம் மறுவிவாகம் செய்பவளுக்குக் கிடைப்பதை விடவும் அதிகமாக

---

* சுக்குக் காப்பி போன்ற பானம்

இருக்கும். அவளைத் திருமணம் செய்வதற்கு அந்தப் பையன் பணத்தைத் தாராளமாக இறைத்திருக்கக்கூடும். எனவே, இதை அறிந்துகொள்ள வேண்டியது அவனது உரிமையாகிறது. செகண்ட் ஹாண்ட் மனைவியென்றால் அவனுக்குக் குறைந்த மகரில் சுலபமாகக் கிடைத்திருக்குமல்லவா?"

அந்த இளைஞனின் செயல்பாட்டில் சௌதிகாரியான ஸெல்மாவுக்குச் சிறு அளவுகூட அதிருப்தியில்லை என்பதை ஸபிதா புரிந்துகொண்டாள். பெண்ணுக்குக் கொடுக்கும் மகர் பணமோ, பெண்ணிடமிருந்து வாங்கும் வரதட்சணையோ இதில் பெண்ணின் விலையை நிச்சயிப்பது எதுவாக இருந்தாலும் மதத்திலும் கிரந்தத்திலும் அவளது உரிமைகள் எப்படியெல்லாம் உறுதிப்படுத்தப்பட்டிருக்கின்றன என்று சிலாகித்துச் சொன்னாலும் ஒட்டுமொத்தமான இயல்பு வாழ்க்கையில் முஸ்லிம் பெண்கள் காயத்துடனும் வேதனைகளுமான மனத்துடன் தான் வாழ்ந்துகொண்டிருப்பதாக ஸபிதாவுக்குத் தோன்றியது. காயப்பட்ட சிங்கங்கள் உறுமாமலிருப்பதில்லை... கூண்டுகளை அவை பலமாக அசைத்துக்கொண்டிருக்கின்றன...

பத்து

"ஹஜ்ஜு மாதம் தொடங்கிவிட்டது. ரஷீது, ஸபிதா, உங்களின் முதல் ஹஜ்ஜு டியூட்டியல்லவா? நீங்கள் மனோரீதியாக உங்களை நன்றாகத் தயார்ப்படுத்திக் கொள்ள வேண்டும்."

முகம்மது டாக்டர் சொன்ன இதே விஷயத்தைத் தான் இப்போது ஆஸ்பத்திரியிலுள்ளவர்களும் பேசிக் கொள்கிறார்கள் என்பதை ரஷீதும் ஸபிதாவும் நினைவில் கொண்டார்கள். காலையில் எட்டு மணிமுதல் இரவு எட்டு மணிவரை ஒரு ஷிஃப்ட். மற்றொரு ஷிஃப்ட், இரவு எட்டு முதல் காலையில் எட்டு வரை. தொடர்ந்து, பனிரெண்டு மணிநேரம் நீளுகிற 'மொரப்தா' டியூட்டி இருக்குமாம் ஹஜ்ஜு மாதத்தில். அப்துவின் டிரான்ஸ் போர்ட் கம்பெனி முதல் அவசியமான எல்லா சர்வீஸ் கம்பெனிகளுக்கும் இப்படித்தான். முழுநேரமோ பகுதி நேரமோ, எவ்வித விடுப்புமில்லாமல் பதினைந்து நாட் களுக்கும் மேலாகத் தொடர்ந்து வேலையிருக்கும். பணம் அதிகமாகக் கிடைக்குமென்றாலும் வேலை செய்தும், நோயுடனும் நோயாளியுடனும் போராடித் தளர்ந்து போய்விடுவார்கள். சில வேளைகளில் இது துல்ஹஜ்* இருபதுவரையிலும் கூடத் தொடரும். புனிதப் பயணி களின் நெரிசலும் அவசர கேஸ்களின் தேவைகளுக்கேற்பப் பதினைந்திற்குப் பிந்தைய மொரப்தாவின் தொடர்ச்சி நீண்டு போகவோ குறையவோ செய்யலாம்.

"உங்களுக்கென்ன இதுலே இவ்வளவு வருத்தம். புள்ளை குட்டிக எந்தப் பொறுப்புமில்லியே? கொஞ்சம் அதிக நேரம் வேலை செய்யுறதுலே ஸபிதா டாக்டருக்கு சந்தோசந்தான் இல்லையா?" – இது அப்துவின் பங்கு.

* அரபு 12வது மாதம்

“தினமும் நான்கு மணி நேரம் எக்ஸ்ட்ரா டியூட்டி பார்த்து ஒரு மாதச் சம்பளம் அதிகமாகக் கிடைக்கிறதென்றால் அப்புறம் எதுக்கு வருத்தம். சந்தோசப்படத்தானே வேண்டும் என்று மிஸ்ரி டாக்டர் காலித் சொல்கிறார்.” ரஷீது சிரித்தபடியே சொன்னான்.

“மிஸ்ரிகளெல்லாருமே இப்பிடித்தான். அவங்களுக்கு ‘ஃபுல் லூஸ்’ கிடைச்சா போதும். வேலையை எப்பிடி உளப்பிவிடுற துன்னு அவங்களுக்குச் சொல்லியா தரணும்? வெறுமனே நாலு மணி நேர எக்ஸ்ட்ரா டியூட்டின்னு சிம்பிளா நினைச்சுடாதீங்க. துல்ஹஜ் தொடங்குறதுக்குள்ளாவே நீங்க இதைப் புரிஞ்சுக்குவீங்க.” அப்து தொடர்ந்து சொன்னான்:

“பத்திருபத்தைந்து லட்சம் ஹாஜிகள் ஒரே நேரத்துலே மக்காவுக்கு வந்து சேர்றாங்க! போதாதுன்னு சௌதிக்குள்ளாடி இருக்கிற ஹாஜிகள் வேற. மக்காவுக்குக் கொஞ்ச நாள் மூச்சே தெணறிப்போகும் பாத்துக்கிடுங்க. காஷுவாலிட்டிகள் அப்படியே வந்து குவிஞ்சுரும். தள்ளு முள்ளுலே சிக்கி இறந்துபோறவங்களும் கொஞ்சநஞ்சமொண்ணுமல்ல.”

“பெரிய அளவில் ஏதாவது விபத்துக்கள் நடந்துபோனால் மட்டும்தான் வெளியுலகம் அறிந்துகொள்ளும். அதிலும்கூட அரசாங்கக் கலப்படங்களிருக்கும். இதுபோன்ற அசம்பாவிதங்கள் அவர்களுக்கு அது ஒரு டிஸ்கிரெடிட் அல்லவா?” என்றார் டாக்டர் முகம்மது.

“ஒவ்வொரு ஆண்டும் ஹாஜிகளோட வசதிக்காகப் புதுப் புதுத் திட்டங்கள்லாம் போடுறாங்க, ஆனா, சிரட்டை சிதர்றது போல சில நேரங்கள்லே எல்லா வசதிகளும் எங்கியோ போயிரும். நெரிசல்லே சிக்கி அங்கங்கே ஒன்றிரண்டு இறந்துபோனா நேரடியா ஆண்டவனுட்டே போயிட்டதா ஆறுதல்பட்டுட்டுச் சொந்தக்காரங்க திரும்பிப் போயிடுவாங்க.

நீங்க என்ன நினைச்சீங்க? இருபத்தைந்து லட்சம் மக்கள் கூடுறாங்க, இந்த மக்காவுலே! இதுக்கிடையிலே சில நேரங்கள்லே சின்னதா கலவரமோ துப்பாக்கிச்சூடோ நடந்துடவும் செய்யும்.”

“கலவரமும் துப்பாக்கிச்சூடுமா? ஹஜ்ஜு மாதத்திலா?”

“அதுசரி, உங்களுக்குத் தெரியாது இல்லையா? அஞ்சாறு வருசத்துக்கு முன்னாலெ... நான் அதைச் சொல்லல்லேன்னு நினைக்கிறேன். இரானிகள். சௌதி அரசாங்கத்தோட ஏற்பாடுகள்லே அவங்களுக்கு வெறுப்பிருந்தது.

அவங்க ஷியாக்களல்லவா? மக்காவிலும் ஹரம் ஷரீஃபிலுமெல்லாம் தங்களுக்கு அதிகமான உரிமையிருப்பதாக அவங்க

நம்புறாங்க. அதுக்கான காரணம் என்னென்னா, முகம்மது நபியோட பெரியப்பா மகனும் மக ஃபாத்திமா பீபியோட கணவனுமான அலி ரஹ்மத்துல்லாஹி அன்ஹுவின் வழிவந்த வங்களல்லவா ஷியாக்கள்? முகம்மது நபியின் இரத்தங்களான அலி, அவரோட வாரிசுகளான ஹஸன் ஹுஸைன், இவங் களோட வழிவந்தவங்க இந்த மக்கள். இப்போதுள்ள சௌதி மன்னருக்கு இப்படியான எந்தப் பாரம்பரியமிருக்கு?"

இராக்கில் கர்பலாவில் படுகொலை செய்யப்பட்டவர்கள் தான் நபியின் பேரன் ஹுஸைனும் அவரது குடும்பமும். இஸ்லாமிய வரலாற்று நூலின் இருளடைந்த பக்கங்கள். அந்தப் படுகொலையிலிருந்து தப்பித்த, ஹுஸைனின் சுதந்திர வேட்கை கொண்ட மகள் சுகைனா (சக்கீனா?)வைப் பற்றி நேற்றுதான் படித்தாள். குடும்பம் முழுமையும் கொலைக்குள்ளானது சுகை னாவின் கண்முன் வைத்துதான். கொடுமையான வாழ்க்கை அனுபவங்களாக இருக்கலாம் அவளைப் பிறகு தீக்கனல்போலாக் கியதும். நான்கோ ஐந்தோ திருமணம் செய்து ஆணாதிக்கச் சிந்தனைக்கு அவள் சவால் விடுத்தாள்.

பேரழகும் பாண்டித்தியமும் நிரம்பிய அவளைத் திருமணம் செய்துகொள்ளும் ஆசையுடன் வந்தவர்களிடம் திருமணத்திற்கு முன் பலதார மணம் செய்துகொள்ள மாட்டேன் எனும் ஒப் பந்தத்தில் கையெழுத்திட்டு வாங்கினாள். அவர்களில் சிலரை நம்பிக்கை மோசம் செய்த குற்றத்திற்காக நீதிமன்றத்தில் ஏற்றி னாள். விசாரணையின்போது அவர்களின் தோலையுரித்துக் காட்டிப் பரிகசித்தாள். ஆண்களிடம் அவள் சுதந்திரமாக நடந்து கொண்டாள். விவாதங்களின்போது அவர்களைத் தோல்வி யடையச் செய்தாள். வரலாற்றாய்வாளர்கள் மிகுந்த உற்சாகத் துடன் சுகைனாவை வர்ணிப்பதற்காக அத்தியாயங்களையும் பக்கங்களையும் ஒதுக்கிவைத்தார்கள். மலையாளக்கரையில் ஒரு தாத்ரிக்குட்டி ஆணாதிக்கக் கபட வேடங்களின்மீது தனி யொருத்தியாக நின்று மேற்கொண்ட தாக்குதல்போல் இஸ்லாமிய வரலாற்றில் இன்னும் ஏராளமான உதாரணங்கள் இருக்கிறதாம். அரபு மொழியில் அவளை பர்ஸா என்று குறிப்பிட்டார்கள். 'பர்ஸா' என்றால் முகத்தை மறைக்காதவள். தலை குனியாதவள். கேள்வி கேட்பவள்...

வரலாற்றினுள் சார்பு நிலையெடுக்காமல் ஆழமாக நுழை பவர்களுக்கு அவள் ஆச்சரியமும் உற்சாகமுமாக இருந்தாள்.

"ஈரானிங்க ஹஜ் மாசம் சார்டேட் விமானங்கள்லே வந்திறங்குவாங்க. ஹரமோட பக்கத்துலே ஒரு பெரிய கட்ட டத்தை முழுவதுமாக வாடகைக்கு எடுத்துக்குவாங்க. ஹரமுக்குப் போறதும் ஷாப்பிங் போறதுமெல்லாம் சேர்ந்து கூட்டமாத்தான்

போவாங்க. அவங்களோட பிரார்த்தனை முறைகளெல்லாம் ரொம்பவும் வித்தியாசமா இருக்கும். சில சமயங்கள்லே ஹரமுக்கு வெளியே ஒரு கயிறு கட்டி அவங்களுக்கு மட்டும் தொழுறதுக் கான ஒரு இடத்தை ஏற்பாடு செய்துக்குவாங்க. சௌதி போலீஸ் காரங்களுக்கு இதைக் கண்டாலே பொறுக்காது. வாய்த் தகராறு வரும். மதீனாவுலே நடந்த ஒரு பெரிய கலவரத்தை நான் நேரடியாவே பாத்திருக்கிறேன்."

அப்து அனுபவங்களின் பொட்டலத்தை அவிழ்த்தான். ஸபிதாவுக்கும் ரஷீதிற்கும் அவன் சொல்வதைக் கேட்பது சுவாரஸ்யமான விஷயம்தான். பலமுறை கேட்டு அலுத்துப் போனதாலுமிருக்கலாம், முகம்மது டாக்டர் டீப்பாயின்மீது கிடந்த 'மாத்ருபூமி' வாரப்பத்திரிகையை வெறுமனே புரட்டிக் கொண்டிருந்தார்.

"அவங்களோட தொழுகை விதிகளெல்லாம் வேற மாதிரி யல்லவா? நான் இப்போ சொல்றது ஐந்தாறு வருசங்களுக்கு முன்னாலெ நடந்த விஷயம். எனக்கு அப்போ மதீனா பள்ளி வாசல்லே க்ளீனிங் வேலை. ஈரானிகள் தொழுகை நடத்துற இடத்துலே சின்னதாக ஒவ்வொரு கல் இருக்கும். அந்தக் கல் மேலதான் அவங்க சுஜூது செய்யும்போது நெற்றியைப் பதிப் பாங்க. சௌதி போலீஸ், இது ஹராம்*னு சொல்லித் தடுத்தது. நல்ல வாட்டசாட்டமான ஈரானி ஒருத்தன் முஷ்டி சுருட்டி விட்ட ஒரு குத்துலே போலீஸ்காரன் தெறித்து விழுந்தான். அப்புறம் லத்தியடி, கலவரம் . . . ஈரானிகள் பள்ளிவாசலுக் குள்ளே இருந்து கையிலே கிடச்சதையெல்லாம் தூக்கி அடிச் சாங்க. சம்பவம் பள்ளிவாசலுக்குள்ளே நடந்ததாலெ துப்பாக்கிச் சூடு எதுவும் இல்லை. இது மக்கா ஹரமிலே பெரிய அளவு கலவரமா ஒண்ணும் வெளிப்படலே. எல்லாம் முடிந்த பிறகு மதீனா பள்ளிவாசலின் உட்புறம், போர் நடந்த இடம்போலத் தெரிந்தது. எல்லாரையும் அரெஸ்ட் பண்ணிக் கொண்டுபோ னாங்க. அப்புறம் என்ன நடந்ததுனு யாருக்குத் தெரியும்?"

"இங்கேயும் கல்தான் வில்லன். கல்லில் கொத்திய விக்கிர கங்கள் இல்லாமல் போனபிறகும்கூட கல்லைப் பற்றிய குறியீடு அழிந்துவிடவில்லை, இல்லையா?" ரஷீதிற்கு இந்த விஷயம் சுவாரஸ்யமாக இருந்தது.

முகம்மது டாக்டரும் அப்துவும் சொன்ன விஷயங்களின் நிஜத்தைப் புரிந்துகொள்வதற்கு ரஷீதும் ஸபிதாவும் காத்திருக்க

---

* விலக்கப்பட்டது

வேண்டிய தேவையிருக்கவில்லை. துல்கஹறது* மாதம் இறுதியி லிருந்து தொடங்கியது, புனிதப் பயணிகளின் பிரவாகம்.

மருத்துவப் பணியாளர்களின் தினச்சரியைகள் மட்டுமல்ல, ஒட்டுமொத்த மெக்காவாசிகளின் நித்தியக் கடமைகளும் துல்ஹஜ்ஜில் மாறுதலுக்குள்ளானது. சாலைப் போக்குவரத்தில் புதிய விதிகளும் கட்டுப்பாடுகளும் அமலுக்கு வந்தன. தெருக்கள், குறிப்பாக ஹரமைச் சுற்றியுள்ள சிறு கடைகள் நிறைந்த குறுகிய தெருக்கள் முழுவதையும் யாத்ரீகர்கள் கைப்பற்றிவிடுவார்கள். ஏராளமான ஐந்து ரியால் கடைகளும் பத்து ரியால் கடைகளும். ஐந்து ரியால் கடையில் எதையெடுத்தாலும் சரி, ஐந்து ரியால் தான். சீனாவிலிருந்தும் தைவானிலிருந்தும் குடிசைப் பொருளாக உற்பத்தி செய்து ஏற்றுமதியாகிற சிறு சிறு எலெக்ட்ரானிக் பொருட்கள், அலங்கார வஸ்துக்கள், விளையாட்டுச் சாமான்கள், தையலுக்கான உபகரணங்கள், நான்கு வாசனை சோப்புகளைச் சேர்த்து செல்லோ டேப்பால் கட்டப்பட்ட பாக்கெட்டுகள் . . . இப்படியாக. பத்து ரியால் கடையில் ஏறினால் நைட்டிகளும் ஷால்களும் மேஜை விரிப்புகளும்... இப்படியான நிறைய சாமான்கள் வாங்கலாம். ஹாஜிகள் கண்ணில்படுவதை யெல்லாம் வாங்கிப் பையை நிரப்புவார்கள்.

திரும்பிப் போனபிறகு சொந்தபந்தங்களுக்கு எதையாவது கொடுக்க வேண்டுமல்லவா? கொஞ்ச நாட்களுக்கு முன்பாக வந்துசேரும் ஹாஜிகள், மெக்காவில் தவாபும் ஸஹ்யுமெல்லாம் முடித்த பிறகு புனித மதீனாவைத் தரிசிப்பதற்காகப் புறப்படு வார்கள். மெக்காவிலிருந்து முந்நூற்று ஐம்பது கிலோ மீட்டர் தூரமிருக்கிறது, மதீனாவுக்கு. ஹரமின் பக்கத்திலிருந்து மதீனா வுக்குப் புறப்படும் பேருந்துகளும் கார்களும் நிமிடங்களுக்குள் பயணிகளால் நிரம்பிவிடும். துல்ஹஜ் ஆறாம் தேதிக்குள் மெக்கா வுக்குத் திரும்பி வந்துவிட வேண்டும். அன்று எல்லாப் பயணி களும் மினாவிலுள்ள முகாம்களுக்கு வந்து விடுவார்கள். பிறகு ஹஜ்ஜிக்கு முன்புள்ள மூன்று நாட்களும் இந்த டெண்ட் களில்தான் தங்குவார்கள்.

ஒன்பதாம் தேதி காலை முதல் அரஃபாவை நோக்கிய பயணம் தொடங்கும். அந்தி மயங்கும் நேரத்தில் அரஃபா மைதானத்தில் நடக்கும் அந்த மகா சம்மேளனத்தில் கலந்து கொள்வது ஹஜ்ஜின் மிக முக்கியமான கடமைகளில் ஒன்று. ஜபலுல் ரஹ்மா எனும் மலைப் பாறையிலிருந்து அரஃபா மைதானத்திலுள்ள ஹாஜிகளை ஆயிரத்து நானூறு ஆண்டு களுக்கு முன் முகம்மது நபி வாழ்த்திப் பேசினார். நபியின்

---

* அரபு பத்தாவது மாதம்

மரணத்திற்குச் சற்று முந்திய காலத்தில் நடந்த இந்த விடை பெறும் நிகழ்ச்சியின்போது அவருடைய சொற்பொழிவின் மயக்கத்திலாழ்ந்து தேம்பியழுத தமது முன்னோர்களின் ஹஜ்ஜின் நினைவுகளைப் புதுப்பித்துக்கொள்ளும் அதே உணர்வுகளை ஹாஜிகள் பெறுவார்கள். முஅல்லிமீனின் ஸ்வரம் ஒலிபெருக்கி யினூடே மைதானத்தை வந்தடையும் வேளையில் ஹாஜிகள் தேம்பியழுதபடியே பக்தியுடன் நின்றிருப்பார்கள்.

ஹஜ் சீஸனில் மிக அதிகமான மூச்சுத் திணறலுக்குள் ளாவது ஆஸ்பத்திரிகளாகவே இருக்கக்கூடும். ஹரமின் பக்கத்தி லுள்ள 'ஜியாத்' ஆஸ்பத்திரியில் மெக்காவிற்கு வெளியிலுள்ள மருத்துவர்கள் ஸ்பெஷல் டியூட்டிக்காக நியமிக்கப்பட்டார்கள். ஸபிதாவும் ரஷீதும் வேலை பார்க்கும் ஆஸ்பத்திரிகளில் ஹஜ் டியூட்டி தொடங்கியிருந்தது. ஓ.பி. பிரிவும் காஷுவாலிட்டியு மெல்லாம் நிரம்பி வழிந்தன. எந்நேரமும் ஆம்பூலன்சுகளின் கூச்சலும் ட்ராலிகள் உருளும் சத்தமாகவுமே இருந்தது. மைக்ரோ ஃபோனில் டாக்டர்களை அங்குமிங்குமாக அழைக்கிற சத்தம். 'அரஜா, பக்துார் இக்பால் ...' டாக்டர்களின் நரம்பு மண்டலங்கள் சதாகாலமும் சூடேறியிருக்கும் எலெக்ட்ரிக் கம்பிகள் போலி ருந்தன. அமைதியாக இருக்கும் நிமிடங்கள் குறைவு. விபத்துக்கள், கருச்சிதைவுகள் எல்லாம் சேர்ந்து இரத்தம் புரண்ட நாட்கள் ... இதனிடையே பாரசீக மொழி மட்டுமே பேசும் ஈரானிகளும் ஃபிரெஞ்சு பேசும் துனீஷியர்களும் உஸ்பெஸ்கிஸ்தானிகளும் துர்க்கிஸ்தானிகளும் மொழியை, கடக்க முடியாதப் பாதையாக முன்னால் விரித்து சங்கடத்திலாழ்த்தினார்கள். சும்மா சொல்லக் கூடாது, அபூர்வமாகச் சில நேரங்களில் மொழியை முக்கிய மற்றதாக மாற்றிவிடும் கருத்துப் பரிமாற்ற அப்பியாசங்கள் நிகழ்ந்து ஓ.பி. வார்டுகள் முழுவதையும் வாய்விட்டுச் சிரிக்க வைத்து, சூழலை இலகுவாக்கி விடுவதுமுண்டு. ஆபத்தான நிலையில் வருகிற நோயாளிகளின் நோய்க்கூறுகளைக் கண்டு பிடிப்பதிலும் சிகிச்சையளிப்பதிலும் மொழிப்பரிமாற்றம் சிக்கல் களை ஏற்படுத்தும்போதுதான் பிரச்சினையாகிவிடும். அபார்ஷன் என்று அட்மிட் செய்யப்படும் கேஸ் 'ரீடெய்ண்ட் பிளாசண்ட்' என்பது தியேட்டரில் பிளாசண்டை நேரடியாகப் பார்க்கும் போது தீர்மானத்திற்கு வருகிற நிலைமையும் ஏற்பட்டுவிடும். கர்ப்பத்துடனும் அதன் எல்லா அவஸ்தைகளுடனும் பெண்கள் கடல்கடந்து ஹஜ்ஜுக்கு வந்து நெரிசலில் சிக்கி அபார்ஷனோ குறைமாதப் பிரசவமோ ஆகிச் சிக்கலான நிலைமையில் இஸ்ஆஃ பிற்கு வருவதைப் பார்க்கும்போது வருத்தமாக இருக்கும். குழந்தைப் பேற்றுக்கான சிகிச்சை நிறைவேறிய மகிழ்ச்சியில் வேண்டுதலை நிறைவேற்றும் பொருட்டு ஹஜ்ஜுக்கு வந்தவர்கள் தான் அபார்ஷனாகும் பெண்களில் குறிப்பிட்ட எண்ணிக்கை

யிலானவர்கள். கிரஹஸ்தம் முடிந்து வானபிரஸ்தமும் தீர்த்தாடனமும் என்கிற வேத மரபுக்கு பெண்களைப் பொறுத்த மட்டிலுமாவது நிச்சயமாக ஒரு முக்கியத்துவமிருக்கிறது. ஹஜ்ஜைப் பொறுத்தவரை ஊரில் சில வருடங்களுக்கு முன்புவரை வழக்கத்திலிருந்து வந்தது இதுபோன்ற ஒழுங்குமுறைதான் என்பது ரஷீதின் நினைவு வந்தது. வயது முதிர்ந்து, மன அளவில் பக்குவமடைந்தவர்களாகவே இருந்தார்கள் ஊரிலுள்ள அகம்மதாஜியும் அபூபக்கராஜியுமெல்லாம். ரஷீதின் சிறுவயது நினைவிலிருந்தது. ஒரேயொரு ஹாஜும்மா*தான். ஞேனோலிக்கண்டியிலுள்ள எழுபது வயதான மறியும்மா ஹாஜும்மா. ஹஜ்ஜு செய்தவர்களெல்லாம் வாழ்வின் அந்திம காலம்வரையிலும் ஹாஜிகளாகவே வாழுகிற அபூர்வமான பாக்கியம் மலையாளக் கரையில் வாழ்பவர்களுக்கு மட்டுமே சித்தித்த வரமென்று தோன்றுகிறது. ஹஜ்ஜு செய்யும்போது மட்டுமே ஒருவர் ஹாஜியாராக இருக்க முடியுமென்பதை சௌதிக்கு வந்த பிறகுதான் ரஷீது தெரிந்துகொண்டான்.

முதல் ஒரு வாரம் ஸபிதாவுக்கும் ரஷீதிற்கும் பகல் நேர டியூட்டி. அது, அதிர்ஷ்டவசமானது. அல்லது மொரப்தா முடிவதுவரையிலும் பரஸ்பரம் சந்திக்க முடியாமலுமிருக்கும். ஒருவர் பணி முடிந்து வரும்போது அடுத்தவர் பணிக்குப் புறப்பட்டாக வேண்டும். காலை உணவை முடித்துவிட்டு இரண்டுபேரும் சேர்ந்து கிளம்புவார்கள். மதிய உணவு ஆஸ்பத்திரியிலேயே கிடைத்துவிடும். எண்ணிக்கையைக் கணக்காக்கி ஆஸ்பத்திரி உணவு விடுதியிலிருந்து டிஸ்போஸபிள் பாத்திரங்களில் அலுமினியம் ஃபாயிலில் பொதியப்பட்ட பார்சல்கள் அறைக்கே வந்துவிடும். நான்கு மணிக்கு ஜூசும் ஸ்நாக்சும்.

கட்டஞ்சாயா தேவைப்படுபவர்கள் அறையிலேயே தயாரித்துக்கொள்ளலாம். ஒவ்வொரு இடங்களிலும் டாக்டர்கள் இரண்டுமடங்காக இருப்பதால் சாப்பாடு நேரத்தில் முறை வைத்து அறையில் போய்ச் சாப்பிட்டு விட்டு வரமுடியும். அரிசிச்சோறும் குப்ஸும் சுட்ட கோழியும்தான் உணவு. முதலில் ஒன்றிரண்டு நாட்கள் பெரிய அளவிலொன்றும் பிரச்சினையாகத் தோன்றாது. மூன்றுநாட்களில் கழிந்த சலித்துப்போய்விடும். குறிப்பாக இந்திய டாக்டர்களுக்கு. இரவு எட்டு மணிக்குப் பிறகு ஃபிளாட்டுக்குத் திரும்பி வரும்போது உரலில் போட்டு இடித்துப் பக்குவப்படுத்திய அவல் போலாகிவிடுவதால் குளித்து, தொழுகையையும் முடித்துவிட்டு எப்படியாவது சமாளித்து இந்தச் சாப்பாட்டையும் முடித்துவிட்டுப் படுக்க வேண்டியதாகிவிடும்.

---

* ஹஜ்ஜு கடமையை நிறைவேற்றிய பெண்

காலையில் விழிக்கும்போது புறப்பட நேரமாகியிருக்கும்.

துல்ஹஜ் நான்காம் தேதியன்று ஸபிதா இஸ்ஆஃபிலிருக்கும் போதுதான் அம்மோனியம் விஷவாயு காற்றில் பரவுவதுபோல் அந்தத் தகவல் காதில் விழுந்தது. வெளியே கலவரம் நடந்து கொண்டிருக்கிறது. துப்பாக்கிச்சூடு தொடங்கிவிட்டது. ஈரானியர் தான். அவர்கள் மன்னருக்கெதிரான கோஷங்களை முழக்கியபடி சாலையில் போய்க்கொண்டிருந்தார்களாம். அவசரநிலைப் பிரகடனம் அமல்படுத்தப்படலாம். அப்துவின் தீர்க்கதரிசனம் யதார்த்தமாகி இருக்கிறது. ஸபிதா நினைத்துக்கொண்டாள். பிறகு, பதற்றத்தின் முள்முனையில் நிறுத்தப்பட்ட பல மணித் துளிகள். வெளியே ஆம்பூலன்சுகள் சீறிப் பாய்கிற சத்தம் மட்டும் கேட்டது. இஸ்ஆஃபிற்கு வந்த காயம்பட்ட இரண்டு பேர்கள் முதலுதவிச் சிகிச்சையளிக்கப்பட்டு ஸாஹிருக்கு மாற்றப் பட்டார்கள். இப்போது அங்குதான் காஷுவாலிட்டிகள் அனை வரும் மாற்றப்பட்டுக்கொண்டிருந்தார்கள். பாவம், ரஷீது.

அவன் ஸாஹிரில் காஷுவாலிட்டி டியூட்டியிலிருந்தான். பணி நெருக்கடியையும் மன அழுத்தத்தையும் அவனால் தாங்கிக் கொள்ள முடியுமா?

முதீர்அயாதா ஓ.பியிலிருந்த ஆண் டாக்டர்களையெல்லாம் அழைத்துக் கூட்டினார். தனது கைப் பையையும் எடுத்துக் கொண்டு ஓ.பி.யிலிருந்து புறப்படும்போது பக்தூர் ஹாஷிம் இதயத் துடிப்புடன் சொல்லிக்கொண்டான்: "எங்களையெல்லாம் ஸாஹிரில் நியமிப்பதற்காகத்தான் அழைக்கிறார். இன்றைக்கு எப்படியும் சிக்கியதுதான். சடலங்களைத் தரிசித்தபடியே வாழலாம்."

பாவம், ஹாஷிம். பலஸ்தீன் தெருக்களின் இரத்தக் களரியைப் பார்த்துப் பொறுத்துக்கொள்ள முடியாமல் சௌதிக்குத் தப்பி வந்தவன். கலவரச் செய்தி சுமார் நான்கு மணிக்கு ஆஸ்பத்திரிக்கு வந்தது. இப்போது மணி ஆறரை. இன்னும் ஒன்றரை மணி நேரத்தில் டியூட்டி முடிந்துவிடும். ஆனால், வெளியே போக முடியுமா? கலவரம் நடந்த இடம் ஜர்வலிலிருந்து அதிக தூரத்திலொன்றுமில்லை. சந்தேகத்திற்கான நிவாரணமும் உடனே அறிவிக்கப்பட்டு விட்டது. டியூட்டி முடிந்து யாருமே வெளியே இறங்கக் கூடாது. அவசரநிலையைக் கருதி வேலை நேரம் நீட்டிக்கப்பட்டிருக்கிறது. மறு அறிவிப்பு வருவதுவரை யிலும் அனைவருமே டியூட்டியில்தான் இருக்கிறீர்கள். ஓ.பி. யிலும் இஸ்ஆஃபிலும் மௌனம் தளம் கட்டிக்கொண்டது. பன்னி ரண்டு மணி நேரப் பணியின் அசதியும் நிச்சயமற்ற தன்மையின் பாரமுமாக இருந்த டாக்டர்கள், இடையிடையே பரபரவென

விழித்துப்பார்க்கும் சீக்குப்பிடித்த கோழிகளைப்போல் சோர்ந்து போய் அமர்ந்திருந்தார்கள். நைட் ஷிஃப்ட் பார்ப்பவர்களில் பெரும்பாலானோர்களும் வந்துவிட்டார்கள். தெருக்களில் போலீஸ் பாராவைத் தவிர இப்போது பெரிய அளவிலான பிரச்சினைகள் எதுவுமில்லையாம். ஸாஹிரிலுள்ள நிலவரங்கள் தெரியாததில் ஸபிதாவுக்கு வருத்தமிருந்தது. இரவு ஒன்பது மணிக்குப் பிறகு, ஸாஹிர் ஆஸ்பத்திரிக்குப் போயிருந்தவர்கள் திரும்பி வந்த பிறகுதான் ஸபிதாவுக்கு ஆறுதலாக இருந்தது.

ஸாஹிரில் சடலங்கள் வந்து குவிந்துகொண்டிருக்கிறதாம். உயிர் இருப்பவர்களுக்கு ட்ரிப் போடுவதும் வெடிகுண்டுகள் துளைத்த பகுதிகளைச் சுத்தம் செய்து ட்ரெஸ்ஸிங் செய்வதும் நிலைமையை அனுசரித்து ஆபரேசன் தியேட்டருக்கு அனுப்பிக் கொண்டிருப்பதுவும்தான் வெளியிலிருந்து வந்தவர்களின் பணி. ரஷீதைப் பார்த்ததாகவும் சொன்னான் ஹாஷிம்.

அவர்கள் இரண்டு பேருமாகத்தான் காலில் குண்டு பாய்ந்த இருபது வயதான ஒருவனுக்குச் சிகிச்சையளித்தார்களாம். ரஷீது என்கிற பெயரைக் கேட்டதும் விசாரித்திருக்கிறான். நெருக்கடி இப்போது கட்டுப்பாட்டிற்குள் வந்துவிட்டது. கிடைத்த விவரங்களுடன், அடையாளப்படுத்தப்பட்ட சடலங்களை இப்போது மார்ச்சரிக்குக் கொண்டுபோகும் வேலை நடந்து கொண்டிருக்கிறது. ரஷீது சீக்கிரமாக வந்துவிடலாம் என்றும் ஹாஷிம் சொன்னான்.

பத்து மணியானதும் ஆறுதலான தகவல் வந்தது. டியூட்டி முடிந்தவர்கள் முதீர்அயாதாவின் அறைக்குப்போய் பதிவு அட்டவணையில் கையெழுத்திட்டுவிட்டுப் போகலாம். ஷஹீனின் காரில்தான் ஸபிதா ஜர்வலில் போயிறங்கினாள். ரஷீது வந்து சேரும்போது மணி பதினொன்றாகிவிட்டது.

"என்னால் முடியவில்லை ஸபிதா, இவ்வளவு அதிகமான மரணத்தை நான் வாழ்க்கையில் முதல்முதலாகப் பார்க்கிறேன். துடிக்கும் இரத்தத்துடன் சிறு வயதிலுள்ள வெளுத்துச் சிவந்த இளைஞர்கள் ... ஆமாம் ஸபிதா, அதிகமும் இளைஞர்கள்தான். குண்டுகள் துளைத்தும் உயிர்போகாமலிருக்கும் அவர்களுடைய முகத்தில் சிறிதளவுகூட வருத்தமோ வேதனையோ தெரிய வில்லை. அசாதாரணமான ஒரு தைரியம் ஸபிதா..."

"பரவாயில்லை, ரஷீது. உலகத்தில் இப்படியும் பல விஷயங்கள் நடக்கிறதென்பதையும் இப்படியான மனிதர்கள் இருக்கிறார்களென்பதையும் கேரளத்தின் ஓணம் அறியாத ஒரு மூலையில் வாழ்ந்தால் நாம் அறியவா போகிறோம். நாமிப் போது உலகத்தைப் படித்துக்கொண்டிருக்கிறோம், ரஷீது."

“எளிதாக உன்னால் இதைச் சொல்லிவிட முடியும். உங்களுடைய இஸ்ஆஃபிஸில் இப்படியான கேஸ்கள் எதுவும் வரவில்லையல்லவா? ஸாஹிரிலுள்ள இஸ்ஆஃபிஸில் ஒவ்வொரு டியூட்டியுமே அக்னிப் பரிட்சைதான்.”

“நான் சொன்னதன் நோக்கம் அதுவல்ல ரஷீது. உன்னுடைய மனவேதனைகளை என்னால் புரிந்துகொள்ள முடிகிறது.”

ரஷீதிடம் பாவமாறுதல்கள் உடனடியாக நிகழ்ந்துவிடும். எளிதில் உணர்ச்சிவசப்பட்டுவிடுவதும் கற்பனைகளில் ஆழ்ந்து சஞ்சரிப்பதுவும் ரஷீதின் மனோபாவம் என்பது ஸபிதாவுக்குத் தெரியும். ஆஃப்தல்மாலஜியில் உயர்கல்வி கற்க அவன் விரும்பியதற்கான காரணமும் இதுதான். ஜெனரல் சர்ஜரி படிப்பிற்குக் காத்திருப்போர் பட்டியலில் ரஷீதின் பெயருமிருந்தது. ஆஃப்தல்மாலஜி படிப்பைத் தொடங்கிய ஒரு மாதத்திற்குள் அவன் சர்ஜரிக்குத் தேர்வு செய்யப்பட்டான். இதில் ஓரளவிலான நல்ல பிரிவுக்கு மாறியிருக்கலாம். ஆனால், ஆஃப்தல்மாஸ்கோப்பின் நுட்பமான காட்சிகளில் ஆழ்ந்திறங்கவே அவன் விரும்பினான்.

ஸபிதாவுக்கு இந்த ஊசித் துவாரக் காட்சியைப் பார்க்க முயற்சிக்கும்போதெல்லாம் தலைவலிதான் வந்தது. ஆஃப்தல்மாலஜிஸ்டின் உலகம் ஒரு உட்சுருங்கி உலகமென்று ஸபிதா அவனிடம் விளையாட்டாகச் சொல்வதுண்டு. மற்றவர்கள் பார்க்காத ஒன்றை அவன் பார்க்கிறான். மேக்னிஃபிகேஷனின் ஆரஞ்சு வெளிச்சத்தின் அழகிய பின்னணியில் ரெடினா எனும் திரையில் பளபளக்கும் நரம்புகள், குவி மையங்கள் . . . காட்டன்வுல் பாட்சுகள் . . . ஆனால், இங்கே ஸாஹிர் இஸ்ஆஃபிஸில் ஆஃப்தல்மாஸ்கோப்புடன் அவனால் ஒதுங்கி அமர்ந்துவிட முடியாது. ஸ்பெஷலைசேஷனெல்லாம் இங்கே வேலைக்காகாது. ரெஷிடென்டாக இருக்கும்பட்சத்தில் இஸ்ஆஃபிஸில் வரும் எல்லா கேஸையும் அட்டெண்ட் பண்ணியாக வேண்டும். விபத்துக்கள் . . . அஜீரணக் குடல்புண் . . . நிமோனியா . . . இரண்டாண்டுகள் கழிந்தால் ஸ்பெஷலைஸ்ட் தகுதியில் நியமிக்கப்படலாம். அதுவரையிலும் இங்கே தாக்குப்பிடிக்க முடிந்தால்.

பதினொன்று

அடுத்த நாளே மெக்கா நகரம் இயல்பு நிலைக்கு வந்துவிட்டது. ஓ.பி. யிலும் இஸ்ஆஃபிலும் பெரும் நெரிசல்.

ஆஸ்பத்திரியை அவ்வப்போது ரோந்துவரும் உயரதிகாரிகள். டாக்டர்களும் நர்ஸ்களும் கவனத்துடன் பணியாற்றுகிறார்களா? யாராவது தூங்கி விழுகிறார்களா? சாப்பிடப் போகிறேன், தொழுகைக்குப் போகிறேன் என்று சொல்லி யாராவது வேலை செய்யாமல் ஓப்பியடிக்கிறார்களா? எல்லாமே கவனமாகக் கண்காணிக்கப்பட்டன. இடையிடையே பெரிய முதீரே களப்பணியில் இறங்கிவிடுவார். அவ்வப்போது ரியாதிலிருந்து மன்னரின் பிரதிநிதியாகவும் யாராவது வருவார்கள். ஏதாவது சரியில்லையென்றால் உடனடியான நடவடிக்கை. மன்னரின் நேரடியான தலையீடுமிருக்கும். ஆகவே, சோம்பித் திரியும் டாக்டர்களும்கூட ஹஜ் காலத்தில் உதறிக்கொண்டு வந்துவிடுவார்கள்.

பணியிலிருக்கும் மருத்துவர்களும் ஹஜ்ஜுக்குப் போகும் வழக்கமுண்டு என்கிற விஷயத்தை இ.என்.டி. ஸ்பெஷலிஸ்டான மன்சூர் சொல்லித்தான் ரஷீது அறிந்துகொண்டான். அது, கிரமப்படியான ஹஜ் அல்ல. பணியிலிருக்கும்போது அது சாத்தியப்படவும் செய்யாது. அரஃபா தினத்தன்று, இரவு எட்டு மணி டியூட்டி முடிந்ததும் டாக்டர்கள் சிலபேர் ஒன்றாகச் சேர்ந்து வாகனத்தில் புறப்பட்டு நேராக அரஃபா மைதானத்தை வந்தடைவார்கள். சூரியன் அஸ்தமிக்கும் வேளையில் இந்தச் சங்கமத்தை முடித்துவிட்டு மற்ற ஹாஜிகள் புறப்பட்டிருப்பார்கள். ஆட்களில்லாத மைதானத்தில் டாக்டர்கள் சற்று நேரம் பிரார்த்தனையில் ஆழ்ந்திருப்பார்கள். பிறகு, ஹாஜிகள் ஓய்வெடுக்கும் முஸ்தலிஃபிற்கு வந்தால் அவர்

களுடன் சேர்ந்துகொள்ளலாம். அதிகாலையில் மூன்று மணிக்குப் புறப்பட்டால்தான் பொழுது விடிவதற்குள் மினாவிற்கு வந்து ஜம்ராவில் கல்லெறிவதையும் முடித்துவிட்டுக் காலையில் எட்டு மணி டியூட்டிக்கு வந்து சேர முடியும். இப்படியாக இரண்டு நாளைய முராபிதா பணிக்கிடையில் புனித ஹஜ்ஜை சாண்ட்விச் செய்து முப்பத்தியாறு மணி நேர மெய்வருத்தம் பாராமல் தொடருகிற பக்தி முயற்சி.

“இப்படி ஹஜ் செய்வதால் பலனிருக்கிறதா? அரஃபாவில் சூரிய அஸ்தமனத்திற்கு முன்பல்லவா சரியாக ஹஜ் கர்மத்தை நிறைவேற்றியிருக்க வேண்டும்?” ரஷீதிற்குச் சந்தேகம்.

“இப்படியெல்லாம் பார்த்துக்கொண்டிருந்தால் இங்கிருந்து போவதுவரையிலும் நம்மால் ஹஜ் செய்ய முடியாது. இந்தப் புனித மாநகரில் வேலையிலிருந்தும் இதற்குக்கூட முடியவில்லையென்றால் அப்புறம் என்ன இருக்கிறது? அல்லாஹு நம்முடைய அசௌகரியங்களைப் புரிந்துகொள்கிற மகாப் பெரியவன்.”

ரஷீதிற்கும் இது சரிதான்போலிருந்தது. நைட் ஷிஃப்ட் முடிந்து பகல்வேளையில் ஹஜ்ஜிக்குப் போவதென்பது இந்த அளவிலும்கூடப் பயனுள்ளதல்ல. அல்லது அடுத்த வருடமாவது முயற்சி செய்திருக்கலாம். அரஃபா சங்கமத்தில் கலந்துகொண்டு விட்டு பிறகு எட்டு மணி டியூட்டிக்கு வருவதென்பது நடக்காத காரியம். ஆகவேதான் பகல் டியூட்டி பார்ப்பவர்கள் மட்டும் ஹஜ்ஜுக்குப் போகிறார்கள்.

ஸபிதாவையும் கூடவே அழைத்துக்கொள்ளலாமா என்று ரஷீது கேட்டான்.

“அதில் தவறொன்றுமில்லை. டாக்டர்களில் பலர் தங்களுடைய குடும்பத்தினரையும் கூடவே கூட்டிக்கொள் கிறார்கள்தான். ஆனால், முதலிலேயே சொல்லி வைத்திருக்க வேண்டும். இருந்தாலும், ஸபிதாவுக்கு விலாதா ஆஸ்பத்திரியி லுள்ள டாக்டர்களுடன் போவதுதான் வசதியாக இருக்கும். நேரத்தைக் கையில் வைத்து விளையாடுவதல்லவா. மினாவி லிருந்து காலையில் எட்டு மணி டியூட்டிக்கு வந்துசேரப் படாதபாடு படவேண்டியதிருக்கும். சில சந்தர்ப்பங்களில் மிகச் சரியாக எட்டு மணிக்குத்தான் வந்துசேரவே முடியும். பிறகு இங்கிருந்து அவர் விலாதாவிற்குப் போய்ச்சேர வேண்டு மல்லவா? ட்ராஃபிக்கில் சிக்கிக்கொள்ளவும் வாய்ப்பிருக்கிறது. டாக்சி கிடைக்குமென்றும் உறுதியாகச் சொல்ல முடியாது.” மன்சூர் சொன்னதை ரஷீது ஸபிதாவிடம் தெரிவித்தான்.

“ரஷீதுடன் வரமுடிந்தால் சரி. இல்லையென்றால் வேண் டாம். இந்த வருடம் இப்படியே போகட்டும். என்னுடைய

மனமும் இன்னும் கொஞ்சம் பக்குவப்பட வேண்டியதிருக் கிறது. ரஷீது போய் வா.”

“இரவில் தனியாக இருக்க வேண்டாம். ஸமதிடம் சொல் வோமா? ஒன்று, நீ அவர்களுடைய ஃபிளாட்டுக்குப் போகலாம். அல்லது ஸமதையும் மனைவியையும் இங்கே வரச் சொல்வோம்.”

ஸமது ஊர்க்காரன்தான். சௌதி வாட்டர் அதாரிட்டியில் வேலை பார்க்கிறான். உம்ரா விசாவில் வந்திருக்கும் அவனது மனைவியும் இரண்டு மாதமாகக் கூடவே இருக்கிறாள். குடும்பத் தையும் தன்னுடன் நிரந்தரமாக வைத்திருக்கும் உரிமை கீழ் நிலைப் பணியாளர்களுக்குக் கிடையாது. மெக்காவிலிருக்கும் பெரும்பாலான மலையாளிகளும் சௌதி அரசாங்கத்தின் பார்வையில் வறுமைக் கோட்டுக்குக் கீழுள்ளவர்கள்தான். ஆகவே உம்ரா விசாவில் குடும்பத்தை அழைத்துக்கொண்டு வந்து காலாவதி முடிந்த பிறகும் திரும்ப அனுப்பாமல் இரண்டு மாதம் கூடவே வைத்துக்கொள்வார்கள். ஸமதின் குடும்பத்துடன் அதே ஃபிளாட்டில், ஃப்ரூட்ஸ் கடை குஞ்ஞாப்பாவின் குடும்பமு மிருந்தது. ஃபிளாட் வாடகையைப் பகிர்ந்துகொள்ளலா மல்லவா. அவர்களும் சட்டத்திற்குப் புறம்பாகத் தங்கியிருப்ப வர்கள்தான். கணவர்களின் விசா காலம் முடியாமலிருக்கும்வரை யிலும் பெண்கள், குழந்தைகளுடைய விஷயத்தில் விசாவின் கால அவகாசத்தை அதிகாரிகள் பெரிதாக எடுத்துக்கொள்ளமாட் டார்கள்.

சௌதியிலிருக்கும்வரையிலும் அவர்களுடைய விஷயத்தில் சற்றுக் கவனமாக இருப்பார்கள், அவ்வளவுதான். உம்ரா விசாவில் சௌதிக்கு வந்து வேலைவாய்ப்பைத் தேடிக்கொள்ளும் சாகசக்காரர்களுமிருக்கிறார்கள். வேலை கிடைத்து இகாமா வையும் ஏற்பாடு செய்துகொள்ள முடிந்தால் தப்பித்துக்கொள் ளலாம் . அதற்குள் பிடிபட்டுவிட்டால் ஜெயில் வாசம். விசா இல்லாமல் குடும்பத்துடன் சௌதிக்கு வந்து நிரந்தரமாகத் தங்கியவர்களுமிருந்தார்கள். இதில் அதிகமும் ஆப்ரிக்க வமிசா வளியினர்தான்.

சோமாலியா, எத்தியோப்பியா, நைஜீரியா போன்ற ஏழை நாடுகளிலுள்ளவர்கள். ஒரு நேர உணவிற்காக வாழ்நாள் முழுவதையும் வேதனைகளிலும் சிக்கல்களிலும் உழலவிட வேண்டிய கதிகேட்டிற்குள்ளானவர்கள். ஏதாவது வியாதிக்காக ஆஸ்பத்திரிக்கு வந்தால் வியாதி என்னதான் தீவிர நிலையிலிருந் தாலும் அட்மிட்டாக விரும்பமாட்டார்கள். ஏனென்றால், அட்மிஷனின்போது இகாமாவோ பிற சான்றுகளோ தேவைப் படும். அல்லது, நோயின் தீவிரம் மட்டுப்பட்ட பிறகு ஆஸ்பத்திரி யிலுள்ள ஜெயில் வார்டுக்குப் போய்விட வேண்டும். டிஸ்சார்ஜ்

செய்யப்பட்ட பிறகு நேராக ஜெயிலுக்கு. ரவுண்ட்ஸ் போகும் போது கம்பிச் சட்டமும் தாழ்ப்பாளுமிட்டுப் பூட்டப்பட்ட ஜெயில் வார்டைத் திறந்து நோயாளிகளைப் பரிசோதிப்பதென் பது மிகுந்த வருத்தத்தைத் தருகிற விஷயம். மறைந்தும் பதுங் கியும் போலீசாரைக் கண்டதும் பயந்து ஓடியொளிந்தும் ஒரு சாண் வயிற்றை நிரப்புவதற்காக மட்டுமே அன்னிய தேசத்திற்கு வந்த, போராட்டங்களை எதிர்கொண்டு பக்குவப்பட்ட இந்த சோமாலியாகாரர்களும் நைஜீரியாகாரர்களும் பெரிய மனக் கிலேசமெதுவுமில்லாமலேயே இந்த ஜெயில் வாசத்தையும் எதிர்கொள்வார்கள். தற்போது நல்ல ஆகாரமாவது கிடைக்கிற தல்லவா, பிறகுள்ள விஷயங்களை அப்புறம் பார்த்துக்கொள் ளலாம்.

ஸபிதா இல்லாமலேயே ரஷீது ஹஜ்ஜுக்குப் போனான். ஸமதும் மனைவியும் ஸபிதாவின் துணைக்கு வருவதாக ஒப்புக் கொண்டார்கள். “இந்தச் சிறிய ஃபிளாட்டில் வந்து பக்றுரா சிரமப்பட வேண்டாம்.” அவர்கள் சொன்னது ஸபிதாவுக்கு வசதியாக இருந்தது.

ஸாஹிரிலிருந்து இரண்டு பெரிய வேன்களில் ஹஜ் குழு வினர் யாத்திரை புறப்பட்டார்கள்.

ஆண்கள் அனைவரும் பருமனான ஒற்றை வேட்டியும் ஒருபுறத் தோளை மட்டும் மறைக்கும் மார்பு வேட்டியுமணிந்து புராதனகால வேஷத்துடனிருந்தார்கள். ஆனால் பெண்களுக்கு இவ்வித வேஷ மாற்றங்களுக்கான தேவைகள் கிடையாதல்லவா? அவர்கள் தொழுகை உடுப்புபோல் நீளமான வெள்ளை அங்கி யணிந்து பெரிய ஒரு துணியால் தலையையும் காதுகளையும் உடலின் மேல்பகுதியையும் பொதிந்து கட்டிப் புனிதப் பயணி களாக மாறினார்கள். அதில் பக்றுராக்களும் பக்றுர்களின் மனைவிமார்களுமிருந்தார்கள்.

மிஸ்ரி டாக்டர்கள் பெரிய கேன்களில் தண்ணீரும் கொறிப் பதற்கான தின்பண்டங்களும் தயாராக வைத்திருந்தார்கள். போகும் வழியில் பெப்சியும் இரவு உணவாக சாண்ட்விச் பார்சல் களும் வாங்கி வைத்துக்கொண்டார்கள். அரஃபாவை அடைவ தற்கு இரண்டரை மணி நேரமானது. இடையிடையே தக்பீர்* சொல்லியும் தின்றும் குடித்தும் கடலை கொறித்துக்கொண்டு மிருந்தார்கள்.

ஆனால், நேரம்போனதுதான் தெரியவில்லை.

அப்போது, பூரத்திருவிழா முடிந்த கோவில் வளாகம் போலிருந்தது அரஃபா மைதானம். ஜபல்ரஹ்மா எனும் மலையடி

---

* நெற்றி தரையில் பதியும்படி வணங்குதல்

வாரம் முழுவதும் ஹாஜிகள் உபயோகித்து விட்டுச்சென்ற காகிதத் துண்டுகளும் பிளாஸ்டிக் கவர்களும் டிஸ்போஸபிள் தம்ளர்களும் சிதறிக்கிடந்தன. நமிரா மஸ்ஜிதில் வெளிச்சமும் ஆட்களின் சஞ்சாரமுமிருந்தது. அந்தத் திறந்த மைதானத்தில் செய்யும்போது ஜபரஹ்மாவின் உயரங்களிலிருந்து இனிமையும் கம்பீரமுமுள்ள ஸ்வரம் தவழ்ந்திறங்கித் தன்மீது கவிழ்வதாக ரஷீது உணர்ந்தான்.

'...இன்றைய அஞ்ஞான உலகின் எல்லா துர் ஆச்சாரங் களும் இங்கே அஸ்தமனமாகின்றன. இறைவன், ஏகனே! மானுட குலம் முழுவதும் ஆதாமின் சந்ததிகள். அவர்களுள் உயர்வு தாழ்வுகளில்லை. அரபி, அரபியல்லாதவனைவிடவோ, வெள்ளையன், கறுப்பனைவிடவோ, கறுப்பன், சிவப்பனை விடவோ, சிவப்பன் மஞ்சள் நிறத்தவனைவிடவோ எந்த வகை யிலும் மேலானவனில்லை. அப்படி யாராவது இருப்பானென் றால் அது அவன் புரிந்த நற்கருமங்களின் பொருட்டாக மட்டும் தான்...'

ரஷீது தியானத்திலாழ்ந்தான். சுயமிழந்துவிடுகிற ஆன்மிக அனுபூதி. உலகின் வேதனைகளைக் குறித்து மட்டுமே அவன் வியாகுலப்பட்டான். அமைதி குலைந்துபோன பூமிப் பிர தேசங்கள்... ஈரான் – இராக் யுத்தத்தில் காயப்படுகிற மனித மனங்கள்...

பலஸ்தீன்... ஆஃப்கானிஸ்தான்... காஷ்மீர்... அனைத்துல கையும் அடக்கியாள்பவனே... நாங்கள் ஏதுமறியா மானுடப் பதர்கள்.

யுத்தங்களெல்லாம் அறிவீனத்தாலும் அகங்காரத்தாலும் மட்டுமே நிகழ்கின்றன. உன்னுடைய அமைதிப் புறாக்களை நீ யுத்த பூமிக்கு அனுப்பியருள்வாயாக.

"மணி பன்னிரெண்டாகிறது. சீக்கிரமாக முஸ்தலிஃபா விற்குப் புறப்படுவதுதான் நல்லது. ஒன்றிரண்டு மணிநேரம் தான் அங்கே தங்க முடியும். மூன்று மணிக்காவது அங்கிருந்து கிளம்பினால்தான் காலையில் டியூட்டிக்குப் போய்ச்சேர முடியும்."

பாகிஸ்தானி டாக்டரும் ஹஜ் குழுவின் தலைவருமான அமீர் அலி அவசரப்படுத்தியபோது ஆங்காங்கே பிரார்த்த னையில் மூழ்கியிருந்தவர்கள் முஸல்லா*க்களைச் சுருட்டியெடுத் துக்கொண்டு வேனில் ஏறத் தொடங்கினார்கள்.

---

* தொழுகை விரிப்பு

முஸ்தலிஃபாவை நெருங்க நெருங்க ஹஜ்ஜின் சரியான உணர்வுகளுக்குள் வர ஆரம்பித்திருந்தார்கள்.

அரஃபா மைதானத்தின் மகா சம்மேளனத்தில் கலந்து கொண்டவர்கள் ஏற்கனவே அங்கிருந்தார்கள். ஹாஜிகளை ஏற்றிக்கொண்டு வந்திருந்த எண்ணற்ற பேருந்துகளும், கார்களும், வேன்களும், பாலைவனத்தின் பரந்து விரிந்த மார்பில் திருப்தியுடன் ஓய்வெடுத்துக்கொண்டிருந்தன. இதோ, உலகத்தின் பல்வேறு பிரிவினர்களை நாங்கள் இங்கே கொண்டுவந்து ஒன்று சேர்த்திருக்கிறோம்.

கறுப்பனையும் வெள்ளையனையும், வாழ்க்கையின் சேமிப்புகள் அனைத்தையும் ஒன்றுகூட்டி, பிறவிக்கடனைத் தீர்ப்பதற்காக இங்கே வந்திருக்கும் ஃபக்கீரை*யும் வாழ்க்கையின் உன்னதத் தளங்களுக்கு வந்து சேர்ந்தவனையும் துப்புரவுத் தொழிலாளியையும் சர்வதேசப் புகழ் பெற்ற ஆளுமைகளையும் . . .

இவர்கள் அனைவரும் பாலை வெளியின் குளிர்ந்த மார்பில் தங்களது சுயங்களையும் அகம்பாவங்களையும் தற்காலிகமாக வாவது களைந்துவிட்டு வானப்பரப்பின் கீழ் அல்லாஹுவின் கருணைக் கண்கள் காவலிருக்க குழந்தைகள்போல் ஓய்வுகொண்டிருந்தார்கள். முஸல்லாக்களும், துண்டுத்துணிகளும், செய்தித்தாள்களும்தான் அங்கே பஞ்சணைகள்.

ரஷீதும் நண்பர்களும் காலியாகக் கிடந்த சிறு இடத்தில் கிடந்த கற்களை அப்புறப்படுத்திவிட்டு முஸல்லாவை விரித்து கைகளைத் தலையணைகளாக்கி ஆகாயத்தைப் பார்த்தபடியே படுத்திருந்தார்கள். ஒன்பதாம் இரவின் வளர்ச்சியை எட்டியிருந்த அரைவட்டச் சந்திரன், இடையிடையே மேகத்திரையை வகுந்து நீக்கிவிட்டுப் பொறுப்புணர்வு மிக்க காரியஸ்தனைப் போல் ஹாஜிகளின்மீது பார்வையைப் பதித்துக்கொண்டிருந்தது. குட்டிக் குட்டியான நட்சத்திரங்கள், பயப்பட வேண்டாம். இதோ நாங்கள் இங்கே தூங்காமல் உங்களுக்குக் காவலிருக்கிறோம் என்பதுபோல் மின்னிக்கொண்டிருந்தன. ரஷீதிற்குத் தூக்கம் வரவில்லை. அறியாத உலகத்தைக் கண்டுவருவதற்கான சிறகுகள் இரண்டு மணி நேரம் கடனாகக் கிடைத்திருக்கின்றன. அவன் . . . இரண்டு மணிக்கு முஸல்லாவை மடித்துவிட்டு மினாவில் எறிவதற்கான கற்களை மற்றவர்கள் செய்வதுபோல் எண்ணிக் கைப்பிடி பொறுக்கியெடுத்து வேட்டியின் மடிப்பில் பத்திரப் படுத்தி வைத்துக்கொண்டான்.

---

* ஏழை

மினாவில் கூட்டம் அதிகமாவதற்குள் கல்லெறிவதை முடித்துவிட்டுத் திரும்பிவிட வேண்டும். இது நினைத்ததுபோல் அவ்வளவு சுலபமாக முடிந்துபோய்விடக்கூடிய விஷயமல்ல என்பதை வேன் இங்கிருந்து புறப்பட்ட பிறகுதான் ரஷீது புரிந்துகொண்டான். அவசர அவசரமாக முஸ்தஃபிலிருந்து கிளம்பியவர்கள் தாங்கள் மட்டுமல்ல. அது, மூன்றரை மணி நேரம் நீண்ட மிகப் பொறுமையான ஒரு பயணமாக இருந்தது. போக்குவரத்து நெரிசல்கள் அதன் எல்லா அம்சங்களோடு மிருந்தன. இருபுறமும் பெரிய பெரிய வாகனங்களினிடையில் அசையவே முடியாமல் அடிக்கடிச் சிக்கிக்கொள்கிற வேனுக்குள்ளிருந்து ரஷீதும் நண்பர்களும் மூச்சுக்கூட விட முடியாத அவஸ்தைக்குள்ளானார்கள். மினாவில் ஜம்ராவைச் சுற்றி மனித மகாப்பிரவாகம் அலையடித்துக்கொண்டிருந்தது. விபத்துகளைத் தவிர்ப்பதற்கான எல்லா ஏற்பாடுகளையும் சீர்குலைத்துவிடுமளவிலான ஜனத்திரள். முதியோர்களும் சிறு உடல் ஆகிருதியுள்ள பெண்களும் குழந்தைகளும் மிகுந்த சிரமத்திற்குள்ளானார்கள். ஜம்ராவைச் சுற்றி நின்று ஆவேசத்துடன் கல்வீசிக்கொண்டிருக்கும் ஆப்ரிக்க வமிசாவளியினரின் முக பாவனையிலிருந்த குரூரத்தைக் கண்டபோது ரஷீதின் மனம் இடிந்துபோனது. மனித மனங்களின் பாவச்செயல்களெனும் ஷெய்த்தானைக் கல்லெறிந்து அகற்றுவதாகக் குறிப்பிடப்படும் இந்த அடையாளச் சடங்கிற்கு இந்த அளவிலான ஆவேசமும் ரௌத்திர பாவமும் எதற்கு? தங்களைச் சுற்றிலுமுள்ள மனிதர்களைக் கவனத்தில் கொள்ளாமல் தங்களது உடல் பலத்தை உபயோகித்து மற்றவர்களைத் விலக்கியகற்றி ஆவேசமும் வெற்றி பெற்றுவிட்டதான மன உணர்வுகளுடனும் தக்பீர் முழக்கிக்கொண்டு, ஷெய்த்தான் என்று உருவகிக்கப்பட்ட, பிரதிஷ்டை செய்த பெரிய கல்தூண் மீது கல்லெறிபவர்களைக் கண்டபோது, எதிரியாக முத்திரை குத்தப்பட்டவனைத் தாக்கி வீழ்த்தி அடிபணிய வைத்து குரூர மனத் திருப்திகொள்ளும் குழு மனோபாவத்தின் வெளிப்பாடாக மட்டும்தான் இதை ரஷீதால் புரிந்துகொள்ள முடிந்தது. அல்லாஹ்வுக்கோ, ரசூலுக்கோ, சஹாபாவினருக்கோ அடையாளங்கள் வைத்துக்கொள்வதை அனுமதிக்காத இஸ்லாத்தில் ஷெய்த்தானுக்கு மட்டும் அடையாளமிருப்பதன் முரண்பாடு ரஷீதை யோசிக்க வைத்தது. இன்னும் மூன்று நாளைய கல்லெறிதல் நிகழும். சிரமம்! தொடர்ந்து இதற்காக மட்டுமே இனி இங்கே வருவதென்பது சிரமமான விஷயம். இங்கே வருகிற வேறு யாரிடமாவதுகூட இந்தப் பொறுப்பை ஒப்படைத்துவிடலாமென்று டாக்டர் மன்சூர் சொல்லியுமிருக்கிறார்.

திரும்பி வரும்போது மினாவின் வெளிப் பகுதியில் ஹாஜிகளின், எண்ணிக்கையிலடங்காத வெளுத்த கூடாரங்களைப்

பார்த்தான். ஹஜ் செய்வதற்காக மட்டுமே மெக்காவிற்கு வரும் ஹாஜிகள் ஒருவாரம்வரையிலும் இந்தக் கூடாரங்களில் தங்கி யிருந்துதான் சமைக்கவும் சாப்பிடவும் தூங்கவுமெல்லாம் செய்வார்கள்.

இன்று துல்ஹஜ் பத்து. உலகமெங்கும் பெருநாள் கொண் டாடி இபுறாஹிம் நபியின் தியாகத்தைப் போற்றுகிற புனித தினம். மகனைப் பலிகொடுக்கத் தயாரான இபுறாகிம் நபியின் தியாகத்தை நினைவுகூரும் பொருட்டு இன்று இலட்சோப லட்சம் ஆடுமாடுகள் பலியாகும். பக்தூர் அமீர் அலி நூற்றைம்பது ரியால் வீதம் குழுவினரிடமிருந்து வசூலித்தார். இது, பலிமிருகத் திற்கான விலை. மினாவிலிருக்கும் வங்கியில் செலுத்தினால் இதற்கான சீட்டுத் தருவார்கள். எண்ணிக்கையின்படி அவர்களே குர்பான் கொடுத்துவிடுவார்கள். இருபது லட்சம் ஹாஜிகளின் குர்பான்களை ஒரே நாளில் அறுக்கிற இந்தக் கொலைக்களத் தைப் பற்றி நினைக்கும்போதே ரஷீதின் மனம் நடுங்கியது. ப்ரீ டிகிரி படிக்கும்போது ஆயிஷா அக்காவின் திருமணத்திற்கு முதல் நாள் தோட்டத்தின் மூலையில் வைத்துக் காளைக் கன்றை அறுத்தபோது ஏற்பட்ட பயத்தின் நிழல்தடம் மனதில் ஏதோ ஒரு மூலையில் இன்றுமிருக்கிறது. கழுத்தறுபட்ட மாட்டின் மரண ஓசை இப்போதும் கேட்பதுபோல்... அந்தத் திருமணத்தின் போது ரஷீது பிரியாணியைத் தொட்டே பார்க்கவில்லை...

குர்பான் கொடுக்கப்பட்ட இந்த மிருகங்களையெல்லாம் என்ன செய்வார்கள் என்று முன்பொருநாள் அப்துவிடம் கேட்டபோது சொன்னான்: “இப்போ அதுக்கெல்லாம் நல்ல அரேன்ஜ்மெண்ட் செஞ்சிருக்காங்க. அதை உடனடியாக் கறியாக்கி பாக்கெட்டுகள்லெ போட்டு பங்களாதேஷ், சோமா லியா போலுள்ள பாவப்பட்ட நாடுகளுக்கு இலவசமாக அனுப்பி வெச்சுடறாங்க. அவங்களோட பசி தீரட்டுமேன்னு. கொஞ்ச காலத்துக்கு முன்னாலெ இந்த மாதிரியான வசதிகளெதுவும் போதுமான அளவுலெ கிடையாது. அப்பல்லாம் குழிதோண்டிப் புதைச்சிடுவாங்களோ எரிச்சிடுவாங்களோ யாருக்குத் தெரியும்?”

ஹஜ்ஜிக்குப் போய்விட்டுத் திரும்பி வந்த அன்றிரவு ஃபிளாட்டிற்கு ஒரு பார்சல் வந்தது. தமிழன் டாக்டர் அபூபக்கர் கொடுத்தனுப்பியது. டாக்டர் இந்த வருடம் ஹஜ்ஜிக்குப் போக வில்லை. இந்த வருத்ததை போக்கிக்கொள்வதற்காக டாக்டரும் வேறும் இரண்டுபேர்களுமாகச் சேர்ந்து ஒரு ஆட்டையறுத்து குர்பான், முடக்கம் வராமல் பார்த்துக்கொண்டார்கள்.

பிறகு, பங்குவைத்த கறியில் ஒரு பகுதியை நட்புடன் டாக்டர் தம்பதியருக்கு அனுப்பி வைத்த பார்சல்தான் அது.

வேண்டாமென்று சொன்னால் தமிழன் டாக்டர் வருத்தப்பட்டுக் கொள்வாரல்லவா? ரஷீது விருப்பமில்லாத மனதுடன் அதை வாங்கி ஸபிதாவிடம் கொடுத்தான். அவளுடைய முக பாவத்தைக் கண்டபோது அதை வாங்கியிருக்க வேண்டாமோ என்றும் தோன்றியது.

"நமக்கேன் கொடுத்தனுப்ப வேண்டும்? தமிழன் டாக்டரின் மனதில் நாமிப்போதும் மிஸ்கீன்களா? மனிதர்கள் புண்ணியங் களை அள்ளிக்கூட்டுவதற்காக இந்த வாயில்லா ஜீவன்களை ஏனிப்படி கொன்று குவிக்கிறார்கள்?"

"மனிதர்கள் மாமிச உண்ணிகளாக இருக்கும்வரையிலும் அதற்கான நியாயங்களுமிருக்காதா ஸபிதா?"

ரஷீதின் வார்த்தைகளில் அவனுக்கே நம்பிக்கை கைகூட வில்லையென்பதுபோல் தோன்றியது ஸபிதாவுக்கு.

"ஃப்ரீஸரில் வை. ஸமது வரும்போது கொண்டு போகிறானா என்று கேட்போம். தூர எறிவதற்கான உரிமை நமக்குக் கிடை யாது."

ஸபிதா பதிலெதுவும் சொல்லாமல் வழுக்குகிற அந்த பிளாஸ்டிக் பார்சலை வருத்தத்துடன் கொண்டுபோய் ஃப்ரீஸ ரினுள் வைத்தாள்...

"நான் இரண்டு நாட்களாக குர்ஆன் மொழிபெயர்ப்பு வாசித்துக்கொண்டிருக்கிறேன் ரஷீது."

சாப்பிட்டுக்கொண்டிருக்கும்போது ஸபிதா சொன்னாள்.

"இதுவரை வாசித்ததிலிருந்து உனக்கு என்ன தோன்றுகிறது." ரஷீது ஆவலுடன் கேட்டான்.

"... தவாபு செய்யும்போது நீண்ட குச்சியுடன் காவல் நிற்கும் 'யா ஹரீம், முகத்தை மறைத்துக்கொள்' என்று உத்தர விடும் முதவாவின் முகச்சாயல்தான் என் மனம் நிறையவுமிருக் கிறது... இது என்னுடைய குழப்பம்தானா? அரூபியும் ஞான சொரூபியுமா பிரபஞ்ச சக்தியை நான் அந்த வசனங்களுக்குள் தேடுகிறேன்... கண்டடைவேன் என்ற நல்ல நம்பிக்கையுமிருக் கிறது..."

ரஷீது பதிலெதுவும் சொல்லவில்லை. தலை குனிந்தமர்ந்து சாப்பிட்டுக்கொண்டிருக்கும் அவனும் மனக் குழப்பத்துடன் தானிருக்கிறானோ என்று ஸபிதா ஆச்சரியத்துடன் பார்த்தாள்.

பன்னிரண்டு

முதல் மூன்று நான்கு மாத 'வெளிநோயாளிகள் பிரிவு' நியமனத்திற்குப் பிறகு ஸபிதா இப்போது பிரசவ அறையிலும் வார்டுகளிலும் நியமிக்கப்பட்டிருந்தாள். ஓ.பி. யில் தொடர்ந்து பணியாற்றியது அரபியைக் கற்றுக் கொள்ள நல்ல உதவியாக அமைந்தது. அரபி எழுத்துக் களைப் பார்த்துப் புரிந்துகொள்ள முடிந்தது. கூட்டெழுத் துக்களைத் தேவைக்கேற்பத் தப்பித்தடுமாறி வாசிக்கவும் முடிந்தது. ஆனால், அரபியில் எழுதுவதென்பது தனக்கு எளிதில் வசப்பட்டுவிடாதென்பதுபோல் அவளுக்குத் தோன்றியது. கைனகாலஜி வார்டுகளின் கட்டுப்பாடு மிஸ்ரி நர்ஸ்களின் கைகளிலிருப்பதால் டாக்டர்களில் பெரும்பாலானோரும் கேஸ் ஷீட்டில் உத்தரவுகளை அரபியில் தான் எழுதுவார்கள். பிரசவ அறையிலோ தியேட்டரிலோ இந்தப் பிரச்சினை எழாது. அவசர கேஸ்களும் கூட்டமும் பரிசோதனைகளும் நடக்கும் பகுதிகளிலெல்லாம் மிஸ்ரி நர்ஸ்கள் ஒதுங்கிக்கொள் வார்கள். நர்சிங் சூப்பரின்டெண்டுகளும் அரபிகள்தான் என்பதால் இப்படியான ஒரு உரிமை அவர்களுக்கு நீண்ட காலமாகக் கிடைத்து வந்தது. ஸபிதா உத்தரவு களைக் குறிப்பிட்டுச் சிறிது நேரத்திற்குள் அவர்கள் அவளைத் தேடி அறைக்குள் வந்துவிடுவார்கள். கேஸ் ஷீட்டுகளை மேஜையின்மீது விரித்துப் போட்டுவிட்டு ஸபிதாவைப் பார்த்து ஆதங்கத்துடன் கேட்பார்கள்: "பக்தூரா, நீங்கள் ஏன் அரபியில் எழுதக் கூடாது? இது எங்களுக்கு எவ்வளவு சிரமமாக இருக்கிறது தெரியுமா?"

"கேஸ் ஷீட் இங்கிலீஷில்தானே எழுதப்பட்டிருக் கிறது? அப்படியென்றால் ஆர்டர்ஸையும் இங்கிலீஷில் எழுதலாம். நர்ஸ்களுக்கு இங்கிலீஷும் தெரிந்திருக்க வேண்டும் என்று நான் நினைக்கிறேன்." ஸபிதாவும்விட்டுக்

கொடுக்க மாட்டாள்: எழுதியதன் கீழே நுணுக்கிய கையெழுத்தில் அரபியில் மொழிபெயர்த்து எழுதிவிட்டு வருத்தத்துடன் கேஸ் ஷீட்டைத் திரும்பக் கொண்டு போவார்கள் மிஸ்ரிகள்

எகிப்தில், அறிவியல் புத்தகங்கள் எல்லாமே அரபியில் தானிருக்கின்றன. ஆகவே, மெடிக்கல் – நர்சிங் படிப்புகளெல்லாம் ஆங்கிலத்தின் உதவியில்லாமலேயே நடந்து முடிந்துவிடும். பள்ளிக்கூடத்தில் படித்த சிறிதளவு ஆங்கிலமும் வெளிநாட்டில் அரபி வேலைக்காரர்களுடன் பகிர்ந்துகொண்ட கொச்சையான ஆங்கிலமும் மட்டும்தான் அவர்களது ஆங்கில அறிவு.

“பக்தூரா, நீங்கள் நன்றாக இப்போது அரபி பேசுகிறீர்களே? அப்புறம் ஏன் அரபியில் எழுதக் கூடாது? எங்களுக்கு உதவியாக இருக்கச் செய்ய வேண்டுமென்று உங்களுக்குத் தோன்றவே இல்லையா? நாங்களெல்லாம் உங்கள்மீது எவ்வளவு பிரியமாக இருக்கிறோம்.”

நர்ஸ் ஸெய்தா ஒருதடவை ஸபிதாவை வழிக்குக் கொண்டு வருவதாக நினைத்து அன்பொழுகக் கேட்டாள். நான் வேண்டு மென்றே அரபியில் எழுதாமலிருப்பதாக அவர்கள் நினைத்துக் கொண்டிருக்கிறார்கள்.

“சிஸ்டர் ஸெய்தா, நான் அரபியைப் பேசிக்கேட்டுப் படித்தவள்தானே? எழுதுவது அவ்வளவு சுலபமான காரியமா, என்ன?”

“சுலபமில்லாமல்? பக்தூரா வகீதாவும் பக்தூரா ஷஹீனு மெல்லாம் எழுதவும் படித்துவிட்டார்களே? நீங்கள் நினைத்தால் முடியுமென்பதில் எனக்கு நம்பிக்கையுண்டு.”

ஷஹீனும் வகீதாவும் உருதுவைத் தாய்மொழியாகக் கொண்ட வர்கள் என்பதையும் அரபிக்கும் உருதுவுக்கும் ஒரே வரிவடிவம் தான் என்பதையும் இவர்களிடம் சொல்லி விளங்க வைப்பது சிரமம். மூன்றாவது மாடியில் கைனக் வார்டிலிருந்து படியிறங்கி வந்து முதல் மாடியிலிருக்கும் டாக்டர்களின் அறைக்குத் தன் னுடைய பெரிய உடலையும் சுமந்து நடந்து செல்லவேண்டிய சிரமம் அவளுக்கு. வார்டின் டியூட்டி அறைக்குள் வட்டமாக உட்கார்ந்து வம்பளப்பதிலும், எதையாவது கொறித்துக்கொண் டிருப்பதிலும், இடையில் கேஸ் ஷீட்டில் எழுதப்பட்டிருப்பதை வாசித்துப் பார்த்து சுலபமான முறையில் அதைச் செய்து முடிப்பதிலும், செய்தவற்றைப் பெரிய எழுத்துக்களில் கேஸ் ஷீட்டில் குறித்து வைப்பதிலும்தான் அவளுக்கு ஆர்வமிருந்தது.

ஸபிதாவைப் போன்ற ஜூனியர்ஸ் யாராவது, ஏதாவது தேவைகளுக்காக அறைக்குள் சென்றால்கூட அவளிடம் எந்த

பாவமாறுதல்களுமிருக்காது. "த்ஆலீ யா பக்தூரா, த்ஆலீ ஆகுல்" (வாங்க பக்தூரா வாங்க, இதைச் சாப்பிட்டுப் பாருங்க) என்று பாக்கெட்டிலிருந்து ஒரு பிடி கடலையை எடுத்து நீட்டி அன்பாக யாராவது வரவேற்றால்தான் உண்டு. தடித்துக் கொழுத்திருக்கும் அந்த நர்ஸ்களில் பலருக்கும் முப்பது வயதிற்குக் குறைவாகவே இருக்கும் என்ற தகவல்தான் ஸபிதாவை ஆச்சரியப்படுத்திய விஷயம்.

மெலிந்திருக்கும் ஸபிதாவைப் பார்த்து ஒருதடவை நர்ஸ் ஸெய்தா கேட்டாள்:

"பக்தூரா, உங்களுக்கு எத்தனை வயதாகிறது?"

இருபத்தியெட்டு என்று சொன்னபோது அவளுக்கு மிகவும் ஆச்சரியம்.

"யா பக்தூரா, நீங்கள் மெலிந்து எவ்வளவு அழகாக இருக்கிறீர்கள்? நான் உங்களை விடவும் வயது குறைவானவள். என்ன செய்வது? நாங்கள் மிஸ்ரிகளுடைய உடல் வாகே இப்படித்தான்."

தங்களுடைய கட்டுப்பாடுகளில்லாத ஆகார முறையைப் பற்றி அவர்கள் எதுவுமே தெரியாதவர்களாக இருந்தார்கள். இருபது வயதிற்குக் கீழுள்ள மிஸ்ரி பெண்கள் மிகுந்த அழகுடனும் மெலிந்த தோற்றத்துடனுமிருப்பதை ஸபிதா பார்த்திருக்கிறாள். திருமணத்திற்குப் பின்பு உணவின்மீதான கட்டுப்பாடு அவர்களது கையை விட்டுப் போய்விடுகிறதா?

பக்கத்து ஃபிளாட்டில் வசிக்கும் பக்தூரா அமீனாவின் பன்னிரண்டாம் வகுப்பில் படிக்கும் மகள் எவ்வளவு அழகாக இருக்கிறாள்.

தடித்துக் கொழுத்திருக்கும் பக்தூரா ஒருதடவை மகளைப் பெருமையுடன் அழைத்து வந்து ஸபிதாவிடம் அறிமுகம் செய்து வைத்தாள்.

"இவள், பிரிட்டிஷ் ஸ்கூலில்தான் படிக்கிறாள். நீங்கள் இவளிடம் தாராளமாக இங்கிலீஷ் பேசலாம். மகளே நீ பக்தூராவிடம் இங்கிலீசில் பேசிக்காட்டு" என்றாள். அவர்களுக்குத் தங்களுடைய ஆங்கில அறிவின்மையைக் குறித்து சற்று வருத்தமுமிருந்தது. சௌதி டி.வி.யில் காட்டப்படும் எகிப்தியத் திரைப்படங்களிலும் தொடர்களிலும் வருகிற வயதுப்பெண்களும் அழகாகவே இருப்பார்கள். அதிகமான ஒப்பனைகளுடன் எப்போதும் பேசிக்கொண்டே இருக்கும் அந்தக் கதாபாத்திரங்கள் ரஷீதிற்கும் ஸபிதாவிற்கும் வேடிக்கையாகத் தோன்றும். எகிப்தின் பெரும்பாலான தொடர்களும் வசனங்களுக்கு முக்கியத்துவம் தருவதாகவே அமைந்திருக்கும்.

நர்ஸ் ஸெய்தா தன்னுடைய பேச்சைத் தொடர்ந்துகொண்டிருந்தாள்.

"உங்களுக்குக் குழந்தைகளில்லையே? ஏன், வேண்டாம் என்றிருக்கிறீர்களா? வல்லாஹி பக்துரா, அது சரியில்லை தெரியுமோ? கல்யாணம் முடிந்தால் உடனே குழந்தை பெற்றுக் கொள்ள வேண்டும். மூன்று அல்லது நான்கு, போதும்! அல்லது, வேலை பார்க்கும் நமக்கு அவர்களைக் கவனித்து வளர்ப்பது சிரமமாகிவிடும். எனக்கு இப்போது மூன்று குழந்தைகள் இருக்கிறார்கள் பக்துரா . . ."

திருமணம் முடிந்த முதல் வருடம் பி.ஜி. படித்துக்கொண்டிருந்ததால் தற்போது வேண்டாம் என்று முடிவு செய்திருந்தோம். இப்போது வேண்டுமென்று தோன்றுகிறது. ஏன் தாமதமாகிறது என்கிற சிறு ஆதங்கமும் ஏற்படுவதுண்டு. குறிப்பாக, யாராவது இப்படிக் கேட்கும்போது. நல்லவேளை. அவள் பேச்சை நீட்டிக்கவில்லை. இங்கு வந்துசேர்ந்த அன்று, மெக்காவில், இயக்குனரகத்தில் முதீரை எதிர்பார்த்திருக்கும்போது, சௌதிக்காரன் பியூன் பக்கத்தில் வந்தமர்ந்து அதிகமும் உடல்மொழிகளுடன் ரஷீதிடம் கேட்டிருக்கிறான்:

"மாஃபிஸ்ரா?" (குழந்தைகள் இல்லையா?)

இல்லையென்று சொன்னதும் அசிங்கமாகச் சிரித்தபடியே, "லே மாஃபி சுகுல் மஸ்பூத்து?" (என்ன, வேலைகளொண்ணும் ஒழுங்கா நடக்கலையா?) என்று கேட்டிருக்கிறான். எப்போதும் 'மஸ்பூதாக' வேலை செய்வதுதான் ஆண்மை என்பது அரபிகளின் திடமான நம்பிக்கை. குழந்தைகளின் எண்ணிக்கை அவர்களது ஆண்மையின் குறியீடு குழந்தைகள் அவர்களது விலை மதிக்க முடியாத சம்பாத்தியம். மூன்று குழந்தைகளுள்ள பெண்கள், அடுத்த கர்ப்பம் சிறிது தாமதமாகிவிட்டால் உடனே குழந்தைப் பேற்றுச் சிகிச்சைக்காக ஆஸ்பத்திரிக்கு வந்துவிடுவார்கள். "ஏன் இன்னும் கர்ப்பமாகவில்லை என்று கணவர் கேட்கிறார் பக்துரா. சீக்கிரமாகக் கர்ப்பமாகவில்லையென்றால் வேறு திருமணம் செய்துகொள்வேன் என்று மிரட்டுகிறார். பக்துரா, சிகிச்சை செய்து என்னைச் சீக்கிரமாக கர்ப்பம் தரிக்க வையுங்கள்" என்பார்கள்.

தொடர்ந்து, மூன்று நான்கு சிசேரியன் செய்துகொண்ட பிறகும்கூடப் பெண்கள் கர்ப்பத்தடை செய்துகொள்வதற்கு உடன்படமாட்டார்கள். பிரசவத்தை நிறுத்திக்கொண்ட பெண்ணுடலை வைத்து என்ன பிரயோஜனமிருக்கிறது? ஆண் நல்ல வளமான மண்ணைத் தேடிப்போய்விடுவான். இரண்டு சிசேரியன் செய்துகொண்டவள் தீவிரமான பிரசவ வேதனை

ஏற்படுவது வரையிலும் வீட்டிலேயே இருந்துகொள்வாள். ஆஸ்பத்திரிக்கு வந்த பிறகு சிசேரியனுக்கு இடம்கொடுக்காமல் பிரசவித்துவிடலாமல்லவா? சீக்கிரமாக வந்து சேர்ந்துவிட்டால் டாக்டர்கள், இரண்டு சிசேரியன் நடந்த கர்ப்பப் பை; தானாகவே பிரசவித்தால் உடைந்துபோகும், என்றெல்லாம் சொல்லி அவசரமாக ஆபரேஷன் செய்வதற்குக் கொண்டுபோய்விடு வார்கள். சிசேரியன் செய்தால்தானே பிரசவத்தை நிறுத்திக் கொள்ளும் பிரச்சினையும் எழும்?

கணவன் இரண்டாம் கல்யாணம் செய்துகொள்வதை வரவேற்கும் பெண்களுமிருக்கிறார்கள். சிறுவயது முதலே பலதார மணத்தை ஒரு சமூக உடன்பாடாகப் புரிந்துகொண்டு வளர்ந்ததாலும் இந்தச் சமரச மனோபாவம் சாத்தியமாகி இருக்கலாம்.

கணவனின் இரண்டாம் மனைவியை மிகுந்த அன்போடு மாதந்தோறும் கர்ப்பக் காலப் பரிசோதனைக்காக அழைத்துக் கொண்டுவரும் சௌதிப் பெண்ணொருத்தியிடம் ஸபிதா ஒரு முறை சாதுரியமாகக் கேட்டாள்:

“கணவர் இன்னொரு பெண்ணைக் கொண்டுவந்திருப்பதில் உங்களுக்கு வருத்தமெதுவுமில்லையா?”

“இதில் வருத்தப்பட என்ன இருக்கிறது? இவள் வந்த பிறகுதான் என்னால் இரவில் நன்றாக ஓய்வெடுக்க முடிகிறது. இல்லையென்றால் தினம்தோறும் நானல்லவா கஷ்டப்பட வேண்டும்?”

ஆண் – பெண் உறவின் அடிப்படை, பாலியல் சார்ந்ததாக மட்டுமே இருக்கும்பட்சத்தில் இத்தகைய சமூக உடன்பாடுகளும் தனிமனிதச் சிந்தனைகளும் நிச்சயமாக எழும் என்பது தவிர்க்க முடியாத ஒன்றாகவும் இருக்கலாம்.

இஸ்ஆஃபில் வேலை பார்க்கும் சௌதிக்காரியான நர்சிங் அசிஸ்டெண்ட் ஸெல்மா தனது கணவனின் இரண்டாம் கல் யாணத்தைப் பற்றிக் குறிப்பிட்டதும் இதுவேதான்.

“எனக்கு வயது ஐம்பதாகிறது; இனி முன்புபோல் இயங்க முடியுமா? அப்புறம் ஒரே வழி இது மட்டும்தான்.”

“உங்களுடைய கணவருக்கும் வயதாகி இருக்குமல்லவா?”

“அவர் நரைத்து மூத்துப்போயிருப்பார். வயது எழுப திருக்கும். இப்போது அவர் திருமணம் செய்யப்போவது பத் தொன்பது வயதான ஒரு பர்மாக்காரியை. வயிற்றுக்கில்லாதவள். ஆனால், பார்க்க அழகாக இருப்பாள். நான் பார்த்திருக்கிறேன்.

அழகான முகமும் கறுத்த, நீளமான தலை முடியும். பாவம், பிழைத்துப் போகட்டும்." "பத்தொன்பது வயதான பெண்ணை இந்த முதியவர் திருமணம் செய்துகொள்வது உங்களுக்குத் தவறாகத் தோன்றவில்லையா?"

"சொன்னேனே பக்தூரா, பாவம். அவளுடைய வயிறாவது நிறையுமல்லவா? சௌதிக் குடியுரிமையும் கிடைக்கும். அப்புறம், கணவன் இறந்துபோனால் சொத்தில் பங்கு கிடைக்கும். நிறைய பணமிருக்கிறது அவரிடம். அவர் இறந்துபோன பிறகு அவள் வேறொரு இளைஞனாகப் பார்த்துக் கல்யாணமும் செய்து கொள்ளலாம்."

விதவைத் திருமணம் அங்கீகரிக்கப்பட்டிருக்கும் ஒரு சமூகக் கட்டமைப்பு சார்ந்து பெண்ணுக்கு இப்படியான சில அனுகூலங்களுமிருப்பது ஸபிதாவுக்கு சுவாரஸ்யமாக இருந்தது. ஸபிதாவை ஆச்சரியப்படுத்தியது, இதுபோன்ற சமூக யதார்த்தங் களைப் பற்றிப் பொதுவாகப் பேசும்போது பெண்களிடமிருந்து வெளிப்படும் உணர்வுகளற்ற எதிர்வினைகள்தான்.

அவர்களிடம் எதிர்ப்புகளெதுவுமில்லை. ஒடுக்கப்படும் பெண்ணுரிமைகளைப் பற்றிய ஆவலாதிகளில்லை. ஏற்கனவே உள்ள சமூகக் கட்டுத்திட்டங்களின் வரையறைகளுக்குள் நின்று கிடைப்பதையெல்லாம் பெற்றுக்கொள்ள வேண்டும் எனும் முழுமையான பயன்பாட்டுச் சிந்தனை மட்டும்.

பிரசவ அறையில் டியூட்டியிலிருக்கும்போது மிகவும் அழகான நர்ஸ் சுரய்யா அறிமுகமானாள். சிரியாவைச் சேர்ந்த வள். பால்போன்ற நிறம். கறுத்த புருவங்களை எல்லையாகக் கொண்ட மயிலிறகுக் கண்களில் நீலக்கடலின் ஆழம். மெல்லிய உதடுகள். நீண்ட முகத் தாமரை. மெலிந்திருந்தாலும் வடிவான உடல் ஆகிருதி. இசையொத்த உடலசைவுகள்... முழுமைபெற்ற ஒரு ஹூரி*. பிரசவ அறைப் பணியினூடே பேசிக்கொண்ட போது ஹைதராபாத்காரி அமல்தான் சுரய்யாவைப் பற்றிச் சொன்னாள். அவளை அனஸ்தீஷியா டெக்னீஷியன் ஃபாயிஸ் திருமணம் செய்துகொள்ளப் போகிறானாம். ஃபாயிசை ஸபிதா கவனித்திருக்கிறாள். உயரமாகவும் அழகாகவுமிருப்பான். நீளமான அரபிக் குப்பாயமும் முக்காடுமெல்லாம் அணிந்து, தானொரு சௌதிக் குடிமகன் எனும் மிகுந்த அபிமானத்துடன் தான் ஃபாயிஸ் பணிக்கு வருவான். ஆபரேஷன் தியேட்டரி லிருக்கும் ஃபிலிப்பைனி நர்ஸ்களையும் டாக்டர்களையும் சம் பிரதாயத்தை அனுசரித்து விஷ் செய்துவிட்டு உடனடியாக

---

* சொர்க்கலோக அழகி

டிரெஸ்ஸிங் அறைக்குள் நுழைவான். பிறகு இரண்டே நிமிடத்தில் தியேட்டர் உடையான பச்சைச் சட்டையும் பான்டும் ஷூவு மாகப் பணியில் சிரத்தையுள்ள திறமையான மயக்க மருந்து நிபுணனின் வேஷத்திற்கு உருமாறிவிடுவான். தான் சௌதிக் குடிமகன் எனும் சுய பெருமைதான் அவனது திறமைக்கும் வெற்றிக்கும் காரணம் என்று ஸபிதாவுக்குத் தோன்றுவதுண்டு. அவனுக்கு எதிலுமே தயக்கமில்லை.

யார் என்ன நினைத்தாலும் எனக்கொன்றுமில்லை. நான் உங்களையெல்லாம்விட உயர்ந்தவன், சௌதிக்காரன் என்கிற தன்னம்பிக்கை. அனஸ்தீஷியா நிபுணரான பக்தூர் பர்வேஷும் ஹனீஃபும் செய்கிற ஓரளவிலான பணிகளையெல்லாம் டெக்னீ ஷியன் மட்டுமான ஃபாயிஸும் செய்வான். ஒவ்வொன்றையும் பொறுப்பாகக் கேட்டுப் புரிந்துகொள்ளவும் செய்வான். ஃபாயிஸ், சுரய்யாவுக்கேற்ற நல்ல ஒரு இளைஞன்தான் என்று ஸபிதா விற்குத் தோன்றியது.

“பக்தூரா விஷயம் தெரியுமா, நம்முடைய கரீம் ராணியை ஃபார்மசிஸ்ட் அப்துல்காதர் திருமணம் செய்து கொள்ளப் போகிறானாம்.”

“ஓகோ? அப்படியென்றால் யாஸ்மினை விட்டுவிட்டானா அப்துல்காதர்?”

“அது அப்துல்காதரின் குற்றமில்லை பக்தூரா . . . உங் களுக்கும் தெரியுமே. அவன் இவ்வளவு காலமாகக் காத்திருந்தா னல்லவா? ஏதாவது பதில் சொன்னாளா யாஸ்மின்? விருப்பம் என்றோ இல்லையென்றோ ஏதாவது ஒரு பதில்? காதரின் வாப்பாவும் உம்மாவும் திருமணம் செய்யச் சொல்லி வற்புறுத்திக் கொண்டு வேறு இருந்தார்கள்.”

“அப்படியாக, கடைசியில் சீட்டு விழுந்தது, கரீம் ராணிக்கு இல்லையா? ஆனால் ஒன்று, கரீம்ராணி ஒரு நல்ல பெண் தெரியுமா?”

“கிரணின் ஃபோட்டோவையும் மற்ற விவரங்களையும் அப்துல்காதர் ஊருக்கு அனுப்பி வைத்திருக்கிறான். வீட்டார்கள் தங்களுக்குள் பேசி உறுதிசெய்தால் இந்த விடுமுறையில் திரு மணமும் நடந்துவிடும்.”

“அமலியின் திருமணம் எப்போது?”

“ஒருவேளை இந்த விடுமுறையில் இருக்கலாம்.” அமலி வெட்கத்துடன் சிரித்தாள். “கல்யாணத்திற்குக் கூப்பிட்டால் பக்தூரா வருவீர்களா? ஹைதராபாதையெல்லாம் பார்க்கலாம்?”

"ஆனால், அமலியின் விடுமுறையின்போது எனக்கு விடு முறை இருக்காதே. எனக்கு இன்னும் நான்கு மாதமிருக்கிறதே?"

பத்தரை மாதம் முடிந்தால் ஒன்றரை மாத விடுமுறை கிடைக்கும். அதுதான் துறையின் விதிமுறை. அதுவும் ஹஜ் காலமென்றால் விடுமுறையை நீட்டி வைக்க வேண்டியதாகி விடும். பணி மூப்பிருந்தால் விடுமுறையை முன்பின்னாக வசதி போல் கேட்டு வாங்கிக்கொள்ளலாம். சில வேளைகளில் இரண்டு முறையாகப் பிரித்து வாங்கவும் அனுமதிக்கப்படுவார்கள். ஆனால், டிக்கெட்டுக்கான பணம் ஒரு தடவைக்கு மட்டும் தான் கிடைக்கும். முதல் விடுமுறையென்பதால் ஸபிதா காத்திருக் கத்தான் வேண்டும்.

விலாதா ஆஸ்பத்திரியின் பிரசவ அறை ஸபிதாவிற்குப் பிடித்திருந்தது. பெரும்பாலும் அங்கு ஃபிலிப்பைனி நர்ஸ்கள் தான் பணியிலிருந்தார்கள். இந்தோனேஷியர்களைப் போல் சிறு உடல் ஆகிருதியுள்ளவர்கள். ஆனால், அவர்களைவிடவும் திறமையானவர்கள். ஜப்பானியர்களைப் போல் இவர்களுக்கும் தொழில்நுட்பமென்பது இரத்தத்துடன் கலந்திருக்கிறது. மிகுந்த ஆழமாகவெல்லாம் யோசிக்கவோ, காரணகாரியங்களைப் பற்றி யெல்லாம் ஆராயவோமாட்டார்களென்றாலும் நடைமுறை விவேகத்துடன் செயல்படக்கூடியவர்கள். பிரசவ அறையிலும் ஐ.சி.யூ. விலும் தியேட்டரிலுமிருக்கும் கருவிகள் மற்றும் உப கரணங்களின் செயல்பாடுகளை இவர்கள் எளிதில் புரிந்து கொண்டுவிடுவார்கள். அனைத்தையும் மிகுந்த ஒழுங்குமுறைக ளுடனும் தூய்மையுடனும் கையாளுவார்கள். பிரசவ அறையில், கர்ப்பிணிகளின் படுக்கை விரிப்புகளில் அம்னியோட்டிக் திர வமோ இரத்தமோ பட்டு அசுத்தமாகிவிட்டால் இரண்டு கை களிலும் கிளவுஸ் போட்ட ஃபிலிப்பைனி நர்ஸ் வந்து ஈரத் துணியை அகற்றிவிட்டு படுக்கையைச் சுத்தம் செய்து வேறு ஷீட் விரித்து நோயாளியின் சுயத்தன்மைக்குப் பங்கமேற்படா மலும் வலியில் அவதிப்படும் நோயாளியைத் தொந்தரவுபடுத்தா மலும் இரண்டே நிமிடத்தில் சரிப்படுத்திவிடுவாள். இடை யிடையே கார்டியோடோகாக்ராம் செய்து கிராஃப் பேப்பரை அழகாகக் கிழித்தெடுத்து பணியிலிருக்கும் டாக்டரிடம் காண் பித்து ஒப்புதல் வாங்கி கேஸ் ஷீட்டின் வெளிப்புறமுள்ள சிறு பாக்கெட்டில் அழகாக மடித்து வைப்பார்கள். இடையிடையே பி.வி செய்து தகவலை டாக்டரிடம் சொல்வார்கள். கேஸ் ஷீட்டில் ஏதாவது புதிய பணியைக் குறிப்பிட்டிருந்தால் நிமிடங் களுக்குள் அதைச் செய்து முடித்திருப்பார்கள். கர்ப்பிணி களிடம் மிகப் பரிவோடெல்லாம் நடந்துகொள்ளாமலிருந் தாலும் அவர்களை மரியாதையுடனும் சிரித்த முகத்துடனும் அணுகுவார்கள். இப்படியெல்லாம் நடந்துகொள்ளத் தெரிந்தவர்

களுக்கு மட்டுமே சௌதியில் பிரசவ அறையில் வேலை பார்க்கவும் முடியும். மரியாதைக் குறைவாக நடந்து கொண்டதாகத் தோன்றினாலே போதும், பிரசவமான பெண்ணோ அல்லது அவளுடைய உறவினரோ முதீரிடம் புகார் செய்துவிடவும் கூடும். உரிமையுடன் பெருங்குரலில் அழவும் சத்தமிடவும் செய்கிற கர்ப்பிணிகளை, தான் படித்த கோழிக்கோடு மருத்துவக் கல்லூரி பிரசவ அறையிலிருக்கும் கர்ப்பிணிகளுடன் ஸபிதா ஒப்பிட்டுப் பார்ப்பதுண்டு. ஒரே கட்டிலை இரண்டுபேர்களோ அதற்கும் அதிகமானவர்களோ சேர்ந்து பகிர்ந்துகொண்டு அம்னியோட்டிக் திரவமும் கழிவுகளும் ஒன்று கலந்து, நனைந்த வேட்டி குப்பையாகச் சுருண்டுபோய் முக்கால் நிர்வாணமாக, உதவிக்கு ஆளில்லாமல் கதறும் அந்தத் துர்பாக்கியவதிகள் எங்கே, நல்ல சுத்தமாக, சிறிதளவுகூட நனையாத, விரிக்கப்பட்டிருக்கும் வெளுத்த தூய்மையான ஷீட்டில் படுத்துக்கொண்டு, எனக்கு வலி அதிகமாக இருக்கிறது முதலில் இதற்காவது பரிகாரம் வேண்டும் என்ற உரிமை மனோபாவத்துடன், “த்ஆலி யா பக்தூரா, த்ஆலி சிஸ்டர் சுஃபி அன ...” (இங்க வாங்க டாக்டர், சிஸ்டர் நீங்களும்தான், என்னைக் கவனியுங்க) என்று வாய் திறந்து சத்தமிடும் இவர்கள் எங்கே? சௌதிகளும் மிஸ்ரிகளும் தான் இப்படி சத்தமாக அழுவார்கள். இந்தியர்களும் பாகிஸ்தானிகளும் பங்காளி – பர்மியரெல்லாம் அவர்களது பாரம்பரிய மரபின்படியோ அல்லது பெரும்பாலும் இவர்கள் கீழ் நிலைப் பணியாட்களின் மனைவிமாரென்பதால் பணிவு மனோபாவத்தினாலோ ஆரவாரங்களெதுவும் காட்டுவதில்லை. நைஜீரியா, சோமாலியா நாடுகளைச் சேர்ந்த திடகாத்திரவதிகளும் எந்த மூச்சும் விடாமல் பேசாமல் பிரசவித்துவிட்டுப் போய்விடுபவர்கள்தான். வேதனைகளும் கஷ்டங்களும் அவர்களுக்குப் புதுமையான விஷயங்களொன்றுமில்லையே?

சூடானிப் பெண்கள் மிகவும் அமைதியான குணமுள்ளவர்கள். ஆனால், டியூட்டிக்கு வரும்போது பிரசவ அறையில் சூடானிப் பெண்களிருப்பதைக் கண்டால் டாக்டர்களுக்குப் பதற்றமாகிவிடும். நமது டியூட்டி நேரத்தில் இவர்கள் பிரசவித்து விடுவார்களோ? காரணம் என்னவென்றால் சூடானிப் பெண்ணுக்குப் பிரசவம் பார்ப்பதென்பது சுலபமான காரியமில்லை. தொண்ணூற்றெட்டுச் சதவிகித சூடானிப் பெண்களும் குழந்தைப் பருவத்தில் ‘ஃபிமேல் சர்க்கம்ஸிஷன்’ என்கிற குரூரத்திற்கு ஆளாகியிருப்பார்கள். ஆண்குழந்தைகளின் சர்க்கம்ஸிஷனை உலகம் முழுவதிலுமுள்ள முஸ்லிம்கள் இன்றும் தவறாமல் கடைபிடித்து வருகிறார்களல்லவா? இதற்காவது ஏற்றுக்கொள்ளும்படியான ஒரு அறிவியல் அடிப்படையிருக்கிறது. ஆனால், பெண்குழந்தையின் ஜனனேந்திரியத்தின் முக்கியப் பகுதியான

'லேபியா' எனும் இதழ்களின் முன்புறமுள்ள பூமொட்டுப் போன்ற கிளிட்டோரிசை மிகக் குரூரமாக, கத்தியால் உள்ளூர் நாவிதரை வைத்துத் துண்டித்துவிடும் இந்த வழக்கத்தின் நோக்க மென்னவோ? வேறொன்றுமில்லை, குழந்தையின் அதாவது, பெண்ணின் பாலியல் ஆர்வத்திற்குத் தடைபோடுதல் மட்டும் தான்.

பாலியல் எழுச்சிக்கு உதவியாக இருக்கும் பகுதிகளைத் தான் அவர்கள் துண்டிக்கிறார்கள். மிகக் குரூரமான செக்ஸுவல் மியூட்டிலேஷன். பெற்றோர்களும் சமூக மேதாவிகளும் மதச் சம்பிரதாயம் என்கிற பெயரில் இந்த இருபதாம் நூற்றாண்டிலும் தவறாமல் இதைக் கடைப்பிடித்தொழுகுவது எவ்வளவு கொடூர மான ஏற்பாடு? முன்னேறியவர்கள் என்று உரிமை கோரும் சமூகங்களிலும்கூட இந்தச் சடங்கு கடைப்பிடிக்கப்படுவது ஆச்சரியம்தான். மேற்காசியாவிலும் ஆப்ரிக்காவின் பெரும்பகுதி யிலும் அனாச்சாரங்களுக்கெதிராகப் புரட்சியலைகளெழுப்பிய இஸ்லாத்திற்கும்கூட இந்த விஷயத்தில் குறிப்பிடுமளவிலான எந்த மாற்றத்தையும் கொண்டுவர முடியாத காரணமென்னவோ?

ஃபிமேல் சர்க்கம்ஸிசனுக்குள்ளான இந்தப் பெண்களின் ஜனனேந்திரியத் துவாரம் மிகவும் குறுகியதாகவும் முழுமையற்றது மாகவுமிருக்கும். பழைய காயங்கள் குணமாகிவரும்போது முன்பகுதியின் நீர்த்துவாரத்தை மூடியபடி ஒரு தோல்படிமம் உருவாகிவிடும். பிரசவத்தின்போது குழந்தையை வெளியே எடுக்கும்போது இந்தத் தோல் படிமத்தைக் கத்திரியால் நடுப் பகுதியை வெட்டி இருபுறமும் விலக்கிவிட வேண்டும். கூடவே, எல்லாப் பெண்களுக்கும் செய்வதுபோன்ற 'எபிசியோட்டமி' என்கிற கத்திரித்தலும் செய்ய வேண்டும். பிரசவம் முடிந்த பிறகு தோல்படிமத்தைப் பழையதுபோல் இரண்டு லேயரில் தைத்து அழகுபடுத்திவிடவும் வேண்டும். இதுவாவது பரவா யில்லையென்று வைத்துவிடலாம். ஆனால், பிரசவ வேளையில் பெண்ணுறுப்பில் ஏற்படக்கூடிய காயங்களைச் சரியாகப் பரி சோதிக்கவோ இணைக்கவோ இவர்களது குறுகிய ஜனனேந் திரியத் துவாரம் அனுமதிப்பதில்லை என்பதுதான் இதிலுள்ள பெரிய பிரச்சினை. சில வேளைகளில் காயம் நீர்த்துவாரம்வரை யிலும் நீண்டு தையலிடுவதை மிகவும் சிரமத்திற்குள்ளாக்கி விடவும்கூடும்.

இந்த அனாச்சாரத்திற்கெதிராகக் குரல்கொடுக்க நாகரிக மடைந்த சூடானின் ஆண்களும்கூட முன்வராததன் காரண மென்ன? இதற்கொரு இரகசியக் காரணமிருப்பதாகச் சொன் னாள், ஃபிலிப்பைனி நர்ஸ் ஸோஃபியா. இதைச் செய்யும் பட் சத்தில் ஜனனேந்திரியத் துவாரம் எத்தனை பிரசவம் நடந்த பிறகும் மிகவும் இறுக்கமாக இருக்குமென்பதால் ஆண்களுக்குக்

காலம் முழுவதும் மகிழ்ச்சி. பெண் பாலியல் எழுச்சியடையா விட்டால் என்ன? அவனுக்குத் திருப்திதானே? ஸோஃபியா, கடந்த வருடம் நடந்த ஒரு சம்பவத்தையும் விவரித்தாள். முஸ்த ஷ்ஃபா ஸாஹிரில் வேலை பார்க்கும் ஒரு சூடானிப் டாக்டரின் மனைவி கழிந்த வருடம் இங்கே பிரசவித்தாள். முதல்முதலாக, ஃபிமேல் சர்க்கம்ஸிஷன் நடக்காத ஒரு சூடானி பெண் இங்கே பிரசவித்திருக்கிறாள். எங்களுக்கெல்லாம் மிகுந்த உற்சாகம். ஆனால் நடந்தது என்ன தெரியுமா? பிரசவம் பார்த்தவர் டாக்டர் அப்பாஸ். அந்த சூடானிப் பெண்ணின் கணவராகிய டாக்டர், சொந்த நாட்டுக்காரரான அப்பாஸிடம் பிரசவம் நடந்த பிறகு, எபிசியோட்டமி செய்யும்போது கூடவே தன் னுடைய மனைவிக்குச் சிறுவயதில் செய்யாமல் விட்ட சர்க்கம் ஸிஷனையும் செய்துவிட ஏற்கனவே சொல்லி வைத்திருக்க வேண்டும். பிரசவ ஓய்வுக் காலத்தினுள் எல்லாமே குணமாகி தயார் நிலைக்கு வந்துவிடுமல்லவா? ஸைலோகுயின் பிணைத்து டாக்டர் அப்பாஸ் இந்தக் குரூரத்தைச் செய்து முடிக்கும்போது நாங்களும் கூடவே நின்றிருந்தோம். இதைச் செய்வதற்கான காரணம், நிச்சயமாக நம்பிக்கை சார்ந்ததில்லை என்பது எங் களுக்கு நன்றாகத் தெரியும். எல்லா சூடானி ஆண்களும் அனுபவிக்கிற சுகத்தை, தான் மட்டும் எதற்காக இழக்க வேண்டு மென்ற சுய விருப்பம் மட்டும்தான். படிப்பறிவுள்ள அந்த மனைவியும் பிரசவம் நடந்த பிறகு நடக்கும் இந்த இரட்டைச் சித்தரவதைக்கு ஒப்புக்கொண்டதுதான் ஆச்சரியமான விஷயம். அந்தப் பெண்ணின் தாய் தந்தையர் சூடானில் மிக உயர்ந்த நிலையிலிருப்பவர்களாம். முற்போக்குச் சிந்தனையுள்ள அந்தப் பெற்றோர்கள் தங்கள் அன்பு மகளை இந்த மூடப்பழக்கத்திற்குட் படுத்தாமல் வளர்த்தும் என்ன பிரயோஜனம்?

நாகரிகமடைந்தவனாகத் தன்னைப் பறைசாற்றிக்கொள்ளும் கணவனின் கலப்படமற்ற சுயநலத்திற்குக் கீழ்ப்படிந்து நூற் றாண்டுகளாகக் கடைப்பிடித்துவரும் அனாச்சாரத்திற்கு அவளும் பலியாக வேண்டியதாயிற்று. பெண்ணுடலென்பது இன்றும் ஆணுக்காக வெட்டியும் மினுக்கியும் பயன்படுத்தக் கூடிய ஒரு போகப்பொருள் மட்டும்தானா? ஸோஃபியாவுடன் அப் படியே பேசிக்கொண்டிருக்கும்போது பக்தூர் இக்பால் எதிர் பாராமல் டியூட்டி அறைக்குள் வந்தார். அவரது திடீர் வருகை இரண்டுபேரையும் பதற்றத்திற்குள்ளாக்கியது. உடனே அவர்கள் சீனியர் ஸ்பெஷலிஸ்ட் என்கிற மரியாதையின் நிமித்தம் எழுந்து நின்றார்கள்.

“ஹலோ பக்தூரா ஸபிதா, ஸோஃபியா என்ன சொல்கிறார்? இரண்டுபேரும் முக்கியமான ஏதோ விஷயம் பேசுகிறீர்கள் போலிருக்கிறதே?”

“நாங்க உங்களைப் பற்றிதான் பேசிக்கொண்டிருந்தோம், பக்தூர் இக்பால்.” டாக்டருக்குத் தெரியாமல் கண்ணைச் சிமிட்டியபடி சொன்னாள் ஸோஃபியா.

“உண்மையாகவா? என்னைப் பற்றி இவ்வளவுதூரம் குண்டகம் பேசக் காரணமிருக்கிறதா? அப்படியா பக்தூரா?” பக்தூர் இக்பாலுக்கு மகிழ்ச்சி.

உங்களைப் பற்றியல்ல, உங்கள் நாட்டிலுள்ள பெண்களின் மோசமான நிலைமையைப் பற்றிதான் பேசிக்கொண்டிருந்தோம் என்று சொல்லிவிடலாமா என்று ஸபிதாவுக்குத் தோன்றியது. வேண்டாம், இந்த நல்ல மனிதனின் மகிழ்ச்சியைக் கெடுக்க வேண்டாம். மட்டுமல்ல, பக்தூர் இக்பாலிடம் பேசும் போது சமீபகாலமாக ஸபிதாவுக்குள் சிறிது பதற்றம் தொற்றிக் கொண்டிருந்தது.

“பக்தூர் இக்பால், இந்த வருட விடுமுறையில் உங்களுடைய திருமணம் நடக்குமென்று கேள்விப்பட்டேன். இந்த வருடமாவது ஸ்வீட் வாங்கிவிட வேண்டுமென்பதில் நாங்கள் பிடிவாதமாக இருக்கிறோம் தெரியுமா?”

நர்ஸ் ஸோஃபியா ஃபிலிப்பைனிகளின் இயல்பான தயக்கமின்மையுடன் சொன்னாள். ஸபிதாவும் பக்தூர் இக்பாலும் விலாதாவிற்கு வருவதற்குப் பல வருடங்களுக்கு முன்பே வந்தவள் ஸோஃபியா. திறமையானவள் என்று எல்லோராலும் அங்கீகரிக்கப்பட்டவளும்கூட.

“ம் . . . திருமணம் செய்துகொள்ள வேண்டியதுதான். ஆனால், மனதிற்குப் பிடித்தமான பெண் கிடைக்க வேண்டாமா ஸோஃபியா? தாட்ஸ் த டிராஜடி.”

பக்தூர் இக்பாலின் ஆர்வமுடனான பார்வை தன் முகத்தில் வந்து பதிவதைக் கண்டதும் ஸபிதாவுக்கு என்னவோ போலிருந்தது.

பக்தூர் இக்பால் போனதும் ஸோஃபியா சொன்னாள்: “உங்களுக்குத் திருமணமாகவில்லையென்றால் நிச்சயமாக பக்தூர் உங்களிடம் கல்யாண விண்ணப்பம் கொடுத்திருப்பார். அவருக்கு, இந்தியர்களை ரொம்பப் பிடிக்கும். டாக்டர் அழகாகப் பாடவும் செய்வார் தெரியுமா? நேற்று ஒரு ஹிந்திப் பாட்டை அவர் உருப்போடுவதைக் கேட்டேன். பக்தூரா நாதிராவுடன் டாக்டர் நல்ல நெருக்கமாக இருக்கிறார். ஆனால், அவருக்கு வயதாகிவிட்டதே?”

“பக்தூரா நாதிரா மனது வைத்தால் நல்ல காஷ்மீரிப் பெண்ணை ஏற்பாடு செய்ய முடியுமே.” மன உணர்வுகளையும்

முகத்தின் பாவமாறுதல்களையும் ஸோஃபியாவிடமிருந்து மறைத்துக்கொள்கிற முயற்சிகளுடன் ஸபிதா சிறுபுன்னகைத் ததும்பச் சொன்னாள்.

"இனிமேல் ஆளைத் தேடிப்பிடித்துக் கல்யாணம் செய்து கொள்வதெல்லாம் காலத்தைக் கடத்துகிற முயற்சியாகத்தானி ருக்கும். வயது இப்போதே முப்பத்தேழோ முப்பத்தெட்டோ ஆகிறது. லண்டனில் எம். ஆர். ஸி. ஓ. ஜி.யெல்லாம் முடித்து விட்டு வந்தவரல்லவா? வீட்டிலுள்ளவர்களும் அவசரப்படுத்து கிறார்களாம். மட்டுமல்ல, டாக்டருக்கு இப்போதெல்லாம் மிகுந்த ஆசையும் வந்துவிட்டது."

ஸோஃபியாவின் சிரிப்பும் பக்தூர் இக்பாலின் ஆர்வத்து டனான நோட்டமும் தன்னை அதிகப்படியான இம்சைக் குள்ளாக்குவதுபோல் ஸபிதாவுக்குத் தோன்றியது. கொஞ்ச நாட்களாகவே பக்தூர் இக்பாலின் நடவடிக்கைகளிலிருக்கும் வித்தியாசங்களை ஸபிதா கவனித்துக்கொண்டுதானிருக்கிறாள். காதல் வசப்பட்ட ஒரு பதினெட்டு வயது இளைஞனின் பாவனைகள், தானிருக்கும் ஓ.பி. அறைக்கோ, இஸ்ஆஃபி லுக்கோ வரும் பக்தூர் இக்பாலிடம் இப்போதெல்லாம் வெளிப் படையாகத் தெரிகிறது. ஸபிதா திருமணமானவள் என்பதாலு மிருக்கலாம், ஆசை மேலிட்ட அந்தப் பார்வையில் வருத்தத்தின் சிறு நூலிழையும் கலந்திருக்கும். சமீப நாட்களாக அவரைக் காணும்போதெல்லாம் தன் மனதிலும் தீவிரமான ஒரு கொந் தளிப்பு நிலை உருவாகிறதோ என்று ஸபிதா பயந்தாள். அது அவரது சுபாவ வித்தியாசங்களைக் கவனிப்பதாலேற்படும் பதற்றம் மட்டுமே என்றவள் மனதை நம்பவைக்கவும் முயற்சி செய்தாள். தெய்வமே, இந்த விடுமுறையிலாவது பக்தூர் இக் பாலின் திருமணம் நடந்துவிடவேண்டுமென்று அவள் மனப்பூர்வ மாக விரும்பினாள். பக்தூர் இக்பாலின் தனித்தன்மைக்கு இணக்கமான, அவரது எண்ணங்களுக்குப் பொருத்தமான ஒரு துணை அவருக்குக் கிடைக்குமா? பக்தூர் இக்பாலுக்கு அதற்கான எல்லா அருகதையுமிருக்கிறது. சூடானுக்குப் போய் பெற்றோர்கள் தேர்ந்தெடுத்த பெண்ணைத் திருமணம் செய்யும் பட்சத்தில் ஒருவேளை அவள் வெறுமொரு சம்பிரதாய மனை வியாக மட்டுமே இருந்துவிடக்கூடுமல்லவா? அரேஞ்ச்ட் மேரே ஜில் நிகழக்கூடிய, பக்தூர் இக்பால் ஏற்கனவே சொன்ன டிராஜடி இதுதான் என்று ஸபிதாவுக்குத் தோன்றியது. மற்றவர் கள் ஏற்பாடு செய்யும் திருமணத்தில் ஒரு நபர் இரண்டுவித மான சுயத்தன்மைகளைப் பேண வேண்டியதாக இருக்கிறது. ஒன்று, குடும்பச் சுமைகளையும் பொறுப்புகளையும் பாதுகாக்க வேண்டிய கணவன் என்கிற நிலையில் மனைவியும் குடும்பமும்

சார்ந்த வாழ்க்கை. மற்றொன்று, மனதின் சுய வெளிப்பாடான குடும்பத்திற்கு வெளியிலுள்ள வாழ்க்கை.

இந்தத் தனித்தன்மையைப் புரிந்துகொண்டோ இதனால் வசீகரிக்கப்பட்டோ ஒன்றுமல்லவே அவர்கள் தம்பதிகளாக இணைவது?

வாழ்க்கையின் இயல்பான அம்சங்களைக் கடந்து குடும்பத்திற்கு வெளியே நீளுகிற வாழ்க்கைத் துணையின் இரண்டாவது தனித்துவம் மற்றவருக்கு ஆட்சேபகரமானதாக மாறவும்கூடும். இந்த இரண்டாவது சுயமாகிய, துணையின் தனித்தன்மையைப் பேணுவதுதான் மிகப் பெரிய டிராஜடி. பரஸ்பரப் புரிதல்களின் அடிப்படையில் நடந்த காதல் திருமணம் என்பதனால் தனக்கும் ரஷீதிற்குமிடையில் இப்படி ஒரு டிராஜடிக்கான இடமிருக்க வில்லை என்பதில் ஸபிதாவுக்கு மகிழ்ச்சியிருந்தது. ஒருவேளை முழுமையான சுய வெளிப்பாட்டை விரும்புகிற ஆர்வமாகவு மிருக்கலாம், பக்தூர் இக்பாலின் தடைகளற்ற மனம் தேடிக் கொண்டிருப்பதுவும். பன்முகக் கலாச்சாரங்களின், காவியங் களின், இசையின் தேசமாகிய பாரதத்தில் காதலின் சிறகுகளை விரித்தொரு பயணம். அவரது கனவுகளின் உளவியலை ஸபிதா வால் புரிந்துகொள்ள முடிந்தது.

பதின்மூன்று

அழகும் வீரமும் நிறைந்தவள் உம்முசல்மா. யௌவனம் ததும்பி நின்ற காலத்தில் விதவையாகிவிட்டவள். மெக்காவிலிருந்து இஸ்லாத்தின் வெளிச்சத்தை நோக்கி நான்கு குழந்தைகளுடன் மதீனாவுக்கு வந்தாள். மெக்காவின் வாழ்க்கை அவளுக்கு உவப்பற்றதாகத் தோன்றத் தொடங்கியது, மதீனாவில் நிகழ்ந்த புத்தெழுச்சியைப் பற்றிக் கேள்விப்பட்டதன் பின்புதான். விதவையான தன்மீது கணவன் வீட்டார் அதிகாரத்தை ஸ்தாபிப்பதற்கு முன்பே பிறந்த வீட்டிற்கு ஓடிச்சென்று தப்பித்தவள் அவள். ஆகவேதான், இன்று அவளால் தனது வீரத்தையும் விவேகத்தையும் பற்றிப் பெருமைகொள்ள முடிகிறது. கணவன் இறந்துவிட்ட பிறகு அவள், பிந்தைய வாரிசுகளான ஆண்களின் உடமையாகிவிடுகிறாள். சோகத்துடன் மூலையில் அமர்ந்திருக்கும் அவள்மீது ஒரு சாக்குப் பையையோ துணியையோ தூக்கிப்போட்டு அவளை உடமையாக்கிவிட முடியும். தேவைப்பட்டால் மனைவியாகவோ விபச்சாரத்திற்குப் பயன்படுத்தவோ நல்ல விலைக்கு வியாபாரம் செய்துகொள்ளவோ முடியும். அதுதான் ஜாகில்லியா* காலம். பெண், ஆணின் சொத்து மட்டுமே! அவள் சிந்திக்க வேண்டியதில்லை. நீதி நியாயங்களைப் பற்றிய வியாகுலங்கள் அவளுக்கு வேண்டியதில்லை. வாழ்க்கையெனும் நீர்ப்போக்கில் புன்னக்காய்களைப் போல் அப்படியே மிதந்துகொண்டே போய்விட வேண்டியதுதான். தன்மீதான உரிமையை ஸ்தாபித்துவிட்ட ஆண்மகனைத் திருப்திப்படுத்த வேண்டியது; இயலுமென்றால் தானும் திருப்தியடைவது, அவன் தரும் குழந்தைகளைப் பிரசவிக்க வேண்டியது; முடிந்தவரையிலும் நன்றாக

---

* அறியாமை

வளர்த்த வேண்டியது; தனது உதிரத்தில் உதித்த குழந்தையின் மீதுகூட ஆசைகளோ உரிமைகளோ இல்லாமல் வாழ்வது; விவாகரத்திற்கான முடிவுக்கு வந்த பிறகு தனது குழந்தைக்கு இனி பால் தருவது யார் என்கிற விஷயத்தையும்கூட அவள் கணவனின் முடிவுக்கே விட்டுவிட வேண்டியதிருக்கிறது. குழந்தைகள் ஆணுக்கு உரியவர்கள். ஸித்தீக் இபுனு அப்துல்லா, அஸ்லம் இபுனு ஸாலிஹ் . . . இபுனு என்றால் மகன். அப்துல்லாவின் மகன் ஸித்தீக், ஸாலிஹின் மகன் அஸ்லம்.

மதீனாவில் வந்து சேர்ந்தபோது மனத்துக்கும் வாழ்க்கைக்கும் வெளிச்சம் கிடைத்தது. முஹாஜிர்கள் எனும் மெக்காவின் அகதிகள் முகம்மதின் ஆட்கள்தான். மதீனாவின் புதிய விசுவாசிகள் இவர்களைத் தங்களது சொந்த சகோதரர்களாக மகிழ்ச்சியுடன் ஏற்றுக்கொண்டார்கள். மதீனத்துன்னபவி எனும் பள்ளிவாசலைச் சுற்றிலும் நம்பிக்கையாளர்களின் புதிய இல்லங்கள் எழுந்துகொண்டிருந்தன. பூரணமான புதுச் சூழ்நிலை அங்கே நிலவியது. மனிதர்கள் அனைவரும் ஒரே விளக்கைச் சுற்றி வலம் செய்யும் பூச்சிகள்போல். அல்லாஹுவின் ஆத்மீக ஒளியை நேரடியாக அனுபவிக்கும் பாக்கியம் அருளப்பட்ட ரஸூல் ஸல்லல்லாஹு அலைஹி வஸல்லம்தான் அந்த விளக்காக இருந்தார். ஒவ்வொரு பாங்கு அழைப்பின்போதும் ஆட்கள் மந்திரச் சொற்களால் கவரப்பட்டவர்கள்போல் திரளாகக் கூடி, முகம்மதின் ஆன்மிகத் தலைமையின் கீழ் ஏக சிந்தனையுடன் ஒரே மனிதர்களாகத் தலை வணங்கும் விசாலமான நடுஅறையின் ஓரங்களில் கட்டப்பட்டிருந்த பேரீச்சைமரக் குடிலில்தான் முகம்மதுவும் குடும்பமும் வசித்து வந்தது.

முகம்மதின் முதல் மனைவி கதீஜாவிற்கு இந்தச் சமூக வாழ்க்கையில் பங்கு பெறுவதற்கான அதிர்ஷ்டம் வாய்க்க வில்லை. ஹிஜ்ரா எனும் மதீனாவை நோக்கிய ஓட்டத்திற்கு முன்பே முகம்மதுவின் பிரிவின் தீவிர வேதனையை அனுபவித்த படியே இஸ்லாத்தின் அந்தத் தலைமை அனுதாபி முடிவின்மையில் கலந்துவிட்டாரல்லவா? அவரைப் பற்றி உம்முசல்மா மெக்காவில் வைத்தே கேள்விப்பட்டிருந்தாள். செல்வத்திலும் செல்வாக்கிலும் அறிவிலும் பெயர்பெற்றிருந்த ஒரு வியாபாரப் பெண் பிரமுகர் கதீஜா. கேட்ட மாத்திரத்திலேயே அவர் உம்முசல்மாவின் ஆராதனைக்குப் பாத்திரமாக மாறிவிட்டார். கதீஜாவைப் போலாக வேண்டுமென்பது உம்முசல்மாவின் இரகசிய ஆசைகளிலொன்று. அவரது தனித்துவத்தின் பிரதாபம். ஆகவேதான் மெக்காவாசிகள் அனைவருக்கும் அவர் விருப்ப மானவராகத் திகழ்ந்தார். தனது நம்பிக்கைக்குப் பாத்திரமான முகம்மதை, தன்னைவிடவும் பத்தோ, பதினைந்தோ வயதுக்கு

இளையவரான ஆரோக்கிய திடகாத்திரனாகிய அந்த நல்ல வரைக் கணவராக அவரால் அடைய முடிந்தது.

அந்த அற்புதமான பெண்மணியுடன்தான் முகம்மதுவின் இளமைக் காலம் முழுவதும் கழிந்தது. மற்றொரு சிறுவயதுப் பெண்ணை அவர் உயிரோடிருக்கும் காலம்வரை முகம்மதுவால் ஏற்றுக்கொள்ளும் தூண்டுதல் வரவில்லையென்பது அந்த ஆளு மையின் தனிச் சிறப்பல்லவா? இன்று, நபித்துவம் சமூக உன்ன தத்துவத்தினால் செழுமைபெற்றிருக்கும் இக்காலத்தில், நாற்பது வயதிற்குப் பிறகுதான் அழகான சிறுவயதுப் பெண்களின் தொடர் பிற்கு முகம்மது அருகதையுடையவராகிறார். உம்முசல்மாவை ஆச்சரியப்படுத்திய ஒரு உண்மை இது. மன ஆத்மிக நிலையின் உச்சத்தின்போதே உடல் சார்ந்த தேவையான பாலியலில் சிறிது கூட வெறுப்புத் தோன்றாமலிருக்கும் அற்புதம். முகம்மதின் பிரியத்திற்குரிய மனைவியான ஆயிஷாவைப் பள்ளிவாசலில் வைத்து முதன்முதலாகக் கண்டபோது உம்முசல்மா ஆச்சரியத்தி லாழ்ந்துபோனாள். அவள் இப்போதும் ஒரு சிறுமிதான். வேடிக் கையும் வினோதங்களும் விட்டகலாத, அழகான சுறுசுறுப்பான ஒரு சிறுபெண். அவள் மிகுந்த புத்திசாலியென்பதையும் உம்மு சல்மா புரிந்துகொண்டாள். குர்ஆனின் வசனங்களை முகம்மது விடமிருந்து எவ்வளவு சுலபமாக அவள் மனத்தில் பதிய வைத்துக் கொள்கிறாள். அதையெல்லாம் பிறகு பள்ளிவாசலில் வந்து கூடும் பெண்களிடம் தொழுகையின் இடைநேரங்களில் விவ ரித்துச் சொல்லும்போது அவள் முழுமை பெற்ற ஒரு பண்டிதை போல் தோற்றம் தந்தாள். முகம்மதின் மனம் கவர்ந்த உயிர் மனைவியவள். அந்தத் தன்னம்பிக்கையும் மகிழ்ச்சியும் அவளிடம் இப்போதும் வெளிப்பட்டுக்கொண்டிருந்தது. முகம்மது? மெக் காவில் வைத்து உம்முசல்மா அவரை ஓரிரு முறைகள் பார்த்த துண்டு. சொல்லப்போனால், முன்னை விடவும் கம்பீரமும் வசீகரமும் அவருக்கு இப்போதுதான். தொழுகையின்போது இமாமாக நிற்கையிலும் குத்பா ஓதும்போதும் பெண்களும் ஆண்களும் அந்த மந்திரத்தொனியில் தங்களையறியாமல் கட் டுண்டு போகிறார்கள். முகம்மதை முதன்முதலாகச் சந்தித்த அந்தக் காட்சியும் உம்முசல்மாவின் மனத்தில் நீங்காமலிருக் கிறது. அவரிடம் தன்னை, குடும்பத்தையும் வமிசத்தையும் குறிப் பிட்டு அறிமுகம் செய்தவர், அபூபக்கர் ஸித்தீக்தான். முகம்மது வின் மிகவும் நம்பிக்கைக்குரிய தோழர் அவர். ஆயிஷாவின் தகப்பனார். முகம்மது, உம்முசல்மாவின், அவளது குழந்தைகளின் நலன் பற்றி விசாரித்தார். தங்கியிருக்கும் இடம் போதுமானதாக இருக்கிறதா என்றும் கேட்டார்.

இஸ்லாத்தில் இணைந்த பிறகு மனத்தில் என்ன தோன்று கிறது என்றும் கேட்டார். இந்தச் சமூக வாழ்க்கையின், சாந்தி

நிறைந்த ஆன்மிகமுறை தன்னை மிகவும் ஆகர்ஷித்திருப்பதாக அவள் சொன்ன பதில் அவருக்கு மிகவும் பிடித்திருந்ததாகத் தோன்றியது. அந்தக் கண்கள் ஒளிர்வதையும், தனது கண்களி னூடே அவை, தன்னைப் பண்படுத்துவதற்குதவும் இனம்புரியாத நற்சிந்தனைகளை விதைப்பதையும் உம்முசல்மா உணர்ந்து கொண்டாள். பிறகு ஓரிரு தடவைகள், ஆன்மிக விவாதங்களி னிடையில் உம்முசல்மாவின் தைரியமான சந்தேகங்களுக்கு முகம்மது ஆர்வத்துடன் பதில் சொன்னார். மதீனாவிற்கு வந்து சேர்ந்த சில மாதங்களுக்குள் அந்த அபூர்வ கணமும் வந்தது. அபூபக்கர் ஸித்தீக்தான் அந்தத் தகவலைத் தன்னிடம் கொண்டுவந்து சேர்த்தவர். முகம்மதுவிற்கு உங்களை வாழ்க்கைத் துணையாகக்கொள்ள விருப்பமிருக்கிறது. உங்களிடம் அவர் இதுபற்றிப் பேச விரும்புகிறார். முதலில் அவளுக்குப் பதற்றமும் திகைப்பும் உருவானது. உண்மையில் அவள் மதீனாவிற்கு வந்த பின் ஆன்மிகத்தின் மகா சாகரத்தில் ஆழ்ந்திறங்கவே விரும் பினாள். மறுமணம், அதன் சுதந்திரமின்மை, ஆணின் விருப்பங் களுக்கேற்பத் தன்னை ஒழுங்கமைத்து வாழ்கிற வாழ்க்கை இதையெல்லாம் நினைத்துப் பார்க்கும்போதே மனம் சோர் வடைந்தது. கூடவே, தனது அருமைக் குழந்தைகள். இளைய வளுக்கு மூன்று வயதுதானாகிறது. அவர்களைப் பரிபாலனை செய்ய வேண்டியது. பள்ளிவாசலில் ஆன்மிகச் சர்ச்சைகள், தொழுகை, வழிபாடு.

இத்துடன் நான் திருப்தியாக இருந்தேன். மதீனா ஹரமின் அருகில் சிறுவீட்டில் வசிக்கத் தொடங்கிய பிறகு மிகுந்த பாதுகாப்புடன் இருப்பதாகத் தோன்றியது. சுற்றிலுமிருந்தவர்கள் அனைவரும் விசுவாசிகள். எல்லாவருமே புது மதத்தின் எழுச்சி யால், முகம்மதின் ஆன்மிக ஒளியால் தூண்டப்பட்டவர்கள். தனக்கு அதுவே போதுமானதாக இருந்தது. இந்த மன உணர்வு, இந்த விடுதலை.

“இப்படியான ஒரு வாழ்க்கைக்கு, தான் மனத்தளவில் பக்குவப்படவில்லைபோல் தோன்றுகிறது . . .” முகம்மது தனது வீட்டின் வெளித் திண்ணையில் அமர்ந்திருந்தார். அவரது இளம் நிறமுள்ள உடல் தங்கத்தில் வார்த்தெடுத்ததுபோல் அப்போது அவளுக்குத் தோன்றியது. வெயிலில் நடந்து வந்த தாலும் இருக்கலாம், முகம் சிவந்து துடுத்திருந்தது.

அது அவருக்கு அசாதாரணமான ஒரு வசீகரத்தை அளித் தது. கறுத்த தலைமுடி தோளின்மீது தாழ்ந்து கிடந்தது. கண்களில் விசேஷமான திவ்யப் பிரகாசம். உம்முசல்மா தலைதாழ்த்தி நின்றிருந்தாள். தான் அந்த மயக்கும் வசீகரத்தில் உருகிப்போய் விடுவோமோ என்று அஞ்சுவதுபோல்.

“உங்களுக்குச் சிறுவயதல்லவா? இஸ்லாம் இலௌகிக வாழ்க்கைக்கு எதிரானதல்ல. அல்லாஹு இதை உறுதியாகச் சொல்லியிருக்கிறான். இயல்பான உணர்வுகளைக் கட்டிப் போட்டு அடக்குவது நம்மை நிம்மதியிழக்க வைத்து விடும். இறை சிந்தனையின் சரியான கூறுகளை நாம் உட்கொள்ளுவதி லிருந்து அது நம்மைத் தடுத்துவிடும்.” அவரது குரல் இப்போது பள்ளிவாசலில் கேட்கும்போதுள்ள கம்பீரத்துடனும் காதல் மொழியின் கவர்ச்சியுடனிருப்பதையும் உம்முசல்மா உணர்ந்தாள்.

“என்னுடைய குழந்தைகள் ..? அவர்களுடைய விஷயங் களைக் கவனிப்பதற்கு நான் மட்டும்தானே இருக்கிறேன் ..?”

“உங்களுடைய குழந்தைகள் என்பது இனி இல்லை. அவர்கள் என்னுடைய குழந்தைகளும்தான். எங்கே அவர்கள்? நான் அவர்களைப் பள்ளிவாசலில் வைத்துப் பார்த்திருக்கிறேன். எவ்வளவு அழகான குழந்தைகள். அவர்கள்மீது அன்பு காட்டுவ தற்கு எனக்கு விசேஷமான பயிற்சிகள் எதுவும் தேவைப்படாது.”

“தங்களுடைய அன்பு மனைவி ஆயிஷா, அவர் என்ன நினைப்பாரோ என்று நான் பயப்படுகிறேன்.”

“இதுதான் உங்களுடைய யோசனைக்குக் காரணமா? வருத்தப்பட வேண்டியதில்லை. ஆயிஷாவுக்கு இதற்கான மன விகாசம் உண்டு.” முகம்மது அழகாகப் புன்னகைத்தார்.

அந்தப் புன்னகை உம்முசல்மாவைப் பணிய வைத்ததென் றாலும் அவர் சொன்னது முழுமையாக அவளுக்குப் புரிய வில்லை. ஆயிஷாவின் துருதுருப்பும் சுயாபிமானமும் நிறைந்த அந்த முகத்தை அவள் நினைவுகூர்ந்தாள். ‘ரஸூலுல்லாவின் பிரியசகி, அவரது உயிர்’ என்று அவளைக் கண்டதும் பெண்கள் பெருமையுடன் இரகசியமாகச் சொல்லிக்கொள்வதை அவளும் கேட்டிருக்கிறாள். அந்தப் பதினைந்து வயது மங்கையின் மன விகாசம் அவளிடமிருந்துப் பறித்துக்கொள்வது எதுவாக இருக்கும்?

“ஆனால் ... ஆனால் ... நான் ஒரு பொறாமை பிடித்தவள் என்பதை நினைத்துப் பயப்படுகிறேன். ஆயிஷாவைவிட நான் மிக மிக வயதானவள் என்றாலும்கூட ...”

இதைக் கேட்டு முகம்மது வாய்விட்டுச் சிரித்தார்.

“அன்பான உம்முசல்மா, உங்களது வெளிப்படையான மனது எனக்கு மிகவும் பிடித்திருக்கிறது. இவ்வளவு அழகும் புத்திசாதுரியமும் விவேகமுமுள்ள உங்களைப் பொறாமைக் குள்ளாக்குவதிலிருந்து அல்லாஹு காப்பாற்றுவானாக.”

அப்படியாகத்தான் உம்முசல்மா சம்மதம் தெரிவித்தாள். திருமண நாளன்று உம்முசல்மாவை மணமகள் கோலத்தில் பார்த்ததும் ஆயிஷாவின் முகத்தில் தெரிந்த தர்மசங்கடமான உணர்வை அவளால் வாசிக்க முடிந்தது. இருந்தாலும் அவளது குழந்தை மனம் உரக்கச் சொல்லிவிட்டது. "யா அல்லாஹ், எவ்வளவு அழகாக இருக்கிறார்?" ஆயிஷாவின் வருத்தங்களும் நிராசையும் அசூயையும் அந்த ஓரிரு வார்த்தைகளில் அடங்கி யிருந்தன. இரவில் அந்த இளம் மனைவி அனுபவித்திருக்கும் மன அழுத்தத்தைப் பற்றி உம்முசல்மாவால் முழுமையாகப் புரிந்துகொள்ள முடிந்தது. ஆனால், முகம்மது அவளை ஆறுதல் படுத்திக்கொண்டே இருந்தார்.

"ஆயிஷாவா? அவர் புரிந்துகொள்ளும் மனோபாவம் வாய்க்கப் பெற்றவர். அவர் மகிழ்ச்சியுடன் நடப்பதை நீங்களும் பார்த்தீர்கள்தானே? அழகிய இவ்விரவை ஏன் வருத்தங்களால் நிரப்புகிறீர்கள்?"

காலம்போகவே ஆயிஷாவும் உம்முசல்மாவும் மனத்தால் அண்மித்தார்கள். அவர்களுடன் மேலும் மனைவியர் சேர்ந்தனர். ஒவ்வொரு திருமண இரவிலும் அவரவரது பேரீச்சம்குடில்களில் நீண்ட பெருமூச்சையுதிர்த்தபடியே தூக்கம் வராமல் புரண்டு கொண்டிருப்பவர்களின் எண்ணிக்கை அதிகரித்துக்கொண்டிருந் தது. இருந்தாலும் அவர்கள் அனைவரும் அன்பு நிறைந்த முகம்மதை ஆராதிப்பவர்களாகவும் அன்பு காட்டுபவர்களா கவுமே இருந்தனர். பள்ளிவாசலினுள் நடக்கும் ஆன்மிக விவாதங் களில் அவர்கள் போற்றுதலுக்குரியவர்களானார்கள். ஆயிஷா வுக்கும் உம்முசல்மாவுக்கும் மற்றவர்களைவிடவும் அறிவுபூர் வமான இடமிருந்தது. குர்ஆனில் எப்போதுமே ஆண்களைப் பற்றி மட்டுமே ஏன் பேசப்படுகிறது? பக்தர்களாகிய பெண்களை ஏன் விட்டுவிட வேண்டுமென்ற உம்முசல்மாவின் கேள்விக்கு அல்லாஹுவிடமிருந்து அருள்வெளிப்பாடு இறங்கி வந்ததை அவள் அகமகிழ்ச்சியுடன் கேட்டுக்கொண்டு நின்றிருந்தாள். முகம்மதிடம் கேள்வியை முன்வைத்த மூன்று நான்கு நாட் களுக்குப் பிறகு பள்ளிவாசலுக்குப் போக முடியாத ஒருநாள் குடிலுக்குள்ளிருந்து தலைமுடியைக் கோதிக்கொண்டிக்கும்போது தான் முகம்மதின் கம்பீரமான குரல் கேட்டது . . . "ஆணோ பெண்ணோ யாராக இருந்தாலும் சரி . . ."

மொத்த பெண் சமூகத்தின் கவனத்திற்குள்ளாகிய, பெண் சமூகத்தின் முன்னோடிகளெனும் பெயரால் இறைவனின் நேசத்திற்குள்ளாகி அப்படியே வாழ்ந்துகொண்டிருப்பதில் ஆயிஷாவும் உம்முசல்மாவுமெல்லாம் திருப்தியுடனிருந்தார் களா? இருந்திருக்கலாம். முகம்மதுவிடம் கொண்டிருந்த அறிவு

பூர்வமான நட்பு அவர்களைப் பெண்களுக்கே உரிய குறுகிய மனோபாவத்திலிருந்து விடுதலை பெற உதவியதா? வளர்ப்பு மகன் ஸெய்துவின் மனைவியும் அழகாகவுமிருந்த ஸைனபை முகம்மது விரும்பினார் என்றறிந்தபோதும் அவள் விவாகரத்து பெற்றதும் விழாக்கோலத்துடன் அவளைத் திருமணம் செய்து கொண்டு வந்தபோதும், முகம்மதுவிற்கு முதலும் கடைசியுமாக ஒரு ஆண்குழந்தையைப் பெற்றுக்கொடுக்கும் பாக்கியம் சித்தித்த அடிமைப் பெண் மரியத்தை இதற்காகப் பதவி உயர்வளித்து 'உம்மி காலத்' ஆக்குவதாக முகம்மது முடிவு செய்ததை அறிந்த போதும், பிறகு அந்த ஆண்குழந்தை நோயில் எதிர்பாராமல் இறந்ததனால் அவள் இனி அடிமைப் பெண்ணாகவே வாழ வேண்டியதிருக்கும் என்றறிந்தபோதுமெல்லாம் அவர்கள் மன அவஸ்தைகளின் பதில் கிடைக்காத கேள்விகளின் நீர்ச்சுழியிலகப் பட்டார்கள்.

இருந்தாலும் அவர்கள் மகிழ்ச்சியுடன்தானிருந்தார்கள். அக்காலகட்டத்தின்போதுதான் கைபர் யுத்தம் நடக்கிறது. மதீனாவில் வியாபாரமும் மக்கள் செல்வாக்குடனும் நெடுங்காலமாக வாழ்ந்துகொண்டிருக்கும் தனவான்களாகிய யூதப் பிரமுகர்கள் முகம்மதுவுக்குத் தொடர்ந்து தலைவலியை ஏற்படுத்திக் கொண்டிருந்தார்கள். அவர்கள் மெக்காவின் இறை மறுப்பாளர்களுடன் சேர்ந்து முகம்மதுவுக்கெதிராகச் சதியாலோசனைகள் நடத்தினார்கள். பெருகிக்கொண்டிருக்கும் முகம்மதுவின் புகழ் அவர்களது தூக்கத்தைக் கெடுத்தது. கல்வியோ, அறிவோ இல்லாத இந்த பதூவியன் அரபி, தங்களுக்கு மட்டுமே பாரம்பரிய உரிமை கொண்ட, முன்னோர்களையும் தூதர்களையும் ஒரேயடியாகச் சொந்தம் கொண்டாடி உரிமை கோருவதா? யூதர்களின் பூமியையும் அவர்களது தன்மானத்தையும் இனி முகம்மதுவுக்குத் தாரை வார்த்துவிடவேண்டியதுதானா? கடவுளால் தேர்வு செய்யப்பட்ட யூத மக்களாகிய நாமும் நம்முடைய ஜெருசலேமும் உலகப் பண்பாட்டின் உச்சியிலிருக்கிறோம். நூற்றாண்டுகளாக நிலைபெற்றிருக்கும் நம்முடைய அறிவுபூர்வமான மேலாண்மையைப் புறக்கணித்துவிட்டு இறைவனிடமிருந்து நேரடியான அருள் பெற்றிருப்பதாகப் பெருமை பேசுகிற இந்தக் கல்வியறிவற்றவன் எவ்வளவு சுலபமாக மக்களைக் கவர்ந்துவிட்டான்? கூடாது, இனியொரு திருத்தூதரின் வருகை நிகழுமென்றால் அது யூதர்களினிடையிலிருந்து மட்டும்தான். இதில் அவர்களுக்கு மிகுந்த நம்பிக்கையிருந்தது.

வேறு வழிகள் எதுவுமில்லாமல்தான் முகம்மதின் சேனை கைபரில், யூதர்களின் கோட்டைக்குள், அவர்களது வசிப்பிடங்களை நோக்கிப் புறப்பட்டது. முகம்மதுவின் படைக்குத்தான் வெற்றியும் கிடைத்தது. யூதர்களின் செல்வங்களும் கோட்டை

கொத்தளங்களும் பேரீச்சைத் தோட்டங்களும் கூடவே பெண்களும் முஸ்லிம்களின் உடைமையானார்கள்.

முகம்மதுவின் வெற்றிச் செய்தியைக் கேட்டதிலிருந்தே ஆயிஷாவுக்கும் உம்முசல்மாவுக்கும் ஸைனபாவுக்கும் பதற்றம் தொற்றிக்கொண்டது. யூதப்பெண்கள் மிக அழகாக இருப்பார்களாமே? அதில் முகம்மதின் மனதைக் கவருகிற பெண்களும் இருக்கக்கூடுமல்லவா? யுத்தம் முடிந்த அன்றைய மாலை நேரத்தில் அந்தப்புரத்திற்குத் தகவல்களுடன் வந்து சேர்ந்தவன் அபூ ஹுரைரா எனும் ஒரு இளைஞன். புதிய இஸ்லாம். இவன், முகம்மதின் அந்தப்புரங்களில் மனைவியருக்கு உதவியாகவும் அவர்களது தேவைகளை நிறைவேற்றியும் வாழ்பவன். எப்போதும் ஒரு பூனைக்குட்டியுடன் சுற்றிக்கொண்டிருப்பதில் விருப்பமுடையவன். அபூ ஹுரைரா என்றால், பெண்பூனையின் தகப்பன் என்று பொருள்படும். இந்தப் புனை பெயர்கூட முகம்மது வேடிக்கையாகச் சூட்டியதுதான். யுத்தச் செய்திகளை அபூ ஹுரைரா, மிகைப்படுத்தியும் சற்று மெருகு கூட்டியும் ஆயிஷாவிடமும் உம்முசல்மாவிடமும் தெரிவித்தான்.

"அவள், பனூநதீர் வமிசத்தின் படைத் தலைவன் கினைனாவின் மனைவி. யா அல்லா! இப்படியுமா ஒரு அழகு. கோட்டையைக் கைப்பற்றியதும் படைகள் அவளது அந்தப்புரத்தினுள் பிரவேசித்தன. முகம்மதுவும் உடனிருந்தார். அந்தப் பேரழகைக் கண்டு வியந்துபோய் அனைவரும் நிற்கும்போது கோட்டை வாயிலில் தொங்கவிடப்பட்டிருந்த நீண்ட அங்கவஸ்திரத்தையெடுத்து முகம்மது அவளது அழகை மூடினார். அனைவருக்கும் அப்போது உண்மை விளங்கியது. முகம்மது அவளை விரும்புகிறார். இது சரியானதும்கூட. இவ்வளவு அழகும் அடக்கமும் கொண்ட ஒரு பெண்மணியை அடையும் தகுதி சாதாரணமானவர்களுக்குக் கிடையாது. முகம்மது இவளைத் திருமணம் செய்து மனைவியாகக் கொள்வாரா அல்லது அடிமைப் பெண்ணாகவே வைத்திருப்பாரா என்பதையறிய மக்கள் ஆர்வமுடனிருந்தார்கள். இவள் அடிமைப் பெண்ணாக வாழவேண்டியவளல்ல என்று என் மனம் சொல்லிக்கொண்டிருந்தது."

அபூ ஹுரைரா போர்முனைக்குச் செல்லவில்லை. கேள்விப்பட்ட தகவல்களை ஊதிப்பெருக்கிச் சொன்னதுதான் இந்த அழகு வர்ணனை என்பதை அவர்கள் அறிவார்கள் . . . உம்முசல்மா சிந்தனையிலாழ்ந்தாள். உம்முசல்மாவை அலட்டிக் கொள்ளத் தூண்டியது, ஸஃபியாவெனும் அந்த யூதப் பெண்மணியின் அழகல்ல. கணவனின் மரணத்திற்குப்பின் கணவன் வீட்டாரின் ஜங்கம வஸ்துவாக மாறுவதற்கு விருப்பமில்லாமல் மதீனாவுக்குத் தப்பி வந்தவள்தான் உம்முசல்மா. பிறகு, இஸ்லாமும்

முகம்மதுவும் அவளது பாதுகாப்புக் கவசங்களாயினர். ஆனால், ஸஃபியாவுக்கு? எவ்வளவு பெரிய அக்கிரமக்காரனாகவும் துரோக புத்தியுடையவனாகவுமிருந்தாலும் முகம்மதுவின் படையால் கொல்லப்பட்ட அவளது கணவன் அவளுக்கு அன்புக்குரியவனாகவும் இருந்திருக்கக்கூடுமல்லவா? அவனிடமிருந்து அவளுக்குப் பிறந்த குழந்தைகள் ... அவளது வாழ்க்கையில் மறக்கவியலாத, மகிழ்ச்சியான தருணங்கள் ... இல்லற வாழ்க்கை ... இறைவா, அந்த அங்கவஸ்திரத்தினுள் அவளது தனித்துவம் எவ்வளவு மூச்சடைத்துப்போயிருக்கும்? அப்போது அவளது மனம் நிச்சயமாகப் படைத் தலைவனின் மனையாள் பதவியைப் பற்றியோ அடிமைப் பெண்ணின் அவல வாழ்க்கையைப் பற்றியோ சிந்தித்திருக்காது. அதெல்லாம் போரில் வெற்றியடைந்த, உற்சாகக் கூக்குரலெழுப்புகிற, யுத்த லாபங்களைப் பகிர்ந்துகொள்ளத் துடிப்பவர்களது பிரச்சினைகள். மக்கள் தலைவருக்கு, போரின் தள நாயகனுக்கேற்ற லாபத்தை விட்டுக் கொடுப்பதில் அவர்கள் முழுமனதுடன் முன்வந்திருப்பார்கள்.

உம்முசல்மாவின் மனதும் உடலும் நீறிக்கொண்டிருந்தது. "யா உம்முசல்மா, சகோதரி. நீங்கள் மீண்டும் பொறாமைக்காரியாக மாறுகிறீர்கள். எதுவும் பேசாமல் அல்லவா எழுந்து போகிறீர்கள்?"

அபூ ஹுரைராவின் பரிகாசச் சொற்கள் உம்முசல்மாவைத் தீண்டவே இல்லை.

யூத அழகி ஸஃபியா, முகம்மதுவின் மனைவியாகி ஆயிஷாவுடனும் உம்முசல்மாவுடனும் இணக்கமாக ஆனாள். வருடங்கள் கழிந்தன. முகம்மதுவுக்குப் பிரச்சினைகள் அதிகரித்தன. உஹது போரில் இஸ்லாமியப் படைகளுக்குத் தோல்வியேற்பட்டது. பாதாளப் போரின்போது எதிரிகள் மதீனா நகரைக் கைப்பற்றி விடுவார்களென்பது ஏறத்தாழ உறுதியானதிலிருந்து படைக்குள்ளும் முஸ்லிம்களினிடையிலும் அவநம்பிக்கையின் விதைகள் முளைவிடத் தொடங்கின. நம்பிக்கையுடனிருந்த குறைந்த எண்ணிக்கையிலான ஆதரவாளர்களுடன் சேர்ந்து மதீனா நகரைச் சுற்றிலும் பள்ளம் தோண்டி, நகரை நெருங்கிக்கொண்டிருந்த அவிசுவாசிகளின் படையைத் துரத்தியடிப்பதற்கு முகம்மது மிகுந்த சிரமப்பட வேண்டியதிருந்தது. கேலிக்கும் ஆளாக வேண்டியதாயிற்று. முன்போன்ற உதவிகள் மதீனா நகர்வாசிகளிடமிருந்து முகம்மதுவுக்கு இனிமேல் கிடைக்காமலும் போகக்கூடும் என்கிற சந்தேகம், சில இடங்களிலிருந்து ஆயிஷாவுக்கும் உம்முசல்மாவுக்கும் கிடைத்தத் தகவல்களிலிருந்து உருவானது. இது அவர்களை மிகுந்த வேதனைக்குள்ளாக்கியது. பொற்காலம் முடிவுக்கு வருகிறதா? முகம்மதுவின்

கனவுகள் சாத்தியப்படாமல் போய்விடுமா? இஸ்லாத்தின் வேர்கள் தொடக்கத்திலேயே அறுந்துபோய்விடுமோ? இந்தப் பிரச்சினைகள் முகம்மதுவிடம் மிகப்பெரிய மாற்றங்களை ஏற்படுத்திவருவதை அவரது மனைவியர் புரிந்துகொண்டிருந் தனர். அவரது உள்ளும்புறமும் அறிந்தவர்களல்லவா? மக்களின் மீதான அவரது கட்டுப்பாட்டின் திறவுகோலை அவர் இழந்து கொண்டிருக்கிறாரா என்கிற எண்ணமும் உருவானது. கண்டிப்பு மிகுந்தவரான உமரின் செல்வாக்கும் சேர்ந்துதான் விஷயங்கள் அலங்கோலப்படாமல் சென்றுகொண்டிருப்பதாக உம்மு சல்மாவுக்குத் தோன்றியது. உமர் முகம்மதுவின் நம்பிக்கைக்குப் பாத்தியமானவரும் உறுதிமிகுந்த சத்திய விசுவாசியுமாக இருந் தாலும் உம்முசல்மாவுக்கும் ஆயிஷாவுக்கும் அவரை அதிக மொன்றும் பிடிக்காது. பெண்களிடம் பரிவின்மையுடன் அவர் நடந்துகொள்ளும் முறைகள், அவர்களை அந்தப்புரங்களில் ஒதுக்கிவிட நினைக்கும் அவரது கவனம், பர்தாவை நிர்ப்பந்த மாக்கிவிட அவர் முகம்மதுவிடம் செலுத்திக்கொண்டிருக்கும் நெருக்கடிகள் என எல்லாவற்றையும் அவர்கள் அறிந்திருந் தார்கள்.

அப்படியிருக்கும்போதுதான் கூன்முதுகின்மீது பரு என்பது போல் ஆயிஷாவைப் பற்றிய அபவாதம் மேலெழுந்தது. பதி னெட்டு வயதைக் கடந்திருந்த ஆயிஷா இப்போது முழுமை பெற்ற அழகான ஒரு யுவதியாக மாற்றம் பெற்றிருந்தாள். அறுபதைக் கடந்த, அமைதியை இழந்துபோன முகம்மதுவுக்கு யௌவனம் ததும்பி நின்ற ஆயிஷா மிகுந்த மன ஆறுதலாக மாறியிருப்பதை உம்முசல்மா அறிந்திருந்தார். ‘அல்முஸ்தலிக்’ கோத்திரத்திற்கெதிராக யுத்த களத்திற்குப் போகும்போது ஆயிஷாவையும் கூடவே அழைத்துச் செல்வதில் முகம்மது காட்டிய ஆர்வத்தை உம்முசல்மா ஏற்கனவே நிராசையுடன் கவனித்துக்கொண்டிருந்தார். போரில் வெற்றி பெற்றுத் திரும்பி வருகிற வழியில் ஆயிஷா காணாமல்போன கதை படையினர் வந்து சேருவதற்கு முன்பே காதோடு காதாக மதீனாவில் எட்டியிருந்தது.

படையினரும் முகம்மதுவும் சில மணி நேரங்கள் பயணம் செய்த பிறகுதான் ஆயிஷா தங்களுடனில்லை என்பதை முகம் மது அறிந்துகொள்கிறார். ஆயிஷா . . . தனது அன்பானவள் இல்லாமல் ஊருக்குச் செல்வதா? படைகள் திரும்பிச் செல் லட்டும். ஆயிஷாவைத் தேடிக் கண்டுபிடிக்க வேண்டும். மிக விரைவாக! சில மணி நேரங்கள் அவர்கள் நடந்திருக்க வேண்டும். அடிவானத்துக் கூடாரத்தின்கீழ் அதோ தெரிவதென்ன? அந்த உருவம் நெருங்கி வந்துகொண்டிருந்தது. ஒரு ஒட்டகம். ஒட்ட கத்தின் மீதமர்ந்திருக்கும் தேஜோமயமான அந்தப் பெண்மணி

யாராக இருக்கும்? முகம்மது கண்ணிமைக்காமல் பார்த்தார். அதீத வசீகரத்துடன் யௌவனம் ததும்பி நிற்கும் அவள் தனது உயிரனைய பிரிய சகிதான். ஆனால், முகம்மதுவின் மகிழ்ச்சி நொடிப்பொழுதினுள் நீங்கிவிட்டது. காரணம், இதயத்தைப் பெயர்த்தெடுப்பது போன்ற மற்றொரு காட்சியும் கூடவே தென்பட்டது. அதே ஒட்டகத்தின்மீது, ஆயிஷாவின் மிருதுவான உடலுக்குத் துணையாக ஆண்மையின் பேருருவமாக இன்னொருவன். அந்த இளைஞனை முகம்மதுவும் அறிவார். சஃப்வான். தனது படையின் துடிப்புமிக்க ஒரு வீர இளைஞன். அவர்கள் ஏன் படையை விட்டு இவ்வளவு நேரமும் பின் தங்கியிருந்தார்கள். கூடாரத்திலிருந்து திரும்பும்போது தனது உடைமைகளை எடுத்துக்கொண்டிருந்த ஆயிஷாவை முகம்மதுவும் பார்த்தார். புறப்படும்போது ஆயிஷாவும் இருந்தாரே? போர் விஷயங்களைப் பற்றிச் சிறிது நேரம் உமருடன் விவாதிக்க வேண்டியதிருந்தது. மீண்டும் பயணத்தைத் தொடரும்போது ஆயிஷாவைப் பற்றிய கவனம் தன்னிடமிருந்து விலகியிருக்கலாம். அவள் கூடாரத்திலேயே இருந்துவிட்டாளா? கூடவே சஃப்வானும்? சர்வலோக நாதா, நீ இப்படியும் என்னை சோதிக்கிறாயா?

ஆயிஷாவுக்கும் சஃப்வானுக்கும் சொல்வதற்குப் பதிலிருந்தது. கூடாரத்தை விட்டு வருவதற்குச் சற்று முன்புதான் ஆயிஷா, தனது முத்து மாலை காணாமல் போயிருக்கிறது என்பதை உணருகிறாள். கூடாரத்தைச் சுற்றிலும், முதல் நாள் மாலையில் தான் சென்றமர்ந்திருந்த மரத்தினடியிலும் தேடினாள். தேடுவதினிடையில் படைகள் புறப்பட்டுவிட்ட விஷயத்தை அவள் தாமதமாகத் தெரிந்துகொள்கிறாள். ஆயிஷாவும் உடன் வருகிறாளா என்பதைக் கவனிக்காமல் முகம்மதுவும் கிளம்பிப் போய்விட்டார். ஆயிஷாவுக்கு அழுகை வந்தது. அப்போது, கூடாரத்தை அவிழ்க்க வந்த சஃப்வான் ஆயிஷாவைப் பார்க்கிறான். ரசூலுல்லாவின் மனைவியிடம் அவன் விஷயத்தைக் கேட்கிறான். மாலையைத் தேடிக்கண்டுப்பிடிப்பதற்கு உதவி செய்கிறான். பிறகு அவர்கள் இருந்த ஒரே ஒட்டகத்தில் சேர்ந்து பயணம் செய்கிறார்கள்.

ஆயிஷாவின் களங்கமின்மையைப் பற்றி நன்கறிந்திருந்த முகம்மதுவுக்கு இந்த விளக்கம் போதுமானதாக இருந்தது. உமர் அமைதியிழந்து தவித்தார்.

“அந்த மரத்தின்கீழ் மாலை நேரத்தில் போய் அமர்ந்திருப்பதைப் பார்த்ததுமே நான் சொன்னேன் அல்லவா? இறைத்தூதரே, பெண்களைப் போர்முனைக்கு அழைத்துக்கொண்டு செல்லும் இந்த வழக்கத்தை நிறுத்துவதல்லவா சரி? நாம்

முக்கியமான போர் விவகாரங்களில் ஆழ்ந்த கவனத்திலிருக்கும் போது பெண்களாகிய இவர்கள் முத்து மாலையும் அலங்கரித்து வந்து வேடிக்கை பார்க்கும் மனநிலையுடனிருக்கிறார்கள்."

தன்னுடைய மகனின் வயதுதானாகிறது என்றாலும் சமூக வாழ்க்கையைப் பற்றியும் யுத்த தந்திரங்களைப் பற்றியுமெல்லாம் ஆயிஷா சொல்லும் அறிவுபூர்வமான கருத்துக்களை நினைவில் வைத்திருக்கும் முகம்மது, பதினெட்டு வயதிற்கான யெளவனத்துடன் அவளது மனம் செல்லும் கூறுமாற்றத்தை இயல்பான விஷயமாகக் கருதிக்கொள்ளவே விரும்பினார். ஆனால், பின்புறமிருந்து வரும் முணுமுணுப்புகளும் அவரது காதுகளில் விழாமலில்லை. இது மதீனாவிலும் அதன் சுற்றுப் புறங்களிலும் ஒரு அவச்சொல்லாகப் பேசப்பட்டுக் கொடுங்காற்றுபோல் வீசுவதற்கு அதிக நாட்களொன்றும் தேவைப்படவில்லை.

"முகம்மதுவுக்கு வயதாகிவிட்டது. அவருக்கு அழகழகான ஒன்பது மனைவியர். ஆயிஷா எவ்வளவு இளைமையானவர்? இவர்களை முகம்மதுவால் எப்படித் திருப்தியாக நடத்த இயலும்."

முகம்மதுவின் பிரச்சினைகளும் மௌனமும் அதிகமாக இருந்த ஒரு நாளில் அல்லாஹு தனது தூதரின் நாவால் சொல்லத் தொடங்கினான்.

தூதரின் துணைவியரைப் பற்றி அவமரியாதை பேசுபவர்களுக்கு அளிக்கப்படும் தண்டனையைப் பற்றியும், அவர்களை யாரும் மனிதக் குரோதங்களுடன் பார்க்கக் கூடாது எனும் தாக்கீதும் . . . திருமண உறவிலிருந்து பிரிந்து செல்ல விரும்பும் மனைவியருக்கு அதற்கான அனுமதியும் . . . உறவைத் தொடர்ந்து மேற்கொள்ள விரும்புபவர்களுக்குத் தூதரின் மரணத்திற்குப் பிறகும் பிற ஆண்களுக்கு அனுமதி மறுக்கப்படுவதான முன்னறிவிப்பும் . . .

"பாரேன், முழுக்கத் தனிப்பட்ட வகையிலான விஷயங்களில் முடிவு சொல்வதற்கு குர்ஆன் எவ்வளவு நீண்ட வசனங்களை ஒதுக்கியிருக்கிறது. லௌகிகத்தின் இவ்வளவு தட்டையான ஒரு அணுகுமுறை . . ! நான் மிகவும் குழப்பத்திலாழ்ந்திருக்கிறேன் ரஷீது."

"ஸபிதா, அவதூறுப் பிரச்சாரம் எத்தகைய கொடிய பாவம்? அதை உறுதிப்படுத்துவதுபோல் அந்த அறியாதவர்கள் செய்த வேலை என்ன? ஆயிஷாவெனும், திருத்தூதரின் மனைவியைப் பற்றி அவர்கள் எவ்வளவு ஒரு தவறான குற்றச்சாட்டை முன்வைத்துவிட்டார்கள்?"

ஆயிஷா, சஃப்வான்மீது ஒருகணம்கூட ஆகர்ஷிக்கப்பட்டிருக்க முடியாது என்பதை எப்படித் தீர்மானமாகச் சொல்ல

முடியும்? திருத்தூதரின் மனைவியாக இருந்தாலும் அவரி னுள்ளும் அழகைப் போற்றுகிற ஒரு சாதாரணமான பெண்மணி இருந்திருக்கக்கூடுமல்லவா? ஏமனிலிருந்து கிடைத்த ஒரு முத்து மாலை காணாமல் போனதும் சூழ்நிலையையும் கால உணர் வையும் இழந்துவிட்ட ஒரு பதினெட்டு வயதுக்காரியல்லவா?"

"வரம்புகளை நாம் கவனத்தில் கொண்டிருக்க வேண்டும் ஸபிதா. நீயும் குறுக்குப் புத்தியுடையவர்களின், நிந்தனையாளர் களின் கூட்டத்தில் சிக்கிக்கொள்ளவா விரும்புகிறாய்?"

"இதில் நிந்தனையாக எடுத்துக்கொள்ள என்ன இருக்கிறது ரஷீது. ஆயிஷாவெனும் அழகிய யுவதி இருக்கும்போதுதானே திருத்தூதர் உம்முசல்மாவெனும் இளம் விதவையை வாழ்க்கைத் துணையாக்கிக்கொண்டார்; ஸைனபாவெனும் பேரழகால் கவரப்பட்டார்? ஆயிஷாவுக்கு ஒரு இளைஞன்மீது ஏற்படவும் வாய்ப்பிருந்ததாகக் கருதப்படும் மிகச் சிறிய ஒரு வசீகரத்தின் காரணம்கூட நீயுட்பட உள்ள நம்பிக்கையாளர்களைப் பதற்றம் கொள்ள வைப்பதற்குக் காரணம் என்ன?"

"திருத்தூதரின் மனைவியர் பரிசுத்தமானவர்களாகக் கருதப்பட வேண்டுமல்லவா? எவ்வளவு உயர்ந்த ஒரு பதவியை இறைவன் அவர்களுக்கு அருளிச் செய்திருக்கிறான். 'நம்பிக்கை யாளர்களின் மாதா' என்றல்லவா பதினெட்டு வயது நிரம்பாத ஆயிஷாவை நபிகளார் அறிமுகம் செய்துவைக்கிறார்?"

"உண்மைதான். அந்தப் பரிசுத்தப் பாரத்தால்தான் நபி களாரின் மரணத்திற்குப் பிறகும் பதினெட்டு வயது ஆயிஷா உட்பட அவரது மனைவியர் அனைவரும் இலௌகிக வாழ்க் கையைத் துறந்து முன்மாதிரியான வாழ்க்கை வாழ்ந்து இறந்து போனார்கள். ஐம்பது வயதான பின்பும், இறைத் தூதராக வாழ்ந்தபோதும், கொள்கைப் பற்றுடையவராகத் திகழ்ந்த போதும் இதுவெல்லாம் முகம்மதுவுக்குத் தடையாக இருக்க வில்லை. இந்தச் சிந்தனை என்னை ஆட்கொண்டிருக்கிறது ரஷீது. ஆணுக்கு இலௌகிகமும் பெண்ணுக்கு இலௌகிகமின் மையும் என்பதை உயர்ந்த நோக்கமாகக் கொள்ளப்படும் இந்த மனோபாவம்."

"தேவையற்ற சிந்தனைகளை விட்டொழித்துவிடு ஸபிதா. நம்மால் புரிந்துகொள்ள முடியாத அனேகக் காரியங்கள் ஆன் மிகத்தில் இருக்கின்றன."

"ஆமாம் ரஷீது, நானும் அதைப் புரிந்திருக்கிறேன். ஆன்மிகத் தில், இறைவசனங்களில், மறைபொருட்களிருக்கலாம். குறி யீட்டுத் தன்மைகளிருக்கலாம். ஞானிகள் நமக்கு விளக்குவது வரையிலும் நம்மால் அதை உணர்ந்துகொள்ள இயலாமலிருக்கும்.

விளக்கிச் சொல்லும்போது ஒரு வெளிச்சக் கீற்றாக அது நம்முள் பிரகாசித்து இறங்குகிறது. ஆடைகளைத் திருடிவிட்டு மரத்தின் உச்சியிலேறிச் சிரித்துக்கொண்டிருப்பவனைப் பார்த்து திருட்டுக் கிருஷ்ணன் என்று மகிழ்ச்சியுடன் சொல்லி இலௌகிக வாழ்க்கையிலிருப்பவர்கள் நமட்டுச் சிரிப்பை உதிர்க்கிறார்கள். அகங்காரங்களெனும் உனது ஆடைகளைக் களைந்துவிட்டு நிர்வாணமாக, திரைகளற்ற மனதுடன் என்னை, ஜகதீஸ்வரனை அடைவாய் எனும் தத்துவம் இங்கே குறிப்புணர்த்தப்படுவதாக ஞானியர் நமக்கு விளக்கிச் சொல்கிறார்கள். ஆனால் ... ஆனால், இஸ்லாத்தில் இந்தக் குறிப்புணர்த்தல்களுக்கான சுதந்திரம் எங்கே? இலௌகிக விஷயங்களைப் பற்றி அறிவுடையோர் விவரித்துச் சொல்லும்போது பாவனைகளுக்கான எல்லாப் பாதைகளும் இங்கே மூடப்பட்டுவிடுகிறதல்லவா? இட்ஸ் எ ரிலிஜியன் ஆஃப் ஃபேக்ட்ஸ் ஒன்லி ... இப்படித்தான் எனக்குத் தோன்றுகிறது. வாழ்க்கையின் எல்லாச் செயல்களைப் பற்றியும் வழிகாட்டுதல்கள் கொண்ட, ஏன் எதற்காக என்ற தேடுதல்களுக்கு இடம் தராமல், அப்படியே வாழ்ந்து தீர்த்தால் சுவர்க்கத்தின் வாசலை எட்டிவிட உதவுகிற மார்க்கம். ஆனால் ... ஆனால், என் மனம் ஏனோ ரஷீது, ஏன் எதற்காக என்று குரலெழுப்பிக்கொண்டே இருக்கிறது. உனக்கு எப்படியோ? நீ என்போல் புதிய வருகையொன்றும் இல்லையல்லவா?”

“ஒரு நபர் குறிப்பிட்ட மதத்தில் பிறப்பதற்கு முன்னோர்களது தேர்வின் தொடர்ச்சிதானே காரணமாக அமைகிறது? பிறப்பு சார்ந்து மட்டுமே ஒருவர் பூரண மத நம்பிக்கையாளராக வார்க்கப்பட்டுவிடுவதில்லை என்பது உனக்கும் தெரியுமல்லவா? நானும் இந்தப் பயணத்தில் ஈடுபட்டிருப்பவன்தான் ... உன்னைப் போல் இஸ்லாத்தை நோக்கிச் செல்லும் ஒரு பயணி ...”

“பயணம் செல்பவன், தேடுபவனல்லவா? தேடுதல் வேட்கையாளனால் சந்தேகங்களை விட்டொழிந்துவிட இயலுமா ..?”

எங்கிருந்து வருகிறது இந்த மணியோசை? உடன்பாட்டின் மணியோசையல்லவா? தனது ஆன்மாவினுள்ளிருந்து தானோ? .. இல்லை ... நான் மயக்கத்திலாழ்ந்திருந்தேன். மேஜையின்மீது திறந்து வைத்திருந்த வரலாற்றுப் புத்தகத்தில் தலை சாய்த்து ... பக்கத்தில் குர்ஆனுமிருந்தது. அது அழைப்பு மணியா ..? ரஷீது எங்கே? அவள் அவசரமாக எழுந்துபோய்ப் பார்த்தாள். ஆமாம், ரஷீதுதான் வாசலில் நிற்கிறான். கான்வெக்ஸ் லென்சின் சிறிய துவாரம் அவனைக் குட்டியாகக் காட்டியது. அவள் நிம்மதிப் பெருமூச்சுடனும் மகிழ்ச்சியுடனும் சென்று கதவைத் திறந்தாள்.

பதினான்கு

ரஹ்மத்துல்லா, ஹிரா ஆஸ்பத்திரியிலிருந்து சமீ பத்தில் இடமாறுதலாகி விலாதாவுக்கு வந்த இந்தியர், மருத்துவ நிபுணர். மைசூரைச் சேர்ந்தவர். மாநிறம், உயர மான, தாட்டியான உடல்வாகுள்ள நாற்பது வயதுக்காரர். அப்படியாக ஒரு இந்தியர், விலாதாவில் இக்ஸை*. ஸபிதாவை இன்னும் ஒரு வருடத்தில் இக்ஸையாக நிய மிக்கப் போவதாகக் கேள்வி.

"பக்தூரா, மாஸ்டர் டிகிரி வாங்கிய நீங்கள் இக்ஸை யாக வேண்டும். அதற்கான அறிவும் திறமையும் உங்களிட மிருக்கிறது. மட்டுமல்ல, லேடி இக்ஸைவுக்கு இருபத்தைந்து சதவிகிதம் இன்கிரிமென்டு அதிகமாகத் தரப்படவேண்டு மென்ற சட்டமும் வரவிருக்கிறது." டி.ஜி.ஓ.வாக மட்டுமே இருக்கும் பீகார்க்காரி பக்தூரா ஷஹீன் நிராசையிருந் தாலும் ஸபிதாவை வாழ்த்தினாள்.

"பக்தூர் இக்பால் ஒருவேளை இம்முறை ஒப்பந்தத்தை முடித்துக்கொள்ளக்கூடும்." பக்தூரா வகீதா சொன்னாள்.

"யார் சொன்னது? அவர் வெகேஷனில் அல்லவா போயிருக்கிறார்?" ஷஹீன் அப்படியான ஒரு தகவலைக் கேள்விப்பட்டிருக்கவே இல்லை.

"அவர் நேராக இங்கிலாந்திற்குப் போயிருக்கிறார். அவருக்கு அங்கொரு கேர்ள் ஃபிரண்ட் இருக்கிறாள். எம்.ஆர்.டி.ஜி.ஓ. படிக்கும்போது அறிமுகமானவள். அவளைத் திருமணம் செய்யும் யோசனையுமிருக்கிறது. அது நடந்தால் பிறகு அங்கேயே செட்டிலாகிவிடவும் கூடும். இது நடக்காத பட்சத்தில் சூடானுக்குப் போய்

---

* துறைத்தலைவர்

பெற்றோர்கள் தீர்மானிக்கும் பெண்ணைத் திருமணம் செய்து விட்டுத் திரும்பி வருவேன் என்று அவரே என்னிடம் சொன்னார்." பக்தூரரா வகீதா இரகசியச் சிரிப்பொன்றை உதிர்த்த படியே ஸபிதாவைப் பார்த்துச் சொன்னாள்.

பக்தூர் இக்பால் இதைவிடவும் அதிகமாகத் தனது மனதைத் திறந்து வகீதாவிடம் பேசியிருப்பாரென்பதை அவளது நமட்டுச் சிரிப்புத் தெரிவித்தது. ஒருவேளை பக்தூர் இக்பாலின் மனதில் சொந்த நாட்டில் துணையைத் தேர்வு செய்வதிலிருக்கும் விருப்பமின்மையாகவே இருக்குமோ? இருக்கும். அதனால்தான் இந்தியப் பெண்களையும் இங்கிலாந்துப் பெண்களையும் சுற்றியே அவரது கற்பனைகள் முளை விடுகின்றன. அவரது மனோபாவம் எப்போதுமே அயல்தேசத்தவர்களின்மீதே சஞ்சரித்துக்கொண்டிருப்பதால்தான் தன்மீதும் அவருக்கு வியப்பு உருவாவதற்குக் காரணம். வெறுமொரு மனவிருப்பம் சார்ந்த ஆசை. ஒருவேளை தனது நாட்டின் பெண்வழிச் சடங்குகள்போன்ற மூடப் பழக்க வழக்கங்களின்மீதான வெறுப்பாக இருக்குமோ? கண்மூடித் தனமான நம்பிக்கைகள் நிறைந்த சூழலிலிருந்து வரும் ஒரு பெண்ணைச் சகித்துக்கொள்வதற்கு இங்கிலாந்தில் பயின்ற, முற்போக்குச் சிந்தனையுள்ள இக்பாலின் மனம் தயாராக இல்லாமலிருக்கலாம்.

விலாதாவில் ஒரேயொரு லேடி இக்ஸையாக இருந்த காஷ்மீரி டாக்டர் நதீராவும் ஒப்பந்தத்தை முடித்துக்கொண்டு காஷ்மீருக்குத் திரும்பிப்போய்விட்டார். அவரது ஒரே மகனுக்குத் திருமணமாம். திரும்பிச் சென்று மகனுடைய குடும்பத்துடன் அமைதியான ஒரு வாழ்க்கை. இதுதான் அவரது கனவு. சௌதி அரேபியாவில் ஐந்து வருடம் நீண்ட இயந்திரத்தனமான வாழ்க்கையில் பூலோக சொர்க்கமான காஷ்மீரைப் பற்றிய வர்ணப் பகிடார்ந்த தொலைதூரக் கனவுகள் அவரது மனதில் நிரம்பியிருந்தன. கணவர் இறந்துபோய் மகனுடைய கல்வியின் மிகப் பெரிய பொறுப்பு தோளில் இறங்கியபோது தான் அவர் தனியாக இங்கே வந்து கஷ்டப்பட வேண்டியதாயிற்று. இப்போது மகனுக்கும் வேலை கிடைத்துவிட்டது. வங்கியில் ஓரளவிலான சேமிப்புமிருக்கிறது. மலர்களின், தடாகங்களின் தாய்நாட்டில் இனி சுகமாகவும் நிம்மதியுடனும் எஞ்சிய கால வாழ்க்கை.

காஷ்மீரிலிருந்து வந்தவர்கள்தான் அனஸ்தெட்டிஸ்ட் டாக்டர்களாகிய ஹனீஃபும் பர்வேஸூம். அவர்கள் சொன்னதிலிருந்து தாய்நாட்டின் வாழ்க்கை அவ்வளவு அமைதியான ஒன்றல்ல. தீவிரவாதச் செயல்பாடுகளும் ராணுவத்தின் குரூரமான தலையீடுகளும் நாட்டின் அமைதியை இழக்கச் செய்திருக்

கின்றன. கால மாற்றங்களுக்கேற்ப நிலைமை மேலும் சீர்கெட்டுக் கொண்டிருக்கிறது. இந்துக்களும் முஸ்லிம்களும் இப்போது மன அளவில் மிகவும் பிளவுபட்டிருக்கிறார்கள். சிறுவயதில் நெருக்கமாக இருந்த காஷ்மீரி பண்டிட் குடும்பங்க ளெல்லாம் நாட்டை விட்டுப் போய்விட்டார்கள். மிச்சமிருப்ப வர்கள், முஸ்லிம்களை இப்போது சந்தேகத்துடனும் பயத்துட னும் பார்க்கிறார்கள். முஸ்லிம் குடும்பத்திலுள்ள இளைஞர்கள் பலர் தீவிரவாத அமைப்புகளில் மிகச் சுலபமாகச் சிக்கிக் கொள்கிறார்கள். விடுமுறைக் காலத்தில்கூட நாட்டுக்குப் போவது பயமுறுத்தும் அனுபவமாக இப்போது மாறிக்கொண்டிருக் கிறது. சென்ற முறை பர்வேஸூம் குடும்பமும் விடுமுறையில் சென்று சிங்கப்பூரையும் குவைத்தையும் சுற்றிவிட்டு வந்தார்கள்.

ரஹ்மத்துல்லாவின் குடும்பம், நாட்டில்தானிருந்தது. மனைவியும் இரண்டு ஆண்மக்களும். குடும்ப விசாவில் வருடத் திற்கு இரண்டு மாதம் மனைவியும், சில சந்தர்ப்பங்களில் பிள்ளைகளும் வந்து தங்கிவிட்டுப் போவார்கள். மற்ற நாட்களில் ஃபிளாட்டில் தனியாக. பிள்ளைகள் கல்லூரியில் பயின்று வருவதால் அவர்களைக் கவனித்துக்கொள்வதற்காக மனைவி ஊரிலேயே தங்கிவிட வேண்டிய தேவையிருந்தது.

சௌதி ரெஷிடென்ட், பக்தூரா ராஹிலா என்பவள் புதிதாகப் பணியில் அமர்த்தப்பட்டாள். அவளைப் பார்க்கும் போதே பதூவியன் அரபியென்பது தெரிந்துவிடும். ரியாது, கிங் ஃபகத் மெடிக்கல் காலேஜில் அப்போதுதான் டி.ஜி.ஓ. பயின்று முடித்திருந்தாள். படிப்பதற்கான ஓரளவு அறிவும் திறமையுமிருந்தால் போதும். சௌதி அரசாங்கமே கல்விக் கட்டணமும் உதவிப் பணமும் பாக்கெட் மணியுமெல்லாம் கொடுத்துத் தன் பிரஜைகளைப் படிக்க வைத்துவிடும். கல்வியறி வுள்ள சௌதிப் பெண்களின் எழுதப்படாத விதியான திருமணத் துரதிர்ஷ்டம்தான் ராஹிலாவுக்கும். பக்தூரா ஷம்ஸாதிற்கு இந்த விஷயத்திலாவது துணைக்கு ஒரு ஆள் கிடைத்தது. ஒல்லியாக, விசேஷமான எந்த அம்சங்களுமில்லாத, மாநிறம் கொண்டவள் ராஹிலா. எந்தவிதக் கவர்ச்சியுமில்லாத உடை யலங்காரம். தலைமுடியை முற்றிலுமாக மறைக்கும் விதமாக வெள்ளை முக்காட்டின் ஒரு நுனியால் மூக்கையும் வாயையும் மூடிக்கட்டி மறைத்திருப்பாள். அதை அவள் அவிழ்த்தபோது அந்த முகம் கிளியின் முகத்தைப் போலிருப்பதாக ஸபிதாவுக்குத் தோன்றியது. மிகப் பெரிய பக்தை. ஷம்ஸாதைப் போல் அல்ல. ஷம்ஸாதினுள் திமிருகிற ஒருத்தி இருப்பதாக ஸபிதாவுக்குத் தோன்றியதுண்டு. ஆண் டாக்டர்களுடன் எப்போதும் வேடிக்கை யாகப் பேசவும் சிரித்து மகிழவும் ஆசைப்படுபவள். திருமண மாகாத ஒவ்வொரு டாக்டரிடமும் அவள் எதிர்பார்ப்புடன்

பழகுவாள். எந்த நாட்டுக்காரனாக இருந்தாலும் மெக்காவில் வேலை பார்ப்பவன் முஸ்லிமாகத்தானே இருப்பான். குலத்தையும் கோத்திரத்தையும் விசாரணை செய்துகொண்டிருக்க வேண்டிய தேவையுமில்லை. ஆனால் யாரும் இதுவரையிலும் ஷம்ஸாதின் தூண்டிலில் வந்து சிக்கிக்கொள்ளவில்லை. சௌதி டாக்டரைத் திருமணம் செய்துகொள்வதிலிருக்கும் சட்டச் சிடுக்குகளும் கலாச்சாரங்களினுள் உருவாகக்கூடிய உரசல்களும் பொதுவாக, சௌதிப் பெண்களுக்கே உரித்தான தான் எனும் மனோபாவமும் அவர்களை விலக்கி நிறுத்தியிருக்கலாம். அஜ்னபி*களைவிடவும் நான்கு மடங்கு அதிகம், சௌதி டாக்டர்களின் சம்பளம். ஒத்துப்போக இயலுபவர்களுக்கு தாராளமான தனபாக்கியம் சித்திக்கும். பெரிய அழகியெல்லாம் இல்லையென்றாலும்த் வசீகரமானவள்தான் ஷம்ஸாத்.

ராஹிலாவுடன் பணியிலிருக்கும்போது அவளுடன் நட்புக் கொள்ள முயற்சி செய்தாள் ஸபிதா. பெண்களின் வரையறை களைக் கண்டிப்புடன் கடைப்பிடிப்பவளும் அதிகமான பக்தி முயற்சியுடையவளுமாக இருந்தாலும் நல்ல பணிவுடையவளு மாக இருந்தாள் ராஹிலா. குர்ஆன் வலியுறுத்தும் உத்தமப் பெண்களின் ஒரு முன்மாதிரியாகத் திகழ, தனது ஒவ்வொரு சுவடு வைப்பிலும் அவள் முயற்சி செய்துகொண்டிருப்பது போல் தோன்றும். இப்படிப்பட்டவர்களிடம் அவ்வளவு எளிதாக நட்பு கொண்டுவிட இயலாதென்பதுவும் ஸபிதாவுக்குத் தெரியும். ஓ.பி.யில் அன்று நோயாளிகள் யாருமில்லாத நேரமென்பதால் ராஹிலா, இந்தியாவைப் பற்றியும் அங்குள்ள ஆச்சார அனுஷ் டானங்களைப் பற்றியுமெல்லாம் விசாரித்துக்கொண்டிருந்தாள். தமிழ்நாட்டுக்காரி சிஸ்டர் கிரண்ராணியும் ஆர்வத்துடன் அருகில் வந்தமர்ந்துகொண்டாள். ராஹிலாவின் கேள்விகளுக்கு கிரண், மிகையான பதில்களைச் சொல்லிக்கொண்டிருந்தாள். அவளது வார்த்தைகளில் இந்தியா எனும் அற்புதமான தேசம் வர்ணங்களால் நிரம்பியிருந்தது. இடையில் எப்போதோ ராஹிலா விடம் இந்தியாவுக்கோ வேறு அயல் நாடுகளுக்கோ எப்போ தாவது சென்றிருக்கிறீர்களா என்று கேட்டாள் ஸபிதா. அவளது பதில் சுவாரஸ்யமாக இருந்தது.

“இந்தப் புண்ணிய தேசத்தைவிட்டு வேறெங்குமே போக வேண்டிய நிர்பந்தம் இதுவரை எனக்கு ஏற்படவில்லை, அல் ஹம்துலில்லாஹ்.”

அல்லாஹ்ௗ, இந்த விஷயத்தில் ராஹிலாவுக்கு மிகுந்த அனுக்கிரகம் அருளியிருப்பதாக அவள் நம்பினாள். அப்படி

---

* அன்னியர்

யென்றால் அயல்தேசங்களின் கலாச்சாரங்களைப் பற்றி எதற்காக இவ்வளவு ஆர்வத்துடன் விசாரிக்க வேண்டும்? மற்றக் கலாச் சாரங்களைவிடத் தன்னுடைய கலாச்சாரம் உயர்ந்தது என்கிற மயக்கத்தை உறுதி செய்துகொள்வதற்காகவா? அந்த மனம் நிறைய அன்னியர்களைப் பற்றிய உதாசீனபாவம் மட்டும்தான் இருக்கிறதா? ஒரு சாதாரண முஸ்லிமின் மனோபாவமும் கிட்டத்தட்ட இப்படித்தான் இருக்கிறது என்று ஸபிதாவுக்குத் தோன்றியது. வெளியே இருப்பதெல்லாம் தவறானதும் நம் முடையது மட்டும் மிகமிக உயர்வானதும். தவறுகளால் நம் மனம் அசுத்தமாகாமலிருக்க வேண்டுமென்றால் அறிவுக்கான சாளரங்களை அடைத்துவிட வேண்டும்.

ஆனால், பக்தூரா ஷம்ஸாத் இதிலிருந்தெல்லாம் ரொம்பவும் வித்தியாசமானவள். பக்தூர் ரஹுமத்துல்லாவுடன் அவள் மிகவும் நெருக்கமாக இருந்தாள். ஸபிதாவுடனும்தான். அவள், முகத்தை மூடி மறைப்பதில்லை. இந்தித் திரைப்படக் காட்சிகள் அவளுக்கு மிகவும் பிடிக்கும். காஸெட் போட்டு இந்திப் படங்கள் பார்ப்பாள்.

"இந்தியாவில் இரண்டு எக்ஸ்ட்ரீமான பிரிவுகளிருக்கின்றன இல்லையா? அங்கே அதிகமான ஏழ்மையும் பட்டினியுமிருப்ப தாகச் செய்திகளும் ஆவணப்படங்களும் சொல்கின்றன. ஆனால், இந்திப் படங்களில் வருபவர்களெல்லாம் பிரபுக் குடும்பங் களில் உள்ளவர்கள்போல் இருக்கிறார்கள் . . ."

"இந்தியப் பெண்கள் திருமணமாகும்வரையிலும் சுரிதாரும், பிறகு சேலையும் உடுத்துவார்கள் இல்லையா? சேலை மிகவும் அழகான உடை. அதை எப்படிச் சுற்றிக்கொள்வது என்றுதான் எனக்குத் தெரியாது . . ." ஷம்ஸாதின் சந்தேகங்களும் ஆய்வு நோக்கங்களும் ஸபிதாவைக் காணும்போதெல்லாம் வந்து விடும்.

ஷம்ஸாத் ஒருதடவை மும்பைக்கும் வந்திருக்கிறாள். அவளது உறவினருக்கு கிட்னி மாற்று ஆபரேஷன் இங்கே வைத்துதான் நடந்தது. அவரைப் பார்க்க வந்திருந்தாள். பெற்றோர் களின் நாடாகிய இந்தோனேஷியாவுக்குச் செல்லும் வழியில் மும்பையில் இறங்கினாளாம். ஆகவே, சரியாக அனுபவித்துச் சுற்றிப்பார்க்கவெல்லாம் முடியாமல் போனதில் அவளுக்கு வருத்தமிருந்தது. இதில் வருத்தப்படுவதற்குப் பெரிதாக எதுவு மில்லை என்று ஸபிதா சொன்னாள். ஷம்ஸாத் சொன்னது போல் மும்பைக்கு இரண்டு முகங்கள்தான். பெரும் செல்வந்தர் களின் ஒரு முகமும், பழைமையான குணங்களும் சுத்தமின் மையும் வறுமையும் அதன் மற்றொரு முகமும். முதல் முகத்தை மட்டுமே ஷம்ஸாத் பார்த்திருக்கக்கூடும். அவள் காணாத

மற்றொரு அந்த முகம் ஒருவேளை இயல்பான குணமுடைய அவளைப் பதற்றப்பட வைத்திருக்கும்.

பக்தூர் இக்பால் விடுமுறை முடிந்து திரும்ப வந்தார். நல்லவேளை, ஒப்பந்தத்தை அவர் முடித்துக்கொள்ளவில்லை. திறமையும் உற்சாகக் குணமுள்ளவருமான இந்த சூடானி எம். ஆர். சி. ஓ. ஜி. காரனைத் துறைத் தலைவராக நியமித்து ஆணைபிறப்பித்தார் முதீர். பக்தூர் உஸ்மானுக்கு வெளிநாட்டு டிகிரி எதுவுமில்லை. மட்டுமல்ல, எகிப்துக்காரனைப் பொதுவாகத் தலைமைப் பொறுப்பில் நியமிப்பதிலும் சிக்கலிருக்கிறது. டாக்டர்களெல்லாம் மூன்று பிரிவுகளாக்கப்பட்டு ஒவ்வொன்றும் தனித்தனி எம்.ஆர்.சி.ஓ.ஜியின் கீழ் கொண்டுவரப்பட்டனர். பக்தூர் இக்பால், பக்தூர் அப்பாஸ், அப்புறம் புதிதாக வந்த கௌரவக்கார மிஸ்ரியும் 'ஐ ஆம் தெ கன்ஸல்டன்ட்' என்று அவ்வப்போது சொல்லி உறுதிப்படுத்திக்கொள்பவருமான பக்தூர் இம்ரான். ஒவ்வொரு கன்ஸல்டன்டின் கீழ் இரண்டு ஸ்பெஷலிஸ்ட்களும் மற்ற ரெஷிடென்ட் டாக்டர்களுமிருப்பார்கள். ஸபிதாவும் ஷம்ஸாதும் ரஹ்மத்துல்லாவின் கீழ். டியூட்டி ரோஸ்டர் தயாரிப்பது பக்தூர் இக்பால்தான். திருமணம் முடிந்த பிறகு மேலும் பக்குவமடைந்திருப்பது போல் தெரிந்தார். ஸபிதாவுடன் இப்போதும் தனிப்பட்ட முறையிலான ஆர்வம்தான் என்றாலும் முன்புபோல் கண்டதும் விகாரம் கொள்வதில் மாற்றமிருந்தது. இங்கிலாந்துக்காரியுடனான அவரது திருமணம் நிறைவேறவில்லை. கலாச்சார வேற்றுமைகள் அவளுக்குத் தடையாக இருந்திருக்கின்றன. பெற்றோர்கள் முடிவு செய்த சூடானி பெண்ணையே டாக்டர் திருமணம் செய்துகொண்டார். அழகாக இருப்பாளாம். ஆஸ்பத்திரியில் எல்லோருக்கும் இனிப்பு வழங்கினார். ஸபிதாவால் அதை ருசித்துச் சாப்பிட முடியவில்லை. முதல் கர்ப்பத்தின் மனம் புரட்டலும் விருப்பமின்மையும் ஆரம்பமாகி இருந்தன.

பக்தூரா ஷம்ஸாதின் வீட்டில் பக்தூர் இக்பாலுக்கும் மனைவிக்கும் ஒரு விருந்துக்கான ஏற்பாடு செய்யப்பட்டிருந்தது. டாக்டர்கள் அனைவருக்கும் ஷம்ஸாத் அழைப்பு விடுத்திருந்தாள். நெய்யில் வேகவைக்கப்பட்ட அரிசிச் சாதமும் கோழிக் குழம்பும் மற்றும் பலவிதமான எரிவு வாசனைகள் எல்லாம் முகத்திலடிப்பதைத் தாங்கிக்கொள்ளவேண்டியதிருக்கும் என்று தெரிந்தாலும் பக்தூர் இக்பாலின் மனைவியைப் பார்க்கலாமே என்பதற்காக ஸபிதா விருந்தில் கலந்துகொள்ள முடிவு செய்தாள்.

ஷம்ஸாதிற்கு, மெக்காவில் தனவான்கள் குடியிருக்கும் வீதியில் பெரிய ஒரு கட்டடத்தில் விசாலமான அழகிய ஒரு ஃபிளாட் இருந்தது. விலையுயர்ந்த காஷ்மீர்க் கம்பளங்கள்

விரிக்கப்பட்ட பெரிய பெரிய அறைகள். இராஜ தோரணை யுடனான சோஃபா செட்டுகள். சுவர்களில் பிரமாண்டமான இயற்கைக் காட்சிகள். அரபிகளின் இல்லங்களில் இவ்வகை யிலான இயற்கைக் காட்சிகள் எப்போதுமே இடம் பெற்றிருக்கும். வறண்டு கிடக்கும் பாலைவெளிகளின் விரிந்த மார்பில் தலை சாய்த்திருக்கும் அவர்கள் இயற்கையை நோக்கித் தங்களது மன வாசல்களைத் திறந்து வைத்திருப்பார்கள். பசுமைபடர்ந்த இயற்கை. கனிகளின் பாரத்தால் தலை கவிழ்ந்திருக்கும் விருட் சங்கள். அருந்தி மகிழத் தோன்றும் சுவைமிகுந்த அருவிகள் ... இயற்கையென்பது அவர்கள் ஆர்வத்துடன் காத்திருக்கும் எதிர் காலக் கனவு. அல்லாஹுவின் அனுக்கிரகமிருந்தால் நாம் ஒரு நாள் அங்கே சென்றடைவோம். அந்த சுவர்க்கத் தோட்டத் தின் வாசலில்!

வரவேற்பறையின் இருபுறக் கூடங்களிலும் ஆண்களுக்கும் பெண்களுக்குமெனத் தனித்தனியாக வசதிகள் ஏற்பாடு செய்யப் பட்டிருந்தன. ஷம்ஸாத் மலர்ந்த முகத்துடன் நின்று அறைகளுக் குள் ஒவ்வொருவரையும் வரவேற்று அனுப்பிக்கொண்டிருந் தாள். அவள், பெரிய பெரிய பூக்கள் டிஸைன் செய்யப்பட்ட கிமோனா போன்ற நீளமான உடை அணிந்திருந்தாள். முகத்தை நன்றாக அலங்கரித்திருந்தாள். ஆண் டாக்டர்களையும் வரவேற்க வேண்டுமென்பதால் தலையை மறைத்து, குர்ஆனில் சொல்லப் பட்டிருப்பதுபோல் முக்காடை மார்புவரை தாழ்த்திவிட்டிருந் தாள். மாடிப்படியேறி அறைக்குள் செல்பவர்களிடம் அவ்வப் போது சில வார்த்தைகள் பேசியும் வேடிக்கைகளைப் பரிமாறியும் வரவேற்றுக்கொண்டிருந்தாள். பெண்கள் அமர்ந்திருந்த கூடத்தில் வர்ணங்களும் சத்தங்களும். டாக்டர்கள் மட்டுமல்ல, ஷம்ஸாதின் உறவினர்களும் நண்பர்களும்கூட அழைக்கப்பட்டிருக்க வேண்டும். அறிமுகமில்லாத பல முகங்களிருந்தன. பக்தூரா வஹீதாவைக் கண்டதும் ஸபிதாவுக்கு ஆறுதலாக இருந்தது. கூடவே, புதிதாக வந்திருந்த இந்தியன் லேடி ஸ்பெஷலிஸ்ட் தாஹிராவுமிருந்தாள்.

“பக்தூர் இக்பாலின் மனைவியைப் பார்த்தீர்களா?” வஹீதா, ஸபிதாவிடம் கேட்டாள். “அதோ, மூலையில் அமர்ந்திருக்கிறாரே, அவர்தான்.”

ஸபிதா, வஹீதாவுடன் அங்கே சென்றாள். மற்றொரு சூடானி டாக்டரான ஃபாருக்கின் மனைவியுடன் பேசிக்கொண் டிருந்தாள் இக்பால் டாக்டரின் மணப்பெண். இரண்டு பேருமே பாரம்பரியமான சூடானி ஆடைகள் அணிந்திருந்தார்கள். இந்தியர்கள் உடுத்தும் சேலையைப் போன்ற உடை. டியூட்டி அறையிலிருக்கும்போது, பீடியாட்ரிஷன் பக்தூரா ஸெய்தா

இதை உடுத்துவதை ஸபிதா ஆச்சரியத்துடன் பார்ப்பதுண்டு. சேலையைப் போல் முன்புறக் கொசுவமெல்லாம் இருக்காது. மாராப்புபோல் வைத்து வெறுமனே உடலில் இரண்டு முறை சுற்றிக்கொள்வாள். கீழே கால் பகுதி இரண்டு மூன்று அங்குலம் உயர்ந்து நிற்கும். முந்தானைப் பகுதி, தலையினூடாகத் தோளில் திரும்பி வரும். மிக எளிதான இந்தச் சேலையுடுத்தல் அதற்கேயான வசீகரத்துடன் பெண்குழந்தைகள் தாயின் சேலையை விளையாட்டாக உடுத்திப் பார்ப்பதுபோலிருக்கும். சூடானிப் பெண்கள் சாப்பிடும் விதமும்கூட வசீகரமாகத்தான் இருக்கும். நல்ல நீளமான ஒற்றை உடல்வாகு. புது நிறம், சுருண்ட தலைமுடி, அவர்களது சலனங்களிலும்கூடப் பெண்மை ததும்பி நிற்கும். இக்பாலின் மனைவி சாதாரணமான ஒரு சூடானிப் பெண்தான். இவளைவிட ஃபாருக்கின் மனைவி சற்றுக் கறுப்பாக இருந்தாலும் மிக வசீகரமான முகமும் கண்களும் கொண்டவள் என்று ஸபிதாவுக்குத் தோன்றியது. ஷம்ஸாத் வேகமாக வந்து ஸபிதாவை அறிமுகம் செய்து வைத்தாள்.

"இவர், டாக்டர் ஸபிதா. இந்தியாக்காரி. விலாதாவில் பணியாற்றும் மிகத் திறமையான டாக்டர்களில் ஒருவர். இவர், டாக்டர் இக்பாலின் மனைவி, அமானத். இவர், டாக்டர் ஃபாருக்கின் மனைவி, ஆயிஷா. இரண்டுபேரும் சௌதிக்கு வந்த பிறகு நெருக்கமான தோழிகளாகிவிட்டனர். மனதுக்குப் பிடித்தமானவர்களாக இருப்பது எப்போதுமே சொந்த நாட்டுக் காரர்கள்தான். அப்படித்தானே?" ஷம்ஸாத் சிரித்தபடியே கேட்டாள்.

ஆயிஷாவும் அமானத்தும் எழுந்து ஸபிதாவின் கையைப் பிடித்துக் குலுக்கினார்கள். அமானத்தின் கைகளில் மருதாணி அலங்காரமிருந்தது. பிறரை அறிமுகம் செய்யும்போது சூடானிப் பெண்கள் கை குலுக்கி வரவேற்பது வழக்கம். இதில் அவர்கள் ஆண் பெண் என்று பாகுபாடுகள் பார்ப்பதில்லை. அன்னிய ஆண்களை சங்கோஜம் எதுவுமில்லாமல் கை பிடித்துக் குலுக்கி வரவேற்கும் சூடானி பக்தூராக்களின் பாணி ஸபிதாவுக்கு முதலில் ஆச்சரியமாக இருந்தது.

சௌதி இளம் வயதுப் பெண்களிருக்கும் கூடத்தினுள் சிரிப்பும் கோலாகலமுமாக இருந்தது. அனைவரும் கண்களுக்கு விருந்தளிக்கும் நவீன உடைகளுடனிருந்தார்கள். கறுத்த அபாயாக் களை அவர்கள் அவிழ்த்துப் போட்டிருந்தார்கள். சோஃபாக் களில் அவை அனாதைகள்போல் சுருண்டும் மடிந்தும் தொங்கியும் கிடந்தன. பஃபே பிளேட்டுகளும் சிரிப்பும் வேடிக்கையுமாக அமருவதற்கான இடம் தேடிக்கொண்டிருக்கும்போது தனித் தன்மையற்ற அந்தக் கறுப்பு மேலங்கிகளை அவர்கள் தேவை

யில்லாத ஏதோ ஒன்றுபோல் எடுத்து ஒதுக்கி வைத்திருந்தார்கள். எந்த அங்கி யாருடையதோ யாருக்குத் தெரியும்.? பிறகு அவர்கள் மற்றவர்களின் உடைகளைப் புகழ்ந்து பேசிக்கொண்டிருந்தனர். எத்தனை விதமான ஆடைகள்! சிலர், இறுகிய ஜீன்ஸும் டாப்பும் அணிந்திருந்தார்கள். மற்ற சிலர், மிடியும் டாப்பும். நீளமான உடல் அமைப்புகளுக்கேற்ற வகையில் சிலர், மேல் நாட்டு மணமகள்போல் இறகுகளும் சுருக்குகளும் வைத்த உடைகள் அணிந்திருந்தார்கள். விரல்களின் நீண்ட நகங்களில் ஆடைகளுக்குப் பொருத்தமான நகப்பூச்சு. கண்களிலும் இமை களிலும் ஐலைனர் தீட்டி அழகுபடுத்தியிருந்தார்கள். புருவத்தை பிளக் செய்து வில்போல் வளைத்திருந்தார்கள். சிலர் கண்களைச் சுற்றிலும் நீல நிறத்தில் மஸ்கரா தீட்டியிருந்தார்கள். உதடுகளில் கடும் நிறத்திலும் இளம் நிறத்திலுமெல்லாம் லிப்ஸ்டிக் அணிந் திருந்தார்கள். உணவு உண்ணும்போது லிப்ஸ்டிக் அழிந்து விடாமல் ஸ்பூனை முழுவதுமாக வாய்க்குள் நுழைத்துக் கலை யழகுடன் சாப்பிட்டார்கள். இடையிடையே டிஷ்யூ பேப்பரால் உதடுகளை மெல்ல ஒத்திக்கொண்டார்கள். கற்கள் பதித்ததும் பதிக்காததுமான அழகுமிக்க ஆபரணங்களை அனைவரும் அணிந்திருந்தார்கள். இந்தக் காட்சிகளைக் கண்டு சிறிது நேரம் தன்னை மறந்திருந்த ஸபிதா மெல்ல பக்தூரா வகிதாவும் தாஹிராவும் ஷாகினுமிருந்த இந்தியன் கார்னருக்கு நகர்ந்தாள்.

புதிதாக வந்திருந்த ஸ்பெஷலிஸ்ட் தாஹிராவுக்கு நாற்பத் தைந்து வயதாகிறது. சுரிதாரும் கமீஸும் அணிந்து சற்று மிடுக் காகவே அமர்ந்திருப்பாள். முகத்தில் மேக்கப்பும் உதடுகளில் மெல்லிய லிப்ஸ்டிக்குமிருக்கும். ஸபிதாவால் ஏனோ அவருடன் மனதால் இதுவரை நெருங்க முடியவில்லை. தாஹிரா டாக்டர் இங்கு வேலையில் சேர்ந்து இரண்டு மாதங்களாகிறது. உருது பேசுபவர்களுடன்தான் நட்பாக இருக்க வேண்டும் என்று நினைக்கிறாரோ என்னமோ?

எகிப்தியன் பக்தூரா ஃபைஸாவை முகபடாமில்லாமல் பார்க்கும்போது மிக அழகாக இருந்தாள். ஒல்லியான மிஸ்ரி பெண். அன்பு மிளிருகிற செய்கைகள். விரல்களில் கறுத்த உறையணியும் முழுமையான பக்தை. பொதுவாகவே இவள் மற்ற மிஸ்ரிகளிலிருந்து பல்வேறு விதங்களிலும் மாறுபட்ட வளாகத் தெரிந்தாள். கருணை மிகுந்த கண்களால் ஏறிட்டுப் பார்த்து ஒரு தங்கையிடம் பேசுவதுபோல் ஸபிதாவுடன் பேசு வாள். ஃபைஸாவின் கணவன் பக்தூர் ஆஷிக் பலஸ்தீனியன்.

“யா அல்லாஹ், ஏன் யாருமே இன்னும் சாப்பிடத் தொடங்கவில்லை? வாங்க.” பக்தூரா ஷம்ஸாத் டாக்டர்களை உணவு மேஜைக்கு அழைத்தாள். ஹாலின் நடுவில் அசாதாரண

மான அகலமும் நீளமுமுள்ள மேஜையில் உணவு வகைகள் பரிமாறப்பட்டிருந்தன. பெரிய காஸாக்களில் மஞ்சள் நிற சாதம், பெரிய பெரிய தொடைக்கறிகளைக் காட்சிப்படுத்தும் கோழிவகைகள், செதிலோடு சேர்த்துப் பக்குவம் செய்யப்பட்டு, தக்காளியும் காய்கறிகளும் கீரைகளும் வைத்து அலங்காரம் செய்யப்பட்ட பெரிய மீன், மேஜையின் நடுவில் முழுதாகச் சமைத்து வைக்கப்பட்டிருந்த ஆட்டின் தலையில் கண்கள் பதிந்துவிடாமலிருப்பதற்கு ஸபிதா சிரமப்பட வேண்டியதிருந்தது. கோழிக்கோடு பத்திரியின் வட்டத்தில் சிறிது தடிமனான பிரெட்டும் மக்ரோனியும், பலவகையான கேக்குகளுமிருந்தன. ஸபிதா காகித பிளேட்டில் எதையோ எடுத்ததுபோல் பாவித்து உணவின் வாசனைகளிலிருந்து தப்பிப்பதற்காகத் திரும்பி செயரைப் பார்த்து நடந்தாள்.

"ஏன் எதுவும் சாப்பிடவில்லை? உடம்பு சரியில்லையா?" பிளேட் நிறைய உணவு வகைகளுடன் அருகில் வந்த பக்தூரா ஆயிஷா கேட்டாள்.

"உங்களுக்குத் தெரியாதா? ஸபிதா கர்ப்பமாக இருக்கிறார். அடுத்து ஒரு பார்ட்டி கிடைப்பதற்கான வாய்ப்பிருக்கிறது."

"உண்மையாகவா? அல்லாஹு, கங்கிராஜுலேஷன்ஸ் பக்தூரா ஸபிதா."

எகிப்து டாக்டர்களான அமீனாவும் ரஷீதும் ஸபிதாவை மகிழ்ச்சியில் மூழ்கடித்தார்கள். கையில் சாப்பாட்டுத் தட்டுகள் மட்டுமில்லாமலிருந்தால் இந்நேரம் ஒரே கட்டித் தழுவுதலும் கைகுலுக்கலும்தான்.

"பக்தூரா ஃபைஸாவும் கர்ப்பம்தான். மாஸா அல்லா, இது நான்காவது. பக்தூரா ஸபிதாவுக்கு முதலாவதல்லவா? கண்டிப்பாக பார்ட்டி தரவேண்டும்."

"யா அமீனா, ஐந்தெட்டு மாதத்துக்குப் பிறகு போதாதா? இவ்வளவு அவசரப்பட வேண்டுமா என்ன?"

"எவ்வளவு காலம் வேண்டுமானாலும் காத்திருக்கத் தயார். தந்தால் போதும், சரியா பக்தூரா?"

"இன்ஷா அல்லா, நேரம் வரட்டும்." ஸபிதாவும் பேசப் படித்துவிட்டாள்.

கெட்டியான நிறத்திலுள்ள ஒரு கேக்குத் துண்டை ஸபிதா எடுக்க முயற்சிக்கும்போது பக்தூரா அமீனா தடுத்தாள்.

"வேண்டாம் பக்தூரா, நீங்கள் இந்த கேக்கை எடுத்துக் கொள்ளுங்கள். அதில் டேட்ஸ் கலந்திருக்கிறது. யூ நோ டேட்ஸ்?

அது ஆரம்ப காலக் கர்ப்பத்திற்கு நல்லதல்ல. அபார்ஷன் ஆகும்."

ஸபிதா மிரண்டு போய்விட்டாள். பேரீத்தம் பழம் தின்றால் அபார்ஷனாகுமா? நல்ல இரும்புச்சத்து என்றல்லவா கேள்விப் பட்டிருக்கிறோம்? எதுவாயினும் வேண்டாம். ஒருவேளை, வெறும் உள்ளூர் நம்பிக்கையாகவுமிருக்கலாம். விஞ்ஞான அடிப்படை இருந்தே ஆக வேண்டும் என்ற அவசியமில்லை.

"அஸ்ஸலாமு அலைக்கும் பக்தூரா ஸபிதா, வந்து நீண்ட நேரமாகிவிட்டதா?" சுரய்யா அல்லவா? இப்போது அவள் சௌதிக்காரன் ஃபாயிஸின் மனைவி. சௌதிப் பெண்ணுக்கே உரிய நீண்ட இறுக்கமான உடைகள் அணிந்திருக்கிறாள். நர்ஸ் உடையில் மட்டுமே பார்த்திருந்த சுரய்யாவின் அழகு இப்போது தான் சரியாகத் தெரிகிறது. வெளுத்த இறகுகள் வைத்த இந்த உடையில் தேவதைபோலிருக்கிறாள். ஸபிதாவின் பக்கத்தில் வந்தமர்ந்த சுரய்யா சேலையைப் பிடித்துப் பார்த்தாள்.

"மாஸா அல்லா, எவ்வளவு அழகாக இருக்கிறது? எனக்கு இந்தியன் சேலைகள் ரொம்பப் பிடிக்கும் தெரியுமா? இந்தி சினிமாக்களில் நான் அதிகமும் சேலைகளைத்தான் ரசித்துப் பார்ப்பேன். சமீபத்தில் பார்த்த ஒரு சினிமாவில் ஸ்ரீதேவி உடுத்தி யிருந்த சேலையைப் பார்த்தேன். ஆனால், அடிவயிறு இவ்வளவு பெரிதாக வெளியே தெரிவது ஆபாசமாக இருக்கிறது. நீங்கள் அழகாகச் சுற்றியிருக்கிறீர்கள். உங்களைக் கோட்டில் பார்ப்பதை விட இப்போதுதான் அழகாக இருக்கிறீர்கள்."

"சுரய்யா சேலையுடுத்தால் எவ்வளவு அழகாக இருக்கும் தெரியுமா? நான் ஒரு சேலை தரட்டுமா?"

"பக்தூராவுக்குத் தெரியாதென்று நினைக்கிறேன். நான் இதற்கு முன்பு சேலையுடுத்தியிருக்கிறேன். திருமணமான புதிதில் ஒரு பார்ட்டிக்குப் போகும்போது. ஃபாயிஸின் உறவினர் ஒருவர் அன்பளிப்பாகத் தந்த சேலை. நான் அதை உடுத்தியதும் எல் லோருமே சொன்னார்கள், மிகவும் அழகாக இருக்கிறது என்று."

"உனக்குச் சேலை உடுத்தத் தெரியுமா?"

"நான் ஹாஸ்டலில் இருந்தவள்தானே பக்தூரா. நம்முடைய பங்களாதேஷி ஃபரீதா சேலையுடுப்பதைப் பார்த்து நானும் கற்றுக்கொண்டேன். இப்படி மடித்துத் தோளில் வைக்கவெல்லாம் தெரியாது. அப்படியே தொங்கப் போட்டுக்கொள்வேன். சினி மாக்களில் எல்லாம் அப்படித்தானே காட்டுகிறார்கள்.?"

"உனக்கு எப்படிப் போட்டாலும் அழகாக இருக்கும் சுரய்யா."

“சுக்ரன் யா பக்தூரா. (நன்றி) நான் போய் பக்தூர் இக்பாலின் மனைவியைப் பார்த்துவிட்டு வருகிறேன்.”

“மீட் மை சிஸ்டர் ஃபரீதா அண்ட் திஸ் இஸ் மை மதர்.” பக்தூரா ஷம்ஸாத் உம்மாவையும் தங்கையையும் அழைத்துக்கொண்டு வந்து அனைவருக்கும் அறிமுகம் செய்து வைத்தாள். ஷம்ஸாதைப் போலவே இந்தோனேஷியச் சாயலுள்ள சிறு உடல்வாகு கொண்ட ஒரு பெண்மணிதான் உம்மாவும். தங்கை சற்று உயரமாக இருந்தாள். முகத்திலும் ஐசுவரியமிருந்தது. ரியாத் யூனிவர்சிடியில் இஸ்லாமிக் ஹிஸ்டரி பயிலுகிறாள்.

சிறுசிறு உரையாடல்களும் அரபிப் பாடல்களும் அவ்வப்போது காவா குடிப்பதுவுமாக பார்ட்டி பத்தரை மணிவரையிலும் நீண்டது. திரும்பி பக்தூரா ஷகீதின் காரில்தான் ஸபிதா ஜர் வலியில் வந்திறங்கினாள்.

ரஷீது டியூட்டி முடிந்து வந்துசேரும் நேரமாகியிருந்தது. 11 மணிக்கு டியூட்டி முடிந்து ஸாஹிரிலிருந்து இங்கே வந்து சேர வேண்டுமல்லவா? சமீபத்தில் செகண்ட்ஹேண்டாக ஒரு டொயாட்டோ கார் வாங்கியிருந்தான். ஸபிதா ஃபிரிட்ஜைத் திறந்து ரஷீதுக்குத் தேவையான உணவு வகைகளை எடுத்து வெளியே வைத்தாள். சூடுபடுத்தி மேஜையின்மீது வைக்கும் போது ரஷீது வந்து சேர்வான்.

பதினைந்து

பக்தூர் உபைதுல்லாவின் யூனிட்டில் வேலை பார்ப்பதென்பது பெரிய தொந்தரவுக்குரிய விஷயமாக ஸபிதாவுக்குத் தோன்றவில்லை. ஷம்ஸாதும் இதே யூனிட்டில்தான் வேலை பார்த்தாள். கூடவே, பலஸ்தீனிய டாக்டர்களாகிய ஹாஷிமும் ஆஷிக்கும். ஆஷிக், பக்தூரா ஸைதாவின் கணவன். டாக்டர்களுக்கிடையே இணக்கமான உறவிருப்பதால் பணிகளெல்லாம் மிகவும் சிறப்பாகவே நடந்துகொண்டிருந்தன. ஆனால், எல்லா யூனிட்டுகளும் இப்படித்தான் என்று சொல்ல முடியாது. இந்தியாவைச் சேர்ந்த, ஸ்பெஷலிஸ்ட் டாக்டர் தாஹிராவைப் பற்றி பொதுவாக அவ்வளவு நல்ல அபிப்பிராயங்களில்லை. பெரிய பக்தை என்பதுபோன்ற நடவடிக்கைகளுடன் ஹரமிலும் குர்ஆன் விவாத வகுப்புகளிலும் தினசரி வாடிக்கையாளராக இருந்தாலும் ஒரு தனிநபர் என்கிற நிலையில் அவளுக்குப் பொருட்படுத்துமளவிலான ஏதோ குழப்பங்களிருப்பதாக ஸபிதாவுக்கு முதலிலேயே தோன்றியது. எதிரில் இல்லாத ஆட்களைப் பற்றிக் குறை பேசுவது, வார்த்தைகளிலும் செயல்களிலும் நம்பகத்தன்மையைப் பேணாமலிருப்பது, கேஸ் ஷீட்டுகளில் தவறான முடிவுகளும் சிகிச்சைகளும் எழுதி வைப்பது போன்ற செயல்பாடுகளால் ஜூனியர்கள் கூட அவளைக் குறைவாக மதிப்பிடுவதை அவள் உணர்ந்து கொண்டதுபோல் தெரியவில்லை. அவளொரு இந்தியாக்காரியல்லவா என்பதுதான் ஸபிதாவைச் சங்கடத்திலாழ்த்தியது. அவள் உருது பேசுவதினாலோ அல்லது எளிதில் அணுக முடிகிறது என்பதாலோ பக்தூரா ஷாகீன், தாஹிராவுடனேயே எப்போதுமிருப்பாள். ஒரே யூனிட்டிலுள்ள ஸ்பெஷலிஸ்டும் ரெஷிடென்டும்தான் அவர்கள். யூனிட்டிலுள்ள மற்ற வெளிநாட்டு டாக்டர்கள் தாஹிராவுடன்

ஒத்துப்போவதில்லையாம். அப்படியில்லாமலிருந்தால்தான் ஆச்சரியம். நோயாளிகளுக்குச் சிகிச்சையளிப்பதிலும்கூடத் தவறான முடிவெடுக்கும் அவளை ஸபிதாவும் ஒரு தடவை வெறுப்புடன் பார்க்க வேண்டியதாயிற்று. தாஹிராவின் யூனிட் தான் அன்று அட்மிஷன் டியூட்டியிலிருந்தது. ஸபிதாவுக்கு அன்று ஐ.சி.யூ. தியேட்டரில் டியூட்டி. சௌதிகளல்லாத வெளிநாட்டு லேடி டாக்டர்களெல்லாம் ஓய்வெடுப்பதற்கான பெரிய ஹால். இரவு ஒன்றரை மணிக்கு தியேட்டரில் வேலை முடிந்து ஸபிதா அப்போதுதான் வந்து படுத்தாள். பக்தூரா ஷாகீன் தட்டுத் தடுமாறியெழுந்து வார்டுக்குப் புறப்படப் போகிறாள். ஆறாவது மாதக் கர்ப்பத்தில் குழந்தை இறந்து போன ஒரு தாய்க்கு வலி ஏற்படுவதற்கு நான்கு மணி நேரத்திற் கொருமுறை ஃபோளீஸ் கத்தீட்டர் வழியாகக் கர்ப்பப் பைக்கு ப்ரோஸ்டாக்ளாண்டில் இன்ஜெக்ஷன் செலுத்த வேண்டும். மூன்றோ நான்கோ இன்ஜெக்ஷன் சென்றதும், கர்ப்பம் இயல் பாக இளகிவிடும். காலையில் தொடங்கிய இன்ஜெக்ஷன் இரவு இரண்டு மணிக்கு 'ட்யூ' ஆகுமென்று ஷாகீன் உணவு இடைவேளையின்போது சொன்னது ஸபிதாவின் காதுகளிலும் விழுந்தது. தலைவழியாகப் போர்த்திக்கொண்டு படுத்திருந்த தாஹிரா, மெதுவாகப் போர்வையை விலக்கிவிட்டு ஷாகீனிடம் உருதுவில் பேசித் தடுத்தாள்.

"நீ படுத்துத் தூங்கு. இப்போது இன்ஜெக்ஷன் போட வேண்டாம். நேரம் விடிவதற்குள் அபார்ஷனாகி விட்டால் நாமல்லவா சிரமப்பட வேண்டும்?"

"அது சரியில்லையே, பக்தூரா? நோயாளி ஒருவேளை கம்பிளைன்ட் செய்துவிட்டால்? இன்ஜெக்ஷன் போட வேண் டிய நேரத்தைப் பற்றி நம்மை விடவும் அவளுக்குத் தெரியும். அவள் சௌதிக்காரியாக்கும்."

"அப்படியென்றால் போய் கொஞ்சம் டிஸ்டில்டு வாட்டரை இன்ஜெக்ட் பண்ணிட்டு வா. சௌதிக்காரியல்லவா? திருப்தியாக இருக்கட்டும். நம்முடைய டியூட்டி நேரம் முடிந்த பிறகு அவளுக்கு அபார்ஷன் ஆனால் போதும்."

பக்தூரா ஷாகீன் எழுந்து போவதை ஸபிதா பார்த்தாள். பக்தூரா தாஹிரா, ஸபிதா தூங்குவதாகவோ அல்லது உருது புரியாதென்றோ நினைத்திருக்கலாம். ஆனால், அவளது அளவுக்கு இதயமில்லாதவளாக இருப்பாளா ஷாகீன்? மருந்துக்குப் பதிலாகத் தண்ணீரைச் செலுத்தி நோயாளியை ஏமாற்றும் குரூர வேலையை ஷாகீன் செய்வாளா? இறந்த குழந்தையை நாட்கணக்காக வயிற்றில் சுமக்கும் அவஸ்தையும் வேதனையும் ஷாகீனுக்குத் தெரியாதா? அல்லது தாஹிராவின் குறுகிய

மனதின் துர்வளையத்தில் அவளும் சிக்கியிருப்பாளா? சதா காலமும் குர்ஆன் ஓதலும் சுன்னத்து தொழுகையுமாக நட மாடும் ஒருபெண்மணிதான் தாஹிரா. ஒளு* செய்யாமல் ஒருமுறை தொழவிருந்த தாஹிராவை ஸபிதா சந்தேகத்துடன் பார்த்தபோது, "நான் எப்போதுமே ஒளுவில்தான்" என்றாள். எந்நேரமும் ஒளு செய்து பரிசுத்தமாக இருக்கும் அவள், 'குர்ஆனில் பெண்கள்' என்றொரு புத்தகம் எழுதிக்கொண்டிருப் பதாக ஸபிதாவிடம் ஒரு தடவை சொன்னதுண்டு. குடும்பத் துடன் இல்லையென்பதால் தற்சமயம் நர்சுகள் குடியிருப்பில் தான் தங்கியிருந்தாள். ஜஸீலா, அமல், வங்காளி நர்சுகள் எல்லோருக்கும் இடையிடையே அவள் பயிற்சி வகுப்புகளும் எடுப்பதுண்டாம்.

பக்தூர் உபைதுல்லாவுடனான டியூட்டியை மிகவும் அதிகமாக ரசிப்பவள் ஷம்ஸாதுதான் என்று தோன்றுகிறது. அவளுக்கு உபைதுல்லாவின் கிளினிக்கல் மானேஜ்மென்டைப் பற்றி உயர்வான அபிப்பிராயமிருந்தது. அழகானவனும் வெளிப் படையான குணமும்கொண்ட அவன்மீது அவள் தனிப்பட்ட முறையில் மதிப்பு வைத்திருந்தாள். ஸபிதாவுடனும் நல்ல உறவிருந்ததால் இந்தியர்கள் என்றாலே உயர்வானவர்கள் தான் என்ற அதீதமான முடிவுக்கே அவள் வந்துவிட்டாளோ என்றுகூட ஸபிதா சந்தேகித்தாள். பேச்சினிடையில் உபைதுல்லா எப்போதோ தனது பிறந்த நாள் நவம்பர் பன்னிரண்டு என்று சொல்லியிருப்பான்போலும். ஷம்ஸாத் அதை மனதில் குறித்துக் கொண்டாள். நவம்பர் தொடக்கத்திலிருந்தே உபைதுல்லா வுக்கு ஒரு சர்ப்ரைஸ் விருந்தளிப்பது பற்றியதாகவே இருந்தது ஷம்ஸாதின் யோசனைகள். "ஒவ்வொருவரும் அவரவர்களால் இயன்ற ஸ்பெஷல் உணவு ஒன்றைக் கொண்டுவர வேண்டும். பக்தூரா ஸபிதா ஏதாவது மீன் உணவு கொண்டுவந்தால் நல்லது. இந்தியன் மீன்குழம்பைப் பற்றி உபைதுல்லா எப் போதுமே ஆர்வத்துடன் பேசுவாரல்லவா? நாங்கள் சமைத்தால் அதன் ஒரிஜினாலிட்டி கிடைக்காது."

விருந்தின் முதல் நாளன்று சாயங்காலம், ரஷீதிடம் பேசி ஒப்புக்கொள்ளவைத்து சௌதி ஃபிஷரீசுக்கு அழைத்துக் கொண்டுபோனாள் ஸபிதா. பர்மாவி தெருவில் ஃப்ரெஷ்ஷாக மீன் கிடைக்கும். ஆனால், ஸபிதாவுக்கு அங்குள்ள மீன் வாசத் தைச் சகித்துக்கொள்ள முடியாது. கர்ப்பம், அப்போதுதான் நான்கு மாதம் முடிந்திருந்தது. சௌதி ஃபிஷரீசில் கண்ணாடிக் கூண்டுகளுக்குள் இருக்கும் மீன்களில் அவ்வளவாக வாசம் தெரியாது. அதிர்ஷ்டவசமாகப் புது அயிரை மீன் கிடைத்தது.

* வழிபாட்டு ரீதியிலான உடல் சுத்தம்

ஒரு கிலோ பெரிய நெய்மீனும் வாங்கினாள். அயிரையைப் புளி சேர்த்து வறுத்தரைத்து வைத்தாள். நெய்மீனை எண்ணெயில் வறுத்தாள். கூடவே, பூரியும் சுட்டு எடுத்துக்கொண்டாள். டியூட்டி மூன்று மணி ஷிஃப்ட் என்பதால் எல்லாவற்றிற்கும் நேரமிருந்தது. மூன்று மணி ஷிஃப்ட் முடிந்து வரும் ரஷீதுக்குச் சோறும் மீன் குழம்பும் எடுத்து மேஜையின்மீது வைத்துவிட்டு ஸபிதா கிளம்பினாள்.

தியேட்டரின் பக்கவாட்டிலுள்ள அறையில் வைத்துதான் பார்ட்டி நடந்தது. தியேட்டரிலும் ஐ.சியூ.விலுமிருந்த ஃபிலிப்பைனி சிஸ்டர்கள் மேஜையைக் கலையழகுடன் அமைப்பதற்கு உதவினார்கள். ஷம்ஸாத் பலவகையான கேக்குகளும் சிக்கனும் ரொட்டியும் கொண்டுவந்தாள். பக்தூர் ஆஷிக், சூப்பர் மார்க்கெட்டிலிருந்து வாங்கிய டின்னில் அடைக்கப்பட்ட ஒலிவ் காய் கொண்டுவந்திருந்தார். பக்தூரா ஸைதாவுக்கு உடல்நிலை சரியில்லை. எனவே அவளால் எதுவும் செய்துகொண்டுவர முடியவில்லை. பக்தூர் ஹாஷிம் எதுவும் கொண்டு வராமல் அசட்டுத்தனமான கள்ளச் சிரிப்புடன் நின்றிருந்தான். பிளேட்டுகளும் கண்ணாடித் தம்ளர்களுமெல்லாம் ஷம்ஸாதுதான் கொண்டு வந்திருந்தாள். தனக்காக வகை வகையான பிறந்த நாள் பார்ட்டி, தனக்குத் தெரியாமல் ஏற்பாடு செய்யப்பட்டிருப்பதைக் கண்டதும் உபைதுல்லாவுக்கு அளவில்லாத மகிழ்ச்சி. மீன், உபைதுல்லாவுக்குப் போதையை உருவாக்கிவிட்டது. மிகுந்த கவனத்துடன், தன்னை மறந்துபோய், மீன்குழம்பு கூட்டி பூரி சாப்பிட்டுக்கொண்டிருந்த உபைதுல்லாவை ஷம்ஸாத் கேலி செய்தாள்.

“கேலி செய்யாதீங்க. திஸ் இஸ் த ரியல் டேஸ்ட். ஐ கெனாட் ரெஸிஸ்ட் இட்.”

உபைதுல்லா மீண்டும் கர்ம சிரத்தையுடன் தீவனத்தைத் தொடர்ந்தார். பக்தூர் ஆஷிக்கிற்கும் ஹாஷிமுக்கும் வறுத்த நெய்மீன் பிடித்திருந்தது. ஆனால், காரம் தாங்கிக்கொள்ள முடியாமல் இடையிடையே மிரண்டா குடித்தும் கேக் தின்று கொண்டுமிருந்தார்கள். வட்டமான சிறு, கனம் குறைந்த ஒரு பூரியை உயர்த்திப்பிடித்த ஹாஷிம் சொன்னான்:

“பக்தூரா நீங்கள் இங்கே ஒரு ரெஸ்டாரன்ட் தொடங்கலாமே? நன்றாக வியாபாரமாகும்.”

இந்திய உணவு முறைகளைப் பற்றிச் சுவைமிகுந்த விவாதங்களுயர்ந்த அந்த ஒன்றுகூடல், அனைவருக்கும் மனதிற்குப் பிடித்திருந்தது. ஒவ்வொருவரும் பார்ட்டி முடிந்து பணிகளுக்குத் திரும்பினார்கள். ஆனால், மறுநாள் ஷம்ஸாதுதான் சொன்னாள்.

பார்ட்டி மிகப் பெரிய விமர்சனங்களுக்குள்ளாகிவிட்டதென்று. அதிர்ஷ்டவசமாக முதீர் இதை அறியவில்லை. ஷம்ஸாதின் தோழிகளான ரஹீலா உட்பட, சௌதி பக்தூராக்கள் மிகவும் காட்டமாக இதை விமர்சனம் செய்தார்களாம். ஆண்களும் பெண்களும் சேர்ந்து சாப்பிடும் இப்படியான உணவு வழக்கம் ஹராம்*மாம். தவறு செய்துவிட்டோமோ என்றொரு குற்ற வுணர்ச்சி ஷம்ஸாதின் வார்த்தைகளிலிருந்தது. ஆனால், அவளது மனம் இதுபோன்ற தடைகளிலிருந்து திமிறிவிலகும் ஜென்ம வாசனைகொண்டது என்பதை ஸபிதா நன்றாகவே அறிவாள். எப்படியோ அந்த பார்ட்டிக்குப் பிறகு ஷம்ஸாதிற்கும் உபை துல்லாவுக்குமிடையிலான நெருக்கம் மேலும் அதிகரித்திருக் கிறது என்பதையும் இதற்கான வாய்ப்பை முன்னெடுத்துச் செல்வதும் ஷம்ஸாதுதான் என்பதையும் ஸபிதா கவனித்துக் கொண்டிருந்தாள். ஆனால், நட்பையும் கடந்த மற்றொரு தளத் துக்கு அது நகர்ந்துகொண்டிருப்பது ஸபிதாவுக்கும் தெரியாது. அல்லது, உபைதுல்லா திருமணமானவர் என்பதால் அப்படி யான ஒரு சந்தேகம் உருவாகாமலிருந்திருக்கலாம்.

ஒருநாள், பிரசவ அறையின் பணியிடத்தில் கேஸ் ஷீட்டில் விவரங்கள் எழுதிக்கொண்டிருந்த ஸபிதாவைப் பதற்றப்பட வைப்பதுபோல், பக்தூர் உபைதுல்லா திடீரென்று வந்து எதிரி லிருந்த இருக்கையை இழுத்துப்போட்டு அமர்ந்து விட்டுச் சொன்னார்:

"நாட்டிலிருந்து என் மனைவி விசிட்டிங் விசாவில் வந்திருக் கிறாள்."

"ஓ . . . மகிழ்ச்சியான தகவல். டாக்டருக்கு இனி கொஞ்ச நாட்கள் மீன்குழம்புடன் சாப்பிடலாம்."

"சே . . . என் மனைவிக்குச் சமைக்கவெல்லாம் தெரியாது. எப்போது பார்த்தாலும் எதையாவது கேட்டு சிரமப்படுத்து வதைத் தவிர, என் விஷயத்தில் அவளுக்கு எந்தவித அக்கறையும் கிடையாது . . ."

ஸபிதாவுக்கு என்னவோ போலிருந்தது. டாக்டர் ஏன் இப்படியெல்லாம் பேசுகிறார்? பல மாதங்கள் பிரிந்திருந்து விட்டு நேற்றுதானே வந்திருக்கிறாள் அவரது மனைவி? மட்டு மல்ல, அப்படியே ஏதாவது வருத்தங்களிருந்தாலும் என்னிடம் இவ்வளவு வெளிப்படையாகப் பேசவேண்டிய தேவையிருக் கிறதா? அந்த அளவிலான நெருக்கமும் எங்களுக்கிடையே கிடையாதல்லவா? குடும்ப விஷயங்களிலுள்ள சிலவற்றை அனை

---

* விலக்கப்பட்டது.

வரது முன்னிலையிலும் வைத்து வேடிக்கை பேசி விவாதம் செய்வதைத் தவிர.

"டாக்டரின் மகளும் கூடவே வந்திருக்கிறாரா?" ஸபிதா விஷயத்தை மாற்றுவதற்காகக் கேட்டாள்.

"இல்லை, அவள் வரவில்லை. படித்துக்கொண்டல்லவா இருக்கிறாள்? மட்டுமல்ல, அம்மாவின் இதுபோன்ற குணங்கள் அவளுக்குக் கொஞ்சமும் பிடிக்காது. ரொம்பக் கோபப்படுவாள்."

திரும்பவும் பொல்லாப்பான விஷயங்கள்தான். ஸபிதா பேசாமலிருந்துவிட்டாள். அவளுக்கு இதில் ஆர்வமெதுவுமில்லை என்று தோன்றியதாலுமிருக்கலாம், உபைதுல்லா விஷயத்தை மாற்றினார்.

"பக்தூரரா ஸபிதா பிரசவத்திற்கு நாட்டுக்குப் போய்விடு வீர்கள், இல்லையா?"

"நினைத்திருக்கிறேன். நமக்கு இங்கே தேவையான உதவிகள் செய்ய யாரிருக்கிறார்கள்?"

"ஆமாம், அது சரிதான் . . . பக்தூராவின் வேலை நடக் கட்டும். நான் அறையில்தான் இருப்பேன். ஏதாவது தேவைப் பட்டால் கூப்பிடுங்கள். முதல் ஸ்டேஜில் இப்போது விசேஷமாக எதுவுமில்லையல்லவா? நான் ஒரு ரவுண்ட் அடித்துவிட்டுத் தான் வருகிறேன்."

பிரசவ அறையில் இப்போது அதிகமான ஆட்கள் இல்லை. இரண்டோ மூன்றோ பேர்கள் மட்டும்தானிருக்கிறார்கள். பெரிய பிரச்சினைகளில்லாத கேஸ்கள் என்பதால் ஃபிலிப்பைனி நர்ஸ்களே கவனித்துக்கொள்வார்கள். கொஞ்ச நேரம் ஓய்வெடுக் கலாம் அல்லது ஏதாவது படித்துக்கொண்டிருக்கலாம். ஆனால், ஸபிதா பக்தூர் உபைதுல்லாவின் நடவடிக்கைகளைப் பற்றியே யோசித்துக்கொண்டிருந்தாள்.

இரண்டு வாரங்களுக்குப் பிறகாக இருக்கலாம், இதுபோல் உபைதுல்லாவின் ஆவாலாதிகளை மீண்டுமொருமுறை ஸபிதா வுக்குக் கேட்க வேண்டியதாயிற்று. ஸபிதாவுக்கு அன்று இஸ் ஆஃபில் டியூட்டி. திடீரென்று முதீர் அயாதாவிற்கு எங்கோ போகவேண்டியதிருந்ததால் அட்டனெண்ட்ஸ் ரெஜிஸ்டரை அப்போது இஸ்ஆஃபில் கொண்டுவந்து வைத்திருந்தார். டியூட் டிக்கு வரும்போது டாக்டர்கள் ரெஜிஸ்டரில் கையெழுத்துப் போட வேண்டும். அன்று வியாழக்கிழமையென்பதால் எமெர் ஜென்சி டியூட்டியில் இல்லாதவர்கள் அனைவரும் மத்தியானம் பன்னிரண்டு மணிக்கு வீட்டிற்குப் போய்விடலாம். வெள்ளிக் கிழமை முழு விடுமுறை. குடும்பத்துடன் சேர்ந்து வெளியில்

செல்வதற்கும் ஏதாவது விருந்துக்குச் செல்வதற்கும் இந்த ஒன்றரை நாள் விடுமுறையை டாக்டர்கள் பயன்படுத்திக் கொள்வார்கள். டியூட்டி முடிந்து செல்பவர்களும் இஸ்ஆஃபிலுக்கு வந்து கையெழுத்திட்டுவிட்டு கூடவே காஷுவாலிட்டியிலிருக்கும் ஸபிதாவையும் ஹாஷிமையும் விஷ் பண்ணிவிட்டோ அல்லது ஏதாவது பேசிவிட்டோ செல்வது வழக்கம்.

"ஓ . . . இன்று பக்தூரரா ஸபிதாதான் முதீரா?" என்ற பரிகாசத்துடன் உபைதுல்லா பக்கத்தில் வந்தார்.

"ஹலோ பக்தூர் உபைதுல்லா, எப்படியிருக்கிறீர்கள்?" ஸபிதா பரிகாசத்தை அங்கீகரித்துச் சிரித்தபடியே கேட்டாள்.

"சௌக்கியத்துக்கு என்ன குறை? பாருங்களேன்" என்றபடியே தனது முழங்கையில் நகத்தால் நீளமாகக் கீறிய ஒரு அடையாளத்தைக் காட்டிவிட்டுச் சொன்னார்:

"மனைவியின் அன்புப் பரிசு. ப்ரீ மென்ஸ்சுரல் சிண்ட்ரோம். மிகவும் மோசமான நிலையில் இது அவளிடம் வெளிப்படும். அப்போது அவள் என்னைக் கீறி வைக்கவோ கடிக்கவோ செய்துவிடுவாள்."

திருப்பி என்ன சொல்வதென்று தெரியாமல் ஸபிதா மௌனமாகவே இருந்துவிட்டாள். இவர் சொல்வதெல்லாம் உண்மைதானென்றால் பரிதாபம்தான். மனைவியைப் பற்றி எதற்காக அவர் பொய் சொல்ல வேண்டும்? அதுவும் தன்னிடம்? மனைவியைப் பற்றிய மன அளவிலான ஒரு அனுதாபத்தைத் தன்னுள் ஏற்படுத்துவதற்கு அவர் முயற்சி செய்கிறாரா என்கிற யோசனை ஸபிதாவை அலட்டிக்கொண்டிருந்தது. எதற்காக இப்படி . . . அது உண்மையாக இருந்தால்?

"கைஃப ஹாலுக் பக்தூரரா ஸபிதா?" பக்தூர் இக்பால். ஸபிதாவின் மேஜையின் மீதிருந்த ரெஜிஸ்டரில் கையெழுத்திட்டபடியே தொடர்ந்தார்:

"ஒரு மகிழ்ச்சியான செய்தி. நாங்கள் இந்த முறை வெகேஷனில் இந்தியாவுக்குப் போகிறோம். காஷ்மீரில் பக்தூரரா நதீரா அழைத்திருக்கிறார்."

"ஓ . . . காஷ்மீர் ரொம்ப அழகான இடம். பூலோக சொர்க்கம். ஆனால், கொஞ்சம் கவனமாக இருக்க வேண்டும். தீவிரவாதிகளுமுண்டு."

"எந்தப் பிரச்சினையுமிருக்காது பக்தூரரா. தன்னுடைய ஊர் ஒரு கிராமப்புறப் பகுதி என்று சொல்லியிருக்கிறார் நதீரா. மிகவும் அமைதியான இடமாம். சரி, சொர்க்க

பூமி காஷ்மீரா, கேரளமா? நீங்கள் ஊரிலிருந்தால் நாங்கள் அங்கேயும் வந்திருப்போம். குர்ஆனில் கூறப்பட்டிருக்கும் சொர்க்கம், கேரளத்தின் இயற்கை வர்ணனைதான் என்று யாரோ என்னிடம் சொல்லியிருக்கிறார்கள். பசுமை நிறைந்த பூமி, கனிவகைகள், நீரூற்றுகள் இல்லையா?"

"உண்மைதான். சொர்க்கத்தில் வாழ்ந்தும் அதை உணர்ந்து கொள்ள இயலாமல் போனவர்கள் நாங்கள். இப்போது, இங்கே இருக்கும்போதுதான் நாங்கள் உதறிவிட்டு வந்தது ஒரு சொர்க்கம் என்பதை உணருகிறோம்."

"நீங்கள் ஏன் கவிதை எழுதக்கூடாது பக்தூரா? உங்களிடம் கவித்துவம் இருக்கிறதல்லவா?"

"கவிதாயினியான பிறகு நீங்கள் என்னைத் தனிமைப் படுத்திவிட்டால் என்ன செய்வது? கவிஞர்கள் . . . அவர்களை நம்பாதீர்கள். அவர்கள் உங்களில் ஒருவரல்ல என்று குர்ஆனில் சொல்லப்பட்டிருக்கிறதல்லவா?"

"இஸ்லாத்தில் எவ்வளவு கவிஞர்கள் இருந்திருக்கிறார்கள்? அல்லாமா இக்பால், ஃபிர்தௌசி, கேள்விப்பட்டதில்லையா பக்தூரா? இஸ்லாமியக் கலாச்சாரம், கவிஞர்களாலும் கலைஞர்களாலும் செழுமைப் பெற்றது. குர்ஆனில் சொல்லப்பட்டிருப்பது விகடகவிகளைப் பற்றியது. சூழ்நிலையுடன் இணைத்துதான் நாம் அதை வாசித்துப் புரிந்துகொள்ள வேண்டும்."

நன்றி, பக்தூர் இக்பால். ஸபிதா மனதிற்குள் சொல்லிக் கொண்டாள். சூழ்நிலையுடன் இணைத்து வாசிக்காமல் குர்ஆன் வசனங்களை அப்படியே விழுங்கிவைக்கப் பார்க்கும்போது தான் மனம் இடவப்பாதி* கடல்போல் கலங்கி மறிகிறது.

ஆனால், சிந்தனைத் திறனற்றவர்கள் வசனங்களை அப்படியே உட்கொண்டுவிடுவதில்தான் தீவிரம் காட்டுகிறார்கள். ஆகவேதான் அவர்கள் கேலிக்குள்ளாவதும் பலப்பிரயோகத்தின் பாதையைத் தேர்ந்தெடுக்கவும் செய்வதாக ஸபிதாவுக்குத் தோன்றியது. குர்ஆனியச் சாரப்பொருளின் சூழ்நிலைகளுக்கேற்ப விவரித்து மனிதகுலப் பண்பாட்டிற்கும் காலத்திற்குமேற்பதாக, முன்விதிகளை விலக்கியும் தெளிவுபடுத்தியும் தருவதற்கு மன விகாசமுள்ள அறிவார்ந்த பண்டிதர்கள் இன்னுமா பிறந்து வரவேண்டும்? அல்லது அப்படியானவர்களின் வாய்கள் மூடிக் கட்டப்பட்டு விடுகின்றனவா? சிந்தனைகள் இங்கே இறை நிந்தனைகளாக அல்லவா வியாக்கியானம் செய்யப்படுகின்றன?

---

* ஜூன் மாதத்தின் பிற்பகுதி – மழைக்காலம்

சுயத் தெளிவு, சங்கிலிப் பிணைப்புக்குள்ளாகிவிடுகிறது. ஸ்தூல வடிவிற்கும் கேவலம் மனித மனங்களுக்கும் அதீதமாக, இறைவனுடன் ஆன்ம பகிர்தலுக்கான ஒரு வடிவத்தையளிக்க பண்டிதர்கள் என்று தங்களை அபிமானாகக் கருதிக்கொள்ளுபவர்களாலும் இயலாமல் போய்விட்டதே. மரணத்திற்குப் பின்பும் கூடத் தொடரும் ஸ்தூல சுகங்களைப் பற்றிய ஆசைகளில் மூழ்குவதற்குத்தான் அவர்கள் நம்பிக்கையாளர்களைப் பயிற்றுவிக்கிறார்கள் என்பது எவ்வளவு துர்பாக்கியகரமானது?

“பக்தூரா கனவு காணுகிறீர்களா? கனவில் ஆண் குழந்தையா, பெண் குழந்தையா? எனக்கு ஆண் குழந்தைதான் விருப்பம்.”

சிஸ்டர் சுரய்யாதான். ஓ ... இவளும் கர்ப்பமல்லவா? நடக்கும்போதுதான் சோர்வு தெரிகிறது. முகத்தின் துடிப்பும் இலேசாக அதிகரித்து வெளிறியுமிருக்கிறது. இருந்தபோதும் சுரய்யா அழகாகத்தான் தெரிகிறாள். பாட்டிமார்கள் ஊரில் சொல்வதை வைத்துப் பார்த்தால் இவளுக்குப் பெண்குழந்தை பிறப்பதற்கான வாய்ப்புதான் அதிகம். பெண் குழந்தைகளைக் கர்ப்பம் தரித்திருந்தால் தாயின் அழகு அதிகரிக்குமாம். ஆண் குழந்தையாக இருந்தால் கர்ப்பிணி உருண்டு அழகில்லாமலிருப்பாளாம். சுரய்யாவை நிராசைப்படுத்த வேண்டாமென்று கருதிய ஸபிதா இதை அவளிடம் சொல்லவில்லை.

“சுரய்யா நீ ஹீமோகுளோபின் டெஸ்ட் பண்ணவில்லையா? முகம் அதிகமாக வெளிறிப்போய் தெரிகிறதே?”

“பரவாயில்லை, எனக்கு அயன் டேப்லெட்ஸ் ஒத்துவராது. கீரைவகைகள் நிறைய சாப்பிடுகிறேன். கூடவே, வெல்லமும். பக்தூராவுக்கு வெல்லம் பிடிக்குமா? வேண்டுமென்றால் கொண்டுவந்து தருகிறேன். இந்தியன் சர்க்கரைதான்.?”

“சுக்ரன் சுரய்யா. ஆசையாக இருக்கும்போது நானே கேட்கிறேன்.”

“பக்தூரா, நான் கேஸ் ஷீட்டை மொழிபெயர்க்க வந்தேன். முதலில் எழுதியிருப்பது ‘சலைன்’ என்று தெரியும். இரண்டாவது ... எவ்வளவு யோசித்தும் பிடிபடவில்லை.” அவள் கேஸ் ஷீட்டின் டாக்டர்ஸ் ஆர்டர் பக்கத்தை ஸபிதாவிடம் நீட்டினாள். சுரய்யாவின் அறைகுறையான ஆங்கில அறிவு ஸபிதாவின் கையெழுத்திற்குக் கீழ்ப்படிந்துவிட்டது. “அது ஆம்பிஸிலின் இன்ஜெக்ஷன். சுரய்யா இதற்காக ஏன் இங்கு வரை வரவேண்டும்? வேற சிஸ்டர் யாரையாவது அனுப்பி வைத்தால் போதுமே?”

அவள் கர்ப்பமாக இருப்பதால் 'அன தஃபான' (எனக்கு முடியாமலிருக்கிறது) என்று சொல்லியிருந்தால் விருப்பமில்லாத மனதுடனாவது யாராவது நர்ஸ்கள் கீழே வந்திருப்பார்கள்.

"ஓ . . . இது நான் சார்ஜ் எடுத்திருக்கும் அறையிலுள்ள கேஸ். தேவையில்லாமல் மற்றவர்களைச் சார்ந்திருப்பதில் எனக்கு விருப்பமில்லை. மட்டுமல்ல, நடப்பது நல்ல உடற்பயிற்சி யல்லவா?" ஃபாயிஸின் மனைவியும் இப்போது சௌதிகாரி யுமாக இருந்தாலும் சுரய்யாவிடம் எந்தவிதமான கர்வமும் கிடையாது.

நீக்ரோ பெண்ணைப் படுக்கவைத்திருந்த ஒரு ட்ராலி திடீரென்று இஸ்ஆஃபிலுக்குள் நுழைந்தது. வரும்போதே அவளது கறுத்த முகத்தில் வெளிப்பட்ட மரணத்தின் வெளிறிய, மெல்லிய சாயல் ஸபிதாவின் கண்களில் தட்டுப்பட்டது. வெளிறிப்போன உதடுகள், நாடித்துடிப்பு பிடிபடவில்லை. சிஸ்டர் ஃபரீதா உடனடியாக ட்ரிப் தயார்ப்படுத்திக் கொண்டுவந்தாள். ஸபிதா அவசர அவசரமாகப் பரிசோதனை செய்தாள். வயிறு இயல்புக்கு மாறாக வீங்கிப்போயிருந்தது. உள்ளுக்குள் இரத்தப்போக்கு ஏற்பட்டிருக்கலாம். 'ஈஸ்வரா, ரப்ச்சர் யூட்டரஸ்.' உடுத்தியிருந்த உடைகளையெல்லாம் கடந்து சூடு இரத்தம் ட்ராலியில் வடிந்து கொண்டிருந்தது. ட்ரிப் ஸ்டார்ட் செய்வதற்கு வெறுமனே ஒரு முயற்சி செய்து பார்க்கப்பட்டது. முடியாது, அவளது நரம்புகள் காற்றுப்போன பலூன்போல் இரத்தமில்லாமல் வற்றிப்போய்க் கிடந்தன. அவள் இறந்துபோயிருந்தாள். பக்தூர் ஹாஷிம் ஸ்பெஷலிஸ்டைக் கூப்பிட்டு விவரத்தைச் சொன்னான். பிறகு அவளது உறவினர்களுக்குத் தகவல் கொடுக்கும் வேலை யையும் ஏற்றெடுத்துக்கொண்டான். இது அவளது நான்காவது பிரசவம். இகாமா இல்லாத நைஜீரியாக்காரி. இதற்குமுன் நான்கு முறை பிரசவித்ததும் தங்கியிருந்த இடத்தில் வைத்துதான். எந்தவிதமான மருத்துவ உதவியுமில்லாமல். இந்த முறை வலி அதிகமாகிப் பிரசவம் நடக்காத பிறகும்கூட அவள் ஆஸ்பத் திரிக்கு வருவதற்குச் சம்மதிக்கவில்லை. ஆஸ்பத்திரிக்கு வந்தால் மூன்று குழந்தைகளையும் தனியே விட்டுவிட்டு ஜெயிலுக்குப் போக வேண்டியதாகிவிடும் என்பதுவும் அவளுக்குத் தெரியும். கடைசியில் அசாதாரணமான எடையுள்ள குழந்தையைப் பிரசவிக்க இயலாமல் அவளது கர்ப்பப்பை வெடித்து விட்டது. பக்தூர் ஹாஷிமின் விசாரணையில் ஜர்வலியில்தான் அவர்கள் தங்கியிருக்கிறார்கள் என்பதை ஒப்புக்கொண்டார்கள். ஆமாம், ஆஸ்பத்திரிக்கு மிகவும் பக்கத்தில். மரணச் செய்தியை அறிந்த பிறகும் அழுகையோ கூப்பாடோ எதுவுமே இல்லை. கணவன் போல் தெரிந்த ஒரு மனிதனின் கறுத்த முகத்தில் அடக்கிப்பிடித்த வருத்தம் பீறிட வழி தேடிக்கொண்டிருந்தது. அவ்வளவுதான்.

அதையும் பிறகு அவர் அடக்கிக்கொண்டார். என்னென்ன வேதனைகள் ... வாழ்க்கையில் எவ்வளவு தடைகள் ... தாக்கு தல்கள் ... வாழ்க்கையெனும் மாபெரும் போராட்டங்களுக் கிடையே சற்றுக் கடினமான, அதிக வேதனையுடன்கூடிய ஒரு அடி மேலும் விழுந்திருக்கிறது அவ்வளவுதான். பல நூற் றாண்டுகள் அடிமைகளாக வாழ்ந்த, வாழ்க்கையின் நுகத்தடியை ஏந்திக் கறுத்த மனிதர்கள். சுகபோக வாழ்வின் புற வெளிகளில் தூக்கி வீசப்படும் துண்டு அப்பங்களுக்காக இப்போது அவர்கள், வாழ்க்கையைப் போராட்டக் களமாக்கிக்கொள்கிறார்கள். தடைக் கற்கள் அவர்களது மனதின் இறுக்கத்தையும் பலத்தையும் அதிகரிக்கவே உதவுகின்றன.

பக்தூர் உஸ்மான் இஸ்ஆஃபிலுக்கு வந்தார். ஸ்பெஷலிஸ்ட் இன்சார்ஜ் உஸ்மான்தான். அவர் கேஸைப் பரிசோதனை செய்து மரணத்தை அதிகாரபூர்வமாக உறுதி செய்தார். பெரிய முதீரை அழைத்து விஷயத்தைச் சொன்னார். சடலத்தை மார்ச் சுவரிக்கு மாற்றுவதும் மற்ற வேலைகளும் இன்னும் பாக்கி யிருந்தன. மரணமடைந்த பிறகாவது அந்த நைஜீரியாக்காரியின் உடலைச் சுத்தமாகவும் கவனமாகவும் பராமரிக்க வேண்டு மல்லவா?

பதினாறு

பக்தூர் உபைதுல்லா டியூட்டியிலிருக்கும் நாளன்று ஒரு சௌதிப் பெண்ணின் முதல் கர்ப்பத்திலிருந்த குழந்தை இறந்து பிறந்தது. கர்ப்பம் தரிப்பதற்கான சிகிச்சை செய்து உருவான அந்தக் குழந்தையைச் சரியான நேரத்தில் சிஸேரியன் செய்து எடுத்திருந்தால் இப்படியாகி இருக்காது என்ற ஒரு வார்த்தையை ரவுண்ட்ஸ் போகும்போது பக்தூர் உஸ்மான், தாயின் காது படவே சொல்லியிருக்கிறார். குழந்தை இறந்து போனதில் மனரீதியாக ஏற்கனவே தகர்ந்துபோயிருந்த அந்தத் தாய்க்கு இது எரிகிற தீயில் எண்ணெய் ஊற்றியதுபோலாகிவிட்டது. அவளது மனதில் படர்ந்த தீ இயக்குனரகம்வரை புகார் வடிவத்தில் சென்றுவிட்டது. பிறகு, விசாரணை, விளக்கமளித்தல் . . . பக்தூர் உஸ்மான், வார்டில் வைத்து இப்படி வெளிப்படையான விமர்சனத்தை முன்வைத்திருக்கக் கூடாதென்று யாரோ ஒருவர் கமெண்ட் சொல்ல இதை அவரும் அறிந்துவிட்டார். இதற்காக அவர் சாடியது, விசாரணையின் மனக் கிலேசங்களை அனுபவித்துக்கொண்டிருந்த உபைதுல்லாவின்மீது. ஆண் டாக்டர்களின் ஓய் வறையில் வைத்துச் சிறு வாக்குவாதமே நடந்ததாம். பக்தூர் இக்பால் போன்றவர்களின் தலையீட்டில்தான் பிறகு இது அமைதியடைந்தது. இதன் பிறகு தொடர்ந்து சில நாட்கள் உபைதுல்லா மிகுந்த மன உளைச்சலுடன் காணப்பட்டார். அந்த வருட ஹஜ் டியூட்டி முடிந்த உடன் நடந்த சம்பவம் இது. அந்த வருட மொரப்தா டியூட்டி மிகக்கடினமாக இருந்தது. வாழ்க்கைக்கும் மரணத் திற்குமிடையில் கண்ணாமூச்சி விளையாட்டு நடந்த, டாக்டர்களின் தூக்கத்தை இல்லாமல் செய்த பல கேஸ்கள். மெட்டேர்னல் டெத்ஸ், மனரீதியாகவும் உடல்ரீதியாகவும் அனைவருமே மிகவும் சோர்வுக்குள்ளாகியிருந்த அந்தச்

சந்தர்ப்பத்தில்தான் உபைதுல்லாவுக்கு இந்த ஒரு மன அழுத் தத்தை மேலும் சுமக்கவேண்டியதாயிற்று. இந்த வேலைப்பளு, இந்த டென்ஷன் எங்களைக் கொன்றுவிடுமென்று மொரப் தாவின் கடைசி நாட்களில் உபைதுல்லா கொந்தளிப்புடன் பேசியதைக் கேட்டதற்கான சாட்சிகளுமிருந்தார்கள்.

அன்று ஓ.பி.யிலிருக்கும்போதுதான் திடுக்கிட வைக்கும் அந்தச் செய்தியை ஸபிதா அறிகிறாள். கடந்த இரண்டு மாதங் களாக ஸ்பெஷலிஸ்டாக வேறு யூனிட்டின் சார்ஜை அவள் எடுத்திருந்தாள். காதுகளில் ஈயத்தை உருக்கியூற்றியதுபோன்ற அந்த வார்த்தைகளைக் கேட்டதும் அவள் அப்படியே ஆடிப் போய்விட்டாள். பக்தூர் உபைதுல்லா இறந்துவிட்டார். தன் வீட்டில் வைத்து. முதீர் அயாதாவின் தொலைபேசியில் பத்து நிமிடத்திற்கு முன் வந்து சேர்ந்தது இந்தத் தகவல். முதீர் அயாதா அங்கே சென்றிருக்கிறார்.

ஒன்றரை மணி நேரத்திற்கு முன்பு விலாதாவின் மூன் றாவது மாடியில், கைனக் வார்டில், ரவுண்ட்சில் இருந்திருக் கிறார் டாக்டர் உபைதுல்லா. திடீரென்று ஒரு தளர்ச்சி ... பார்வை மங்கியது ... “ஏன் வார்டில் வெளிச்சமில்லாமலிருக் கிறது ?”

உபைதுல்லாவின் கேள்வி கூடவே நின்றிருந்த ஹாஷிமையும் சிஸ்டரையும் ஆச்சரியப்படுத்தியதாம். “நீங்கள் ரவுண்ட்சைத் தொடருங்கள். எனக்கு என்னவோ போலிருக்கிறது; நான் கொஞ்ச நேரம் ரெஸ்ட் எடுத்துப்பார்க்கிறேன்” என்று சொல்லி விட்டு டியூட்டி ரூமுக்குள் அவர் போகும்போதும் விசேஷமாக எதுவும் ஹாஷிமுக்குத் தோன்றவில்லை. கட்டிலில் இரண்டு நிமிடம் அவர் நீண்டு நிமிர்ந்து படுத்ததையும் பிறகு மெதுவாக எழுந்து கீழே போனதையும் அப்போது அறையிலிருந்த பீடியாட்ரி ஷியன் பக்தூர் மாஜித் பார்த்திருக்கிறார். முதீர் அயாதாவின் அறைக்கு வந்த உபைதுல்லா அதிகமாக யாரும் கேட்காத ஒன்றைக் கேட்டிருக்கிறார்: “எனக்கு வீட்டுக்குப் போக வேண்டும். கொஞ்ச நேரம் படுக்க வேண்டும்.” பொதுவாகவே டியூட்டி நேரத்தில் டாக்டர்களை, குறிப்பாக வெளிநாட்டுக்காரர்களை வெளியே செல்ல அனுமதிக்கிற வழக்கம் சௌதி ஆஸ்பத்திரி களில் கிடையாது. இருந்தபிறகும் முதீர் அயாதா உபைதுல் லாவைப் போக அனுமதித்தார். அவரைப் பாதித்திருந்த மரணத் தின் நிழல் ஒருவேளை உபைதுல்லாவின் சோர்ந்த முகத்தில் அப்போதே படர்ந்திருக்க வேண்டும்.

ஃபிளாட்டில் மனைவியுமிருந்தாள். போய், தாகத்திற்கு எதையோ வாங்கிக் குடித்திருக்கிறார். திடீரென்று பயங்கரமான

நெஞ்சு வேதனை. மனைவியின் மடியில் கிடந்து, மனைவி நெஞ்சை அமுக்கிவிட்டுக்கொண்டிருக்க 'அல்லாஹு அக்பர்' என்று சொல்லிவிட்டு ஒருமுறை துடித்திருக்கிறார். பதறிப்போன மனைவி அவரை மடியில் கிடத்தியபடியே தலைமாட்டிலிருந்த தொலைபேசியை எட்டியெடுத்து பக்கத்து ஃபிளாட்டிலிருந்த கார்டியாலஜிஸ்ட் பாகிஸ்தானி அன்வரைக் கூப்பிட்டு விவரத்தைச் சொன்னாள். அன்வரும் அடுத்த வீட்டிலுள்ள வீட்டம்மாவும் ஓடி வருவதற்குள் எல்லாமே நடந்துமுடிந்துவிட்டது.

விலாதா ஆஸ்பத்திரியில் முதலில் பதற்றமும் பிறகு மௌனமும் தளம் கட்டி நின்றது. பொதுவாகவே, அனைவருக்கும் மிகவும் பிடித்தமானவராக இருந்தவர் உபைதுல்லா. வயது நாற்பத்திரண்டுதானாகியிருந்தது. அனுபவம் நிறைந்த ஆஃப்ஸ்ட்ரிஷியன். பணியில் முழுமையான ஈடுபாடும் சிரத்தையும் கொண்டவர். ஓ.பி.யின் நர்ஸ்களும் லேடி டாக்டர்களில் பலரும் பொருமிக்கொண்டும் கண்களைத் துடைத்துக்கொண்டுமிருந்தார்கள். பிறகு, விதியை ஏற்றுக்கொண்டு 'அல்லாஹு அஃலம்' என்று அமைதியடைந்த அவர்கள், ஆஸ்பத்திரிப் பணிக்கு முடக்கம் வராமல் சிறு சிறு குழுக்களாக பக்தூர் உபைதுல்லாவின் ஃபிளாட்டுக்குப் புறப்பட்டார்கள். ஸபிதாவெல்லாம் வந்து சேரும்போது மய்யித்தை ஸாஹிர் ஆஸ்பத்திரியில் சுத்தம் செய்வதற்காக எடுத்துக்கொண்டுபோயிருந்தார்கள். நாட்டிலிருந்து பிள்ளைகள் வந்துசேர வேண்டும். அவர்களுக்கு ஃபேமிலி விசா இருப்பதால் டிக்கெட் கிடைக்கவேண்டிய பிரச்சினை மட்டும்தான். ஃபிளாட்டின் நீண்ட ஹாலில், நுழையுமிடத்தில் போடப்பட்டிருந்த மேஜையின் அருகில் தகர்ந்துபோன மனதுடன் உட்கார்ந்திருந்த, சுரிதார் அணிந்த நடுத்தர வயதுப் பெண்ணை இதுவரை பார்த்ததில்லையென்றாலும் முகத்திலிருந்த தீவிரமான சோகத்திலிருந்தும் தனிமைத் துயரத்திலிருந்தும் அவள் யாரென்பதை ஸபிதா புரிந்துகொண்டாள். அவளை என்ன சொல்லி, எந்த மொழியில் பேசி ஆறுதல்படுத்துவது . . ? ஏதோ ஒரு அகத்தூண்டுதலுடன் ஸபிதா அவளை அணைத்துப் பிடிக்க மட்டும் செய்தாள். அவள் கட்டி நிறுத்தப்பட்ட அணை வெள்ளம் வெடித்துப் பிரவாகிப்பதுபோல் மனமுடைந்து அழுதபடியே ஸபிதாவின் மார்பில் தலை புதைத்தாள். காட்சியை மறைத்த விழிகளையுயர்த்தி ஒரு நிமிடம் ஹாலில் பார்வையை ஓட்டியபோது நீளமாகக் கிடந்த சோஃபாவின் ஒரு மூலையில் சோகத்தால் இறுகிப்போன உடலுடன் பக்தூரா ஷம்ஸாத். அவளது சலனமற்ற கண்கள் தன்மீதும் தன் மார்பில் முகம் அமிழ்த்தித் தேம்பிக்கொண்டிருப்பவளின்மீதும் இறுகிக்கிடந்தன. நிச்சலனமாக, சிலைபோல். வரைந்து தீர்த்து முடித்த ஒரு சோகச் சித்திரம்போல் . . !

மய்யத்தைக் கொண்டுபோக இன்னும் தாமதமாகும். மூன்று மணிக்கெல்லாம் ஸபிதாவும் ஷாஹீனும் அங்கிருந்து புறப்பட்டார்கள்.

"இந்த நிலைமையில் பக்தூரா ஸபிதா பட்டினியாக இருக்க வேண்டாம். நான் கூட வருகிறேன், வாருங்கள்" என்று சொல்லி ஷாஹீன்தான் அவளைப் புறப்பட வைத்தாள். "சாயங்காலம் வரலாம்." டியூட்டி நேரம் முடிந்துவிட்டது. இனி வீட்டுக்குத் தான் போக வேண்டும். புறப்படப் போகும்போது டாக்டர் முகம்மதுவுடன் ரஷீதும் வந்தான். ரஷீதிற்கு உபைதுல்லாவை நேரடியாகப் பழக்கமில்லை. இந்த இந்தியன் இஹ்ஸையைப் பற்றி ஸபிதாவும் முகம்மது டாக்டரும் சொல்லித்தான் தெரியும். மரணச் செய்தி முகம்மது டாக்டரின் ஃபிளாட்டில் எட்டும் போது ரஷீதும் அங்கே இருந்திருக்கிறான். இரண்டுபேருக்குமே இன்று இரவு டியூட்டி. முகம்மது டாக்டரிடம் காரில்லை. ரஷீதின் காரில் இருவருமாகப் புறப்பட்டிருக்கிறார்கள்.

திரும்பிப் போகும்போது மூன்று பேருடைய மனதுமே சஞ்சலத்துக்குள்ளாகி இருந்தது.

"உபைதுல்லாவுக்கு வயது நாற்பத்தியிரண்டுதானாகிறது. குழந்தைகள் படித்துக்கொண்டிருக்கிறார்கள்."

பிறகு டாக்டர் முகம்மது மெல்லக் குரல் தாழ்த்தி விலா தாவில் ஒரு சிலருக்கு மட்டுமே தெரிந்திருந்த, தெளிவுபடுத்தப் படாத அந்த இரகசியத் தகவலையும் சொன்னார்:

"இதில் எந்த அளவு உண்மையிருக்கிறதென்று எனக்குத் தெரியவில்லை. பக்தூர் உபைதுல்லாவுக்கு, சௌதி பக்தூரா ஷம்ஸாதை இரண்டாவதாகத் திருமணம் செய்துகொள்ளும் ஒரு யோசனை இருந்ததாம். இது உண்மையாக இருந்தால், பாவம். பக்தூராவுக்கு இது ஒரு பெரிய அடியாக இருக்கும்."

இதெல்லாம் உண்மைதானா ஷம்ஸாத்? இதற்கான வாய்ப் புகள் இருப்பதாகவே தன் மனம் சொல்கிறது. உபைதுல்லாவின் மய்யித்தைப் பார்க்கும் உரிமைகூட இல்லாமல், சோகமே வடிவாக, நாங்கள் புறப்படும்போதும் இடிந்துபோய் அமர்ந் திருந்த ஷம்ஸாதின் சித்திரம் ஸபிதாவின் மனத் திரையில் மீண்டும் தெளிவாக நகர்ந்தது. நாங்கள் சேர்ந்து ஒரே யூனிட்டில் வேலைசெய்தபோதும்கூட அவளது குணவியல்பை நன்றாக அறிந்திருந்ததால் உபைதுல்லாவுடனான அவளது நெருக்கம் வித்தியாசமாகவெல்லாம் தெரியவில்லை. அந்த யூனிட்டிலிருந்து வந்து இப்போது மாதங்கள் கடந்துவிட்டன. உபைதுல்லா ஓரிரு தடவை தன்னிடம் பேசும்போது தென்பட்ட மாற்றங் களுடன் இப்போதுதான் அதைப் பொருத்திப் பார்க்கிறாள்.

மனைவியின் குறைபாடுகளும் குரூரங்களும் பற்றிய, தான் எதிர்பாராத அவரது விமர்சனங்கள் ஒரு இரண்டாம் திருமணத் திற்கான நியாயப்படுத்தல்களாக இருக்குமோ? தன்னிடம் சொன்னதுபோல் அவர் இதை வேறு பலரிடமும் சொல்லியிருப் பாரோ? பக்றுரா ஷம்ஸாதைத் திருமணம் செய்கிற தீர்மானத் தைப் பிறகு கேள்விப்படுபவர்களில் ஒரு சிலராவது, டாக்ட ருடைய முதல் மனைவி சரியில்லாதபோது அவர் இன்னொரு திருமணம் செய்துகொள்ளாமலிருந்தால்தான் ஆச்சரியப்பட வேண்டும் என்று சொல்லமாட்டார்களா என்று அவர் விரும்பி யிருப்பாரோ? இறந்து கிடக்கும் ஒரு மனிதரைப் பற்றி இப்படி யான சிந்தனைகளின் சரட்டை அவிழ்த்துவிடுவது முறைதானா என்றெல்லாம் ஸபிதாவின் மனம் ஒரு நிமிடம் வியாகுலப் பட்டது. ஆனால், யோசனைகள் திரும்பத் திரும்பக் கட்ட விழ்த்துக்கொள்கின்றன. ஒருவேளை இதெல்லாம் உபைதுல் லாவும் ஷம்ஸாதும் பரஸ்பரம் தெரிந்தே ஏற்பாடு செய்த காய் நகர்த்தல்களாக இருக்குமோ? சூத்திரதாரிகளே, நீங்கள் சூத்திரத் தைத் திட்டமிட்டுக்கொண்டே இருங்கள். ஆனால், நீங்கள் புரிந்துகொள்ளுங்கள். அனைத்திற்குமான சூக்குமக் கயிறிருப்பது அல்லாஹுூ ஒருவனிடம் மட்டும்தான். குர்ஆனின் வசனங்கள் வாள்போல் மனதிற்குள் ஆழ்ந்திறங்கியபோது ஸபிதாவின் மனம் அதிர்ந்தது. அல்லாஹுூவின் திட்டம் எவ்வளவு சரியாக இருந்திருக்கிறது. அல்லது, வேண்டுமென்றே அவதூறு செய்யப்பட்ட மனைவியின் அருகில் மரணம் நெருங்கியபோது ஓடிச்செல்லவும் அவளது மடியில் தலை சாய்த்து இறுதி மூச்சைவிடவும் பக்றுர் உபைதுல்லாவைத் தூண்டியது எது?

“இரண்டாவது திருமணம் செய்துகொள்கிற ஆசை உபைதுல்லாவுக்கு மட்டுமல்ல, இப்போது வேறு சிலருக்கும் வந்திருக்கிறது. நமது தமிழன் டாக்டர், ஒரு இந்தோனேஷியா காரியைத் திருமணம் செய்துகொள்ளும் ஏற்பாட்டிலிருக் கிறாராம்.”

“யார், அபூபக்கர் டாக்டரா?” ரஷீதின் பதற்றத்துடனான கேள்வி.

“வேறு யார்? அப்பழுக்கில்லாத விசுவாசியல்லவா? எல் லாமே முறைப்படி நடக்கும்போது இரண்டாவது திருமணத்தை மட்டும் எதற்காக விட்டுவிட வேண்டும்?”

“நஸீமா டீச்சர் சம்மதம் தெரிவித்துவிட்டாராமா? எவ்வளவு தவறான முடிவு. ஒரு பெண் குழந்தை வேறு வளர்ந்துகொண் டிருக்கிறது.” ரஷீதுக்கு அபூபக்கர் டாக்டரைப் பற்றியும் அவரது மனைவி, மகளைப் பற்றியும் வருத்தம்.

“அதுதானே இப்போது வசதியாகிவிட்டது. குர்ஆனுக்கும் சரிஅத்துக்கும் மாறுபாடான விஷயமொன்றும் இல்லையே இது? டீச்சரும் சம்மதித்துவிடவேண்டியதுதான்.”

முகம்மது டாக்டரின் சொற்களில் கிண்டல் தொனித்தது.

அவர்களது பேச்சில் ஸபிதாவுக்குச் சிறிதுகூட ஆர்வமேற்பட வில்லை. மட்டுமல்ல, பக்தூர் அபூபக்கருடன் உபைதுல்லாவை ஒப்பிட்டுச் சொல்வதை அவளால் ஏற்றுக்கொள்ள முடிய வில்லை. அவளது மனதினுள் ஒரு மத ஆன்மிகக் கோமாளியாக உட்கார்ந்திருப்பவர் தமிழன் டாக்டர். உபைதுல்லா, எப்படிப் பட்டவராக இருந்தாலும் அவரை அபூபக்கருடன் ஒப்பிட முடியாது. அவர் ஷம்ஸாதைத் திருமணம் செய்ய முடிவு செய்வ தற்கான காரணம் என்னவாக இருக்கும்? ஷம்ஸாதைப் பொறுத்த வரை உடல்ரீதியாகக் கவர்ச்சி ஏற்படுவதற்கான வாய்ப்பும் குறைவுதான். ஷம்ஸாதுடன் ஒப்பிட்டுப் பார்த்தால் பலமடங்கு அழகாக இருப்பவர் உபைதுல்லா. தொடர்ந்த நெருக்கமும் நட்பும் உருவாக்கிய உண்மையான காதலாக இருக்குமா? இல்லையென்றும் சொல்லிவிட முடியாது. ஒருவேளை ஷம்ஸாத் மூலம் கிடைக்கிற சௌதிக் குடியுரிமையும் பொருளாதாரச் செல்வாக்கும் அவரை ஆசைப்பட வைத்துவிட்டதா? யாருக்குத் தெரியும்? மனித மனங்களின், கனவுகளின், ஆசாபாசங்களின் அணிவரிசைகளைப் பற்றியும், அவை கடந்துசெல்லும் வழித் தாரைகளைப் பற்றியும், அவற்றின் அர்த்தமின்மைகளைப் பற்றியும் ஸபிதா சிந்தித்துக்கொண்டே இருந்தாள். ஒரு வாரத் திற்கு முன் பிரசவ அறையில் வைத்து எதற்காகவோ மரணத்தைப் பற்றிய ஒரு சர்ச்சையெழுந்தபோது உபைதுல்லா, ஹரமில் வைத்து தான் பார்த்த ஒரு கழுத்தறுப்புக் காட்சியைப் பற்றி வேதனையுடன் விவரித்தார்: “அந்த நபரைக் கொலைக் களத் துக்குக்கொண்டு வரும்போதே பாதி உயிர் போயிருந்தது. கத்தியைக் கழுத்தில் தொட்டபடி வைத்திருந்த கையில் சிறு சலனம். அவ்வளவுதான். தலையும் துடிக்கும் உடலும் வெவ் வேறு. ஹோ ... எவ்வளவு கொடூரமாக இருந்தது தெரியுமா அந்தக் காட்சி? இரண்டு நாட்கள் இது எனது தூக்கத்தைக் கெடுத்துவிட்டது.”

தன்னை நெருங்கிவிட்ட மரணத்தின் காலடியோசையை உணராமல், ஒரு வாரத்திற்குப் பிறகு சௌதி ஆஸ்பத்திரியின் மார்ச்சுவரி ஃபிரீஸரில் குளிர்ந்து மரத்து நாமும் மீளாத் தூக்கத்திலாழ்ந்துவிடுவோம் என்பது தெரியாமல் ... உபை துல்லா மற்றொருவரின் மரணத்தைப் பற்றிப் பயத்துடன் பேசிக் கொண்டிருந்தார். மனிதன் எந்த அளவுக்குக் கையாலாகாத வனாக இருக்கிறான்.

அன்றிரவு, உபைதுல்லாவை ஹரமில் கபரடக்கிய பிறகு அவரது மனைவிக்கும் பிள்ளைகளுக்கும் ஆறுதல் சொல்வதற்காக ஸபிதா திரும்பவும் ஃபிளாட்டுக்குச் சென்றாள். உபைதுல்லாவின் சம்பளப் பாக்கியையும் இறந்த பிறகு கிடைக்க வேண்டிய ஈட்டுத் தொகையையும் பெறுவதற்கான ஏற்பாடுகளைச் செய்வது, முடிந்தவரையிலும் சீக்கிரமாக நாட்டுக்குத் திரும்புவது போன்ற விஷயங்களை நண்பர்களும் உபைதுல்லாவின் மனைவியும் பிள்ளைகளும் பேசத் தொடங்கியிருந்தார்கள். நாட்டிலிருந்து தொடர்ந்து தொலைபேசி அழைப்புகள் வந்துகொண்டே இருந்தன. பெரியவனுக்கு இறுதியாண்டுப் பரிட்சை தொடங்கப்போகிறது. ஆகவே, முதலில் அவன் திரும்பிப் போகட்டும். சின்னவனும் உம்மாவும் பிறகு சேர்ந்து போகலாம், இப்படிச் செய்தால் போதும். ஒன்றாகச் சேர்ந்து போவதற்கு புக் செய்த டிக்கெட்டை கேன்சல் செய்துவிடலாம். ரிஸ்க் எடுக்க வேண்டாம். எல்லா அனுகூலங்களையும் கையில் வாங்கிய பிறகு போனால் போதும். உபைதுல்லாவின் குடும்பத்திற்கு ஏராளமான பாகிஸ்தானி நண்பர்களிருந்தார்கள். 'பி பிராக்டிக்கல்'. உபைதுல்லாவின் மனைவியால் சூழ்நிலைக்கேற்பச் செயல்பட முடிகிறது.

உபைதுல்லாவின் மரணம், ஷம்ஸாதை எந்த அளவுக்குப் பாதித்திருக்கிறது என்பதைப் பிந்தைய நாட்களில்தான் ஸபிதாவால் உணர்ந்துகொள்ள முடிந்தது. சக பணியாளரின் எதிர்பாராத பிரிவில் மிகுந்த துயரத்திற்குள்ளான ஒரு இளகிய மனதின் வேதனைதான் ஷம்ஸாதின் மனதில் என்று மற்றவர்கள் புரிந்திருப்பது ஸபிதாவுக்குத் தெரியும். அப்படியே இருந்துவிட்டுப் போகட்டும். எதிர்பார்ப்புகள் ஒவ்வொன்றாகக் கரைந்து போய்க் கொண்டிருக்கும் ஒருத்தியின் மனவேதனை என்பதை அதிகமாக யாரும் அறிந்துகொள்ள வேண்டாம். கொஞ்ச நாட்கள் மட்டும் ஓ.பி. பிரிவில் பணியமர்த்த முதீர் அயாதாவிடம் கேட்டிருப்பாள்போலும். சௌதி என்பதால் விண்ணப்பம் ஏற்றுக்கொள்ளப்பட்டது. உபைதுல்லாவுடன் சேர்ந்து ரவுண்ட்ஸ் போயும் வேடிக்கைகள் பேசியும் வியாதிகளைப் பற்றிய விவாதங்கள் செய்தும் நடந்த வார்டுகளும் வராந்தாக்களும் அவளை இப்போது மிகவும் தொந்தரவு செய்யுமாக இருக்கலாம். அல்லது இந்த நினைவுகளின் சுமையைத் தாங்குவதற்குத் தன்னால் இயலாது என்றவள் எண்ணியிருக்கலாம். ஓ.பி. பணியிலிருக்கும் ஷம்ஸாதை ஒவ்வொரு தடவை பார்க்கும்போதும் அந்த முகத்தில் சோகத்தின், நிராசையின் நிழல்தடங்கள் அதிகரித்துக்கொண்டிருப்பதைத் தவிர குறைவதுபோல் தெரியவில்லையே என்பது ஸபிதாவுக்கு வருத்தமாக இருந்தது. உபைதுல்லா மரணமடைந்த இரண்டு மாதத்திற்குப் பிறகு, 'பக்தூரா ஷம்ஸாத் ஆஸ்பத்தி

ரியில் அட்மிட்டாகி இருக்கிறார்' என்றறிந்தபோது ஸபிதா பயத்துடன் விசாரித்தாள். தான் ஏற்கனவே பயந்துபோயிருந்தது போன்ற அகமனத் தகர்வின் வெளிப்பாடுதானோ? இல்லை, வைரஸ் ஃபீவரும் மூட்டுவலியும்தானாம். ஸாஹிர் ஆஸ்பத்திரி, மெடிக்கல் வார்டில் அனுமதிக்கப்பட்டிருக்கிறாள்.

மறுநாள், ரஷீது காலை ஷிஃப்டிற்குப் புறப்படும்போது ஸபிதாவும் கூடவே சென்றாள். அவளுக்குச் சாயங்கால டியூட்டி. கர்ப்ப காலக் கிறுகிறுப்பும் சோர்வுமெல்லாமிருந்தன. அடுத்த மாதம் நாட்டுக்குப் போக வேண்டியதிருக்கிறது. பரவாயில்லை. ரஷீதுடன்தானே? அறையைக் கண்டுபிடிப்பதிலும் சிரமமிருக் காது. திரும்பி வரும்போது ஒரு டாக்சியைப் பிடித்து ஜர்வலிக்கு வந்து சேரவுமெல்லாம் இப்போது பழகிவிட்டாள். அறைக்குள் நுழையும்போது ஷம்ஸாத் தனியாக இருந்தாள். வலது கையால் கண்களை மூடிச் செயற்கையாக உருவாக்கிய இருட்டுலகில் ஆழமாக மூழ்கிக் கிடந்தாள். அறைக்குள் ஆளரவம் கேட்டதும் கையை விலக்கிவிட்டுக் கண்ணைத் திறந்தாள்.

“ஓ, ஸபிதாவா. வாங்க, உட்காருங்க. எப்படி இங்கே வந்தீங்க? தனியாகவா வந்தீங்க? விலாதாவிலிருந்து பக்தூர் ஹுஸைனைத் தவிர யாருமே இங்கே வரலே...”

“இப்போதுதான் ஒவ்வொருவராக அறிந்து வந்துகொண் டிருக்கிறார்கள் ஷம்ஸாத்.”

“அறையைக் கண்டுபிடிக்கச் சிரமப்பட்டீர்களோ?”

“இல்லை. என் ஹஸ்பண்ட் இங்கே ஸாஹிரில்தானே? அறை வாசலில் கொண்டு சேர்த்துவிட்டுத்தான் போனார். படுத்துக்குங்க, ஷம்ஸாத். துணைக்கு யாருமே இல்லையா?”

“உம்மா இருக்காங்க. இப்போதுதான் வெளியே போனாங்க. தங்கச்சி வருவாளாக இருக்கும்.”

“இப்போது எப்படி பரவாயில்லையா? டயக்னோஸிஸில் என்ன தெரியுது?”

“வைரஸ் ஃபீவராகத்தானிருக்கும். இரண்டு வாரமாகிறதே? உடலியல் என்று சொல்வதை விடவும் ஊவியல் என்று ஃபிஸி ஷியன் சொல்கிறார்.” ஷம்ஸாத் சரியில்லாத ஒரு சிரிப்பை உதிர்த்தாள். அவளது கண்களினூடே சற்றுமுன் வடிந்த நீர்ச் சாலின் ஈரத் தடம் முழுவதுமாகக் காய்ந்திருக்கவில்லை.

“ஷம்ஸாத், நீங்கள் இப்போதும்கூட அந்த அதிர்ச்சியிலிருந்து விடுபடவில்லையல்லவா? உங்களைப் பார்க்கும்போதெல்லாம் என்னால் இதை உணர்ந்துகொள்ள முடிகிறது. அல்லாஹுவின்

நாட்டம் இது என்பதாக எண்ணி ஆறுதல்பட வேண்டியதல்லவா சரி? நாம் மனிதர்கள் இந்த விஷயத்தில் வெறும் பொம்மைகள் தானே?"

"ஆமாம், அல்லாஹுவின் நாட்டம் அதுவாகத்தானிருந்தது. பக்தூரரா நீங்கள் அன்று உபைதுல்லாவின் மனைவியை அணைத்துப் பிடித்து ஆறுதல் சொல்வதைப் பார்த்தேன். ஆமாம், அதற்கான அருகதை அவருக்கு இருக்கிறது. அவர்களது வாழ்க்கை, அவரது இழப்பு, ஆனால், அவள் பாக்கியம் செய்தவள். இப்படி, பலர் அவருக்கு ஆறுதல் சொன்னார்கள். பாருங்கள் . . . எனக்கும் துக்கம் உண்டு. ஆனால், என்னுடைய துக்கத்தைக் குறித்து யூகிக்கவும்கூட யாராலும் முடியவில்லை . . . என்னால் இதை யாரிடமும் சொல்லிப் புரிய வைக்கவும் இயலாது."

"சொல்லிவிட வேண்டும். யாரிடமாவது பகிர்ந்துதானாக வேண்டும். அல்லது, நம்மை அது உள்ளிருந்தே எரித்துவிடும்."

ஸபிதா ஷம்ஸாதின் தோளை ஆறுதல்படுத்துவதுபோல் தொட்டாள். அவள் சொல்லட்டும்.

"அன்பான ஒரு மனிதரின் பிரிவில் மனம் தகர்ந்துபோயிருக்கும் ஒருத்திக்குக் குற்றவுணர்ச்சியின் பாரத்தையும் தாங்கிக் கொள்ள வேண்டுமென்றால் அது எவ்வளவு பயங்கரமானது தெரியுமா?"

"குற்றவுணர்ச்சி எதற்காக? அவருடைய மனதை அலட்டிக் கொண்டிருந்த வேறு பல பிரச்சினைகளும் இருந்ததல்லவா?"

"இருந்தது உண்மைதான். ஆனால், முற்போக்கான ஒரு இந்திய மனதில் பலதார மணத்தைப் பற்றிய முடிவு ஏற்படுத்தக் கூடிய காயங்களைப் பற்றி நான் புரிந்திருக்க வேண்டுமல்லவா? உங்களுடைய நாகரிகம் முழுக்க வித்தியாசமானது. இன்று யோசிக்கும்போது தோன்றுகிறது. அவர் மிகவும் நல்ல ஒரு மனிதராக இருந்தார். நான்தான் . . . என்னுடைய சுயநலம் தான் . . . எல்லாவற்றிற்குமே காரணம்."

"எனக்குப் புரிகிறது . . . உங்களுடைய எல்லா வேதனைகளும் எனக்குப் புரிகிறது."

ஸபிதா, ஷம்ஸாதின் தோளில் கையைச் சுற்றி அணைத்துக் கொண்டாள். அவளது மனதை ஸபிதா அப்போது பூரணமாக உள்வாங்கியிருந்தாள்.

பதினேழு

சௌதிக்கு வந்து இப்போது ஐந்து வருடங்களாகின்றன. இரண்டோ மூன்றோ வருடங்கள் என்று நினைத்து முதலில் வந்துசேர்ந்ததும், வந்த அடுத்த வாரத்தில் எப்படியாவது ஒரு வருடத்தைத் தள்ளிவிட்டுவிட வேண்டுமென்ற உறுதியான எண்ணம் தோன்றியதும், பத்தரை மாதம் முடிந்ததும் விடுமுறையில் நாட்டிற்குப் போவதிலிருக்கும் உற்சாகமும், திரும்பி வரும்போதிருக்கும் மனக்கிலேசங்களும் இயல்பான செயல்பாடுகள்போல் நிகழ்ந்துகொண்டிருந்தன. இதனிடையே வாழ்க்கையிலிருந்து ஐந்து வருடங்கள் உதிர்ந்துபோய்விட்டன. நாட்டில் ரஷீதின் கனவில்லம் பகுதி வேலை பூர்த்தியாகியிருந்தது. மகன் ஸகீருக்கு இரண்டு வயதாகிவிட்டது. அவனைக் கவனிப்பதற்கென்று ஏற்பாடு செய்யப்பட்ட அஸ்மா தாத்தா* உட்பட ஃபிளாட்டில் இப்போது உறுப்பினர்களின் எண்ணிக்கை நான்காகியது. இதனிடையில் விசா ஏற்பாடுசெய்து கல்ஃபிற்கு வரவழைத்த இரண்டோ மூன்றோ உறவினர்களும் சில நாட்கள் இவர்களுடன் ஃபிளாட்டிலேயே தங்கியிருந்தார்கள். பிறகு சொந்தமாகத் தங்குமிடம் ஏற்பாடு செய்து போனார்கள். ரஷீதின் உம்மாவும் வாப்பாவும் ஹஜ்ஜு செய்துவிட்டுத் திரும்பினார்கள். ரஷீதுக்கும் ஸபிதாவுக்கும் அனுபவங்கள் அதிகமாயின. இஸ்லாமியத்துவத்தின் ஒரு இயந்திரத் தாளத்திற்கேற்ப மனதும் வசப்பட்டுக்கொண்டிருந்தது.

இஸ்லாமிய வரலாற்றின் மயக்க வசீகரத்தினுள் ரஷீது மென்மேலும் கவரப்பட்டு அதில் ஆழ்ந்திறங்கிக் கொண்டிருந்தான். மெக்காவின் நவீன முகங்களையும்

---

* அக்கா

வீதிகளையும் கடந்து பழைமையின் வாசமும் நெடியும் கலந்து வீசும் தெருக்களினூடே சுற்றித்திரிய அவன் நேரம் ஒதுக்கிக் கொண்டான். வரலாற்றின் வேர்களைத் தேடுகிற பயணம் அவனுக்கு எப்போதுமே பிடித்தமான விஷயங்களாக இருந்தன. அசீஸியாவிலிருந்தும் ஷாரா மன்சூரிலிருந்தும் அவன் இடைவழி களைக் கண்டுபிடித்து நகரின் இதயத்தைத் தேடுவதுபோல் தனது பயணத்தை மேற்கொண்டான். முகம்மது நபிக்கு வஹி அருளப்பட்ட ஹிரா குகையில் ஜபல் அல்நூர் மலையில் மூச்சு வாங்க ஏறிச் சென்றான். மெக்கா மாநகரைக் கடந்து மூன்று நாழிகைத் தொலைவில் யஸ்ரிஃபுக்குச் செல்லும் வழியில் முகம்மது நபிக்கு மறைவிடமாக இருந்த ஸௌர் குகைக்கு வந்தான். அப்போது அவனுடைய மனம் உணர்ச்சி மிகுதியால் துடிப்பதுபோலிருந்தது. ஒன்றரை பதின் நூற்றாண்டுகளுக்கு முன் இரண்டு புனித இதயங்கள் எதிரிகளின் பயத்தால் துடித்த தன் எதிரொலிபோல். மதீனாவுக்கு வந்த இரண்டாவது முறை பதர் மைதானத்திற்கு வந்துசேர்ந்தபோது வரலாற்றின் வெற்றி ஆரவாரங்களும் அறிவிப்புகளும் கேட்பதை மனத் திரையில் மீண்டும் உணர்ந்தான். மதீனா பள்ளிவாசலின் மார்பிள் சுவர் களுக்கும் இடைவெளிகளுக்குமிடையே முகம்மதின், ஆயிஷா வின், உம்முசல்மாவின் ஈச்சைமர ஓலைக் குடில்கள் இருந்த இடம் தேடி அவனது கண்களும் மனதும் அலைந்து திரிந்தன. பள்ளிவாசலினுட்புறம் திறக்கும் ஆயிஷாவின் வீட்டு வாசல் எந்தப் பகுதியிலிருந்திருக்கும் . . ? உயிர் நண்பர்களாக இருந்த சஹாபாக்கள், அபூபக்கர், உமர் உதுமானுடன் மகானாகிய அந்தப் புரட்சியாளர் உறங்கும் ரௌதாவின் முன் நின்றபோது ஏனோ மனதிலிருந்து வெடித்துக் கிளம்பிய கண்ணீர் ஊற்றுக் களைச் சிரமப்பட்டு அவன் அடக்கிக்கொண்டான்.

நபியின் மனைவிமார்களின், அருமை மகளார் ஃபாத்திமா பீவியின் கபரிடங்களின் அருகில், அவர்களது தியாகங்களின் அனுபவங்களின் அவர்கள் வடித்த கண்ணீரின் நினைவுகளில் மனம் குவிந்து நின்றது. கிபுலத்தேய்ன்* பள்ளிவாசலின் முன் வரலாற்றின் மைல் கற்களை நினைவு படுத்திக்கொண்டு நின்றி ருந்தான். முகம்மதுடைய படையின் முதல் தோல்விக்குச் சாட்சியமாக இருந்த உஹது மலையிலேறி அங்கே முகம்மது நபி அமர்ந்திருந்ததாகக் கூறப்படும் பாறையை உணர்ச்சிப் பிளம் பாகத் தொட்டுவிட்டுக் கீழே இறங்கினான்.

ஒன்றாக இருந்திக்கும் நேரங்களில் ஸபிதாவும் இந்த வரலாற்றுத் தேடல்களில் ஆர்வத்துடன் கலந்துகொள்வாள். மதீனா யாத்திரைகளின்போது அவள் ரஷீதுடனும் பெற்றோர்

---

* இரண்டு கிபுலாக்களுள்ள பள்ளிவாசல்

களுடனும் சென்றாள். குர்ஆன் வியாக்கியானங்களையும் ரஷீது வாங்கிச் சேர்த்த வரலாற்று நூல்களையும் தேர்வு செய்து அவளும் ஆர்வமாக வாசித்தாள். ஒரு புதிய இஸ்லாமின் திறந்த மனதுடன் கூடவே, நாட்டிலிருந்து நான்கு நாட்கள் தாமதமாக வரும் மலையாளப் பத்திரிகைகளையும் வார இதழ்களையும் இரண்டுபேருமே விடமாட்டார்கள். நாட்டுடனான தொப்புள் கொடி உறவுடன் தொடர்புள்ள இந்தக் காந்த சக்தி, கணக்கற்ற தொலைவுகளையும் காலத்தையும் கடந்தது என்பதை அவர்கள் உணர்ந்துகொண்டார்கள்.

ஸபிதாவின் விலாதா ஆஸ்பத்திரி எந்தவித விசேஷங்களுமில்லாமல் முன்போலவே இயங்கிக் கொண்டிருந்தது. ஆட்கள் மட்டும் மாறிக்கொண்டிருந்தார்கள். மனங்கள் பக்குவமடைந்து கொண்டிருந்தன. எகிப்திய டாக்டர் உஸ்மானை மினிஸ்ட்ரி பணியிலிருந்து நீக்கி நாட்டுக்கு அனுப்பிவைத்தார்கள். ஒரு சௌதிப் பெண்ணின் நான்காவது பிரசவத்தின்போது பிட்டோசின் கொடுத்ததில் யூட்டரைன் ரஃப்ச்சர் உருவாகக் காரணமாக இருந்தார் என்பது அவர்மீதான குற்றச்சாட்டு. சௌதிப் பெண்ணும் அவளது கணவனும் நேரடியாக மன்னரிடம் போய் புகார் செய்ததன் விளைவாக விசாரணை நடந்தது. பிரீச் பிரசென்டேஷனாம். குழந்தை, புரண்டு கிடந்தாலும்கூட சௌதிப் பெண்கள் சிஸேரியன் செய்வதற்கு அவ்வளவு எளிதாக ஒப்புக்கொண்டுவிட மாட்டார்கள். குழந்தையின் நிலைமையைப் பற்றியெல்லாம் டாக்டர் தெளிவாகச் சொல்லியிருக்கிறார் என்று எழுதி கையெழுத்துப் போட்டுவிட்டுத் தானாகவே பிரசவிப்பார்கள். இதற்கான காரணம், ஒரு குழந்தை இறந்து போவதை விடவும் சிஸேரியன் செய்வதால் வருடந்தோறும் பிரசவிப்பதற்கான கர்ப்பப் பையின் திறன் குறைந்துபோவதுதான் அவர்களை அதிகமாகச் சங்கடத்திலாழ்த்துகிற விஷயம். பெண்ணின் ஒப்புதலுடன்தான் பக்தூர் உஸ்மான், அவளை வஜைனல் டெலிவரி செய்ய வைத்தார். தாமதமாகும் என்று தெரிந்தபோது வஜைனல் பிட்டோசின் தொடங்குவதாக எடுத்த முடிவுதான் வினையாகிப் போனது. ஒரு காய்ந்த பருத்திக்காய்போல் அவளுடைய கர்ப்பப் பை வெடித்துச் சிதறுவதற்கு, அவளைக் கண்காணித்துக்கொண்டிருந்த டாக்டர் உஸ்மானே சாட்சியாக இருந்தார். பிரசவ வேதனையால் துடித்தபடி பயங்கரமாக அலறிக்கொண்டிருந்த அந்தப் பெண் திடீரென்று ஆசுவாசம் கிடைத்ததுபோல் அமைதியடையவும், கூடவே குழந்தையின் இதயத்துடிப்பு தாறுமாறாகி மந்தகதியிலாகவும், தாயின் வயிறு பலூன்போல் வீங்கிக்கொண்டிருப்பதையும் பார்த்துப் பதற்றமடைந்த டாக்டர் உஸ்மான், உடனே அவளை தியேட்டருக்கு மாற்றினார். கன்ஸல்டன்ட் பக்தூர் இம்ரான், பாதுகாப்பாளர் வேடமணிந்து கைகளைச்

சுத்தம் செய்துவிட்டு உஸ்மானுடன் சேர்ந்து நோயாளியின் வயிற்றில் நாடகம்போல் கத்தியால் ஒரு கீறல் வரைந்தார். லாப ரோட்டமி. உள்ளே வெடித்துச் சிதறிய கர்ப்பப் பையும் சிதறி வெளியில் வந்த குழந்தையும், இரத்தப் பிரளயத்தில். ஒரு ஹிஸ் டரக்டமியிலும் இறந்த குழந்தையை வெளியே எடுப்பதிலும் முடிந்தது இந்தச் சோக நாடகம். பின்னிணைப்பாக வந்து சேர்ந்தது, 'மெடிக்கல் நெக்லிஜன்ஸ்' தீர்ப்பின் வாள்முனை. அது, டாக்டர் உஸ்மானின் ஒப்பந்தத்தை முடித்து சௌதி அரேபி யாவிலிருந்து அவரைத் திருப்பியனுப்புவது மட்டுமல்ல, போகும் போது கிடைக்க வேண்டிய அனுகூலங்கள் எதையும் கிடைக்கா மலும் செய்தது. யாரிடமும் எதுவும் சொல்லாமல் பக்தூர் உஸ்மான் அப்படியாக விலாதாவிலிருந்து விடை பெற்றார். காலத்திற்கு அதற்கேயான நீதிகளும் எதிர் நிகழ்வுகளுமுண்டு.

பக்தூரா ஷம்ஸாத் ரொம்பவே மாறிப்போய்விட்டார். அவரது வினோதங்களும் சிரிப்பும் மீறும் பெண் குணங்களும் இப்போதெல்லாம் பழங்கதைகள். சௌதி டாக்டர்களின் அறை யில் பண்படுத்தப்பட்ட ரகசியப் பாதுகாப்பினுள் அவர் ஒதுங்கி வாழ்ந்தார். வார்டில் வேலை முடிந்ததும் சௌதி பக்தூராக் களுடன் அந்த அறையில்தானிருப்பார். உள்ளங்கை வரை நீண்ட பொத்தான் வைத்த ஓவர் கோட்டு. ராஹிலாவைப் போல் தலையில் வெள்ளை முக்காட்டின் தலைப்பால் உதடு களையும் மூக்கையும் மூடிய ஒரு கட்டு. சுபாவத்தில் கௌரவம் அதிகரித்திருந்தது. சிரத்தையுடன் பரிதாபமாக அவர் நல்ல முஸ்லிமாக மாறியிருந்தார். ஸபிதாவைப் பார்க்கும்போதெல்லாம் அவரிடம் பழைய நட்பின் பசுமையும் ஈரமும், முகத்திலும் வார்த்தைகளிலும் அலையடித்து வருமென்றாலும் இரண்டு இரண்டரை வருடங்களுக்கு முன்பு ஸாஹிர் ஆஸ்பத்திரி அறைக்குள் கண்ட உண்ர்ச்சிப் பிளம்பான ஷம்ஸாதிலிருந்து இப்போது எவ்வளவோ மாறிப்போயிருந்தார். இரண்டுபேரும் இரண்டு யூனிட்டுகளிலிருந்ததால் நேரடி நட்புக்கான வாய்ப்பு களும் குறைந்துபோய்விட்டன.

பெண்கள் பிரிவிலும் குழந்தைகள் பிரிவிலுமாக சௌதி பக்தூராக்களின் எண்ணிக்கை அதிகரித்துக் கொண்டிருப்பதற் கேற்ப சௌதிகளும் வெளிநாட்டினரும் என்ற மௌனப் பிரி வினை டாக்டர்களின் மனதிலும் உருவாகி வருகிறதோ என் றொரு சந்தேகமுமிருந்தது. சௌதி பக்தூராக்கள், முதல் தரமான வர்கள். ஆடையணிவதிலும் நடைமுறைகளிலும் சிறு நெகிழ்வுத் தன்மையுடன்கூடிய வெளிநாட்டு பக்தூராக்கள் இரண்டாம் தரத்தினர். உதட்டில் லிப்ஸ்டிக்குடன் பணிக்கு வரும் ஃபிலிப் பைனி பக்தூரா ஸமீஹா திருமணமாகாதவள். மஃப்தாவால்

காதுகளை மூடிக்கொள்ளாத ஸபிதாவுக்கு ஒருதடவை பக்தூரா ராஹிலா அறிவு புகட்டினாள்:

"பக்தூரா, ஸ்டெத்தின் இயர்பீஸைத் துணியின்மீது வைத்தாலும் கேட்க முடியுமல்லவா? நாங்களெல்லாம் அப்படித்தானே செய்கிறோம். முயற்சி செய்து பாருங்களேன்."

"சாரி பக்தூரா, என்னுடைய கேட்கும் திறன் அவ்வளவு நன்றாக இல்லை என்பது எனக்குத் தெரியும்."

பின்பக்கமாக நகர்ந்துகொண்டிருக்கும் மஃப்தாவிடமிருந்து விடுதலை கோரும் ஸபிதாவின் முடிச்சுருள்களைப் பார்த்து அவள் இன்னொரு தடவை நினைவுபடுத்தினாள்:

"மரணமடைந்த பின்பு நீங்கள் வெளியே காட்டிய முடியிழைகளைப் பற்றிப் பிடித்து நரகத்திற்குள் இழுத்துச் செல்லப்படுவீர்கள் என்பதைக் கேள்விப்பட்டதில்லையா?"

"அய்யோ, இது எனக்கு புதிய ஒரு தகவல்தான். ஆனால், ஒரு டாக்டர் என்ற நிலையில், என்னுடைய கேட்கும் திறனை நான் முழுவதுமாகப் பயன்படுத்த வேண்டுமல்லவா? அதற்காக ஒரு சிறு காம்ப்ரமைஸ். என்னால் அது இயலாது."

ஹதீஸ் புத்தகங்களைப் படிக்கும்போது மனதினுள் தட்டுப்பட்ட ஒன்றாகவே இருக்க வேண்டும், பக்தூரா ராஹிலா இப்போது சொன்ன விஷயமும். ஆறு லட்சத்திற்கும் அதிகமாகவே இருக்கும், நபியின் வாழ்க்கைச் சரியைகளும் உபதேசங்கள் என்கிற பெயரில் தொகுக்கப்பட்ட ஹதீஸ்களும். இதில் கிட்டத்தட்ட ஏழாயிரம்வரைதான் முழுமையாக அங்கீகரிக்கப்பட்டவையாம். பல்வேறு காலகட்டங்களினூடே மதப் பண்டிதர்களெனச் சொல்லிக்கொண்ட ஆட்சியாளர்களால் தங்களது கோட்பாடுகளை வலியுறுத்துவதற்காக மட்டுமல்ல, லௌகிக இலாபங்களுக்காகவும் உருவாக்கப்பட்டதற்கான வாய்ப்புகளும் இதனுள்ளிருப்பதை நாம் உதாசீனம் செய்துவிட இயலாது. இதுதான் வரலாறாகவும் இருக்கிறது. இதில் அறிவுக்கும் நடைமுறைக்கும் ஒத்துவராத, சில வேளைகளில் வேடிக்கையாகவும் கிண்டலாகவும் தோன்றக்கூடியவையும் நிறையவே உண்டு. மட்டுமல்ல, நபியின் மறைவுக்கு, இரண்டரை நூற்றாண்டுகளுக்குப் பிறகுதான் இமாம் புகாரியின் அங்கீகரிக்கப்பட்ட ஹதீஸ்கள் வரையறுக்கப்படுகின்றன. நூற்றாண்டுகளினூடே கடந்துவந்த வாய்மொழிகளின் அடிப்படையிலான ஹதீஸ்களின் தொகுப்பு. நபி சொன்னதை நேரடியாகச் செவிமடுத்தவர் . . . சொன்னதைக் கேட்டுச் சொன்னவர் . . . சொன்னதைக்கேட்டுச் சொன்னவரென்று.

இடையிடையே ஸபிதாவின்மீது இப்படியான சில கண்டனங்களும் அவளது தான்தோன்றித்தனங்களும் உண்டு என்றாலும் ஸபிதா விலாதா ஆஸ்பத்திரியில் பிரியத்திற்குரியவள்தான். பணியில் முழுமையான ஈடுபாடு, நோயாளிகளிடம் அன்பாக நடந்துகொள்வது, சக டாக்டர்களுடன் இணக்கமாகச் சேர்ந்து பணியாற்றும் திறன் போன்றவைகளெல்லாம் வெளிப்படையான மனதுடன் அங்கீகரிக்கப்படுவதுண்டு. ஆச்சாரமான விஷயங்களில் தனது சாங்கோபாங்கமான அணுகுமுறைகளை அவர்கள் பொறுத்துக்கொள்வதுகூட இந்தக் குணங்களால்தான் என்பதையும் ஸபிதா அறிவாள்.

ஒரு தடவை, ஐந்தாம் மாடிக்கு லிஃப்டில் போகும்போது பக்தூரா ஷம்ஸாதும் உட்பட்ட இக்பாலின் யூனிட்டுடன் ஸபிதாவும் எதிர்பாராமல் சேர்ந்துகொண்டாள். சிறு சிறு பேச்சுக்களினிடையே டாகடர் இக்பால் சொன்னதைக் கேட்டு ஸபிதா ஆச்சரியத்திலாழ்ந்து போனாள். "நமக்கு பக்தூரா ஷம்ஸாதைப் போல் பக்தூரா ஸபிதாவையும் சரிப்படுத்தியெடுக்க வேண்டும். ஒரு முகத்திரையை பக்தூராவும் போட்டுக்கொள்ளலாம்போல்தான் தோன்றுகிறது." ஏறிட்டுப் பார்த்த ஸபிதாவுக்கு வேடிக்கைப் பேச்சுக்கும் மேலான ஒன்றை பக்தூர் இக்பாலின் முகத்தில் வாசித்துப்பார்க்க முடிந்தது. தன்மீது ஆர்வம்கொண்டிருக்கும் ஒரு நபரின் தொட்டுணர்த்தல் அல்லவா இது? மேற்கத்திய பெண்ணைத் திருமணம் செய்துகொள்ள விரும்பிய, முற்போக்கான வாலிபத்திலிருந்து பக்தூர் இக்பால் ரொம்பவே முன்னேறியிருக்கிறார். புனித நகரமும் காலநகர்தலும் பக்தூர் இக்பாலின் பார்வைகளை மிகவும் மாறுதலுக்குள்ளாக்கி இருக்கின்றன.

"மறைக்கப்படுமளவுக்கு எனது முகம் அழகாகவோ, அல்லது விகாரமாகவோ இல்லையென்பது என்னுடைய நம்பிக்கை." ஸபிதாவுக்கு அப்போது இப்படித்தான் சொல்லத் தோன்றியது.

லிஃப்ட் அப்போது ஐந்தாவது மாடிக்கு வந்திருந்தது. டாக்டர்கள் வெளியே வந்து பிரிந்துபோகவே எதிர்ப் புறமிருந்த வார்டை நோக்கி நடக்கத் தொடங்கிய ஸபிதாவிடம் பக்தூர் இக்பால் குரல் தாழ்த்திச் சொன்னார்:

"நீங்கள் ஏன் உங்களைக் குறைவாக மதிப்பிடுகிறீர்கள்? காலம் உங்களுடைய முகத்தைத் தீண்டவே இல்லையே?" ஸபிதா ஒரு நிமிடம் ஸ்தம்பித்து நின்றுவிட்டு உடனே மனதிற்குள் சிரித்தபடியே திரும்பி நடந்தாள். எல்லோரையும் அடித்து ஒழுக்க போதங்கள் கற்பிப்பதற்கிடையிலும் ஒரு பழைய காதல் மனம் கிளர்ந்திருக்கிறது.

முஸ்தஷ்ஃபா ஷாஹிரிலிருந்து மற்றுமொரு இந்தியப் பெண் டாக்டர் விலாதாவுக்கு வந்திருக்கிறார். ஹைதராபாதைச் சேர்ந்த பக்தூரா ஆஸியா. சௌதிக்கு வந்து ஏழு வருடங்களுக்கு மேலாகிறது. பேச்சிலும் நடவடிக்கைகளிலுமெல்லாம் பக்தி நிரம்பியோடும். சாயங்கால நேரங்களில் இந்தியன் – பாகிஸ்தானி குடும்ப வட்டாரங்களில் பெண்களுக்கான விவாத வகுப்புகள் ஏற்பாடு செய்வதும் சொற்பொழிவுகள் நடத்தவும் செய்கிற ஒரு டாக்டர் பெண்மணி. வாரமொருமுறை கண்டிப்பாக ஹரமில் போய் தவாபு செய்துவிடுவார். பக்தூரா தாஹிராவும் ஆஸியாவும் வெகு சீக்கிரமாகவே தோழியராகிவிட்டனர். சௌதிகள் அல்லாத டாக்டர்களின் அறை, இடையிடையே இவர்களது விவாதங்களாலும் உபதேசங்களாலும் சத்தக்கோலா கலங்களால் நிறைந்துவிடும். மதரீதியிலான விஷயங்களில் திட மான நிலைப்பாடுகளில்லாதவளாக இருந்தாலும் பக்தூரா ஷாஹீன், தாஹிரா மற்றும் ஆஸியாவின் பாண்டித்தியத்தில் லயித்துப்போயிருந்தாள். நேரம் கிடைக்கும்போதெல்லாம் அவர் களுடன் ஒட்டிக் கொள்வாள். அவர்களுடன் முரண்படுவ தற்கான வாய்ப்புகள் ஸபிதா எதிர்பாராமலேயே வந்துகொண்டே இருந்தன. பணியின்மீதான பக்தூரா தாஹிராவின் சிரத்தை யின்மை எல்லோரையும்போல ஸபிதாவையும் சலிப்படைய வைத்திருந்ததல்லவா? பொதுவாகவே, கூட்டமில்லாத ஆனால், எப்போது வேண்டுமானாலும் அவசர கேஸ்கள் வருவதற்கான வாய்ப்புள்ளதும், எல்லா வார்டுகளிலும் போக வேண்டிய தேவைகள் வருகிறதுமான வார்டில், டியூட்டியிலிருக்கும்போது பக்தூரா ஆஸியா பெரும்பாலும் இந்தப் பொறுப்பையும் சேர்த்து ஸபிதாவிடம் ஒப்படைத்து விடுவார். பிறகு, முதீர்அயாதா பொறுப்பிலிருக்கும் சூடானி காதரை வசப்படுத்தி மத ஆய்வு வகுப்பிருப்பதாகச் சொல்லிவிட்டுப் போய்விடுவார். இப்படிச் சாயங்கால நேரங்களில் இரண்டு மூன்று மணி நேரங்கள் இல்லாமலிருக்க ஆரம்பித்தார். தான் மிகவும் உன்னதமான ஒரு பணிக்குப் போவதாகவும் ஸபிதாவையும் காதரையும் போன்றவர்கள் இதற்கான நேரத்தை ஒதுக்கித் தரும் தார்மிகப் பொறுப்புடையவர்கள்போலவுமிருக்கும் அவளது இந்தச் செயல்பாடுகள். இரண்டுக்குமதிகமான தடவைகள் இது நிகழ்ந்த போது ஸபிதாவால் சொல்லாமலிருக்க முடியவில்லை.

“பக்தூரா, அவரவர்களின் பணியைச் சரியாகச் செய்வது தான் அதிக பலனளிக்கும் பக்தி முயற்சி என்று நான் நம்பு கிறேன்.”

பக்தூரா ஆஸியாவிற்கு இது மனதில் தைத்துவிட்டது. இதற்குப் பிறகு அவள் ஸபிதாவிடம் பொறுப்பை ஏற்றுக் கொள்ளச் சொல்லிக் கேட்பதில்லை. தனது வார்த்தைகள்

அவளுக்குள் மனமாறுதலை ஏற்படுத்திவிட்டதாகவெல்லாம் ஸபிதா நம்பவில்லை. ஏனென்றால் அவள் ஸபிதாவை விடவும் பலமடங்கு உயரத்திலிருப்பதாக மன அளவில் நம்புகிறவள். பின்பொரு சந்தர்ப்பத்தில், 'பக்தூரா ஸபிதாவின் அந்த வார்த்தை களை நான் ஒருபோதுமே மறக்க மாட்டேன்' என்று குறிப் பிட்டாள். ஸபிதாவை உதாரணமாகக் குறிப்பிடுவதுபோல் சொன்னாலும் காயம்பட்ட ஒரு விலங்கின் உறுமலாகவே ஸபிதா இதை உணர்ந்துகொண்டாள்.

டியூட்டியின்போது கிடைக்கும் ஓய்வு நேரங்களில் வாசிப் பதற்கென ஸபிதா எப்போதுமே ஏதாவதொரு புத்தகத்தைப் பைக்குள் வைத்திருப்பாள். சில நேரங்களில் அது குர்ஆன் மொழிபெயர்ப்பாகவுமிருக்கலாம்; சில நேரங்களில் வரலாற்றுப் புத்தகங்கள்; கூடவே, மலையாளப் பத்திரிகைகளும் வார இதழ்களுமிருக்கும். சந்தர்ப்பங்களுக்கும் மன நிலைக்குமேற்ப அப்போது தோன்றுவதை வாசிப்பாள். ஒருநாள் அறைக்குள் தனியாக உட்கார்ந்து மலையாளத் தினசரி ஒன்றை மேலோட் டமாகப் புரட்டிக்கொண்டிருக்கும்போது ஆஸியாவும் தாஹி ராவும் ஏதோ பேசியவாறே அறைக்குள் வந்தார்கள். அது, ராஜீவ் காந்தியின் முதலாமாண்டு நினைவாக வெளிவந்த பத்திரிகையென்பதால் முன் பக்கத்தில் பூக்களால் அலங்கரிக்கப் பட்ட அவரது ஒரு பெரிய புகைப்படமுமிருந்தது. ஸபிதாவும் ரஷீதும் முதல் வருடத்தில் ஒரு விடுமுறை நாளில் கோழிக் கோட்டில் தங்கியிருக்கும்போதுதான் ராஜீவ் காந்தி, மருத்துவக் கல்லூரி மைதானத்தில் ஹெலிகாப்டரில், வட கேரளத்தில் இறுதிக்கட்டத் தேர்தல் பிரச்சாரத்திற்காக வந்திறங்கினார். மழைச் சாரலும் இடி மின்னலுமான அந்தச் சாயங்காலத்தின் நினைவுகளும் இது நடந்து சரியாக ஒரு வாரத்திற்குப் பிறகு சௌதியில் வந்திறங்கிய அன்றிரவு சௌதி தொலைக்காட்சியில் அக்னி நாளங்கள்போல் சொல்லப்பட்ட அவரது மரணம் பற்றிய நடுங்கும் நினைவுகளும் ஸபிதாவின் மனதில் அப்போது சுழன்றுகொண்டிருந்தன. ஸபிதா எதை வாசித்துக்கொண்டிருக் கிறாள் என்று எட்டிப்பார்த்த ஆஸியா சொன்னாள்:

"இந்தப் பூமியில் அவருக்குப் பூக்கள் அர்ப்பணம் செய்யப் படுகின்றன. நாளை, மறுமையில்?"

"மறுமையில் என்ன நடக்குமென்று நமக்கென்ன தெரியும்? அல்லாஹுவுக்கு இந்த மனிதன் உவப்பானவனா இல்லையா என்பதை நம்மால் யூகிக்க முடியாதல்லவா?"

"பக்தூரா ஸபிதா, ஏன் யூகிக்க முடியாதென்று சொல்கி றீர்கள்? அவர் ஒரு முஸ்லிமில்லையென்பது உங்களுக்குத் தெரியாதா?"

ஸபிதாவின் மனதினுள் ஒரு இரும்புக்கம்பியைக் காய்ச்சிச் சொருகியதுபோலிருந்தது. இவர்கள் என்ன சொல்லவரு கிறார்கள்?

“இஸ்லாத்தை ஏற்றுக்கொள்ளாத ஒரே காரணத்திற்காக பூமியிலுள்ள எல்லா நல்ல மனிதர்களுமே நரகத்தில் தள்ளப்படு வார்கள் என்று உண்மையிலேயே நீங்கள் நம்புகிறீர்களா?”

“இதிலென்ன சந்தேகம் பக்தூரா? சஹாதத்து*க் கலிமாவை மனதில் சொல்லி உறுதிப்படுத்திக்கொள்ளாத யாருமே சுவர்க் கத்தையடைய முடியாது.”

“மகாத்மா காந்தியும் மதர் தெரேஸாவுமெல்லாம் நரகத்திற் குத்தான் போவார்களா?”

“சந்தேகமில்லாமல்.”

“அப்படித்தான் ... அப்படித்தான் என்றால் பக்தூரா ஆஸியா, உங்களுடைய அந்த சொர்க்கம் எனக்குத் தேவையில்லை.” ஸபிதாவுக்கு உதறலெடுத்தது. “எனக்கு காந்திஜியும் மதர் தெரே ஸாவுமிருக்கும் நரகமே போதும்.”

“பக்தூரா ஸபிதா உங்களுடைய மதக்கல்வி பூரணமாக வில்லை. பிரச்சினை இதுதான். நீங்கள் ஏன் மார்னிங் டியூட்டி யுள்ள நாட்களில் சாயங்கால விவாத வகுப்புகளில் பங்கெடுக்கக் கூடாது? உங்களுக்கு நாங்கள் உதவுகிறோம்.” பக்தூரா தாஹிரா சொன்னார்.

“வேண்டாம், அது தேவையில்லை. நானாகவே படித்துக் கொள்கிறேன். சுயமாகத் தேடுவதற்கான அறிவை ஆண்டவன் எனக்குத் தந்திருக்கிறான்.”

அந்தப் பேச்சுவார்த்தைக்கு ஸபிதா முற்றுப்புள்ளி வைத்தாள்.

சில வியாதிகள் சிகிச்சைக்கு அப்பாற்பட்டவை.

பக்தூரா தாஹிராவும் ஆஸியாவும் கீழே கார்பெட்டில் சுப்ராவை விரித்தார்கள். சௌதி வழக்கப்படி சாப்பிடுவதற்கான ஏற்பாடு. ஸபிதா மெதுவாக வாசலைத் திறந்து பிரசவ அறையைப் பார்த்து நடந்தாள்.

---

* முஸ்லிமிற்கான ஐந்து உறுதிமொழிகளில் இரண்டாவது

பதினெட்டு

பிரசவ அறையின் வாசலில் பக்தூர் ஆஷிக் யாரிடமோ பேசிக்கொண்டு நின்றிருந்தார். அந்தப் புதிய நபர் யாரென்று விளங்கவில்லை. பக்கத்தில் சென்றதும் ஆஷிக் அவரை அறிமுகம் செய்து வைத்தார்:

"பக்தூரரா ஸபிதா, இது பக்தூர் ரியாஸுத்தீன். நம்முடைய புதிய ஸ்பெஷலிஸ்ட். எகிப்தியன். ஆனால், திறமையானவர். என்னுடைய மனைவி ஃபைஸாவும் எகிப்துக்காரிதான் தெரியுமா பக்தூர் ரியாஸ்? அந்த உரிமையுடன்தான் நான் இதைச் சொல்கிறேன். மிகவும் திறமையானவர்; நடைமுறை அறிவுள்ளவர். இவர் பக்தூரரா ஸபிதா. ஹிந்தியா. விலாதாவின் நல்ல டாக்டர்களில் ஒருவர். இதை நீங்கள் போகப்போகப் புரிந்துகொள்வீர்கள். மட்டுமல்ல, பக்தூரரா, மிகவும் நல்ல ஒரு முஸ்லிம் என்றும் என்னால் சொல்ல முடியும்."

ஸபிதா ஆச்சரியத்துடன் ஆஷிக்கைப் பார்த்தாள். நல்ல முஸ்லிம் என்று இவர் சொன்னதற்கு என்ன அர்த்தம்? ஆனால், அவரது முகத்தில் கேலிக்கான அடையாளம் சிறிதுகூடக் கிடையாது. சொன்னது உண்மை என்பதுபோன்ற கௌரவம்தானிருந்தது. நல்ல முஸ்லிம் என்பதற்கான ஆஷிக்கின் அளவுகோல் எது? தன்னிடம் எப்போதும் நட்புடனும் பரிவுடனும் நடந்துகொள்பவர்தான் ஆஷிக். மிகுந்த பண்பும் பக்தியுமுள்ள மிஸ்ரி பக்தூரரா ஃபைஸாவும் அன்பான மூத்த சகோதரியின் பாவனையுடன்தான் தன்னிடம் நடந்துகொள்வார். பக்தூரரா தாஹிராவின் சில நடவடிக்கைகளைப் பற்றி, 'வல்லாஹி, இஸ்லாத்திற்கு விரோதமானது' என்று சம்பாஷணையில் அதிக ஆர்வமுள்ள ஆஷிக் அவ்வப்போது சொல்லிக் கொள்வதை ஸபிதா கவனித்ததுண்டு. 'நல்ல முஸ்லிம்'

என்பதற்கான அளவுகோலைப் பற்றி வித்தியாசமான ஒரு பார்வையுடைவர்கள்தான் ஆஷிக்கும் ஃபைஸாவும் என்கிற எண்ணம், சற்றுமுன் அறையில் வைத்து ஏற்பட்ட அனுபவங்கள் தந்த வேதனையிலிருந்து ஸபிதாவுக்கு ஆறுதல் அளித்தது. முகத்தையும் உடலையும் மூடிக் கட்டுவதையும், குர்ஆனையும் ஹதீஸையும் மனப்பாடமாக்கி விவரிப்பதையும் கடந்த இஸ்லாமிகத்துவத்தை அங்கீகரிக்கச் சிலராவது இருக்கிறார்களே?

பலஸ்தீனியர்கள் பொதுவாகவே நேர்மையான குணமும் சுதந்திரச் சிந்தனையும் உடையவர்கள் என்றுதான் தோன்றுகிறது. பக்தூர் ஹாஷிம், முன்பொரு தடவை இந்தோனேஷிய கத்தாமாவிடம் நடந்துகொண்டதுபோன்ற ஆண் மேலாதிக்கச் சிந்தனைகள் மனதினுள் இருக்கக்கூடுமென்றாலும் எகிப்திய டாக்டர்களை விடவும் உயர்ந்தவர்கள் என்பதுவே ஸபிதாவின் அனுபவமாக இருந்தது. ஒன்றாகச் சேர்ந்து பணியாற்றும் போதும் அதிகமான மன நெருக்கமும் ஒத்துழைப்பும் அவர்களிடமிருந்து கிடைப்பதுண்டு. பல்லாண்டுகளாக யூதர்களின் கொடுமைகளுக்குள்ளாகி, போராடிக்கொண்டிருக்கும் முஸ்லிம் சகோதரர்கள் என்கிற நிலையில் பொதுவாகவே முஸ்லிம் உலகம் அளிக்கும் உதவியும் பாதுகாப்பும் சில நாட்களுக்குள் தலைகீழாக மாறப்போகிறது என்கிற விஷயம் ஸபிதாவுக்கு அப்போது தெரியாது. ஸபிதாவுக்கு மட்டுமல்ல, யாருக்குமே தெரியாது.

ஒருநாள், இராக் ராணுவம் குவைத்தைக் கைப்பற்றியது எனும் திடுக்கிடும் செய்தி சௌதி முழுவதும் படர்ந்தது. இராக்கிற்கு உரிமைப்பட்ட எண்ணெய் வயல்களை குவைத்தியர்களும் அதன் அமீரும் ஆண்டு அனுபவித்துக்கொண்டிருக்கிறார்கள் என்பதுதான் இராக் தரப்பு நியாயமாக அப்போது முன்வைக்கப்பட்டது. இராக்கின் நியாயங்களுக்கும், அவர்களது அத்துமீறலுக்கும் குவைத்திலிருந்த பலஸ்தீனியர்கள் ஆதரவாக இருந்தார்களாம். பலஸ்தீனிய டாக்டர்களுடன் நடத்திய தனிப்பட்ட வகையிலான விவாதங்கலிருந்து இராக்கிற்கு வெளியிலுள்ள பலஸ்தீனியர்களும் இந்த அபிப்பிராயத்துடனிருந்ததாகவே புரிந்துகொள்ள முடிந்தது. அத்துமீறலின் வேதனைகளை மிக அதிகமாக அனுபவித்தவர்களின் கருத்துக்களில் தெளிவும் தீர்க்கமுமிருக்கும்.

அத்துமீறிய இராக் ராணுவத்தால் கொள்ளையடிக்கப்பட்டவர்கள் குவைத்தின் செல்வந்தர்கள் மட்டுமல்ல, குவைத் மண்ணில் வேர்களைப் பதித்து, வாழ்க்கையைப் வளப்படுத்தத் தொடங்கியிருக்கும் இந்தியா, பாகிஸ்தான், எகிப்து, பங்களாதேஷ் போன்ற நாடுகளைச் சேர்ந்தவர்களும்தான். வீட்டையும் உடைமைகளையும் மன ஆதங்கத்துடன் விட்டு குடும்பம் குடும்பமாக

அவர்கள் உயிர்ப் பயத்துடன் குவைத்தை விட்டு ஓடினார்கள். இரவோடிரவாக, கிடைத்த வாகனங்களிலும் நடந்தும் ஓடியும் பாலைவனத்தில் தளர்ந்து விழுந்தும் யூ.என். ராணுவம் அளித்த நீரையும் ரொட்டித் துண்டையும் பிச்சைக்காரர்கள்போல் கையேந்தி வாங்கிய அவர்கள் ஜோர்தான் எல்லைக்குள் போய் விழுந்தார்கள். நாட்டிற்கு வந்து சேர்ந்தவர்களையும் சேராதவர் களையும் எங்கே என்று தெரியாதவர்களையும் பற்றி உறவினர் களது விசாரணைகள் ... பதற்றத்துடனான பேச்சுக்கள். ஆபத்து, சௌதி அரேபியாவிற்குள்ளும் வியாபித்துவிடும் என்று பயப்பட வைக்கும்படியான, சாயம் பூசப்பட்ட அனுமானங்கள் ... தொடர்ந்த பல அரேபிய தினங்கள், பெரும் மனக்கவலை அளிக்கும்படியாக இருந்தன. அமெரிக்காவுக்கு ராணுவத்தளம் அமைத்துக் கொடுத்த சௌதி அரேபியாதான் இப்போது சதாம் ஹுஸைனின் நம்பர் ஒன் எதிரி. இனி அடுத்த தாக்குதல் சௌதியின் மீதுதான். தனது அண்டை நாட்டின் சுயாட்சியினுள் அத்துமீறிய அகம்பாவக் கரங்களை வெட்டியெறிவதற்காக முஸ்லிம் உலகங்கள் ஒன்றாகச் சேர்ந்து வரவழைத்துத் தளம் அமைத்துக்கொடுத்தன அமெரிக்காவின் ராணுவத்திற்கு. ரசாயன ஆயுதங்களை அடைகாக்கும் சாத்தான்தான் சதாம் என்று அமீர்களையும் மன்னர்களையும் நம்ப வைத்தது, முதலாம் ஜார்ஜ் புஷ்சின் அமெரிக்கா.

டியூட்டியில்லாத நேரங்களில் எல்லோருமே இப்போது தொலைக்காட்சிப் பெட்டியின் முன்னால்தான். அமெரிக்க ராணுவம் தலைநகரான ரியாது நகரில் வந்திறங்கிக்கொண்டிருந் தது. ஓய்வில்லாத அலைகளுக்கப்பால், கல்ஃபின் உட்பகுதிகளில் அமைதியாகத் தவழ்ந்துகொண்டிருந்த அரபிக்கடலின் மார் மீது அமெரிக்காவின் ராணுவக் கப்பல்கள் நங்கூரமிட்டுக்கொண் டிருந்தன. கப்பல்களின் உச்சியிலிருந்து ஐந்து நிமிடத்திற்கொரு தடவை, குண்டுகள் நிரப்பிய போர் விமானங்கள் ஹுங்கார முழக்கத்துடன் உயர்ந்தெழுந்துகொண்டிருந்தன. ரியாதிலும் அருகிலுள்ள பகுதிகளிலும் சதாம் ஹுஸைனின் ராணுவம் தொடுத்து விட்ட ஏவுகணைகள் வந்து விழுந்துகொண்டிருந்தன. அடிபட்ட பாம்பின் பகையுணர்வு கொண்டவர் சதாம். சௌதி யின்மீது ரசாயன ஆயுதங்களை வீசித் தாக்குதல்தொடுப்ப தற்கான வாய்ப்புகளும் மிகுதியாக இருந்தன. பொதுமக்கள் அனுசரிக்க வேண்டிய முன்னேற்பாடுகளைப் பற்றி, செய்தி இடைவேளைகளின்போது தொலைக்காட்சியில் அறிவுறுத்தப் படும் விஷயங்கள் மேலும் பதற்றங்களை உருவாக்கின. கதவு களையும் சன்னல்களையும் அடைத்து அதன் இடைவெளி களையும் பிளாஸ்டரால் மூடி விடுங்கள். அபாய ஸைரன்களைச் செவிமடுத்துக் கேளுங்கள்.

தனது ஃபிளாட்டின் இடைவெளிகளைத் தேடிப்போன ஸபிதா மிகுந்த பதற்றத்திற்குள்ளாகிவிட்டாள். மெக்காவை விரிவுபடுத்தும் பொருட்டு முதலில் தங்கியிருந்த கட்டடத்தை இடித்துத் தரைமட்டமாக்கப் போவதாக அறிந்து அவசர அவசர மாக மாறியதுதான் இப்போது தங்கியிருக்கும் ஓரளவு பழைய கட்டடத்திலுள்ள இந்த ஃபிளாட். வாசல் கதவுகளின், சன்னல் கதவுகளினிடையே கீறல்கள்; துவாரங்கள் . . .

கறுப்பு பிளாஸ்டர்கள் ஒட்டியே அவள் தளர்ந்து போனாள். ஸபிதாவும் ரஷீதும் வேலைக்குச் சென்ற பிறகு வீட்டில் குஞ்ஞு ஷஹீரும் அஸ்மா தாத்தாவும் மட்டும்தான். பிளாஸ்டருக்குள் ளடங்காத ஒவ்வொரு இடைவெளியும் மகனின் இரத்த நாளங்கள் வரை செல்லும் விஷவாயுக் குழலாக மாறி ஸபிதாவை அழவைத்தது. ஒவ்வொரு நாள் டியூட்டிக்குப் போகும்போதும் அவள் மகனை அணைத்துக்கொள்வாள். இனி ஒருவேளை பார்க்க முடியாமல் போய்விடுமோ? எமெர்ஜென்சி அமல் படுத்தப்பட்டுவிட்டால் ஒருவேளை ஆஸ்பத்திரியிலேயே சிக்கிக்கொள்ளவும்கூடும். புனித நகரான மெக்காவை சதாம் ஆக்கிரமிக்கமாட்டார் என்று ஆஸ்பத்திரியில் பேசிக்கொண்டார்கள். ரசாயன ஆயுதம் பயன்படுத்தப்பட்டால் அணிந்துகொள்ள வேண்டிய சிறு ஆக்ஸி ஜன் ரிஸர்வோயர்கள் கொண்ட ஜாக்கெட்டைப் பற்றியும் அதை உடனடியாக எப்படி அணிந்துகொள்வது என்பதைப் பற்றியும் தொலைக்காட்சியில் விவரிக்கப்பட்டது. ரியாதிலுள்ள வர்களெல்லாம் இதை வாங்கிச் சேர்க்கத் தொடங்கியிருந்தார்கள். மெக்காவில் இது கிடைக்குமோ என்னமோ? குஞ்ஞு ஷஹீருக்குப் பொருத்தமானது கிடைக்குமா? பிற்பகல் மூன்று மணி டியூட் டிக்குப் புறப்படும்போதும் ஸபிதாவின் சிந்தனை இதைப் பற்றியதாகவே இருந்தது. மன அழுத்தமும் இனம் புரியாத பீதியும். வெறுமை படர்ந்த மனதுடன் உடையணிந்து கைப் பையையும் தயாராக எடுத்து வைத்தாள். திடீரென்று நரம்பு மண்டலங்களை நடுங்க வைப்பதுபோல் தெருவில் ஸைரன் முழங்கியது. பக்கத்திலிருந்த சன்னல் கண்ணாடியினூடே வெளியே எட்டிப் பார்த்த ஸபிதாவும் அஸ்மா தாத்தாவும் நடுங்கிப்போய்விட்டார்கள். தெருக்களில் போய்க்கொண்டிருந் தவர்களெல்லாம் ஓடி, வீடுகளிலும் கடைகளிலும் ஏறுகிறார்கள். கடைகளின் ஷட்டர்களெல்லாம் இறங்குகின்றன. தெரு, ஒரே நிமிடத்தில் வெறிச்சோடிவிட்டது. உம்மாவின் பதற்றத்தைக் கண்டு ஷஹீர் அவளைக் கட்டிப் பிடித்துக்கொண்டான். ஸபி தாவும் அவனை அப்படியே அள்ளி அணைத்துக்கொள்கிறாள். கோழிக்குஞ்சைச் சிறகினுள் அணைத்தபடியே ஒடுக்கிக்கொள் ளும் தாய்க் கோழியைப் போல் பதற்றத்துடன் உள் அறைக்குள் ஓடினாள். அஸ்மா தாத்தாவையும் உள்ளே தள்ளி வாசலை

அடைத்தாள். அடைக்க இயலாத பிளவுகள் நினைவுக்கு வந்து அவளது கால்களில் நடுக்கமாகப் படர்ந்தது. ரஷீது இப்போது எங்கே இருக்கிறானோ? காஷுுவாலிட்டியின் திறந்த வெளியிலா? விஷவாயுவாக இருந்தால் அது மெக்காவின் நாடி நரம்புகளி னூடே படர்ந்துவிடுமல்லவா? யார்தான் மிச்சமிருக்கப் போகி றார்கள்? சேர்ந்து சாகவும்கூட இயலாத இந்த நிலைமை அவளால் தாங்கிகொள்ள முடியாததாக இருந்தது.

பத்து நிமிட பீதிப் புகைப்படலத்திற்குப் பின் தெருவில் சத்தமாக ஏதோ ஒரு அறிவிப்பும் ஷட்டர்களை உயர்த்தித் திறக்கிற சத்தமும் கேட்டன. இரைந்தபடியே வாகனங்களும் பாயத் தொடங்கின. பக்கத்து ஃபிளாட்டிலிருந்த மெகரூதா வாசலைத் திறந்தாள்.

“இது வெறும் ட்ரில் மட்டும்தான் பக்தூரா, ரொம்பப் பயந்துவிட்டீர்களோ? ஒரு அவசர நிலை ஏற்பட்டு, ஷைரன் சத்தம் கேட்டால் நாம் எப்படி நடந்துகொள்ள வேண்டுமென்ப தற்கான ஒரு பயிற்சிதான். டி.வி.யில் ஏற்கனவே அறிவிப்பு செய்திருந்தார்கள்.”

வரவிருந்த ஆபத்து நீங்கிவிட்டதென்றாலும் ஸபிதாவால் திகைப்பிலிருந்து சீக்கிரமாக விடுபட முடியவில்லை. இந்த பீதியான சூழலில் இன்னும் எத்தனை நாள் வாழ்வது? அவளது பதற்றம் முழுவதும் ஷஹீரைப் பற்றியதுதான். பூப் போலிருக்கும் மகனின் குருத்து ஜீவன். உயிர் தப்பிவிட்டாலும் அவனுடைய பிஞ்சு இதயம், கல்லீரல், சிறுநீரகம்... அப்படியான ஒரு ஆபத்து நிகழ்ந்துவிட்டால் ஏற்படக்கூடிய தாக்கம் எப்படிப்பட்ட தாக இருக்கும்? அஸ்மா தாத்தா அவனைப் பொன்போல் கவனித்துக்கொள்கிறாள்தான். இருந்தாலும் அபாய அறிகுறி களைப் புரிந்துகொள்ளவும் அதற்கேற்பச் செயல்படவும் அவளால் இயலாமலாகிவிடுமா? இதயத்தைப் பறித்தெடுப்பதுபோன்ற வேதனையுடன்தான் மகனைத் தாத்தாவிடம் ஒப்படைத்துவிட்டு அவள் வேலைக்குப் புறப்பட்டாள்.

நிச்சயமின்மையின், பயத்தின் முள்முனையில் நிறுத்தப்பட்ட பத்துப் பதினைந்து தினங்கள். பின்பொரு நாள் மகிழ்ச்சியான அந்தத் தகவல் வந்து சேர்ந்தது. போர் முடிவுக்கு வந்தது. இராக் ராணுவம் தோற்றுவிட்டது. சௌதி அரேபியாவிலுள்ளவர் களின் முறுக்கேறிப்போயிருந்த நரம்பு மண்டலங்கள் நிம்மதியான செய்தியின் ஹாலோத்தையின் சுவாசித்ததைப் போல் நெகிழ்ந் தன. விலங்கிடப்பட்டு அணிவகுத்து நின்றிருந்த இராக் வீரர் களைத் தொலைக்காட்சியின் முன் அமர்ந்து பார்த்துக்கொண் டிருந்தார்கள். தூசும் புழுதியும் கரியும் படிந்து எதற்கும் இயலா தவர்களாக நின்றிருக்கும் இந்த இளைஞர்களின் கொடுமை

களுக்குப் பயந்தா நாம் இத்தனை நாட்களாக நரம்புகளை முறுக்கேற்றி வெடிக்க வைப்பதுபோல் வாழ்ந்துகொண்டிருந் தோம் என்று யோசித்துப் பார்க்கும்போது வெட்கமாகவும் இருந்தது.

எதிரிகளைத் துரத்தியடிப்பதற்காக நடத்திய குண்டு வீச்சினால் பற்றியெரிந்துகொண்டிருக்கும் எண்ணெய்க் கிணறு களையும் பார்த்தார்கள். கறுத்த புகையில் பல நாட்கள் மூச்சு முட்டிக்கொண்டிருந்த குவைத் நகரின் அவலநிலையையும் பார்த்தார்கள்.

ரியாதில் அமெரிக்காவின் ராணுவத்தளம் ஒரு நிரந்தர ஏற்பாடாக மாறிக்கொண்டிருந்தது. அமெரிக்க ராணுவத்திற்கு மதுவும் மற்றவைகளையும் ஏற்பாடு செய்து தரவேண்டிய கதி கேடு, புராதனமான இரட்டைப் பள்ளிவாசலின் பாதுகாவலர் களுடைய பொறுப்பாகிவிட்டதா?

இதற்கிடையில் பலஸ்தீனியர்கள், சௌதி அரேபியாவின் கண்களில் கரடாக மாறிவிட்டார்கள் என்பது தெரிந்தது. உரக் கச் சொல்ல முடியவில்லை என்றாலும் அவர்களுடனான அதிருப்தி உதாசீனமாகவும் அனுகூலங்களைக் குறைப்பது மூலமாகவும் பாரபட்சமின்றி நிகழ்ந்துகொண்டுதானிருந்தன. பலஸ்தீனிய டாக்டர்களில் பலரும் தங்களது பணியை முடித்து விட்டுப் புதிய தாவளங்களைத் தேடிப் புறப்பட்டார்கள். ஆஷிக்கும் ஹாஷிமும் மற்றும் சிலரும் மட்டுமே இலைகளில் பற்றிப் பிடித் துக் கடித்துத் தொங்கியபடி உதறினாலும் விலகாத புளியெறும் புகள்போல் புண்பட்ட மனதினராக விலாதாவிலேயே தொடர்ந்து பணியாற்றிக் கொண்டிருந்தார்கள்.

காலம் முன்நோக்கி நகர்ந்துகொண்டுதானிருந்தது.

பத்தொன்பது

பிரசவ வார்டில் கூட்டம் குறைந்ததும் தேனீர் குடிக்கும் ஆர்வத்துடன் ஸபிதா அறைக்குள் வந்தபோது சிஸ்டர் சுரய்யாவும் அங்கிருந்தார். பக்தூரா ஆமினா வுடன் அவர் மெதுவான குரலில் ஏதோ முக்கியமான விஷயம் பேசிக்கொண்டிருந்தார். ஆமினா எகிப்துக்காரி. மிஸ்ரியின் அலட்சியக் குணம்தான் அவருக்கும். என் றாலும் மனதால் நல்லவர். தேனீர் கெட்டிலில் நீரையூற்றி ஸ்விட்சை ஆன் செய்வதற்கிடையில் ஸபிதா சுரய்யாவைக் கவனித்தாள். அவளது முகம் மிகவும் இருண்டுபோயிருந் தது. பேசும்போது கன்னத்தில் படரும் இளஞ்சிவப்பு இப்போதில்லை. நான்கைந்து வருடங்களுக்கு முன்பிருந்த சுரய்யாவை ஸபிதா நினைத்துப் பார்த்தாள். ஃபாயிஸைத் திருமணம் செய்துகொண்ட நாட்களில் அவளது அழகு பன்மடங்கு அதிகரித்ததுபோலிருந்தது. மயிலிறகு இமை களுள்ள அவளது நீலக் கண்களில் நாணத்தின், காதலின் வசீகரம் எப்போதுமிருந்தது. அவளது ஆளுமை மென் மேலும் கூடிக்கொண்டிருந்தது. புதிதாகக் கிடைத்த சௌதிக் குடியுரிமை அவளது தன்னம்பிக்கையை அதிக மாக்கியிருக்க வேண்டும். அவளுக்குக் கீழே வேலை பார்ப்பவர்களைத் திடமும் மென்மையும் நிறைந்த சொற் களால் அவள் அனுசரணையின் முள்முனையில் நிறுத்து வதை ஸபிதா கவனித்திருக்கிறாள். வார்டுகள் முழுவதுமே அவள் நிறைந்திருப்பாள். டாக்டர்களிடமும் அவள் எப்போதுமே நல்லுறவுகளைப் பேணுவாள். ஸபிதாவின் மகன் ஷகீரும் சுரய்யாவின் மகனும் கிட்டத்தட்ட சம வயதுடையவர்கள் என்பதால் ஸபிதாவைக் கண்டதுமே மகனைப் பற்றி விசாரிப்பாள். பிறகு குட்டி யஸீதின் குறும்புகளைப் பற்றியும் அவனுக்குப் பிடித்தமானவற்றைப் பற்றியும் வாய் மூடாமல் பேசுவாள்.

“பக்நூரா சமீபத்தில் அவனைப் பார்த்ததில்லையல்லவா? ஃபாயிஸ் அவனுக்கொரு தௌபு* தைத்துக்கொண்டு வந்தான். அதை அணிந்தபோது உண்மையாகவே பக்நூரா நான் ஆச்சரியப் பட்டு போனேன். ஒரு குட்டி ஃபாயிஸேதான்.” அவள் பெருமை யுடன் சொல்வாள்.

சுரய்யாவைத் தான் பார்த்துப் பல நாட்களாகின்றன என்கிற விஷயம் ஸபிதாவின் நினைவுக்கு வந்தது. அவளது இந்த மாற்றத்திற்கான காரணம் என்ன? மறுபடியும் அவள் கர்ப்பமாகியிருக்கிறாளா? அதன் சோர்வுகள்தானா முகத்தில் இருள் படர்வதற்கான காரணம்?

சுரய்யா அப்போதுதான் ஸபிதா வந்திருப்பதைத் தெரிந்து கொண்டாள். திரும்பிப் பார்த்த அவள் வேதனை நிறைந்த முக பாவனையுடன் புன்னகைத்தாள்.

“என்ன சுரய்யா, அடுத்த குழந்தையாக ஃபாயிஸ் வரப் போகிறாராமா? இவ்வளவு சோர்ந்துபோயிருக்கிறீர்கள்?”

தன் பக்கம் முழுமையாகத் திரும்பியபோதுதான் அந்த முகத்திலிருந்த தீவிரமான சோக பாவத்தை ஸபிதா முழுவது மாகக் கவனித்தாள். தன்னுடைய கேள்வி அர்த்தமற்ற ஒன்றோ? எவ்வளவு கடினமான மனவேதனை அவளை அலட்டிக்கொண் டிருக்கிறதோ? தாய்மையின் பாவம் நிறைந்திருக்கும் ஐம்பது வயதான பக்நூரா ஆமினாவிடம் அவள் ஆறுதல் தேடி வந்திருக் கிறாளோ?

“அதெல்லாம் ஒன்றுமில்லை பக்நூரா, மனது சரியில்லை. அது உடம்பிலும் தெரிகிறது.”

அவள் அதிகமாக எதுவும் பேசாமல் வறண்டுபோன ஒரு புன்சிரிப்புடன் பக்நூரா ஆமினாவிடம் காட்டுவதற்காகக் கொண்டுவந்த கேஸ் ஷீட்டுகளையும் ரிப்போர்ட்டுகளையும் நெஞ்சோடு சேர்த்தணைத்தவாறே மெதுவாக இறங்கினாள்.

“சுரய்யா ரொம்ப வருத்தத்துடனிருக்கிறாள். ஃபாயிஸ் இப்போது பழைய ஆள் கிடையாதாம். சுரய்யாமீதான ஆசை தீர்ந்துபோயிருக்கலாம். இனி, அவன் புது மலர்களைத் தேடிப் போய்விடுவான் என்று நினைக்கிறாள்.”

“அவள் சந்தேகப்படுவது பொய்யாக இருக்க வேண்டு மென்று நாம் பிரார்த்திப்போம்.”

---

* அரபிகள் உடுத்துகிற நீளமான வெள்ளை உடை

“ஆனால், அது உண்மையென்பதுதான் எனக்குக் கிடைத்தத் தகவல். அவன் சௌதிக்காரன். இப்படிச் செய்யாமலிருந்தால் தான் ஆச்சரியப்பட வேண்டும். வல்லாஹி பக்தூரா, எகிப்தி யர்கள் இந்த விஷயத்திலெல்லாம் வித்தியாசமானவர்கள் தான்.”

“எனக்குத் தெரியும். சௌதி அரேபியா இப்போதும் ஆணாதிக்க மரபுகளைத் தவறாமல் கடைப்பிடிக்க விரும்புகிற ஒரு சமூகம்தான். இதனூடாகவே அவர்கள் தங்களை நல்ல முஸ்லிம்களாக முன்நிறுத்திக்கொள்ள முயற்சி செய்கிறார்கள்.”

“சரியாகச் சொன்னீர்கள் பக்தூரா, இஸ்லாத்தின் நல்ல அம்சங்களையெல்லாம் இழந்துவிட்ட பிறகும்கூட அவர்கள் ஆச்சாரங்களைக் கைவிடமாட்டார்கள். என்னுடைய கண வருக்கு சௌதிக் குடியுரிமை உண்டு என்பது உங்களுக்குத் தெரியுமல்லவா? எனக்கும் சீக்கிரமாகக் குடியுரிமை கிடைக்கும். நான் இங்கே வந்து இருபது வருடங்களுக்குமேல் ஆகிறதல்லவா? இருந்தாலும், என் மகளை நான் எவ்வளவு பெரிய ஆளாக இருந்தாலும் சரிதான், சௌதிக்காரனுக்குக் கட்டிவைக்கப் போவதில்லை.”

நாய்க்கும் கழுதைக்கும் ஒப்பாக, அருவருப்பான முறையில் பெண்களைச் சித்தரித்திருக்கும் ஹதீஸ்; பெண்களைப் போல் ஆபத்தான ஒன்றை நான் ஆண்களுக்கு மிச்சம் வைத்து விட்டுப் போகப்போவதில்லை என்பது மற்றொரு குறிப்பு. நான் சொர்க்கத்தை எட்டிப் பார்த்தேன், அங்கே அதிகமும் பூமியில் வாழ்ந்த ஏழைகள்தானிருந்தார்கள். நரகத்தைப் பார்த்த போது அங்கே அதிகமும் பெண்கள் (கணவர்களிடம் அனு சரணையின்றி நடந்துகொண்டவர்கள்) தானிருந்தார்கள். இது போன்ற வசனங்களை நபிகளாரின் பெயரால் கற்பிக்கவும் நம்பவைக்கவும் செய்கிற ஒரு மதத்தில் வளர்ந்துவரும் ஆண்களின் மனதில் பெண்ணுக்கான இடம் எதுவாக இருக்க முடியும்?

‘பெண் என்பவள் ஆணின் போக பூமி. நீ எப்போது வேண்டு மானாலும் எப்படி வேண்டுமானாலும் அங்கே நுழையலாம்.’ ‘அவள் அனுசரணையின்றி நடந்துகொண்டால் அவளை அடிக் கலாம்.’ ‘அலங்காரங்களுடன் வளர்க்கப்படுபவளும் வாதங்களில் தனது தரப்பை முன் வைத்து வெற்றி பெற முடியாதவளும் தான் பெண்.’ இது குர்ஆன் வியாக்கியானங்களிலுள்ள பாதக மான அம்சங்களா? அல்லது, சூழ்நிலைகளினுள்ளிருந்து உருவி யெடுக்கப்பட்ட சொச்சங்களா? எதுவாக இருந்தாலும் ஸபிதாவை இந்த வார்த்தைகள் மிக மோசமாக அலட்டவும் தொந்தரவு படுத்தவும் செய்ததுண்டு. உடல் முழுவதையும் மூடிக் கட்டிய பெண்கள் நிறைந்திருக்கும் அரங்குகளில் இஸ்லாம் பெண்களுக்கு

மிகுந்த உன்னதமான இடத்தையும் சுதந்திரத்தையும் அளித்திருக்கும் ஒரு மதம் என்கிற வாதம் எழும்போது இது எந்த அர்த்ததில் சொல்லப்படுகிறதென்றும் யாருடைய மனதிலிருந்து இது எழுகிறதென்பதையும் நினைத்து அவள் ஆச்சரியப்பட்டதுண்டு. சிறைக் கூடத்தினுள் நான் முழுச் சுதந்திரத்துடன் செயல்படுகிறேன் என்று ஒரு கைதி சொல்வதுபோல் கேலியான உணர்வுதான் அப்போதெல்லாம் அவளுக்குத் தோன்றும்.

தேனீர் குடித்தபிறகு, பக்தூரா ஆமினாவிடம் சலாம் சொல்லிவிட்டு ஸபிதா தியேட்டருக்குச் சென்றாள். சிஸேரியன் செய்யப்படவேண்டிய கர்ப்பிணி பிரசவ அறையிலிருந்து தியேட்டருக்கு வந்திருக்கக்கூடும்.

இன்று, பக்தூர் ஹனீஃப்பும் பர்வேஸும் ஒரே ஷிஃப்டில். திறமையான, காஷ்மீர் அனெஸ்தெட்கள். இதில் வயது அதிகமானவரான ஹனீஃப் சற்று கௌரவம் நிறைந்தவராக இருந்தாலும் பர்வேஸ் நேர்மையான நடத்தையும் உரையாடுவதில் ஆர்வமும்கொண்டவர். சிஸேரியன் முடிந்து நோட்ஸ் எழுதிக்கொண்டிருக்கும்போது பர்வேஸ் எதிரில் வந்தமர்ந்தார்.

"உங்களுக்கு விடுமுறை எப்போது பக்தூரா?"

"அடுத்த மாதம் பதினைந்தாம் தேதி. இந்தத் தடவை நீங்கள் விடுமுறையைத் தள்ளி வைத்துவிட்டீர்களா பர்வேஸ்? சாதாரணமாக உங்களுடைய விடுமுறை இந்த மாதத்தில்தானே வரும்?"

"ஆமாம், இந்த முறை காஷ்மீர் அல்ல. பிப்ரவரியில் விடுமுறை வாங்கி நாங்கள் துருக்கிக்குப் போகிறோம். விடுமுறையைக் கழிப்பதற்கான நல்ல இடம் துருக்கிதான் பக்தூரா. அங்குள்ளவர்கள் நல்ல மனிதர்களும்கூட. பக்தூர் ஹனீஃப் கழிந்த வருடம் அங்குதான் போயிருந்தார்."

"வெளிநாட்டுக்காரர்கள் விடுமுறையைக் கழிக்க காஷ்மீருக்குப் போக ஆசைப்படும்போது நீங்கள் ரூட்டை மாற்றுகிறீர்கள் இல்லையா? உங்களுடைய காஷ்மீரை நீங்களே ஒதுக்குகிறீர்களே?"

"எங்களுடைய காஷ்மீரை நாங்கள் எப்போதோ இழந்துபோய்விட்டோம் பக்தூரா . . . இப்போது அங்கே என்ன இருக்கிறது? இருபத்து நான்கு மணி நேரமும் பாதுகாப்புப் படை ரோந்து சுற்றுகிறது. சட்டவிதிகள், சாயங்காலச் சவாரியின் உல்லாசத்தையும்கூட இல்லாமல் செய்துவிட்டன. ஆறு மணி கழிந்த பிறகு எங்களால் வெளியே இறங்கவும்கூட முடியாது. இறங்கினால் எங்களுடைய நெஞ்சை நோக்கிப் பாய்வது ராணுவத்தின் தோட்டாவாகவுமிருக்கலாம்."

"தீவிரவாதச் செயல்பாடுகள் அதிகமானதால்தானே போலீசும் ராணுவமும் தெருக்களைக் கைப்பற்ற வேண்டியதா யிற்று? உங்களுடைய அமைதியைச் சீர்குலைத்ததில் தீவிரவாதி களுக்கும் அத்துமீறிக் குடியேறுபவர்களுக்கும் பங்கிருக்கிற தல்லவா?"

"யாரும் இதை மறுக்கவில்லையே பக்தூரா, எதற்காக? விடுதலை வேண்டுபவர்கள் எதற்காகப் போராடுகிறார்களோ, எதைப் பாதுகாப்பதற்காக இந்திய ராணுவம் பாடுபடுகிறதோ அது ... எங்களுடைய காஷ்மீர் ... அதை காஷ்மீரிகளாகிய நாங்கள் மட்டும் இழந்துவிட்டோம்."

"பக்தூர் பர்வேஸ், ஒரு கேள்வி கேட்கலாமா? பக்தூர் ஹனீஃபிடமும் சேர்த்துதான். தனிப்பட்ட முறையில் உங்க ளுடைய காஷ்மீர் இந்தியாவிற்குள்தான் இருக்கவேண்டுமென்று நீங்கள் விரும்புகிறீர்களா அல்லது பாகிஸ்தானுடன் சேரலாம் என்று நினைக்கிறீர்களா?"

இந்தியர்கள் என்கிற நிலையில் அன்னிய தேசத்தில் பிறர்மீது மிகுந்த அன்பைப் பகிர்ந்துகொள்கிற பர்வேஸூம் ஹனீஃபும் இரண்டாவது வாய்ப்பை ஏற்றுக்கொள்ளப்போவ தில்லை எனும் தன்னம்பிக்கையுடன்தான் ஸபிதா கேட்டாள். ஆனால், இரண்டுபேரும் ஒரே தொனியில் சொன்ன பதில் ஸபிதாவை உலைத்துப்போட்டுவிட்டது.

"எங்களுக்கு இந்தியாவும் வேண்டாம், பாகிஸ்தானும் வேண்டாம். எங்களுக்கு வேண்டியது, எங்களுடைய சுதந்திர காஷ்மீர்தான்."

பல பத்தாண்டு காலமாக காஷ்மீரிகளின் மனதில் வலுப் பட்டுவரும் காயங்களின் ஆழம் இந்தப் பதிலில் இருப்பதாகத் தோன்றியது ஸபிதாவுக்கு.

அருமை காஷ்மீரே, பனி மூடிக்கிடக்கும் உனது இரத்தம், காயம்பட்ட நெஞ்சிலிருந்து உருகிப்பாய்ந்து தால் ஏரியின் நீல வெள்ளத்தைச் சிவப்பாக்குவதையும், முத்துக்கள் பதித்த முக்காடிட்ட, கை நிறைய உலோக வளையணிந்த காஷ்மீர்ப் பெண்கள் பயத்தால் ஓடி ஒளிவதையும், உனது மலர்த் தோணிகள் ஆடியுலைந்து மூழ்குவதையும் வெடியோசைகளுக்குச் செவி கூர்ந்த உனது தேவதாரு மரங்கள் ஒடுங்கி நிற்பதையும் மனதால் உணர முடிகிறது. உனது தேசாந்திரியான மக்களின் கோபத் தினூடே ... வருத்தம் தோய்ந்த வார்த்தைகளினூடே ...

டியூட்டி முடிந்து இறங்கும்போது லிஃப்டின் பக்கத்தில் வைத்து கிரண்ராணியைப் பார்த்தாள். அவளுக்கு டியூட்டி

ஓ. பி. யில். டெலிவரி முடிந்து அதிக நாளாகி இருக்காதே? ஒரு வெளிநாட்டுக்காரிக்கு ஒன்றரை மாதம்தான் பிரசவ விடுப்புக் கிடைக்கும். கிரண்ராணி அதிகமாக வெளுத்தும் தடித்துமிருந்தாள்.

“வேறென்ன விசேஷங்கள் கிரண்? மகன் எப்படியிருக் கிறான்? அவனைக் கவனித்துக்கொள்வது யார்?”

“காதரின் உம்மா வந்திருக்கிறார். என் அம்மாவுக்கு ஆர்த்ரட் டிஸ் என்பதால் பயணம் ஒத்துவராது. காதரின் உம்மா நல்ல அன்பானவர். மகன்மீது அதிகமான அன்பும் கொண்டவர்.”

“இனி உருது பேசி உருதுக்காரனாகவே வளருவான் இல் லையா உன் மகன்? அம்மாவின் செந்தமிழை இழந்துவிடுவான். அவனுடைய பெயர் என்ன?”

“யூஸுஃப், பக்தூரா. ஆண்குழந்தையாக இருந்தால், பேரழ கனான யூஸுஃப் நபியின் பெயரையே வைப்பதென்று நானும் காதரும் ஏற்கனவே முடிவு செய்து வைத்திருந்தோம். பக்தூரா யூஸுஃப் நபி வரலாறு படித்திருக்கிறீர்களா? எத்தனையோ நபிமார்களைப் பற்றி குர்ஆனில் சொல்லப்பட்டிருந்தாலும் குறிப்பாக, அழகில் யூஸுஃப் நபியைப் பற்றி மட்டுமே குறிப்பிடப் பட்டிருக்கிறது.”

எல்லா அம்மாக்களையும்போல் கிரணுக்கும் தன் மகன் உலகத்திலேயே அழகானவன். பதினொரு நட்சத்திரங்களுக் கிடையில் சூரியன்போல் மின்னித் துலங்கிய யூஸுஃப். எஜமானி யின் விருந்தில் உணவு பரிமாறிய யூஸுஃபைக் கண்டதும் உயர்குலப் பெண்டிர் ‘யா அல்லா, எவ்வளவு அழகு’ என்று அதிசயித்துச் சொன்னபோது ஆப்பிள் சீவிக்கொண்டிருந்த அவர்களது கத்திகள் வெளுத்த விரல்களில் ஆழ்ந்திறங்கின. அந்த அழகியல் வர்ணனையின் கவிதைகளை நினைத்தபடியே ஸபிதா ஒரு நிமிடம் அப்படியே நின்றாள். கிரண் – காதர் தம் பதியின் மகனும், யூஸுஃப் நபிபோல் அழகனும் அறிவுள்ள வனுமாக வளரட்டும். கனவுகள் உருவாகட்டும். அவை மனித உயிர்களுக்கு நீரும் உரமுமாக அமையும். வருத்தங்களையும் அழுத்தங்களையும் கடந்து செல்ல மனதை அவை வலுப்பெறச் செய்யும். கனவுகளெல்லாம் பிறகு கருகிப் போனாலும்கூடக் கனவுடன் திரிந்த அந்த நாட்களை நாம் இழந்துவிட மாட்டோம் அல்லவா? அவை நம்முடைய இழந்துபோகாத நேட்டங்களாக எப்போதுமே மிச்சமிருக்கும். இடையிடையே நாம் அதை வெளியே எடுத்துத் தாலாட்ட முடியும். துயரங்களை மறக்க முடியும் . . . கருகிப்போன கனவுகளுடன் காலையில் வந்த சுரய்யாவை ஸபிதா நினைத்துப் பார்த்தாள். இல்லை . . . அவளுக்கு

யூஸுஃபைப் போல் ஆப்பிள் கன்னங்களுடனான ஒரு மகன் இருக்கிறான். அவளது கனவுகள் இனி அவனைச் சுற்றியே படரும். வர்ண வலைகள் பின்னும். ஃபாயிஸ் எனும் அன்பின் ஸ்தூல வடிவம் அவளது மனதில் கரிபடிந்தும் ஒட்டடை பிடித்தும் கிடக்கிறது.

"பக்தூராவையும் குடும்பத்தையும் ஒருநாள் நான் வீட்டுக்கு அழைப்பேன். வருவீர்களா பக்தூரா?"

"நிச்சயமாக வருவேன். உனது யூஸுஃபைப் பார்ப்பதற்கு எனக்கும் ஆசையாக இருக்கிறது."

கிரணின் முகம் அப்போது முழு நிலவுபோல் பிரகாசிப் பதை ஸபிதா உணர்ந்தாள்.

இருபது

மேலும் ஒரு ஹஜ்ஜு காலம் முடிவடைந்தது. சௌதிக்கு வந்த பிறகு இது ஆறாவது ஹஜ்ஜு. ரஷீது நினைத்துப் பார்த்தான்: இரண்டோ மூன்றோ வருடங்கள் வேலை பார்த்துவிட்டுத் தேவையான அளவுக்குச் சம்பா தித்த பிறகு திரும்பிவிட வேண்டுமென்றுதான் முதலில் நினைத்திருந்தான். ஆரம்பகால மனஅழுத்தமும் அன்னிய நாட்டின் அனாதைமையும் காரணமாக முதல் வருடத் திலேயே முடித்துவிட்டுப் போய்விடுவோமோ என்ற சந்தேகமும் வந்ததுண்டு. பிறகு, மெல்ல மெல்ல இந்த வாழ்க்கையுடன் இணங்கிப்போக முடிந்தது. ஸபிதாவைப் பாராட்ட வேண்டும். நிச்சயமாக, தன்னைவிடவும் அவள்தான் மனஅழுத்தங்களை அதிகமாக அனுபவித் திருக்கக்கூடும். முஸ்லிம்களும் இந்துக்களும் பரஸ்பரம் இணைந்து வாழ்ந்து பழகிப்போன கிராமச் சூழலில் வளர்ந்தவள் என்பது மட்டும்தான் அவளது இஸ்லாமியப் பாரம்பரியம். குழந்தைப் பருவம் முதலே ஒன்றாக வளர்ந்த குஞ்ஞி அகமது ஹாஜியின் மகள் ஷாஹினாவின் நட்பில், அவளது வீட்டில் நோன்பு திறப்பதுவும் பெருநாள் விருந் துண்பதுவுமாக வாழ்ந்த நினைவுகளில் தொடங்கி, முஸ்லிம் சமூகத்துடன் மனதிற்கு இதம் தரும் ஒரு உணர்வு அவளது மனதில் வளர்ந்துகொண்டிருந்தது. ஷாஹினாவின் மூத்த சகோதரிகளை அவள் ஐஷா தாத்தா, ரம்லத் தாத்தா என்றெல்லாம்தான் அழைத்து வந்தாள். ஷாஹினாவின் உம்மா அவளுக்கும் உம்மாதான். ரம்சான் மாதத்தின் ஜக்காத்தைப் பற்றியும், ஷாஹி னாவின் உம்மா சமையலறைத் திண்ணையிலிருந்து பாவப் பட்ட பெண்களின் துணிப்பைகளில் அள்ளி வைக்கும் போது காலியாகிக்கொண்டிருக்கும் அரிசி மூட்டைகளைப் பற்றியெல்லாம் அவள் பரவசத்துடன் பேசுவாள்: "எங்கள்

தியர்களிலுமிருக்கிறார்களே காசுள்ளவர்கள். இருந்து எதற்கு? காயம்பட்ட விரலுக்கு உப்புத்தூள்கூடத் தரமாட்டார்கள்." அவள் தனது சமுதாயத்தை ஒப்பிட்டுப் பேசுவாள். சிறுவயது முதலே பார்த்து வளர்ந்த இந்த சுயஅனுபவம்தான் காரணமாக இருக்க வேண்டும், தன்னிடம் அறிமுகமான நாள் முதல் பரஸ்பரம் பேசிக்கொள்ளவோ நட்பை வெளிப்படுத்தவோ செய்யாமல் எதிர்காலத்திற்கான ஒரு ஆன்ம உறவாக, மிக இயல்பாகவே வந்து ஸபிதா தன்னிடம் இணைந்து கொண்டாள். ரஷீதின் வீட்டில் மட்டும் சிறு எதிர்ப்பிருந்தது. இதுகூட, ஸபிதா இஸ்லாத்தில் இணையப் போவதாகத் தெரிந்ததும் இல்லாமலாகிவிட்டது. அவன் படித்த பையன். பழைய மரபுகளையெல்லாம் பேசிக்கொண்டிருந்தோம் என்றால் அவளையும் அழைத்துக்கொண்டு போய்விடுவான். பெண், பிரபாகரன் டாக்டரின் மருமகள். டாக்டர், மகிழ்ச்சியாகவே இரண்டு பேரையும் அரவணைத்துக்கொள்ளக்கூடும். வாப்பாவின் இதுபோன்ற நியாயங்களில் உம்மா, மற்றும் உறவினர்களின் எதிர்ப்புகள் தோன்றிய இடத்திலேயே மறைந்துபோயின. குடும்பத்தில் ஒருத்தியாக இணங்கிச் சேர்வதிலிருந்த ஸபிதாவின் திறமையும், 'ஒரு டாக்டருங்கிற தற்பெருமை கொஞ்சமும் கிடையாது' என்ற சகோதரிகளின், உம்மாவின் கண்டுபிடிப்புகளும் அவளை எல்லா இடங்களிலும் ஏற்றுக்கொள்ள வைத்தன. தொழுகையின்போது சொல்லவேண்டிய ஆயத்து*களும் பிரார்த்தனைகளும் என்னென்ன என்பதைப் பற்றியும் நோன்பு வைக்கும் போது சொல்லவேண்டிய நிய்யத்து* என்னவென்பதையும் அலீஃப்*, ப, த போன்ற எழுத்துகளை எப்படி எழுதுவதென்பதையும் அவளுக்குச் சொல்லிக்கொடுப்பதில் சகோதரிகள் போட்டியிட்டார்கள். எளிதில் கற்பதற்காக ஆயத்துகளை அவர்கள் மலையாளத்தில் எழுதிக் கொடுத்தார்கள். ரஷீதுக்கா* வந்ததும் அண்ணிக்கு அரபி கற்பித்ததன் வேடிக்கைகளைச் சொல்லிச் சிரிப்பதில் அவர்களுக்கு மகிழ்ச்சி. திருமணம் முடிந்த ஒரு மாதத்திற்குப் பிறகு ஸ்பெஷலிஸ்ட் கல்வியை முடிப்பதற்கு அவர்கள் கோழிக்கோட்டுக்குச் செல்லும்போது உம்மாவுக்கும் சகோதரிகளுக்கு மிருந்த வருத்தம் வெளிப்படையாகத் தெரிந்தது.

திருமணம் முடிந்த கொஞ்ச நாட்களில் சௌதி அரேபியாவுக்கு வந்து அவள் சேர்ந்தது, மற்றவர்களைப் போல் நல்ல

---

* வசனங்கள்

* உறுதிப்பாடு

* அரபி மொழியின் முதலெழுத்து

* ரஷீது அண்ணன்

இஸ்லாமிய ஞானத்துடன் ஒன்றுமல்ல. தன்னுடைய விருப்பத்தின்படிதான் அவள் சௌதிக்கு வந்தாள் என்பது ரஷீதுக்குத் தெரியும். வாழ்க்கையின் எதிர்பாராக் கட்டங்களைத் தாண்டுவதற்கான திறன் அவளிடம் எப்போதுமே தீவிரமாகச் செயல்படுகிறது என்பதுதானே உண்மை? இருந்தாலும் ஊரில் நட்புகளின் வேர்களை அசையவிடச் செய்வதில் அவளுக்கு வருத்தமிருந்தது.

"அதிகம்போனால் இரண்டோ மூன்றோ வருடங்கள். அது முடிந்ததும் நாங்கள் இங்கே வந்துவிடுவோம். இதுகூட வருடத்திற்கொரு முறை, ஒன்றரை மாத விடுமுறையில் வீட்டுக்கு வந்துவிட முடியும் என்பதால் மட்டும்தான்." புறப்படும்போது ஸபிதா தனது சகோதரியிடம் சொல்வதை ரஷீதும் கேட்டபடி நின்றிருந்தான்.

இஸ்லாமியப் பண்பாட்டின் வேர்களைத் தேடுகிற ரஷீதின் ஆர்வம் இங்கே வந்த பிறகு அதிகரித்திருந்தது. மெக்காவின் பழைய தெருவொன்றில் சந்தித்த நண்பரைத் தேடி ரஷீது பல முறை அந்த வழியாக நடந்ததுண்டு. அவரது இறுகிய உதடுகளினூடே அபூர்வமாக மட்டுமே வெளியாகும் வரலாற்றுத் தகவல்களை அவனது மனம் இனம்புரியாத ஆர்வத்துடன் ஏற்றுக்கொண்டிருந்தது.

"அந்த மனிதர் ஒரு அரபு ஞானியாக அல்லது வரலாற்று ஞானமுள்ள ஒரு சூஃபியாகவோ இருக்கலாம். காலங்களினூடான அவரது பயணம் என்பதெல்லாம் ஞான மனத்தின் பிரமையாகவுமிருக்கும்."

ஸபிதாவிடம் முதன்முதலில் அம்மனிதரைப் பற்றி சொன்னபோது அவளது எதிர்வினை இதுவாகத்தான் இருந்தது. ரஷீதுக்கு இந்த எளிமைப்படுத்தலை ஏற்றுக்கொள்ள முடியவில்லை. அவள் அம்மனிதரை இதுவரை பார்த்ததில்லையல்லவா?

பார்த்துவிட முடியும் என்று உறுதியாகத் தெரியுமென்றால் ஒரு தடவை அழைத்துக்கொண்டு போயிருக்கலாம். ஆனால், அவரை எப்போது எங்கே சந்திக்க இயலுமென்பதை யூகிக்கவும் முடியாது. எந்தவிதமான முன்முடிவுகளுக்கும் அவர் இடமளிப்பதில்லை. மட்டுமல்ல, ரஷீதின் காலபோதமற்ற இந்த அலைந்து திரிதல் ஸபிதாவைத் தொந்தரவுபடுத்துகிறதென்பதையும் அவன் அறிவான்.

ரஷீது ஹஜ்ஜிக்குப் போவது இது மூன்றாவது தடவை. ஸபிதா இதுவரை ஒரு தடவை மட்டுமே போயிருக்கிறாள். இந்த வருடம் நெரிசல் மிக அதிகமாக இருந்தது. ஒவ்வொரு

வருடமும் கூட்டம் அதிகரித்துக்கொண்டேதான் இருக்கிறது. புனித தேசத்தில் ஸியாரத்* செய்வதற்கான அனுமதி கேட்டு எத்தனையோ லட்சம் மக்கள் உலகத்தின் எல்லா மூலைகளிலும் காத்திருக்கிறார்கள். பொருளாதார வளமிக்கவர்கள் பல தடவை வந்திருக்கலாம். அல்லாஹு தங்கள்மீது காட்டிய அளவற்ற கருணையை ரஷீது நினைத்துப் பார்த்தான். சௌதி அரேபியாவுக்கு வருவதற்கான நேர்முகங் காணலின்போது இந்தப் புனித ஸ்தலத்திற்கு வந்து சேருவோம் என்ற சிறு எண்ணம்கூட கிடையாது. எல்லா ஆசாரங்களுடனும்கூடிய ஒரு ஹஜ்ஜை இந்த மூன்று தடவையில் ஒரு தடவைகூட நிறைவேற்றவில்லையே எனும் நிராசையுமிருந்தது. அரஃபா மைதானத்தில் சூரியன் மறைவதற்குள் நடக்கும் சங்கமமும் சொற்பொழிவுக்குச் செவிமடுப்பதுவும்தான் ஹஜ்ஜின்போது மிகவும் முக்கியமான கடமைகள். இரவு எட்டுமணிக்குள் அங்கே போய்ச் சேருவதென்பது இதுவரை கைகூடவில்லை. வேலையிலிருந்து பிரிந்த பிறகு இனியொரு தடவை நாட்டுக்குப் போய்விட்டுத் திரும்பி வந்துதான் முழுமையான ஒரு ஹஜ்ஜை நிறைவேற்ற வேண்டும்.

"மணி என்ன தெரியுமா? ஹஜ் செய்த சோர்வு இவ்வளவு நாட்களாகியுமா தீரவில்லை? என்ன தூக்கம் இது?" ஸபிதாதான். இரண்டாவதோ மூன்றாவதோ தடவையாக எழுப்புகிறாள். ஏனோ தெரியவில்லை, படுக்கையிலிருந்து எழவே தோன்றவில்லை. ஹஜ் முடிந்து வந்தபோது இலேசான காய்ச்சலிருந்தது. ஆன்டிபயோட்டிக் மாத்திரைகளும் பாரசிடமாலும் தொடர்ந்து சாப்பிடுகிறான். அப்புறம் இந்த வாரம் நைட் ஷிஃப்ட். காஷுவாலிட்டியில் கூட்டம் இதுவரையிலும் குறைந்தபாடில்லை. திரும்பப் புறப்படாத ஹாஜிகள் இன்னும் நிறைய பேரிருக்கிறார்கள். ஆஃப்தமாலஜிஸ்டாக இருந்தாலும் காஷுவாலிடியில் எல்லாவிதமான நோயாளிகளையும் பார்க்க வேண்டும். ஹஜ்ஜு முடிந்து வரும்போது உடம்பிலுள்ள சக்தியும் உற்சாகமும் இல்லாமல் போய்விட்டதைப்போலிருந்தது. மினாவுக்குச் செல்கிற பயணம் இந்த முறை மிகவும் சிரமமாக இருந்தது. நாற்பது, நாற்பத்தைந்து நிமிடங்கள் ஒரே இடத்திலேயே வண்டி அசையாமல் நிற்கும். வெப்பம் . . . வேர்வை . . . சுவாசத்தடையேற்பட்டுவிடுமோ என்று பயப்படும்படியான நிலை. பேருந்திலிருந்தவர்கள் வாந்தியெடுத்தார்கள். சீரான ஒரு மூச்சுக் காற்றுக்காக வண்டியிலிருந்து குதித்து வாகனங்களின் குறுக்கே பாய்ந்து ஓரங்கட்டுபவர்கள் . . . குறுகிய பாறைக்கூட்டங்களுக்கிடையில், சாலையில் நான்கைந்து வரிசைகளாக அடுக்கி நிறுத்தியதுபோல் நகர்ந்துகொண்டிருக்கும் பல்வேறு வகையான வாகனங்களும்

---

* தரிசனம்

அவை உமிழ்ந்துகொண்டிருக்கும் நச்சுப்புகையும், ஆயிரமாயிரம் பேர்களின் சுவாசக் காற்றும் அழுத்தும் சூழலிலிருந்து ஒருமுறை வாயும் நாசியும் நிரம்ப உயிர்க்காற்றை இழுத்து விடுவதற்கான துடிப்பு ... இன்னுமொரு நிமிடம் வண்டி நின்றிருந்தால் மயங்கி விழுந்துவிடுவோமோ என்ற அவஸ்தை ... திரும்பி வந்த உடனேயே மீண்டும் டியூட்டி. இப்போது நைட் ஷிஃப்ட். இரவில் எப்படித்தான் காஷுவாலிட்டியைச் சமாளிக்க முடிகிறது என்று ரஷீதுக்கே தெரியவில்லை. டியூட்டி முடிந்து வந்ததும் படுத்துவிடுவான். அஸ்மா தாத்தா எடுத்து வைத்த புட்டும் கடலைக்கறியும் இன்று சாப்பிடத் தோன்றவில்லை. தேனீர்கூட ருசி தெரியவில்லை.

"மணி மூன்றாகப் போகிறது ரஷீது. நான் டியூட்டிக்குப் போகிறேன். எழுந்து சாப்பிடக்கூடாதா?"

"நீ போ, நான் சாப்பிடுகிறேன். உடம்புக்கு முடியவில்லை. கொஞ்ச நேரம் கூட படுக்க வேண்டும்."

"இப்பவும் காய்ச்சல் இருக்கிறதா? உடல் சோர்வு ஏன் இன்னும் மாறவில்லை? ஹஜ் முடிந்து எவ்வளவு நாளாகிறது?" ஸபிதா குனிந்து நெற்றியில் கை வைத்துப் பார்த்தாள்.

அவளது குளிர்ந்த கைகளின் காந்த சக்தி அவன்மீது அன்பின் ஆலாபனையாகத் தவழ்ந்திறங்கியது. எவ்வளவு நாட்களாகின்றன இவள் இப்படி ஒரு தடவை தொட்டுப் பார்த்து. ஹஜ் முடிந்து வந்த மறுநாளிலிருந்து அவனுக்கு நைட் டியூட்டி. அவன் வருவதற்குள் அவள் காலை டியூட்டிக்குப் போயிருப்பாள். மொரப்தா முடிந்துவிட்டதால் இப்போது மூன்றரை மணிக்குத் திரும்பி வந்துவிடுகிறாள். பிறகு, குஞ்ஞு ஸஹீரின் பின்னால் நடக்கவே அவளுக்கு நேரம் சரியாக இருக்கும். பெயரளவில் மதியச் சாப்பாட்டை முடித்துவிட்டுக் கட்டிலில் விழுந்தால் பிறகு, தூக்கம் ஆறு ஏழு மணிவரை நீளும். தூக்கம் என்று சொல்ல முடியுமா? சோர்வினுள் ஆழமாக மூழ்கியெழும் வேதனையான ஒரு பயணம். வீட்டு நினைவுகளின் தொலைதூர வீதிகளுக்கும் மத சிந்தனைகளின் அறியாத தொலைவுகளுக்கும் அது திரும்பத் திரும்பக் கொண்டு செல்கிறது. நைட் டியூட்டிக்குப் போகவேண்டுமென்பதால் சிரமப்பட்டாவது எழுந்து குளித்து முடித்து சாப்பிட்ட பிறகு புறப்படுவதற்கான ஏற்பாடுகள். அல்லது தொலைக்காட்சிப் பெட்டியின் முன் சற்று நேரம் கூனிக்குறுகி அமர்ந்திருப்பான். ஸபிதாவுக்கு இன்று சாயங்கால டியூட்டிதான். அவன் காலையிலும் சரியாகச் சாப்பிடுவதில்லை, மத்தியானமும் எழுந்து சாப்பிடுவதில்லை என்பதையெல்லாம் அவள் இப்போதுதான் அறிகிறாள். அஸ்மா தாத்தா ஒரு அப்பாவி. யாரையும் வற்புறுத்தவோ எதையாவது கேட்கவோ அவளால் இயலாது.

ரஷீதின் உடலில் இலேசான சூடிருந்தது.

“எந்த ஆன்டிபயோட்டிக் சாப்பிடுகிறீர்கள்? நல்ல இருமலும் இருக்கிறதே? சரியாகச் சாப்பிடாமல் தூங்க மட்டுமே செய்தால் அதிகப்படாமலிருக்குமா? சரி, எழுந்திருங்கள். நீங்கள் எழுந்த பிறகுதான் எனக்குப் போகவேண்டும்.”

அவள் பிடிவாதமாக நின்றாள். படுக்கையைவிட்டு ரஷீது மெல்ல எழுந்தான். ஏன் இவ்வளவு சோர்வாக இருக்கிறது? நைட் டியூட்டி முடிந்த பிறகாவது இது தீருமோ என்னமோ?‘

சாயங்காலம் வீட்டிலிருக்கும்போது ஸஹீரையும் தூக்கிக் கொண்டு ரஷீது சுற்றுப்புறமெங்கும் திரிவது வழக்கம். சில நேரங்களில் இது முகம்மது டாக்டரின் வீடுவரை கொண்டுபோய் விடும். திரும்பி வரும்போது ‘அல்னுகலி’ சூப்பர் மார்க்கெட்டில் ஏறி மகனுக்கு மிட்டாயோ வேறு ஏதாவதோ வாங்கிக் கொடுப்பான். அன்று சாயங்காலம் ஆர்வமில்லாமல் சோஃபாவில் வந்தமர்ந்த ரஷீதின் மடியில் வந்து உட்கார்ந்த குஞ்ஞு ஸஹீர் சிணுங்கினான்: “வாப்பா, நமக்கு அல்லுக்கல்லிக்குப் போவவேண்டாமா? எனக்கு முட்ட மிட்டாயி வாங்கணுமே.”

அலுமினியக் காகிதத்தைப் பிரித்தால் காட்பரீஸ் சாக்லெட் மூடப்பட்ட ஒரு மிட்டாய்ப் பொதியிருக்கும். அதனுள் முட்டையின் வடிவத்தில் ஒரு பிளாஸ்டிக் பாத்திரம். அந்தப் பாத்திரத்தை இரண்டாக வகுந்து திறந்தால் உள்ளே ஒரு குட்டியானையோ கோழிக்குஞ்சோ குரங்குக்குட்டியோ ஒளிந்திருக்கும். காட்பரீஸ் மிட்டாய் அவனுக்குப் பிடிக்கும். அதை விடவும் எதிர்பார்ப்பின் முட்டைத் தோட்டை அகற்றும்போது அதனுள்ளிருந்து வெளிவரும் மிருகங்களின், பறவைகளின் குட்டி வடிவங்கள் பிடிக்கும். அவனுடைய விளையாட்டுப் பெட்டியினுள் இப்போது இவை தாராளமாக இருக்கின்றன.

“இப்ப வேண்டாம். நாளைக்குப் போகலாம்.?” ரஷீது பல தடவை சொல்லியும் ஸஹீர் விடுவதாக இல்லை. அவனுடைய கடைசி ஆயுதமான அழுகையை அவன் கையிலெடுத்தான். ரஷீதிடம் எந்த பாவமாற்றமும் ஏற்படவில்லையென்பது தெரிந்ததும் அஸ்மா தாத்தா வந்து அவனை வாரியணைத்துக் கொண்டு சொன்னாள்:

“குழந்தையைக் கொஞ்சம் அழைச்சிட்டு போறதுதானே? அவனை இங்கே எவ்வளவு நாளாதான் அடைச்சுப் போடுறது?”

“எனக்குக் கொஞ்சமும் முடியலே அதனால்தான்.”

இரவு ஸபிதா டியூட்டி முடிந்து வந்ததும் அஸ்மா தாத்தாவின் வேதனைக் குரல் வெளிப்பட்டது. வேளா வேளைக்குச் சாப்பிடாமலும் குழந்தையை எடுக்காமலும் நினைவிழந்து போய் தூங்கும் ரஷீதைப் பற்றி இன்று காலையில்தான் அவள் சொல்லியிருந்தாள்.

"குழந்தை அழுதுட்டே தூங்குனான். முட்டமுட்டாயி, முட்டமுட்டாயினு நல்லா அழுது பார்த்தான், வாப்பாக் கிட்ட. அந்த மனுசன் அசையவே இல்லை."

ஸபிதாவுக்கு என்னவோபோலிருந்தது. ரஷீதுக்கு எதுவோ ஆகியிருக்கிறது. அல்லது மகனிடம் இப்படி நடந்துகொள்ள மாட்டான். சில நாட்களாகவே மகனைக் கவனிக்கவோ தூக்கிவைத்துக்கொள்ளவோ செய்வதில்லை என்பது அவளுக்கு நினைவுக்கு வந்தது. கஷ்டமாகப்போய்விட்டதே. இரண்டு பேருடைய டியூட்டியும் ஓய்வு நேரங்களும் வெவ்வேறாக அமைந்து இப்போது சேர்ந்திருக்கவோ பேசவோ முடியாமல் போய்விட்டதே! ஹஜ்ஜு மாதம் பிறந்தது முதல் இப்படித் தானிருக்கிறது. மொரப்தா காலமாகிய பதினைந்து நாட்கள் பரஸ்பரம் பார்க்கக்கூட முடியவில்லை. ரஷீதுக்குப் பகல் நேர டியூட்டியென்றால் ஸபிதாவுக்கு நைட் டியூட்டி. பிறகு இது அப்படியே மாறிவரும். பொதுவாகவே நைட் டியூட்டி முடிந்து வந்தால் ரஷீதுக்குச் சோர்வு அதிகமாக இருக்குமென்பதால் முதலிலெல்லாம் ஸபிதா இதைக் கண்டு கொள்ளவில்லை. இப்போதுதான் தெரியவருகிறது, அவனுக்கு உடல்ரீதியாக என்னவோ ஒரு அசௌகரியம் இருக்கிறதென்பது. நாளைக்குக் காலை டியூட்டி முடிந்து சாயங்காலம் ஓய்வுதான். ரஷீதை வலுக்கட்டாயமாகவாவது அழைத்துக்கொண்டுபோய் பிளட் கவுண்டும் மற்ற பரிசோதனைகளும் செய்து பார்க்க வேண்டும். ஸபிதா பெயரளவில் சாப்பிட்டுவிட்டு மகனின் பக்கத்தில்போய் படுத்தாள். அவனுடைய முகத்தில் இப்போதும் கண்ணீரின் வடுக்கள் இருக்கின்றனவா? இல்லை, அவன் ஏதோ அழகழகான கனவுகளுடன் மலர்ந்த முகத்துடன் தூங்குகிறான். பிறந்து மூன்று வருடமாக அவன் இந்தக் குறுகிய ஃபிளாட்டில் அஸ்மா தாத்தாவுடன் வளருகிறான். நாட்டிலிருந்தால் அக்காவின் குழந்தையைப் போல் மண்ணிலும் புழுதியிலும் விருப்பம்போல் விளையாடியிருப்பான். கூட அக்கம்பக்கத்திலுள்ள குழந்தைகளு மிருப்பார்கள். இங்கு இவனுக்கு யாரிருக்கிறார்கள்? விளையாட்டு ஸ்கூட்டரும், கார்களும்தான். ஒரு அறையிலிருந்து மற்றொரு அறைக்கும், சோஃபாவில் உட்கார்ந்திருப்பவர்களின் கால்களுக் கிடையிலும் சத்தத்துடன் விளையாட்டுக் கார் ஓட்டிக்கொண்டும் சிரித்தும் அவனது பால்யம் எரிந்தடங்குகிறது. கூடவே, முட்ட மிட்டாய்க்குள்ளிருக்கும் உயிரற்ற நாயுடனும் கோழியுடனும்

யானையுடனும் ரகசியம்பேசி . . . இல்லை, இப்போது பக்கத்து ஃபிளாட்டிலுள்ள காஷ்மீர் பையன் வஹீது நண்பனாக இருக்கிறான். விளையாடும்போது வெவ்வேறு மொழிகளில்தான் பேசிக்கொள்கிறார்கள். இருந்தாலும், புரிந்துகொள்வதுபோல் ஏதோ மொழியில் அவர்கள் கருத்துப் பரிமாற்றங்கள் செய்கிறார்கள். வஹீது ஏராளமாக இருக்கும் தனது விளையாட்டுச் சாமான்களை வீட்டுக்குள் ஓடிப்போய் ஒவ்வொன்றாகக் கொண்டுவந்து ஸஹீரிடம் காட்டுவதும் ஸஹீர் இது அவ்வளவாக நன்றாக இல்லை; இது பரவாயில்லை என்பதையெல்லாம் புரிவதுபோல் எப்படியோ சொல்வதையும் ஸபிதாவும் வஹீதின் உம்மா மெகமூதாவும் ஒய்வு நேரங்களில் ஒன்றாக அமர்ந்து ரசிப்பதுண்டு. தாய்மொழி வேர்விட்டு வளர வேண்டிய இந்தப் பருவத்தில் பிற மொழிகளினூடான இந்தப் பழக்கம் குழந்தைகளுக்குக் கெடுதியாக அமைந்துவிடுமா? அவர்களினுள் முரண்பாடுகள் உருவாகுமா? என்றெல்லாம் ஸபிதா பயப்படாமலில்லை. இருந்தாலும் அவர்களது களங்கமற்ற நட்பை ஸபிதா மகிழ்ச்சியுடன் பார்த்தபடி நிற்பாள். மலையாளியான ஸமதின் மனைவியும் குழந்தையும் நாட்டுக்குப் போனபிறகு ஸஹீருக்கு நட்பைப் பகிர்ந்துகொள்ள ஒரே துணை இப்போது வஹீதுதான். புராதனமான இந்த நகரில் வாழ்கிற மலையாளிகளில் பெரும்பகுதியும் குறைந்த வருமானமுள்ளவர்களாக இருப்பதால் அவர்களது குடும்பம் நாட்டில்தானிருக்கும். உம்ரா போன்ற விசாக்களில் வந்து ஒன்றாகத் தங்கும் குறைவான எண்ணிக்கையிலானவர்கள் கூடத் தங்களுடைய உறவுகளை அவர்களது குறுகிய வட்டத்திற்குள்ளேயே ஒதுக்கிக்கொள்வார்கள். எதுவாயினும் ஸஹீரைப் பள்ளிக்கூடத்திற்கு அனுப்புகிற வயது வரும்போது நாட்டிற்குத் திரும்பிப் போய்தானாக வேண்டும். ஸஹீரைக் கட்டிப்பிடித்துத் தூங்க முயற்சிக்கும்போது ஸாஹிர் ஆஸ்பத்திரியின் காஷுவாலிட்டி நெரிசலில் ரஷீது இப்போது என்ன செய்துகொண்டிருப்பான் எனும் சிந்தனை ஸபிதாவை மீண்டும் தொந்தரவு செய்தது.

மறுநாள் சாயங்காலம் ஸபிதாவின் நிர்ப்பந்தம் தாங்க முடியாதபோதுதான் ரஷீது எழுந்து உடலைச் சுத்தம் செய்துவிட்டு உடைகளை மாற்றினான். அவன் குளிப்பதற்கும் ஆர்வம் காட்டதில்லையென்பதை ஸபிதா கவனித்தாள். சாதாரணமாகத் தினமும் இரண்டோ மூன்றோ முறை குளிக்கும் வழக்கமுள்ளவன் ரஷீது. எங்காவது போய் வந்தால் உடனே அவனுக்குக் குளிக்க வேண்டும். புறப்படுவதற்கு முன்பும் குளிப்பான். தூங்கி எழுந்ததும் குளித்துவிட வேண்டும். உள்ளுக்குள் காய்ச்சலிருப்பதால்தான் குளிப்பதற்குத் தோன்றவில்லை என்பதை ஸபிதா யூகித்துக்கொண்டாள். ஸாகிருக்குப் போய்விடலாம். இன்வெஸ்டிகேஷன் செய்ய அங்கேதான் வசதியாக இருக்கும். காரோட்டிக்

கொண்டிருந்த ரஷீதின் முகத்திலிருந்த சோர்வை ஸபிதா கவனித் தாள். அவள் பக்கவாட்டுக் கண்ணாடிகளை உயர்த்தி வைத்தாள். காற்று வேண்டாம். ரஷீதுக்கு ஆன்டிபயோட்டிக் மாத்திரைகள் போட்டுக்கொள்ளும் வழக்கமுண்டு. லேசாகக் காய்ச்சலிருக்கிறது என்று தெரிந்தால் போதும். உடனே தொடங்கிவிடுவான், அமோக்ஸிலின், ஒகமெண்டீன் ... கூடவே பாரசிடமாலும். போன்மாரோ டிப்ரெஸன் ஏதாவது இருக்குமோ? எதுவாக இருந்தாலும் பிளட் கவுண்ட் பார்த்துவிடலாம். அப்புறம் வைடால் ... ஹஜ்ஜு பயணத்தின்போது வெளியிலிருந்தெல்லாம் ஏதாவது சாப்பிட்டிருப்பான். இருமலும் இருக்கிறதல்லவா? ஒரு எக்ஸ்ரே டெஸ்டும் ஈ.சி.ஜியும் பார்த்துவிடவேண்டும். மகன் ஸஹீரையும் கூடவே அழைத்துக்கொண்டு வந்திருந்தார்கள். அவன் ஆஸ்பத்திரிக்காவது வெளியே வரட்டுமே. ஆட்களில்லாத ஓ.பி. வராந்தாவில் குட்டிச் செருப்புடன் அவன் அங்குமிங்குமாக ஓடிக்கொண்டிருந்தான். ஒவ்வொரு இடமாக ஸபிதாவுக்குக் காட்டிக்கொடுத்தான்.

பிளட் கவுண்டிங் ரிஸல்ட் உடனேயே கிடைத்துவிட்டது. லிம்ஃபோஸைட்டோஸிஸ் இருந்தது. வைரல் ஃபீவராகத்தானிருக்கும். அல்லது, டைஃபாயிட்? எக்ஸ்ரே உட்பட பாக்கி ரிஸல்ட் நாளைக்குதான் கிடைக்கும். டியூட்டியிலிருந்த பரிச்சயமுள்ள பாகிஸ்தானி டாக்டர் உபைது அந்த வழியாக வந்தபோது நட்புடன் வந்து விசாரித்தார்.

“இவளுடைய நிர்ப்பந்தம் தாங்கமுடியாமல் ஒரு கம்பிளீட் செக்கப் செய்துவிடலாமென்று வந்தேன்.” ரஷீது, ஸபிதாவைப் பார்த்துச் சிரித்தபடியே சொன்னான்.

“ஹேய், ஹீ இஸ் ஃபெர்ஃபெக்ட்லி ஆல் ரைட். எ வெரி ஸ்மார்ட் ஃபெல்லோ.” உபைது, ரஷீதின் தோளில் தட்டிவிட்டு பிறகு சேர்த்தணைத்தபடி ஸபிதாவிடம் சொன்னான்.

மனம் இலேசாக மாறிவிட்டதுபோலிருந்தது ஸபிதாவுக்கு. என்னவெல்லாமோ மோசமான சிந்தனைகள் இரண்டு நாட்களாக மனதை அலைக்கழிக்கின்றன. ஒருவித இயலாமை ... தனிமைப்பட்டுவிட்டதான உணர்வு ... ஒரு வியாதியென்று வந்துவிட்டால் நமக்கு இங்கே யாரிருக்கிறார்கள்? முகம்மது டாக்டரும் அப்துவும் ஹஜ்ஜு டியூட்டியின் சோர்வினால் கொஞ்ச நாட்களாகிறது ஃபிளாட்டுக்கு வந்து. அப்துவுக்கு ஒரு மாதம் மொரப்தா டியூட்டி. இந்த சீஸனில் மிகவும் அதிகமாக சிகிச்சை தேவைப்படுவது வாகனங்களுக்கல்லவா?

மறுநாள் ரஷீதுக்கும் ஸபிதாவுக்கும் காலை ஷிஃப்ட். ஸபிதா வந்து சேர்ந்த சற்று நேரத்திலெல்லாம் ரஷீது களைத்துப்

போன முகமாக வந்து சேர்ந்தான். வந்ததுமே கட்டிலில் அமர்ந்து கையிலிருந்த எக்ஸ்ரேயும் ரிப்போர்ட்டுமடங்கிய கவரை மேஜையின்மீது வைத்தான்.

"எக்ஸ்ரே எல்லாம் கிடைத்துவிட்டதல்லவா? விசேஷமாக ஏதாவது தெரிகிறதா?" எதுவுமே இருக்காது எனும் நம்பிக்கை யுடன்தான் ஸபிதா இதைக் கேட்டாள். வைரல் ஃபீவருக்கு எக்ஸ்ரே டெஸ்டில் என்ன இருக்கப்போகிறது. சட்டையின் முன்புறப் பொத்தானை அவிழ்த்து இரண்டு கைகளையும் படுக்கை யில் ஊன்றியமர்ந்தபடி ரஷீது பரிதாபமாகச் சொன்னான்:

"எடுத்துப் பாரேன், நெஞ்சு முழுவதும் ஓட்டை விழுந்திருக் கிறது என்று செஸ்ட் ஃபிஸிஷியன் ரஹ்மத் சொல்கிறார்."

ரஷீதின் தோள் எலும்புகள் உந்தி நிற்பதையும் வறண்டு போன உதடுகள் வெளிறியிருப்பதையும் ஸபிதா அப்போதுதான் கவனித்தாள். ஸபிதாவின் கைகள் எக்ஸ்ரேயை வெளியே எடுக் கும்போது நடுங்குவதைக் கண்டான் ரஷீது.

"ஈஸ்வரா, என்ன இது? டாக்டர் ரஹ்மத் வேறு ஏதாவது சொன்னாரா?"

"லிம்ஃபோஸைட்டிஸ் இருக்கிறதல்லவா. டியூபர்குலோ ஸிஸாக இருந்தால் தப்பித்தோம் ... 'மிலியரி டைப்'பாக இருக்கும். அப்படியாக இருந்தால்..."

வாய்ப்பிருக்கிறது. ஹஜ்ஜு சீஸனில் தொற்றுவியாதிகளின் விளையாட்டுதான்.

'மெனின்ஞோ கொக்கல் மெனிஞ்சைட்டிஸ்' படர்ந் திருக்கும் செய்தியின் பின்னால் ஆரோக்கியப் பாதுகாப்பாளர் கள் நோயெதிர்ப்பு மருந்துகளை வினியோகம் செய்தார்கள். இந்த வருடம் டியூபர்குலோஸிஸ் போன்ற சுவாசக்குழாய் நோய்கள் படருவதற்கேற்ற சூழல்கள் ஹஜ்ஜு பயணம் முழு வதுமே இருந்தன. டி.பி.யாக இருந்தால் பரவாயில்லை. மருந்துகள் இருக்கின்றன. பழைய கால சயரோகத்தைப் போல் இன்று பயப்படவேண்டிய தேவைகள் எதுவும் கிடையாதல்லவா ... ஒரேயொரு வருத்தம், மகன் ஸஹீரும் கூடவே இருப்பது மட்டும் தான். அவனது தளிர் இதயத்தில் ஒருவேளை நோயணுக்கள் நுழைந்துவிட்டால் என்ன செய்வது என்ற வருத்தமும் குடி யேறியது ஸபிதாவினுள்.

அன்று சாயங்காலம் முகம்மது டாக்டர், வீட்டுக்கு வந்தார்.

"எனக்கு விஷயமெதுவுமே தெரியாது. வீட்டில் ஃபோன் வைக்காததன் சிரமங்கள் இதெல்லாம்தான். நாளைக்கு எனக்குச்

சாயங்கால ஷிஃப்ட்தான். காலையில் நானும் கூடவே வருகிறேன். டாக்டரைப் பார்த்துப் பேசுவோம். சிகிச்சையை ஆரம்பிப்பதாக இருந்தால் சீக்கிரமாகவே நடக்கட்டும்."

முகம்மது டாக்டர் கூடவே இருந்தால் எதற்குமே பயப்பட வேண்டியதில்லை. எல்லாவற்றையுமே தேவைபோல் கேட்டு விசாரித்து அவரே முடித்துவிடுவார். ஸபிதாவுக்கு ஆறுதலாக இருந்தது. காலை ஷிஃப்ட் என்பதால் தானும் கூடவே போக முடியாதல்லவா என்கிற வருத்தத்துடனிருந்தாள் ஸபிதா.

ஆனால், சாயங்காலம் ரஷீது தனியாகத்தான் திரும்பி வந்தான். டாக்டருக்கு மூன்று மணி டியூட்டிக்குப் போக வேண்டுமல்லவா?

ப்ரோங்கோஸ்கோப்பி செய்து பார்க்கவேண்டுமென்பது தான் செஸ்ட் ஃபிசிஸியன் இரண்டு பேருடைய அபிப்பிராயமும்... டயக்னோசிஸை உறுதி செய்துகொள்ள வேண்டுமல்லவா?

ஸபிதா மனப் பதற்றத்துடன் மேஜையின்மீதிருந்த ஓ. பி. ஷீட்டை எடுத்துப் பார்த்தாள். ப்ரோங்கோஸ்கோப்பி எதற்காக? 'ப்ரொவிஷனல் டயக்னோசிஸ் பல்மொனரி டியூபர்குலோசிஸ். ப்ரோங்கோஜெனிக் கார்ஸினோமா– டு–பி. ரூல்ட் அவுட்.' ஸபிதாவின் சப்த நாடிகளும் தளர்ந்தன. மூச்சுக்குழாய் கேன்ஸருக்கான ஒரு வாய்ப்பும் சிகிச்சையின் நோக்கமாக இருந்தது.

"சே... சே... என் ரஷீதுக்கு அப்படியெல்லாம் வராது. புகைபிடிக்கிற பழக்கமே இல்லாத உங்களுக்கெப்படி... டியூபர்குலோசிஸ்தான் இது. சிகிச்சையில் மாறிவிடுகிற நோய். எனக்கு உறுதியாகத் தெரியும்."

உறுதியின் முடிவில் அவள் உடைந்து சிதறினாள். கட்டிலில் படுத்திருந்த ரஷீதின் நிர்வாணமான, மெலிந்த மார்பின்மீது விழுந்து அவனை இறுகப் பற்றிக்கொண்டாள். தான் ஏங்கியழுவதையும் ரஷீதின் கரங்கள் தன்னை ஆறுதல்படுத்த அணைத்துப் பிடித்திருப்பதையும் ஸபிதா உணர்ந்துகொண்டது மகன் ஸஹீரின் சத்தம் காதில் விழுந்தபோதுதான். "உம்மா ஏன் அழறீங்க, வாப்பா சும்மாதானே படுத்திருக்காங்க?"

அவன் வேதனையோடு முதுகைப் பற்றி இழுக்கிறான். அவள் விருட்டென்று எழுந்து கண்களைத் துடைத்துவிட்டு அவனை வாரியணைத்தாள்.

"ஒண்ணுமில்லை, வாப்பா சும்மாதான் படுத்திருக்காங்க, என் பிள்ளை வருத்தப்பட வேண்டாம்."

ஸபிதாவுக்கு அன்று இரவு டியூட்டி. முடிந்ததும் நேராக ஸாஹிருக்கு வந்துவிடலாம். மகனை இரவு அஸ்மா தாத்தாவுடன் படுக்க வைக்கலாம். ரஷீது நன்றாக ஓய்வெடுங்கள். ஒன்றும் பிரச்சினையில்லை, எனக்குத் தனியாகப் போக எந்தப் பயமுமில்லை என்றெல்லாம் பேசித் தைரியமளித்துவிட்டு தான் ஸபிதா புறப்பட்டாள். கூடப்போக ஆளில்லை என்பதில் ரஷீதுக்கு வருத்தமிருக்கும் என்பதை ஸபிதா அறிவாள். சாதாரணமாக நைட் ஷிஃப்டுக்குப் போகும்போது ரஷீதும் மகனும் சேர்ந்து விலாதாவில் கொண்டு விடுவதுதான் வழக்கம்.

இரவு டியூட்டியை எப்படிச் சமாளித்தோம் என்பதை ஸபிதாவால் நினைத்துப் பார்க்கவும் முடியவில்லை. என்னதான் தனிப்பட்ட பிரச்சினைகளிருந்தாலும் டாக்டர்களின் மனது கடுகளவுகூடச் சமநிலை தவறிவிடக்கூடாதல்லவா? சிரிப்பும் வேடிக்கையுமாக நடக்கும் திருமணமாகாத ஃபிலிப்பைனி பக்தூரா ஸமீகாவைப் பார்த்து அன்று முதன்முதலாக ஸபிதா பொறாமைப்பட்டாள். ஒரு பட்டாம்பூச்சியின் லாவகத்துடன் வாழ்ந்துகொண்டிருக்கிறாள் ஸமீகா. கணவனைப் பற்றியோ குழந்தைகளைப் பற்றியோ எந்தக் கவலையுமில்லை. நிம்மதியான சுகவாழ்க்கை.

அன்று பகல், ப்ரோங்கோஸ்கோப்பி முடிந்து ஸ்லைடு பரிசோதனையில் டியூபர்குலோசிஸ் டயக்னோசிஸிசை ஒத்துப் போவதுபோல் எதையும் கண்டுபிடிக்க முடியவில்லை. ஆனால், மைக்ரோஸ்கோப்பில் தெரிந்த ஒரு சந்தேகமான அணுவை வைத்து அசாதாரணமான வியாதியாகிய ஸார்கோய்டோசிஸாக இருக்காது என்று சொல்லிவிட முடியாது என்றொரு கருத்துமிருந்தது. குறிப்பிடும்படியான சிகிச்சைகள் எதுவுமில்லாத நோய். எஞ்சிய காலம் நரக வேதனைக்குச் சமம். இருந்தாலும் பரவாயில்லை. வாழ்நாள் முழுவதும் ஸ்டிரோய்ட் மருந்துகளுடனும் அவற்றின் பக்க விளைவுகளுடனும் வாழவேண்டியதிருக்கும். பரவாயில்லை. ஸபிதா நினைத்துக்கொண்டாள். கான்சராக இல்லாமலிருந்தால் போதும். வாழ்க்கை முழுவதும் பண்டுவம் செய்து தள்ளு வண்டியிலாவது கொண்டு நடந்து ஒரு குழந்தையைப் போல் கவனித்துக்கொள்ளலாம்... இந்த உயிர் மட்டும் திரும்பக் கிடைத்தால் போதும்...

இனி அடுத்த நகர்வென்ன? மெடிக்கல் நிபுணரும் நெஞ்சக நோய் நிபுணருமடங்கிய ஒரு பானல் ஒன்றாக அமர்ந்து விவாதித்தார்கள். ஸபிதாவும் அவர்களுடைய அனுமதியுடன் சேர்ந்து கொண்டாள். நோய் விவரத்தையும் பொருத்தமான சிகிச்சையையும் காரண காரியங்களுடன் தெரிந்துகொள்ள வேண்டியது தனது தேவையும் உரிமையுமல்லவா? ஸபிதாவும் உடனிருப்பதை டாக்டர்கள் வரவேற்கவே செய்தனர்.

டியூபர்குலோசிஸின் கேவிட்டேஷனும் மற்றவையும் எக்ஸ்ரேயில் இல்லை. மிலியரிடியூபர்குலோசிஸாக இருக்கலாம். ஆனால், வேறு நோய்களெதுவுமில்லாத ஆரோக்கியமுள்ள ஒருவருக்கு இவ்வளவு நாசகார நோயாகிய டியூபர்குலோசிஸ் வர முடியாதே என்றொரு கருத்தும் வாதமும் முன்வைக்கப் பட்டது. டிஷ்யூ டயக்னோசிஸ் முக்கியமாகத் தேவை என்றார்கள், அனுபவமுள்ள நெஞ்சக நோய் நிபுணர்கள். டிஷ்யூ டயக்னோ சிஸ் செய்ய வேண்டுமென்றால் நெஞ்சைத் திறந்து தொராக் கோட்டமி ஆபரேஷன் நடத்த வேண்டியது வரும். ஆனால், டி.பி.யாக இருக்கும் பட்சத்தில் இப்படியான ஒரு ஆபரேஷனால் விபரீத பலன் மட்டுமல்லவா எற்படுமென்பது ஸபிதாவின் சந்தேகம். டியூபர்குலோசிஸ் சிகிச்சை தொடங்குவதற்கு டிஷ்யூ டயக்னோசிஸ் தேவையில்லையே? எம்பிரிக்கலாகச் சிகிச்சை யைத் தொடங்குவதுதானே சரியாக இருக்கும் என்றார், மற்றவர் களை ஒப்பிடும்போது ஜூனியரான, பாகிஸ்தான் டாக்டர் உபைது. இவரது முடிவுதான் ஸபிதாவுக்கும் சரியென்று பட்டது.

பரிசோதனைகளுக்கும் சிகிச்சைக்குமென ரஷீது இரண்டு நாட்களாக ஸாஹிரில்தான் இருக்கிறான். டியூட்டி முடிந்ததும் ஸபிதா அங்கே போய்விடுவாள். இரவில் அங்கே தங்குவதற்கு அனுமதி கிடையாது. முகம்மது டாக்டரோ அப்துவோதான் துணையாக இருப்பார்கள். மூன்றாவது நாள் ரஷீதை தாயிஃபிற்கு ரெஃபெர் செய்வதாக முடிவு செய்யப்பட்டது. தாயிஃபிலுள்ள ஆஸ்பத்திரி நெஞ்சக நோய்களுக்குப் பெயர் பெற்ற மருத்துவ மனை. சம்பந்தப்பட்ட நிபுணர்கள் பரிசோதனையின்படி சிகிச்சை நடக்கட்டும் என்பதுதான் ஸாஹிர் ஆஸ்பத்திரி டாக்டர் களின் முடிவு.

ரஷீதின் மருத்துவ விடுப்புக்கான ஏற்பாடுகளையெல்லாம் முகம்மது டாக்டரும் ஸபிதாவும் அலைந்து திரிந்து சரிப்படுத்தி னார்கள். ஸபிதா நகரை விட்டு வெளியே போகவேண்டுமென் றால் விலாதா முதீரின் அனுமதிக் கடிதம் தேவை. அதிர்ஷ்ட வசமாக முதீர் முஸ்தஷ்ஃபா விடுமுறையிலிருந்தார். முதீர் அயாதாவாக பொறுப்பிலிருந்தவர் பக்தூர் ஹுஸைன்தான். அனுமதிக் கடிதமும் இரண்டு நாள் விடுமுறையும் பக்தூர் ஹுஸைனின் அனுமதியுடன் சீக்கிரமாகக் கிடைத்தது. பக்தூரா தான் போகவேண்டுமென்று கிடையாது. நாங்களே எல்லாவற் றையும் பார்த்துக்கொள்கிறோம் என்று முகம்மது டாக்டர் சொன்னாலும் அங்கே போய் விஷயங்களை நேரடியாகப் பார்த்துத் தெரிந்துகொள்ளாமல் ஸபிதாவின் மனதில் அமைதி யிருக்காது. “கூடவே சென்றால் திரும்பி வருவதிலும் சிரம மிருக்கும். அங்கேயே தங்க முடியுமென்றும் தோன்றவில்லை” என்றார் முகம்மது டாக்டர்.

“அதொன்றும் பிரச்சினையில்லை டாக்டர், நான் எப்படி யாவது திரும்பிவிடுவேன்” என்று ஸபிதா பிடிவாதமாக நின்றாள். தாயிஃபில் ரஷீதுடன் இரண்டு நாட்களாவது இருக்க முயற்சி செய்ய வேண்டும். வீட்டில் அஸ்மா தாத்தாவுக்கும் ஸஹீருக்கும் துணையாக மெக்காவுக்கு வந்திருந்த நாதாபுரத்துக்காரன் சுலைமானையும் அவரது மனைவியையும் ஏற்பாடு செய்திருந் தாள். மருத்துவச் சான்றுகளெல்லாம் சரியாவதற்குக் காலை மணி பதினொன்றாகிவிட்டது. முகம்மது டாக்டரும் அப்துவும் ஸபிதாவும் ரஷீதும் சேர்ந்து தாயிஃபுக்குப் புறப்பட்டார்கள். முகம்மது டாக்டருக்கு இன்று இரவு டியூட்டி முடிந்த ஆஃப். நாளைக்குச் சாயங்கால டியூட்டிக்குப் போனால் போதும். ரஷீதுக்காகச் செலவு செய்ய அவரது கையில் சேர்ந்தாற்போல் ஒரு நாளிருக்கிறது.

தாயிஃப், சௌதி அரேபியாவின் சுகவாச ஸ்தலங்களில் ஒன்று. மன்னரின் கோடை கால அரண்மனை அங்கேதானிருக் கிறது. உயரமான இடத்திலிருக்கும் நகரமென்பதால் பனிக்காலங் களில் தண்ணீர் உறைந்துபோகிற அளவுக்குக் குளிரிருக்கும். வேனிற்காலத்தில் சீதோஷ்ண நிலை அற்புதமாக இருக்கும். தாயிஃப், வரலாற்று முக்கியத்துவம் வாய்ந்த ஒரு பகுதியும்கூட. முகம்மது நபிக்குத் தூதுத்துவம் அருளப்பட்ட தொடக்க காலங் களில் அவரைத் துன்புறுத்திய, தனிமைப்படுத்திய, வருடங் களுக்குப் பிறகு அவரது படைபலத்தின்முன் கீழ்ப்படிந்து நம்பிக்கையாளர்களாக மாறியவர்களின் நாடு. ரஸூலுல்லாவின் பால்யகாலம் தாயிஃபில் ஒரு வளர்ப்புத் தாயுடன்தான் கழிந்த தாம். நிறைய குழந்தைகளுள்ள, தனவந்தர்களாகிய அரபிகள் குழந்தைகளைப் பாதுகாப்பதற்காகக் கூலி கொடுத்து வளர்ப்புத் தாய்களை ஏற்பாடு செய்கிற வழக்கம் அன்றிருந்ததாம்.

அமைதியான இடத்தில் ஒரு குன்றின்மீது அமைந்திருந்தது, அந்த நெஞ்சக நோய் மருத்துவமனை. விசாலமான சுற்றுச்சுவரும் நிழல்தரும் மரங்களுமிருந்தன. சுற்றுச்சுவரின் ஒரு ஓரத்தில் ஐஸொலேஷன் வார்டு. மிக அதிகமான நோய்ப் பாதிப்புள்ள வர்கள் அங்கே தங்க வைக்கப்படுவார்கள். மரண விரக்தியும் தனிமையுணர்வும் நிறைந்திருக்கும் குளிர்ந்த சூழல். மருந்தும் நோயும் கலந்து நெடி வீசுகிற காற்று. ஸபிதாவை இந்தச் சூழல் தொந்தரவுபடுத்தியது. ரஷீதின் மனதில் என்ன தோன் றும்? அவனை டியூட்டி டாக்டர் பரிசோதனை செய்து கொண் டிருக்கிறார். ஸாஹிரின் ரெஃபெரன்ஸ் குறிப்புகளை அவர் அமைதியாக உட்கார்ந்து பார்த்துக்கொண்டிருந்தார். பிறகு வார்டில் அனுமதிப்பதற்கான சீட்டை எழுதினார். வெயிங் மெஷினில் நிறுத்தப்பட்டிருந்த ரஷீதை ஸபிதா மனவேதனை

யுடன் பார்த்தாள். உடல் எவ்வளவு மெலிந்துபோய் விட்டது. இதெல்லாம் எப்போது நடந்தது? அணிந்திருந்த சட்டை, தோளெலும்புகளில் தொங்கவிடப்பட்டிருப்பது போலிருந்தது. நான்கைந்து நாட்களுக்கு முன்பு தன்னுடன் ஸாஹிரில் பரிசோதனை செய்வதற்காக காரோட்டிக்கொண்டு வந்த ரஷீது தானா? எல்லாப் பரிசோதனைகளுக்கும் பரிந்துரைகளுக்கும் அமைதியாக நின்று காட்டிக்கொடுக்கும் ரஷீதின் முகத்திலிருந்த பரிதாபம் மனதை உருக்குவதாக இருந்தது. வியாதி எவ்வளவு சீக்கிரமாக ஒரு மனிதனை இயலாமைக்குள்ளும் கையாலாகாதவனாகவும் மாற்றி விடுகிறது. தனக்கும் மகன் ஸஹீருக்கும் குடும்பத்திலுள்ள மற்றும் எவ்வளவோ பேர்களுக்கும் நிழலாக இருக்கும் உற்சாகக் குணமுடைய ரஷீதுதானா? இனி எதிர் காலத்தில் என்னென்ன வேதனைகள் தங்களைக் காத்திருக்கிறதோ?

ஸ்பெஷலிஸ்ட் எப்போது வருவார்? மற்ற பரிசோதனைகள் எப்போது நடக்கும்? ஸபிதாவுக்கு இருப்புக்கொள்ளவில்லை. டியூட்டி டாக்டர் ஒவ்வொன்றையும் எந்த உணர்வுமின்றி மிக சாவகாசமாகச் செய்வதுபோல் ஸபிதாவுக்குத் தோன்றியது. ஒருவேளை, இது சூழ்நிலையின் பாதிப்பாக இருக்குமோ? வந்திருந்த ஒரேயொரு நோயாளியைத் திரும்பத் திரும்பப் பரிசோதித்தும் குறிப்பெடுத்தும் நேரம்தான் போய்க்கொண்டிருந்தது. இவர் ஏன் ஸ்பெஷலிஸ்டிடம் விவரத்தைச் சொல்லாமலிருக்கிறார்?

“நான் ஸ்பெஷலிஸ்டைத் தொடர்புகொண்டேன். ஆன்டி டியூபர்குலஸ் சிகிச்சையை இன்றே தொடங்கிவிட வேண்டியதுதான். மற்ற பரிசோதனைகளெல்லாம் பெரும்பாலும் நாளைக்குதான். இவரை வார்டுக்கு மாற்றுகிறேன். கூட யாராவது ஆண்கள் இருந்தால் போதும்.”

ஸபிதாவால் இதை ஏற்றுக்கொள்ள முடியவில்லை. பிறகு நான் எங்கே போயிருப்பது? குழந்தையை மற்றவர்களிடம் ஒப்படைத்துவிட்டு கூட வந்ததே ரஷீதைக் கவனித்துக்கொள்வதற்குத்தானே?

“பக்தூராவுக்கு இங்கே இருக்க முடியாது. இது ஆண்களுக்கான ஆஸ்பத்திரியல்லவா? இங்கே நான் பார்த்துக்கொள்கிறேன். நாளைக்குப் பரிசோதனை முடிவுகளை எல்லாம் அறிந்த பிறகு வருகிறேன். நாளைக்கு அபுகுட்டி வருவானல்லவா, துணைக்கு அவன் இருப்பான். சூப்பர் மார்க்கெட் மானேஜரிடம் ஒருவாரம் விடுமுறை கேட்பதில் பிரச்சினையெதுவுமில்லை என்று சொல்லியனுப்பியிருக்கிறான்.”

ஸபிதாவின் ஆறுதலுக்காக நர்ஸ் குவாட்டர்சில் இரண்டு நாட்கள் ஸபிதா தங்கியிருக்க வாய்ப்பிருக்கிறதா என்று விசாரித் தார் முகம்மது டாக்டர். பகல் நேரங்களில் வந்து பார்த்துக் கொள்ளவும் செய்யலாமல்லவா? இங்கே சட்ட திட்டங்கள் மிகக் கடுமையானவை. பெண் நர்ஸ்களும் ரொம்பவும் குறை வாகத்தானிருக்கிறார்கள். அவர்களுக்கும் பகல் நேர டியூட்டி மட்டும்தான். ஹாஸ்டலில் இருப்பதானாலும் இப்போது மூன்றரை மணிக்கு ஷிஃப்ட் முடிபவர்களுடன் சேர்ந்துப்போய் விட வேண்டியதுதான். பிறகு ஆண் நர்ஸ்கள்தான் டியூட்டி யிலிருப்பார்கள். ஹாஸ்டலும் பக்கத்தில் இல்லை. பத்துப் பதினைந்து நிமிடம் வேனில் போகவேண்டிய தூரமிருக்கிறது.

“பக்தூரரா தாமதிக்காமல் சீக்கிரமாகத் திரும்பி விடுவதுதான் நல்லது. ஃபோன் செய்ய நினைத்தால் இங்கேயே கூப்பிடலாம், அவர்கள் ரூமில் சொல்லிவிடுவார்கள். உடனிருப்பவர்கள் யாராவது வந்து பேசலாம்.” முகம்மது டாக்டர் தொலைபேசி எண்ணை ஸபிதாவிடம் கொடுத்தார்.

“ஸபிதா கிளம்பு. இகாமாவை எல்லாம் கவனமாக வைத்துக் கொள்.” ரஷீதும் தளர்ந்த குரலில் அனுமதித்தான்.

ஸபிதாவுக்கு வேறு வழிகளெதுவுமிருக்கவில்லை. ரஷீதிடம் சொல்லிவிட்டு வெளியே வரும்போது மனம் அழுது கொண்டிருந்தது. பயங்கரமான ஒரு உலகம்தான். நாட்டிலிருந் தால் எவ்வளவு ஆறுதலாக இருந்திருக்கும். உடனிருந்து கவனித் துக்கொள்ளவும் முடியும். உதவிக்கு யாரெல்லாம் வந்திருப் பார்கள்.

இருந்தாலும் வெளியே இறங்கும்போது அவள் தைரியமாக இருப்பதுபோல் பாவித்துக்கொண்டாள். ரஷீதின் மன உறுதியைக் குலைத்துவிடக் கூடாது.

“நான் நாளைக்குச் சாயங்காலம் கூப்பிடுகிறேன். அபு குட்டியிடம் ஃபோனை எடுக்கச் சொன்னால் போதும்.”

வீட்டில் தொலைபேசி இல்லாமலிருப்பது மற்றொரு சிரமம். ஊரிலிருக்கும்போதே ரஷீதுக்குத் தொலைபேசி என்றால் அலர்ஜிதான். அப்போதெல்லாம் அது பிரச்சினையாகவும் தெரியவில்லை. சௌதி அரேபியாவில், ஃபிளாட்டில் ஃபோன் வைக்க வேண்டுமென்று ஸபிதா ஆசைப்பட்டாள். நாட்டிலுள்ள விஷயங்களையெல்லாம் உடனுக்குடன் அறிந்துகொள்ளலா மல்லவா? அம்மாவின், அக்காவின் குரல்களையும் கேட்கலாம். இங்கிருந்து அழைக்கவேண்டுமென்றால் ஆஸ்பத்திரியில் எல்லா மாடியிலுமே காயின் பாக்ஸ் இருக்கிறதல்லவா? எதற்காக வீட்டிலும் இந்தத் தொந்தரவு என்றான் ரஷீது. சரி, வேண்டாம்

என்று ஸபிதாவும் முடிவு செய்தாள். ஃபோனை எடுத்துவிடலாம்; அதுதான் நல்லது என்று தோன்றியது.

வெளியே வரும்போது முகம்மது டாக்டரும் கூடவே வந்தார்.

"மணி ஐந்தாகிறது. அப்துவும் நீங்களும் தனியாகப் போவதில் ரிஸ்க் இருக்கிறது. சௌதி சட்டப்படி நீங்கள் இரண்டு பேரும் அன்னிய ஆண் பெண்களல்லவா? ஏதாவது விசாரணை வந்தால் இகாமாவைக் காட்டி விலாதா ஆஸ்பத்திரி முதீரைத் தொடர்புகொள்ளச் சொன்னால் போதும்."

"அந்த அளவுக்கு யோசிக்க வேண்டுமா டாக்டர்? விஷயத்தைச் சொன்னால் புரிந்துகொள்ளவா மாட்டார்கள்?"

"பக்தூரா தெரியாமல் சொல்கிறீர்கள். இங்கே வரும்போது நான் இதைப் பற்றி யோசிக்கவில்லை. பிரச்சினையெதுவும் வராது. நீங்கள் இரண்டுபேரும் தைரியத்தைக் கைவிடாமலிருந்தால் போதும். டாக்சிக்காரனிடம் நான் சொல்கிறேன்."

ஸபிதாவுக்கு ஏனோ இதைப் போன்ற விஷயங்களில் எந்தப் பதற்றமும் ஏற்படுவதில்லை. கணவனுக்கு உடம்பு சரியில்லையென்றால் மனைவியும் கூடவே போவது இயல்பான விஷயம்தானே? ஆண்கள் ஆஸ்பத்திரியில் பெண்கள் இருக்கக் கூடாது என்பதால் திரும்பப் போகிறோம். கூட இருப்பவர் எவ்வளவோ காலமாகப் பழகிய சொந்த ஊர்க்காரர். இதைச் சொல்லிப் புரிய வைக்கிற அளவுக்கு அரபி மொழியும் தனக்குத் தெரியும். போதாக்குறைக்குக் கூடவே வரும் அப்துவுக்கு அரபி யென்றால் தண்ணீர்பட்ட பாடு.

கட்டிலில், கசங்கிய ஆஸ்பத்திரி உடையுடன் அனாதை போல் படுத்திருக்கும் ரஷீதின் முகம் மட்டுமே இப்போது ஸபிதாவின் மனதிலிருந்தது. மகன் ஸஹீரின் விஷயங்களைக் கூடத் தான் சில நாட்களாகக் கவனிக்கவே இல்லையென்பது ஸபிதாவின் நினைவுக்கு வந்தது. அவனை அஸ்மா தாத்தா கவனித்துக்கொள்வாள். இப்போது ரஷீது . . . ரஷீது மட்டும்தான் தன் மனதில். அவனது ஃபைனல் டயக்னோசிஸ். அப்புறம் சிகிச்சை. அது மட்டும்தான்.

இருபத்தொன்று

டாக்சி டிரைவர் வாய் மூடாமல் பேசிக்கொண்டிருந்தான். டாக்டரின் உடம்புக்கு என்ன? சௌதியில் எத்தனை வருடமாக இருக்கிறீர்கள்? எங்கே தங்கியிருக்கிறீர்கள்? குழந்தைகள் எத்தனை? இதற்குமுன் தாயிஃபில் வந்திருக்கிறீர்களா? அப்து, பக்ரூருக்கும் பக்ரூராவுக்கும் என்ன உறவு? இப்படியான நிறைய கேள்விகள். உங்கள் நாட்டில் இப்படி அன்னிய ஆண்களுடன் சுதந்திரமாகப் பயணம் செய்யலாம் இல்லையா? வல்லாஹி, இங்கே என்னென்ன கட்டுப்பாடுகள் தெரியுமா?

அப்து மிகவும் கவனமாகவே பேசிக்கொண்டிருந்தான். சாதாரணமாக அவன் இப்படியல்ல. அரபியில் பேசுவதற்கு ஆள் கிடைத்தால் விடமாட்டான். பத்து வருடத்திற்கும் அதிகமாகிறதல்லவா இங்கே வந்து? அரபியில் சரளமாகப் பேசுவதை அப்து பெருமையாக நினைப்பவன்.

டிரைவர் இப்போது தாயிஃபின் வரலாற்றினுள் நுழைந்திருக்கிறான்.

"இங்குள்ள இயற்கையைப்போல் ஒன்றுமல்ல மனிதர்கள். மகாக் குரூரமானவர்கள். பண்டொரு காலத்தில் ரஸூலுல்லாவைக் கல்லால் எறிந்து விரட்டியவர்களல்லவா? கடைசியில், போரில் தோற்றுவிடுவோம் என்று தெரிந்ததும் பெண்களையும் கால்நடைகளையும் உதறிவிட்டு அந்தப் பொல்லாதவர்கள் அடிவாரத்திலிருந்து தோற்றோடினார்கள். வெற்றி பெற்றவர்கள் போர் இலாபங்களைப் பங்கு வைக்கத் தொடங்கியபோது உயரமான இடங்களிலிருந்து அந்தக் கோழைகள் சத்தமிட்டுச் சொல்கிறார்கள்: நாங்கள் அனைவரும் முஸ்லிம்களாகிவிட்டோம். ரஸூலுல்லாவுக்குப் பிறகு, மத்தியஸ்தம் செய்கிற

வேலைதான். பங்கு போட்டுக் கிடைத்த அழகிய பெண்களையும் கால்நடைகளையும் விட்டுக்கொடுக்க போரில் ஈடுபட்டவர்களுக்கு மனம் வருமோ?" டிரைவர் ஒரு புளித்த சிரிப்புடன் அப்துவைப் பார்த்துவிட்டுத் தலையைத் திருப்பி ஸபிதாவையும் பார்த்தான்.

போர் இலாபங்கள்! கால்நடைகள்! கால்நடைகளைப் போன்ற அழகிய பெண்கள்! ஆனால், ஸபிதாவின் மனது அப்போது இதையெல்லாம் குறிப்பெடுக்கவில்லை. கார் மெக்காவின் எல்லையை நெருங்கும்போதும் ஸபிதா சிந்தனைகளின் உலகத்தில்தானிருந்தாள். ரஷீதை முதன்முதலாகச் சந்தித்ததிலிருந்து தொடங்கிய நினைவுகள் மிகத் தெளிவாக மனதின் திரைச்சீலையில் ஓடின. திருமணம் முடிந்த நாட்களில் சின்னச் சின்ன விஷயங்களிலும்கூட மிகப் பெரிய சந்தோசங்கள். கடுகளவு மகிழ்ச்சிகூட மிகப் பிரம்மாண்டமாகத் தெரிகிற அற்புத காலமல்லவா அது? ரஷீதுடன் சேர்ந்து கக்கட்டில் மரச்சீனித் தோட்டங்களினூடே, வயல் வரப்புகளினூடே, மீத்தலைக் குனியில் குஞ்ஞிக்கணாரனின் பாதையினூடே நடக்கும்போது அந்த இடங்களெல்லாம் ஆச்சரியப்படுவதுபோல் எவ்வளவு பிரகாசமாகத் தெரிந்தன. சங்கரேட்டனின் கடை எலுமிச்சம்பழச் சோடா இரட்டிப்புச் சுவையுடனிருந்தது. வீட்டிலுள்ளவர்களுடனும் தோழிகளுடனும் சேர்ந்து எத்தனை எத்தனைத் திரைப் படங்கள் பார்த்திருக்கிறோம். இருந்தாலும் ரஷீதுடன் சேர்ந்து வடகர கீர்த்தியில் பார்த்த 'நீ மகா பாக்கியவதி'யின் மகிழ்ச்சி வேறெதிலும் கிடைக்கவில்லை. அப்புறம் ஷாஹினாவின் வீட்டில். குஞ்ஞாமது ஹாஜியின் உம்மா பரிமாறிய நெய் ஒரட்டியின் இறைச்சிக் கறியின் சுவையே தனிதான். இன்று நெய் ஒரட்டி எல்லா நாளையும்விட நன்றாக இருக்கிறது என்று சொன்னபோது உம்மா கேலி செய்தார்கள். "அது நீ உன் வீட்டுக்காரன் கூடச் சேர்ந்து சாப்பிடுவதாலிருக்கும்." ஷாஹினாவுக்குத் தலையிலடித்துச் சிரிப்பதற்கு வேறென்ன வேண்டும்.

ஆரோக்கியமான ரஷீதுடன் சேர்ந்து அந்தக் கிராமப்புறங்களில் எல்லாம் இனி தனக்குப் போக வாய்க்குமா? ஷாஹினா, குட்டி ஸஹீரைப் பார்க்கக் காத்திருக்கிறாள். கடந்த இரண்டு வருடமும் விடுமுறையில் ஊருக்குப் போனபோது அவள் கணவன் வீட்டிலிருந்தாள். அடுத்த விடுமுறைக்கு இன்னும் ஆறு மாதங்களிருக்கின்றன. போதும் . . . அதற்குள் ரஷீதின் உடல்நிலையெல்லாம் பூரணமாகச் சரியாகிவிடும்.

திடீரென்று கேட்ட ஏதோ ஒரு பயங்கரமான சத்தத்தில் திடுக்கிட்ட ஸபிதா ஆடியுலைந்தாள். அவளது உடலும் சிந்தனையும் பலமாக முன்புறம் இழுபட்டு பிறகு பின்பக்கமாக

இடித்து ஸீட்டில் வந்தமர்ந்தது. என்ன நடந்தது . . ? டாக்சியின் முன்புறமும் டிரைவர் அமர்ந்திருக்கும் இருக்கையும் இடது புறம் நின்ற காரின் முன் ஷீட்டில் ஏறி நிற்கிறது. அந்தக் காரினுள்ளிருந்து அலறல் சத்தம் கேட்கிறது. ஆண்டவா! அதில் யாருக்கோ பலமாக அடிபட்டிருக்கிறது. திடீரென்று போக்குவரத்துத் தடைபட்டுவிட்டது. அடுத்தடுத்து வந்துகொண்டிருந்த கார்களிலிருந்து ஆட்கள் இறங்கி வந்தார்கள். போலீஸாரின் வாக்கி டாக்கியின் சத்தம். ஸபிதாவும் அப்துவும் ஒரு நிமிடம் ஸ்தம்பித்துப்போய்விட்டார்கள். "வல்லாஹி, யாத்திரை தொடங்கும்போதே எனக்குப் பயமாகத்தானிருந்தது" என்பது போல் எதையோ சொல்லிவிட்டு எதுவோ உரசியதால் இரத்தம் கசியும் கையைத் தூக்கிப்பிடித்தபடி வெளியே இறங்க முடியாமலிருந்த டிரைவர், அப்துவைக் கோபத்துடன் பார்த்தான். அப்து வலதுபுற டோரைத் திறந்து வெளியே இறங்கியதும் டிரைவரும் சிரமப்பட்டு அந்த வழியே இறங்கினான். பின்புற டோரைத் திறந்து வெளியே இறங்கப்போன ஸபிதாவை அப்து தடுத்தான். "பெரிய பிரச்சினைபோல் தெரிகிறது. பக்தூரா இப்போது இறங்க வேண்டாம்."

ஆம்பூலன்ஸ் சீறிக்கொண்டு வந்து நின்றது. வாகனங்கள் ஓரமாக விலக்கி நிறுத்தப்பட்டன. டாக்சிக்காரனின் கவனமின்மையைப் பற்றி விபத்திற்குள்ளான காரை ஓட்டி வந்த ஆள் கோபத்துடன் சத்தமாக ஏதோ சொல்கிறான். இதனிடையில் எதிர்ப்புற டோரைத் திறந்து காயம்பட்டு அலறுபவரை இரண்டு பேர் சேர்ந்து சிரமப்பட்டு வெளியே கொண்டு வந்தார்கள். வெள்ளை தௌபு முழுவதும் இரத்தம். காயம் எந்த இடத்தில் என்பதை யூகிக்க முடியவில்லை. இரண்டு டிராஃபிக் போலீஸ்காரர்கள் கார்களையும் அவை நிற்கும் விதங்களையும் நுட்பமாகப் பரிசோதனை செய்து பரஸ்பரம் எதையோ சத்தமாகப் பேசியபடியே அப்துவும் டிரைவரும் நிற்குமிடத்துக்கு வருவதை ஸபிதா பதற்றத்துடன் கவனித்தாள்.

"இந்த டாக்சியின் டிரைவர் யார்? லைசென்சை எடு. தாயிஃபிலிருந்து கூட வர்றது யார்? இப்படி இந்தத் தறிகெட்ட பயணம் எந்த ஊருக்கு?"

அப்து குனிந்து மெதுவான குரலில் சொன்னான்: "பக்தூரா வெளியே வாங்க."

"மின் ஹாதி? (அது யார்?) பக்தூரா? எங்குள்ள பக்தூரா? தாயிஃபுக்கு எதற்காகப் போயிருந்தீர்கள்? இங்கே விலகி நில்லுங்கள். கூட யாரெல்லாம்? இரண்டு பேருடைய இகாமாவும் எங்கே? நீயும் இங்கே விலகி நில்." அப்துவும் ஸபிதாவும்

டிரைவர் நிற்கிற இடத்தில் விலக்கி நிறுத்தப்பட்டார்கள். மூன்று குற்றவாளிகள்.

"அப்து பிரச்சினையாகிவிடுமா?"

"நீங்க ஏன் பயப்படுறீங்க. நமக்கு விஷயத்தைச் சொல்லலாம். வேணும்னா முஸ்தஷ்ஃபா விலாதாவுக்கோ, ஸாஹிருக்கோ எங்க வேணும்னாலும் கூப்பிட்டு விசாரிக்கட்டுமே?" ஸபிதாவுக்குத் தைரியமூட்டுவதற்காகவே இருக்கும், அப்து இல்லாத தைரியம் நடித்தான்.

ஸபிதா மிகுந்த அதிர்ச்சியுடனிருந்தாள். தவறான விஷயத்திற்காகப் பிடிபட்டவள்போல். இனி கேள்வியும் விசாரணைகளும் இருக்குமோ? நிமிர்ந்து நின்று இரண்டு வார்த்தை பேசுவதற்கான மனத் திடத்தையும் இழந்துபோய்விட்டோம். இரவாகப் போகிறது. ஸபிதாவும் அப்துவும் திரும்பிப் போய்விட்டதாக முகம்மது டாக்டர் ஃப்ரூட்ஸ் கடையில் சுலைமானை அழைத்துச் சொல்லியிருப்பார். அஸ்மா தாத்தாவும் மகனும் எதிர்பார்த்திருப்பதை ஸபிதாவால் உணர்ந்துகொள்ள முடிந்தது. "ஸஹீரின் உம்மாவை இன்னும் காணோமே..?"

"ஏறு" என்ற ஆக்ரோசக் குரல் கேட்டு ஸபிதா மீண்டும் திடுக்கிட்டாள். போலீஸ் ஜீப் தயாராக நிற்கிறது. அப்துவையும் ஸபிதாவையும் ஜீப்பில் ஏற்றினார்கள். டாக்சி டிரைவர் எங்கே? அவனைக் கைது செய்து கொண்டுபோய் விட்டார்களா?

ஸ்டேஷனுக்குப் போனதும் மீண்டும் விசாரணை ... பிறகு அமர்ந்தார்கள் ... நேரம் போய்க்கொண்டே இருந்தது ... எதற்காக இவர்கள் தங்களை இப்படி உட்கார வைத்திருக்கிறார்கள்? அப்போது வந்த அதிகாரி ஒருவர் திரும்பவும் அதே கேள்விகளைக் கேட்டார், உயர்ந்த கிரேடிலுள்ள போலீஸ் அதிகாரியாக இருக்கும். இரண்டு பேருடைய இகாமாவும் பயணத்திற்கான அனுமதியும் முழுமையாகப் பரிசோதிக்கப்பட்டன. "எதற்காக தாயிஃபுக்குப் போனீர்கள்.? யார் இந்த மேல...ப்பாடத்து அப்து ரஹிமான்? நீங்கள் இரத்த சொந்தங்களா?" அப்துவின் இகாமாவைப் பார்த்து முக்கி முனகிப் பெயரை வாசித்த அதிகாரி ஸபிதாவிடம் கேட்டார்: "இங்கே சௌதியிலுள்ள சட்டதிட்டங்கள் இதுவரை உங்களுக்குத் தெரியாதா? கணவனோ நெருங்கிய இரத்த உறவுகளோ இல்லாமல் பெண்கள் அன்னியர்களுடன் தொலைதூரப் பயணங்கள் செய்வதற்கு அனுமதி கிடையாது. அப்து ரஹிமான் நீ சௌதிக்கு வந்து எத்தனை வருடங்களாகின்றன. இங்குள்ள சட்டங்களைப் பற்றி நீ ஏன் சொல்லவில்லை? அல்லது, வேண்டுமென்றேதான் சொல்லவில்லையா? தாயிஃபுக்குப் போன நோக்கம் வேறெதுவுமா?

இப்போது தாயிஃபில் நல்ல சீதோஷ்ண நிலை இல்லையா?" அப்துவின் முகபாவம் மாறுதலுக்குள்ளாவதை ஸபிதா கவனித்தாள்.

"நான் முஸ்தஷ்ஃபா விலாதா ஜர்வலியில் டாக்டராக இருக்கிறேன். என்னுடைய கணவர் ஸாஹிர் ஆஸ்பத்திரியில் டாக்டர். அவருக்கு உடல்நிலை சரியில்லாமலானதால் ஆஸ்பத்திரிக்கு நான்தானே அழைத்துப் போக வேண்டும்? வேறு யாருடன் அனுப்ப முடியும்? இரத்த பந்தமுள்ளவர்களை இந்த அன்னிய நாட்டில் நான் எங்கே போய்த் தேடுவது?" ஸபிதாவின் முகம் கோபமும் வருத்தமும் கலந்து சிவந்தது.

"கூல் டவுண், பக்தூரா. சட்டங்கள் கடைப்பிடிக்கப்படுவதற்கானவைதான். அதற்காகத்தான் மகானாகிய ராஜா எங்களுக்குச் சம்பளம் தருகிறார்." பேச்சில் சற்று கௌரவமும் நயமும் கலந்து சொல்லிவிட்டு அவர் மெதுவாக இருக்கையிலிருந்து எழுந்தார்.

"இவனைக் கொண்டு போங்கள்." பக்கத்தில் நின்றிருந்த போலீஸ்காரரிடம் சைகை காட்டினார். போலீஸ்காரர் அப்துவைப் பிடித்துத் தூக்கி முதுகில் தள்ளி உள்ளே கொண்டு போகும்போது அதிகாரி தொலைபேசியை எடுத்து டயல் செய்யத் தொடங்கினார். முஸ்தஷ்ஃபா ஜர்வலிக்கு; ஸாஹிருக்கு; தாயிஃப் ஆஸ்பத்திரிக்கு . . . ஸாஹிரிலிருந்து எப்போது புறப்பட்டார்கள்? தாயிஃபில் அட்மிட் செய்யப்பட்டது எப்போது . . ? மீண்டும் யாரையெல்லாமோ தொடர்புகொண்டு பேசுவதையும் அபிப்பிராயம் கேட்பதையும் ஸபிதா அரை உணர்வுடனிருப்பதைப் போல் நின்று கேட்டுக்கொண்டிருந்தாள் . . . அவளது தொண்டை வறண்டிருந்தது. அப்துவைக் கொண்டுபோய் என்ன செய்கிறார்கள் . . ? இங்கே வந்து இப்போது எவ்வளவு நேரமாகிறது . . ?

"ஓகே, பக்தூரா. இனி இதுபோன்ற சிக்கல்களில் வந்து மாட்டிக்கொள்ளாதீர்கள். ஆக்ஸிடெண்ட் கேஸ் வேறு. நாங்கள் எங்களுடைய டியூட்டியைப் பார்க்காமல் இருக்க முடியாதல்லவா?" மன்னிப்புக் கேட்பது போன்ற ஒரு தொனியிருக்கிறதா அந்த அதிகாரியின் சொற்களில்? "அவனையும் அழைத்துக் கொண்டு வாருங்கள்."

ஜீப், ஜர்வலியில் வந்து சேரும்போதும் அப்து மௌனமாகவே இருந்தான். "ஃபெயின் அல் மஹான்?" (வீடு எங்கே இருக்கிறது) என்ற கேள்வி அவனது காதுகளில் விழவில்லையா? அல்லது பதில் சொல்வதற்கான மன உறுதியையும்கூட இழந்துவிட்டானா? ஸபிதாதான் பள்ளிவாசலின் பக்கத்தில்தான்

தனது ஃபிளாட்டிருக்கிறது என்று சொன்னாள். அதைத் தாண்டி 'ஹளகா'வைச் சுற்றித் திரும்புமிடத்தில்தான் முகம்மது டாக்டரும் அப்துவும் தங்கியிருக்கும் ஃபிளாட் இருக்கிறது.

"நான் வருகிறேன் அப்து." அவன் கூனிக்குறுகி அமர்ந்தே இருக்கிறான்.

ஏணிப்படியேறி ஃபிளாட்டுக்கு வந்தபோது அங்கே அஸ்மா தாத்தாவும் மகன் ஸஹீரும் சுலைமானின் மனைவி சுலேகாவும் முன்புற அறையில் சோஃபாவில் எதிர்பார்த்துக் காத்துக்கொண்டிருந்தார்கள்.

"ஏன் இவ்வளவு தாமதமாகிவிட்டது? நாங்கள் பயந்துபோய் விட்டோம்."

"வழியில் டிராஃபிக் பிளாக்காகிவிட்டது.."

ஸபிதா மகனை வாரியணைத்து மனதிற்குள் கோபத்தையும் வேதனையையும் சிரமப்பட்டு அடக்கி அவனை இறுக முத்தமிட்டபடியே உள்ளே போகும்போது அவன் கேட்டான்:

"வாப்பாவுக்குக் காய்ச்சல் குறைஞ்சிட்டதா?"

"காய்ச்சல் குறைஞ்சிட்டே இருக்கு. வாப்பா திரும்பி வந்த உடனே நமக்கு இந்த நாட்டைவிட்டுத் தப்பி ஓடிடணும்.."

"எங்கே?"

"நம்ம நாட்டுக்கு. இந்தியாவுக்கு . . . இது நம்ம நாடில்லையே?"

"நாட்டுக்கு விமானத்தில்தானே போக முடியும்? ஹாய், எனக்குப் பிடிக்கும். ஜாலி." விமானத்தில் போயிறங்கும்போது தனக்குப் பார்த்து நினைவில்லாத உம்மம்மா,* மாமிமார்கள் . . . சேர்ந்து விளையாடுவதற்கு சிஞ்சு . . ! எல்லாவற்றையுமே அவன் யோசித்து வைத்திருக்கிறான்.

இந்த நல்ல விஷயத்தைச் சொல்வதற்காக அவன் அஸ்மா தாத்தாவைத் தேடி ஓடினான்.

---

* அம்மாவின் அம்மா

இருபத்திரண்டு

ரஷீதுக்கு ஆன்டி டியூபர்குலஸ் சிகிச்சைதான் தொடர்கிறது. ஒரு வாரத்தில் இதன் பலன் என்னெ வென்று அறிந்தபிறகு மேலும் பரிசோதனைகள் தேவைப் படலாம்.

தாயிஃபிலிருந்து மறுநாள் திரும்பி வந்த முகம்மது டாக்டர், விலாதாவில் சாயங்காலம் டியூட்டி முடிந்த பிறகு ஃபிளாட்டுக்கு வந்தார். ரஷீதைப் பற்றிய எதிர்பார்ப் பிலும் நேற்றைய மோசமான அனுபவத்திலும் ஸபிதா மிகவும் தளர்ந்துபோயிருப்பாள் என்பது முகம்மது டாக்ட ருக்குத் தெரியும். அன்று காலையில் முகம்மது மலபாரியின் வீட்டுக்குத் தொலைபேசியில் அழைத்து அப்துவிடம் ஃபிளாட்டின் சாவியைக் கொடுப்பதற்குச் செல்லும்போது தான் அவர் விவரங்களை அறிந்துகொள்கிறார். தாயிஃ பிற்குப் போகும் அவசரத்தில் தான் கையில் வைத்திருக்கும் ஃபிளாட்டின் சாவியை எடுக்க மறந்துவிட்டார்.

அப்து மிகவும் வருத்தத்துடன் பேசினான். ஆகவே தான் ஸபிதாவின் மனநிலை எப்படியிருக்கிறதோ என் பதைப் பற்றி டாக்டருக்கு மிகப் பெரிய பயமிருந்தது. மெக்காவுக்கு வந்ததும் அவசரமாக உடனே விவரத்தைச் சொல்லிவிட்டுப் போகாமலிருந்ததற்கான காரணமும் அதுதான். டியூட்டி முடியட்டும். அமைதியாக உட்கார்ந்து விஷயங்களைப் பேச முடியும். ஆனால் நினைத்ததை விடவும் ஸபிதா நல்ல மனத்திடமுள்ளவள் என்பதை டாக்டர் நேரில் கண்டபோது புரிந்துகொண்டார். ஆகவே, அதைப் பற்றிய பேச்சுகளை அவர் வேண்டுமென்றே கடைசியாக வைத்துக்கொண்டார்.

"தொண்ணூற்றொன்பது சதவிகிதமும் டி.பி.யாகவே இருக்கும் என்பதுதான் அவர்களுடைய அபிப்பிராயம். அப்படியாக இருந்தால் ஒரே வாரத்தில் முன்னேற்றம்

தெரியும். இங்கிருந்து போவதற்கு ஒருநாளைக்கு முன்பே சிகிச்சையைத் தொடங்கிவிட்டோமல்லவா?"

டாக்டரின் வார்த்தைகளிலிருந்த நம்பிக்கையும் ஆர்வமும் போலியானதல்ல. அது அவரது இயல்பாகவே இருந்தாலும் மனப் பதற்றங்களை அகற்றும் ஒரு நோக்கமும் அதிலிருந்தது.

"அப்புறம் ரஷீது டாக்டரிடம் நேற்று நடந்த சம்பவங்களை யொன்றும் இப்போது சொல்ல வேண்டாம். தேவையில்லாமல் அவரை டென்ஷனாக்க வேண்டாமல்லவா? ஒரு வாரத்தில் நோய் சரியாகித் திரும்பிவிடலாமென்ற மகிழ்ச்சியிலிருக்கிறார்."

"அப்படியென்றால் டாக்டரும் விவரத்தைக் கேள்விப் பட்டிருக்கிறீர்கள், இல்லையா? எப்போது கேள்விப்பட்டீர்கள்?"

"காலையில் நான் சாவியைப் பற்றிச் சொல்வதற்காக அப்துவைக் கூப்பிட்டேன். அப்து ரொம்பவும் வருத்தத்துடன் பேசினான். லேட்டாக நீங்கள் புறப்பட்டபோதே எனக்குப் பயமாகத்தானிருந்தது . . . சரி, அதை விடுங்கள். சௌதி அரேபி யாவில் இப்படியான அனுபவங்கள் எல்லோருக்குமே எப்போதா வது ஏற்படத்தான் செய்யும். இது இந்த நாட்டின் கோளாறு."

"அதிகக் காலம் இனி இங்கே சரிப்படாது டாக்டர். ரஷீதுக்கு உடல்நிலை சரியாகட்டும். திரும்பப் போய்விட வேண்டுமென்ற எண்ணம் வலுவாகிக்கொண்டே இருக்கிறது . . ."

"இப்போது டாக்டருக்கு உடல்நிலை வேறு சரியில்லை என்பதால் இப்படித் தோன்றுகிறதாக இருக்கலாம். அவசரமாக எதையும் முடிவு செய்ய வேண்டாம். நாம் பேசுவோம்."

முகம்மது டாக்டரும் அப்துவுமில்லாமலிருந்தால் நாம் அனாதைகளாகி இருப்போம். ஸபிதா நினைத்துப் பார்த்தாள். நாட்டில் வைத்து இப்படியான ஒரு நிலைமை ஏற்பட்டிருந்தால் ஆறுதலுக்கும் உதவிக்குமென்று யாரெல்லாம் வந்திருப்பார்கள். குடும்ப உறவுகளின் மதிப்பை அகன்றிருக்கும்போதுதான் உணர முடிகிறது. நேற்று நடந்த சம்பவம் . . . அது ஒரு கேடுகெட்ட அனுபவமாகத் தோன்றியது ஸபிதாவுக்கு. முகம்மது டாக்டர் சொன்னதுபோல் அதை ரஷீதிடம் இப்போது சொல்ல வேண் டாம். உடலும் மனவருத்தங்களுமெல்லாம் மாறிய பின் மெது வாக அறிந்தால் போதும்.

மறுநாள் சாயங்காலம் தபால் அலுவலகத்தின் பக்கத்தி லுள்ள தொலைபேசி நிலையத்தில் போய் ஸபிதா தாயிஃபிற்கு ஃபோன் செய்தாள். அறையிலிருந்து தொலைவில் வராந்தாவின் கடைசிப் பகுதியில் தொலைபேசியிருந்ததால் அபுகுட்டிதான் வந்து பேசினான். அபுகுட்டி ரஷீதின் உறவினன் மட்டுமல்ல, பக்கத்து வீட்டுக்காரனும்கூட. அவனுக்கு சௌதிக்கு வருவதற்கு விசா ஏற்பாடு செய்துகொடுத்ததும் அழைத்துக்கொண்டு வந்தது

மெல்லாம் ரஷீதுதான். இந்த நன்றியை வாய்ப்புக் கிடைத்த போது அவன் காட்டுகிறான். எங்களைப் பொறுத்தவரை இது எவ்வளவு பெரிய உதவி! உதவி செய்வதற்கான மனமிருந் தாலும் முகம்மது டாக்டருக்கோ 'ஸாஃப்டக்கோ' ஊழியரான அப்துவுக்கோ வார விடுமுறையின் உதவியைத் தவிர, விடுப்பு கேட்டு வாங்கிக் கூட வந்திருப்பதற்கு இயலாதல்லவா? முகம்மது மலபாரி புதிதாகத் தொடங்கிய சூப்பர் மார்கெட்டில் வேலை பார்ப்பதால், உறவினருக்கு உடல்நிலை சரியில்லாமலிருக்கிறது, கவனித்துக்கொள்வதற்காக ஒரு வாரம் விடுப்பு தேவைப்படுகிறது என்று கேட்டு, பெரிய அளவில் சிரமமெதுவுமில்லாமல் கிடைக் கவும் செய்தது. முகம்மது டாக்டரின் சிபாரிசிருந்தால் மலபாரிக்கு வேறெதுவும் யோசிக்க வேண்டியதிருக்காது. தனக்கோ பீவிக்கோ பிள்ளைகளுக்கோ உடம்புக்கு ஏதாவது வந்தால் உடனே படியிறங்கிக் கீழே வந்து அழைப்பு மணியில் விரல் வைத்தால் போதுமே! ரஷீதைக் கவனித்துக்கொள்ள முடியாத தன்னுடைய இயலாமையைக் குறித்து ஸபிதாவுக்கு வருத்தம். எப்படி இயலும்? உண்ணவும் அருந்தவும் விதிப்படியான சம்போகம் செய்யவும், அப்புறம் மரணித்த பிறகு கிடைக்க விருக்கும் சுகபோக வாழ்க்கையையும் பற்றி மட்டுமே கனவு காணும் இந்தத் தேசத்தில் மெல்லிய அக உணர்வுகளுக்கு என்ன முக்கியத்துவமிருக்க முடியும்?

அனுமதிக்கப்பட்ட இரண்டு நாள் விடுமுறைக்குப் பிறகு ஸபிதா வேலைக்குச் சென்றாள். முதீர்அயாதா, பார்த்ததுமே ரஷீதின் நோய் மற்றும் விவரங்களை ஆர்வத்துடன் விசாரித்தார். போலீஸ் ஸ்டேஷனின் வேறு மோசமான அனுபவங்கள் ஒன்று மில்லையே என்றும் குரலைத் தாழ்த்திக்கொண்டு கேட்டார்.

"பக்தூரா, நீங்கள் இதுபோன்ற விஷயங்களில் கொஞ்சம் அதிகமாகக் கவனம் செலுத்துவது நல்லதென்று நினைக்கிறேன்" என்று ஒரு முன்னறிவிப்பும் தந்தார். அவர் ஒரு நல்ல மனிதர். பிறகு சந்தித்தவர்களில் யாருமே இதைப் பற்றிக் குறிப்பிட்டுப் பேசவில்லை என்பதால் அது ஆஸ்பத்திரியில் ஒரு செய்தியாகப் பரவவில்லை என்பது ஸபிதாவுக்கு ஆறுதலாக இருந்தது.

மூன்றாவது நாள் ஃபோன் செய்தபோது ரஷீதே நேரடியாக வந்து பேசினான். இப்போது பரவாயில்லைபோல் தோன்று கிறது. ஓரளவு பசியெல்லாம் இருக்கிறது. ஒரு வாரத்திற்குள் வந்துவிடலாம்போல் தோன்றுகிறது. மகன் என்ன செய்கிறான்? வாப்பாவைத் தேடுகிறானா என்று கேட்டபோது ஸபிதாவுக்கு அழுகை வந்துவிட்டது. வாப்பா காய்ச்சல் விட்டு எப்போது வருவார்கள் என்று அடிக்கடி கேட்பான் என்று மட்டுமே பதில் சொன்னாள்.

"ஒரு வாரம்தான் என்னால் இருக்க முடியும் ஸபிதா, உங்களையெல்லாம் பார்க்காமல் என்னால் இருக்க முடிய வில்லை."

"எல்லாம் நல்லபடியாகக் குணமாகிய பிறகு வந்தால் போதும் ரஷீது. வேறு டெஸ்ட் எதுவும் தேவையில்லையென்று டாக்டர்கள் சொல்லிவிட்டார்களா?"

"டயக்னோசிஸில் சந்தேகம் எதுவுமில்லை. இருந்தால் இவ்வளவு இம்ப்ரூவ்மெண்ட் கிடைத்திருக்காதல்லவா? என்னால் இதைத் தெளிவாக உணரவும் முடிகிறது."

"கட்டாயப்படுத்தி அவசரமாக, வரவேண்டாம் என்று சொல்ல வருகிறேன். டாக்டர்களின் அபிப்பிராயம்போல் செய்தால் போதும்."

"உனக்கு என்ன வேண்டுமானாலும் சொல்லிவிடலாம், இங்கே இருக்கிற, சுவாசம் விட முடியாத அவஸ்தை அனுபவிப்ப வனுக்கு மட்டும்தான் தெரியும்." ரஷீதின் வார்த்தைகளில் இயலாமையின் குப்பிச்சில்லுகள்.

"ஏன் ரஷீது இப்படிப் பேசுகிறாய்? நாங்களெல்லாம் எவ்வளவு வேதனையோடு இங்கே இருக்கிறோம் தெரியுமா? வந்துப் பார்க்கவும்கூட முடியாமல்..." ஸபிதாவின் பதில் இரத்தம் துளிர்க்கும் தொனியுடனிருந்தது.

"நான் சும்மா விளையாட்டுக்குத்தாண்டா சொன்னேன். டாக்டர்களின் சம்மதத்துடன்தான் வருவேன். போதுமா?"

நான்கு நாட்களுக்குப் பிறகு தாயிஃபிற்குச் சென்ற முகம்மது டாக்டர், அங்கிருந்து பக்கத்து ஃபிளாட்டிலுள்ள காஷ்மீரியின் தொலைபேசியில் அழைத்துச் சொன்னார்: "நல்ல இம்ப்ரூவ் மெண்ட் இருக்கிறது. டயக்னோசிஸ் சரிதான். இன்னும் கொஞ்ச நாட்கள் இங்கேயே இருப்பதுதான் நல்லதென்று சொன்னால் கேட்க மாட்டார் போலிருக்கிறது. பக்தூரா கொஞ்சம் சொல் லுங்கள். நீங்கள் சொன்னால்தான் ஓரளவாவது கேட்பார் போலிருக்கிறது. ஆள் பெரிய பிடிவாதக்காரர் என்பது நோய் வந்தபிறகல்லவா தெரிகிறது?" டாக்டர் வாய்விட்டுச் சிரித்தார்.

"வேண்டுமென்றால் இன்னுமொரு நான்கு நாட்கள் இங்கிருக்கிறேன். பிறகு என்னால் முடியாது, நீ எப்படிச் சொன் னாலும் சரிதான்." ஸபிதாவின் வேண்டுகோளுக்கான பதில் ரஷீதிடமிருந்து இப்படித்தான் வந்தது.

சரி, அப்படியே ஆகட்டும். நான்கு நாட்கள் என்றால் தாயிஃபில் மொத்தம் பத்து நாட்களாகின்றன. நோயைப் பற்றிய சரியான முடிவுக்கு வருவதற்கு இந்த நாட்களே போது மானது. இதுவரையிலும் வேறு எந்தப் பரிசோதனைக்கும் முன்வராததால் டாக்டர்களுக்கு தெளிவான நம்பிக்கை வந்திருப்

பதாகவும் யூகிக்க முடிகிறது. இனிமேலும் பல மாதங்கள் தொடர்ந்து சிகிச்சை தேவைப்படும். பரவாயில்லை, இங்கே வந்து சேர்ந்துவிட்டால் போதும். பிறகு நான் பார்த்துக்கொள்கிறேன். அபுகுட்டியும் எத்தனை நாட்களாகச் சிரமப்படுகிறான்.

அப்து பிறகு ஏன் வீட்டுக்கு வருவதே இல்லையென்று ஸபிதா ஆச்சரியப்பட்டாள். முகம்மது டாக்டரிடம் இதைக் கேட்கவும் செய்தாள்.

"அவன் ரொம்பவும் சென்சிட்டிவான ஒரு ஆள். உங்களுடைய முகத்தைப் பார்க்கவே தயக்கமாக இருக்கிறது என்று சொல்கிறான்."

"நடந்த சம்பவத்திற்கு அப்து என்ன செய்வான்? இங்குள்ள கறுப்புச் சட்டங்களல்லவா அதற்கான காரணங்கள்? நாம் குறைபட்டுக்கொள்ள வேண்டியது அவற்றையல்லவா?"

"பரவாயில்லை. கொஞ்ச நாள் போனால் அவனாகவே வருவான்."

ரஷீதை அழைத்துக்கொண்டு வருவதற்கும் முகம்மது டாக்டர்தான் போனார். ஸபிதாவுக்கு அன்று காலை ஷிஃப்ட். ரஷீதை ஃபிளாட்டில் கொண்டுவந்து சேர்த்துவிட்டு மூன்றரை மணிக்கு இரண்டாவது ஷிஃப்ட் டியூட்டிக்குப் போன முகம்மது டாக்டர், டியூட்டி முடிந்து கையெழுத்து போட்டுவிட்டு வரும் ஸபிதாவை முதீர்அயாதா அறைக்கு வெளியே வைத்து சந்தித்தார்.

"பாதுகாப்பாகக் கொண்டுவந்து சேர்த்துவிட்டேன், தெரியுமா? சீக்கிரமாகப் போங்கள். எதிர்பார்த்துக்கொண்டிருக்கிறார்."

ஸபிதாவின் முகம் காலைச் சூரியன்போல் பிரகாசிப்பதை டாக்டர் கவனித்தார்.

அன்று முதல் ரஷீதும் ஸபிதாவின் ஒரு மகனாக மாறினான். அவளது அன்பின் ஆழத்தைப் பற்றி அறிந்துகொள்வதற்கு ரஷீதுக்கு இது ஒரு வாய்ப்பாகவும் அமைந்தது. ஸஹீரைக் கவனித்துக்கொள்கிற அதே பொறுப்புடன்தான் ரஷீதின் ஆகார விஷயங்களிலும், ஓய்விலும், வேளாவேளைக்கு மருந்து சாப்பிடுவதிலும் அவளது மனதும் கண்களும் சதாசர்வ காலமும் சுற்றித் திரிந்தன. ஆன்டி டியூபர்குலஸ் மருந்துகள் உட்கொள்ளும்போது சத்தான ஆகாரங்கள் சாப்பிட வேண்டும். டியூட்டி முடிந்து வந்த பிறகு, ரஷீதுக்கு விசேஷமான உணவு வகைகளைத் தயாரிக்கும் வேலைதான் அவளுக்கு. பசியும் ஆரோக்கியமும் தேறி வருவதற்கேற்பக் கஞ்சியிலும் பயறு வகைகளிலுமிருந்து சிக்கன் சாண்ட்விச், ருசியான மீன் சமையல்கள், சிறுபயறு சுகியன், அவ்வப்போது ஆப்பிள் ஜூஸ், ஆரஞ்சு ஜூஸ் . . . அப்புறம், சலாடுகள். பரிவின், கவனிப்பின் வகைவகையான

இனிப்பான இடையூறுகளை ரஷீதினுள்ளிருந்த பிடிவாதக்காரக் குழந்தை நன்றாக அனுபவித்தான். குஞ்ஞு ஸஹீருக்கு மிகுந்த மகிழ்ச்சி. வாப்பா இப்போது இருபத்துநான்கு மணி நேரமும் கூடவே இருக்கிறார். டி.வி.யில் டாம் அன்ட் ஜெரியும், பப்பாய் ஷோவும் பார்க்கும்போது அவனுடன் சேர்ந்து சிரிப்பதற்கு வாப்பாவுமிருக்கிறார். ஒன்றாக இருக்கும்போது சாப்பிடச் சொல்லி அவனை வற்புறுத்தத் தேவையில்லை. வாப்பாவுடன் சேர்ந்து புதிய உணவுகளை ருசித்துச் சாப்பிடுவதில் அவனும் சேர்ந்துகொள்கிறான். பிறந்து இத்தனை காலம்வரையிலும் கிடைக்காத அன்பும் நெருக்கமும் மகிழ்ச்சியும் இப்போதுதான் அவனுக்குக் கிடைத்துவருகின்றன. எல்லாமாகச் சேர்ந்து குடும்பச் சூழலில் நல்ல ஒரு உற்சாகமும் நெருக்கமும் வந்ததுபோலிருந்தது. அஸ்மா தாத்தாவுக்கும் மிகுந்த மகிழ்ச்சி. அவளுடைய தனி யுலகம் இப்போது சமையலறை மட்டுமில்லை. அது வரவேற்பறை வரை அன்பாக வியாபித்து, ருசி பேதங்களின், விருப்பமான உணவு வகைகளின் இடமாகவும் மாறியிருந்தது.

ஒரு மாத மருத்துவ விடுப்புதான் ரஷீதுக்கு அனுமதிக்கப் பட்டிருந்தது. ஆறு வருடங்களாக ஸாஹிரில் பணிபுரியும் அமைதியான குணமுள்ள ரஷீது, முதீருக்கும் சக மருத்துவர் களுக்குமெல்லாம் பிடித்தமான ஒருவனாக இருந்தானல்லவா, அவ்வப்போது டாக்டர் முகம்மது வந்து பேசிக்கொண்டிருப்பார். அப்து, ரஷீது வந்த அன்று வந்தவன்தான். பேச்சு மிகவும் குறைந்துபோய்விட்டது. அவன் எதற்கோ பயப்படுபவன்போல் தெரிந்தான். எதற்கு? ரஷீதுக்கு அந்தச் சம்பவம் இதுவரையிலும் தெரியாது. அறிந்தால் தன்னை வெறுத்துவிடுவானோ என்று அப்து ஒருவேளை பயப்படுகிறானா? அவனிடம் ஒருதடவை ஆற அமர வெளிப்படையாகப் பேசிவிட வேண்டும் என்றால் இன்னும் வாய்ப்புக் கிடைக்கவில்லை. மிகவும் அன்பாக இருந்த அவனுடைய மனதில் ஒருவேளை அந்தச் சம்பவம் தாங்க முடியாத பாதிப்பை ஏற்படுத்திவிட்டதா? இவ்வளவு அதிகமான மன அழுத்தங்களுக்கிடையிலும்கூட என்னால் அதைக் கடந்து விட முடிந்ததே? அவனால் ஏன் முடியவில்லை? ஒருவேளை, நம்மைவிட அதிகமான விசாரணைகளையும் அவமானத்தையும் அப்து, ஸ்டேஷனில் அனுபவித்திருப்பானோ? நான் போலீஸ் அதிகாரியின்முன் செயரில் வசதியாக உட்கார்ந்திருக்கும்போது அவனை உள்ளே இருக்கும் அறைக்குத் தூக்கிக்கொண்டு போனார்களே, அங்கே என்ன நடந்தது? எதுவாக இருந்தாலும் ரஷீதின் இப்போதைய அழுத்தங்களெதுவுமில்லாத மனநிலை யிலும் கூட அவளுக்கு அதைச் சொல்லிவிட வேண்டுமென்று தோன்றவே இல்லை. எதற்காகச் சொல்ல வேண்டும்? அதை அதற்கான அருகதையுடன் புறக்கணித்துவிடுவதுதான் சரி. அவள் உறுதி செய்தாள்.

இருபத்துமூன்று

விடுப்புக் காலம் முடிந்து டியூட்டிக்கு வந்த ரஷீதை ஸாஹிர் ஆஸ்பத்திரி உற்சாகத்துடன் வரவேற்றது.

"ஹாய், பக்தூர். அஃலன் வஸஃலன்.* ஆளே மாறிப் போய்விட்டீர்களே? முன்பிருந்ததை விடவும் இப்போது அழகாக இருக்கிறீர்கள்?"

"மாஸா அல்லாஹ், மாஸா அல்லாஹ், இது யார்? எங்களை எல்லாம் மறந்துபோய்விட்டீர்களே? அன்று தாயிஃபுக்குப்போன பக்தூரைக் கண்டதும் எங்களுக் கெல்லாம் ரொம்ப வருத்தமாகப் போய்விட்டது. எதுவாக இருந்தாலும் பக்தூராவின் கவனிப்பைப் பாராட்ட வேண்டும்."

"நிச்சயமாக. நானும் அதைத்தான் சொன்னேன். எவ்வளவு ஆத்மார்த்தமான மனதுடன் பக்தூரா உங் களைக் கவனித்திருக்கிறார். டயக்னோசிஸ் தெரிவதற்கு முன் பக்தூரா எவ்வளவு பதற்றத்துடன் அலைந்தார்."

"கடைசியில் தேவையில்லாத ஒரு அவதூறும் இல்லையா?"

"என்ன அவதூறு?" ரஷீதுக்கு யூ.பிக்காரன் டாக்டர் சொன்னது புரியவில்லை.

"சே . . . அதெல்லாம் ஒன்றுமில்லை. டாக்டர் சொல்ல வந்தது வேறொன்றுமில்லை . . ." இ. என்டி. ஸ்பெஷ லிஸ்ட் மன்சூர் விஷயத்தை மாற்றுவதற்காக எதையோ சொல்ல ஆரம்பித்தான். அதிகமாகப் பேசுவதற்கு முன்பே எதிரில் வந்த பாகிஸ்தானி செஸ்ட் ஃபிஸிஷியன் உபைது, ரஷீதை இரண்டு கைகளையும் விரித்துக் கட்டிக்கொண் டான்.

---

* உங்கள் வரவு நல்வரவாகுக

“ஹலோ, பக்தூர் ரஷீது. நம்முடைய டயக்னோசிஸ்தான் கடைசியில் சரியாக இருந்தது, இல்லையா? இங்கே இருந்து போவதற்கு முன்பே ஆன்டி டி.பி. டிரக்ஸ் தொடங்கிவிட்டோ மல்லவா? பக்தூராவின் அபிப்பிராயமும் அதுதான். தொடர்ந்து ஆறு மாதம் சாப்பிட வேண்டும் சரியா?”

தன்னை ஸாஹிர் ஆஸ்பத்திரியில் கவனித்துக்கொண்டவர் களையும் வந்து பார்த்தவர்களையும் ரஷீது நேரில்போய்ப் பார்த்தான்.

“நாங்களெல்லாம் ரொம்பவே பயந்துபோய்விட்டோம். மாலிக்னன்சியோ ஸார்கோய்டோசியோவாக இருந்தால் ... டியூபர்குலோசிஸ்தான் என்பது தொண்ணூறு சதவிகிதம் உறுதி யாகத் தெரிந்த பிறகும்கூட ...”

ரஷீதின் மனம் மகிழ்ச்சியால் நிரம்பியது. எந்தெந்த நாட்டைச் சேர்ந்தவர்கள். எத்தனையெத்தனை வேறுபட்ட கலாச்சாரத்தையுடையவர்கள் ... இவர்கள் எல்லாருடைய மனதுகளும் தன்னிடம் கொண்டுள்ள அக்கறையினாலும் அன்பினாலும் பதற்றமடையவும் இப்போது ஆறுதலடையவும் செய்கின்றன. இந்த அனுபவங்களும்கூட வாழ்க்கையைச் செழுமைப்படுத்த உதவுகிறதல்லவா?

டியூட்டி முடிந்து திரும்புவதற்கு முன் கையெழுத்திடுவ தற்காக முதீர்அயாதாவின் அறைக்கு முன் வரும்போதுதான் பக்தூர் மாஜித் வருகிறார். மாஜித், ஒரு எகிப்தியன்.

“கைஃப ஹாலுக் பக்தூர், மாஸா அல்லாஹ், நீங்கள் இறைவனால் அனுக்கிரகிக்கப்பட்டவர்கள்தான். எல்லா இடை யூறுகளையும் உங்களால் வெற்றிகரமாகச் சமாளிக்க முடிகிற தல்லவா? மனைவியின் பிரச்சினையையும் ... அன்று நான் தான் முதீர் பொறுப்பிலிருந்தேன். பக்தூர் அப்துல் அஸீஸ் அவசர வேலையாக வெளியே போய் அரை மணி நேரம்கூட ஆகியிருக்காது. அப்போதுதான் ஃபோன் வந்தது ...”

“நீங்கள் எந்தப் பிரச்சினையைப் பற்றிச் சொல்கிறீர்கள், பக்தூர் மாஜித்?”

மாஜித் உடனே ரஷீதின் தோளைப் பற்றி ஆட்கள் யாரு மில்லாத ஓ.பி. வராந்தாவிற்கு அழைத்துச் சென்றார். மற்ற டாக்டர்கள் யாரும் அறிய வேண்டாம் என்பதுபோல். இவர் என்ன சொல்ல வருகிறார்? பெரிய கோள்மூட்டியும் வக்கிரபுத்தி யுள்ளவனும் என்று கேள்விப்பட்டதுண்டு. இவ்வளவு ரகசியமாக இவர் சொல்ல நினைக்கும் விஷயம் எது?

“அப்படியென்றால் மனைவி, விஷயங்களைச் சொல்லவில்லையல்லவா? போலீஸ் ஸ்டேஷனிலிருந்து அழைத்ததும் நான் பதறிப்போய்விட்டேன். பக்தூரின் மனைவிக்காக என்று தெரிந்ததும் எனக்கு வருத்தமாகவும் இருந்தது . . .”

“போலீஸ் ஸ்டேஷனிலிருந்தா? எப்போது? நானில்லாத போது ஏதாவது அசம்பாவிதம் நடந்துவிட்டதா? அவள் எதுவுமே சொல்லவில்லையே?”

“ஓ, எதுவுமே சொல்லவில்லையா? அப்படியென்றால் நானும் சொல்லியிருக்கக் கூடாது. வல்லாஹி. நான் இதை யோசிக்கவே இல்லை.”

“தெளிவாகச் சொன்னால்தானே என்னால் புரிந்துகொள்ள முடியும்.” ரஷீதுக்கு எரிச்சல் வரத் தொடங்கியது.

“பக்தூராவையும் அந்த இந்தியாக்காரனையும் விபத்துக்குள்ளான டாக்சியிலிருந்துதான் போலீஸ் பிடித்திருக்கிறது. பிறகு இங்கே முதீர்அயாதாவைத் தொலைபேசியில் போலீஸ் தொடர்புகொண்டது. இப்படியாகத்தான் நான் அறிய நேர்ந்தது. நான் உடனே தொடர்பை முதீர் அயாதாவிடம் கொடுத்தேன். நம்முடைய வரம்புக்குள் உள்ள விஷயமல்லவே? பக்தூரை தாயிஃபுக்கு ரெஃபெர் செய்ததற்கான ஆதாரத்திற்காகத்தான். விலாதா ஆஸ்பத்திரியையும் தொடர்புகொண்டிருப்பார்கள்.”

எந்த இந்தியாக்காரன்? இவர் யாரைப் பற்றிச் சொல்கிறார்? எப்போது நடந்த விஷயம் இது? ரஷீதுக்கு வெறுப்பும் மன வருத்தமும் தோன்றியது. தன்னிடமிருந்து என்னெவெல்லாம் மறைத்து வைக்கப்பட்டிருக்கின்றன? தானொரு நோயாளியாக மாறியதுடன் வெறுமொரு உடலாக மட்டுமே மதிக்கப்படுகிறேனா? சுயமரியாதைக்கு பங்கமேற்பட்டுவிட்டதாக அவன் உணர்ந்தான். இவ்வளவு பெரிய சம்பவம் ஒன்று நடந்ததற்கான எந்த அறிகுறியும் ஸபிதாவின் முகத்தில் இதுவரை தென்படவே இல்லையே என்பதை நினைக்கும்போது ரஷீதுக்கு ஆச்சரியமாக இருந்தது. தன்னிடம் மறைத்து வைக்கும்படியான இரகசியம் என்ன இருக்க முடியும் அவளுக்கு?

ரஷீதுக்கு வீட்டுக்குப் போகத் தோன்றவில்லை. நேராக முகம்மது டாக்டரின் ஃபிளாட்டுக்குப் போனான். ஸபிதாவுக்கு இரண்டாவது ஷிஃப்ட். புறப்பட்டுப் போயிருப்பாள். மட்டுமல்ல, விஷயத்தைத் தெளிவாக அறிந்த பிறகுதான் அவளை இனி எதிர்கொள்ள முடியும். தன்னிடமிருந்து திறமையாக அவள் மறைத்து வைத்த அந்த இரகசியத்தை என்னவென்று அறிய வேண்டாமா? முதலில் பார்த்த மன்சூரின், ஸெய்தின் பேச்சுக்களிலிருந்து கிடைத்த ஜீரணமாகாத அந்தச் சிறு பகுதி ரஷீதின் நினைவில் மேலெழுந்து வந்தது.

கடைசியில் தேவையில்லாத ஒரு அவதூறுமில்லையா . . ?

அப்படியென்றால் இது ஆஸ்பத்திரியில் எல்லாருமே அறிந்த விஷயம்தானா? அவர்களுடைய முகத்திலிருந்த சிரிப்புக்கும் மகிழ்ச்சிக்கும் பின்னால் இரகசியமான ஒரு கேலியுமிருந்ததா? ஒரு மூடனைப்போல் நான் அவர்களது மகிழ்ச்சியில் மதிமறந்து திரிந்தேனா . . ? எவ்வளவு பெரிய அவமானம் இது?

முகம்மது டாக்டர் அப்போதுதான் டியூட்டி முடிந்து வந்திருந்தார். குப்ஸூம் தக்காளியும் வெங்காயமும் வைத்து உணவு சாப்பிட்டுக்கொண்டிருந்தார்.

"இது யார், ரஷீது டாக்டரா? என்ன வீட்டுக்குப் போகாமல் நேராக இங்கே? ஆகாரமெல்லாம் வேளாவேளைக்குச் சாப்பிட வேண்டும். மருந்து சாப்பிடுகிறீர்கள்தானே? இங்கே இப்போது இந்த குப்ஸூம் தக்காளியுமெல்லாம்தானிருக்கிறது."

"எனக்கு இப்போது எதுவும் வேண்டாம். நான் வந்த விஷயம் வேறு. சில விஷயங்கள் கேள்விப்பட்டேன். அதனுடைய உண்மை நிலவரத்தைப் பற்றி அறிந்துகொள்ள வேண்டும்."

ரஷீதின் குழப்பமான முக பாவனையிலிருந்தும் பேச்சிலிருந்தும் முகம்மது டாக்டர் பிரச்சினையை யூகித்துக்கொண்டார். அன்று நடந்த விஷயங்களை டாக்டரிடம் சொல்ல வேண்டாமென்று ஸபிதா டாக்டரிடம் சொன்னது நாமல்லவா? உடம்புக்குச் சரியான பிறகு சாவகாசமாக பக்தூராவே சொல்லிவிடுவார் என்று நினைத்தேன். அது தவறாகிவிட்டதோ? அதன் பிறகு நானாவது சொல்லியிருக்கலாம். மகிழ்ச்சியும் அமைதியும் நிரம்பிய பேச்சுகளின்போது இயல்பாகவே அந்த விஷயம் பின்னால் தள்ளப்பட்டுவிட்டது. ஸாஹிரில் யாராவது விஷயத்தை டாக்டரிடம் குறிப்பிட்டிருக்கலாம். ஸாஹிரிலும் விலாதாவிலுமெல்லாம் விசாரணை நடந்ததல்லவா. விலாதாவின் முதீர்அயாதா பிரச்சினையை மிக லாவகமாகக் கையாண்டதால் அங்கிருந்து யாருமே தன்னிடமும்கூடத் தேவையில்லாத கேள்விகள் கேட்கவில்லை.

நடந்த சம்பவங்களை முகம்மது டாக்டர் அப்படியே ரஷீதிடம் சொல்லி விளங்க வைக்கத் தொடங்கினார். அன்று உங்களை அட்மிட் செய்துவிட்டு பக்தூரா, அப்துவுடன் தாமதமாகப் புறப்படும்போது எனக்குப் பயமாகத்தானிருந்தது. ஆனால், வேறு வழியுமில்லை அல்லவா? கார் ஆக்ஸிடெண்டில் சிக்கியதுதான் பிரச்சினையாகிவிட்டது. இரண்டு கார்களிலும் வந்தவர்களைப் பற்றி போலீஸால் சரியாக விசாரிக்காமலுமிருக்க முடியாது. மட்டுமல்ல, விபத்துக்குக் காரணமான

காரில் இருந்தவர்களும் இவர்கள்தான். ஸ்டேஷனிலிருந்து மூன்று ஆஸ்பத்திரிகளும் தொலைபேசி மூலம் விசாரிக்கப் பட்டன. இந்த விசாரணைகள் முடிவதுவரை சுமார் நான்கு மணி நேரம் அவர்களை ஸ்டேஷனில் உட்கார வைத்ததைத் தவிர வேறெந்தப் பிரச்சினையுமில்லை. போலீஸ்காரர்களே தான் அவரவர் ஃபிளாட்டுகள்வரை அவர்களைக் கொண்டு வந்து விடவும் செய்தார்கள்.

விஷயங்களைத் தெரிந்துகொண்டபோதுதான் ரஷீதின் மனதுக்குச் சிறு அமைதியேற்பட்டது. இருந்தாலும் ஸபிதா ஏன் இதைத் தன்னிடம் சொல்லாமலிருந்தாள் என்பது ரஷீதுக்கு ஆச்சரியமாக இருந்தது. அவளுடைய இயல்பின்படி அவள் இப்படி நடந்திருக்கக் கூடாதே? சொல்ல முடியாததன் மன வருத்தம் அந்த முகத்திலோ நடவடிக்கைகளிலோ தெரியவுமில் லையே? ஒருவேளை நோயாளியான தன்னிடம் நோயைப் பற்றி மட்டுமே பேசினால் போதுமென்று முடிவு செய்துவிட் டாளா? தனக்குத் தெரியாத ஒரு இரகசியத்தை அவள் அப்துவு விடமும் முகம்மது டாக்டரிடமும் பாதுகாக்கிறாள் என்பது ரஷீதுக்கு மனவேதனையைத் தந்தது. இதற்குக் காரணம் தன்னு டைய நோய், இயலாமை . . . இந்தச் சிந்தனை அவனை அதிக மான குற்றவுணர்ச்சிக்குள்ளாக்கியது. நாம் தாயிஃபிலிருந்து வந்த பிறகு ஒரேயொரு தடவைதானே அப்து வீட்டுக்கு வந் திருந்தான்? மட்டுமல்ல, நான் வீட்டில் ஓய்விலிருக்கும் இந்தச் சூழ்நிலையில் தினமும் வந்திருக்க வேண்டியவனல்லவா? என்னிடமிருந்து எதை அவன் மறைக்கிறான்? மனம் அமைதி யடைந்துவிட்டதாக நினைப்பதெல்லாம் தவறு. அவை மெதுவாக வாவது வளர்ந்து பெருகிக்கொண்டுதானிருந்தன.

ஸபிதா பதினொரு மணிக்குப் பிறகு வந்து சேர்ந்தபோது ரஷீது படுத்துக் கிடந்தான். ஏன் அவன் விலாதாவுக்கு வந்து தன்னைக் கூட்டிக்கொண்டுவரவில்லை எனும் பதற்றத்துட னிருந்தாள் அவள். அவனது உடல்நிலை சரியான பிறகு ஸபிதா வுக்கு டியூட்டி தாமதமாக முடியும் நாட்களிலெல்லாம் ரஷீது முன்போலவே விலாதாவுக்கு வந்து சேருவான். இன்று, ரஷீது டியூட்டிக்குப் போகத் தொடங்கிய நாளல்லவா? ஏதாவது உடல் சோர்வா . . ? இருக்காது. ரஷீதால் வர இயலாத நாட்களில் தனியாக வரப் பழகியிருந்ததால் விலாதாவின் எதிரில் ரோட் டைக் கடந்து அல்னுகலி சூப்பர் மார்க்கெட்டும் ஃப்ரூட்ஸ் கடையையும் தாண்டி ஒளியில் மூழ்கிக் கிடக்கும் ஜர்வலி தெருவிலுள்ள தனது ஃபிளாட்டுவரை தனியாக நடந்து வந்து சேர்வதில் இப்போது அவளுக்குச் சிரமமெதுவும் தோன்றுவ தில்லை. தாமதமாகத் தூங்கப்போகும் தெருவும் தெருவிளக்கை விடவும் கூர்மையான போலீஸ்காரனின் கண்களும், பார்

வையில் படாதவனும் பலசாலியுமான ஒரு காவலாளியின் உருவத்தில் தன்னுடன் வருவதாகவே ஸபிதா கற்பனை செய்திருந் தாள்.

“டியூட்டி நேரம் தாண்டி மணி ஐந்தைக் கடந்துவிட்டது, டாக்டர் வந்துசேர. எனக்குப் பயமாகிவிட்டது. உடம்புக்கு சுகமில்லாத மனிதரல்லவா?”

அஸ்மா தாத்தாவின் அங்கலாய்ப்புதான் ஸபிதாவை வரவேற்றது.

“ஏன் ரஷீது, உடம்புக்குச் சரியில்லையா? ஏன் குறிப்பிட்ட நேரத்தில் வந்து சாப்பிடவில்லை? நான் ஏற்கனவே சொல்லியிருந் தேனே?”

அவளது குரலில் பரிதவிப்பிருந்தது.

“நான் முகம்மது டாக்டரின் வீட்டுக்குப் போயிருந்தேன்.” ஒரேயொரு வார்த்தையில் பதில் சொல்லி முடித்துவிட்டு ரஷீது போர்வையை இழுத்து மூடிவிட்டுத் தூங்குவதுபோல் கண்களை அடைத்துக்கொண்டான்.

“இரவு நேர மாத்திரையைச் சாப்பிட வேண்டாமா? படுத்துத் தூங்கினால் எப்படி?”

“மாத்திரையை நான் சாப்பிட்டுவிட்டேன். ஒவ்வொன்றுக் குமே மற்றவர்களைத் தொந்தரவு செய்வது எதற்கு?”

என்னவோ நடந்திருக்கிறது. எப்போதுமே நான்தான் மாத்திரையை எடுத்துக்கொடுப்பது வழக்கம். டியூட்டிக்குப் போகும்போது சாப்பிடவேண்டியவற்றை எடுத்து மேஜையின் மீது சிறு டிரே ஒன்றில் கண்ணில் படும்படியாக வைத்துவிட்டுப் போவாள். சாப்பிட நினைவுபடுத்தும்படி அஸ்மா தாத்தா விடமும் சொல்லிவைப்பாள். இதுபோன்ற விஷயங்களில் ரஷீதுக் குக் கவனமின்மை அதிகம். கூடவே, ஸபிதா தன்னைக் கண் காணிப்பதிலும் சாப்பிட வைப்பதிலும் சிறுகுழந்தையைப் போல் அவன் மகிழ்ச்சியடைவதாக அவளுக்குத் தோன்றியது முண்டு.

அவனை இப்போது வேதனைப்படுத்துவது எது? வேலைக்குப் போன முதல் நாளல்லவா இன்று? உடம்புக்கு விசேஷமான எந்தப் பிரச்சினையுமில்லை என்பது பேச்சிலிருந் தும் முகபாவத்திலிருந்தும் தெரிகிறது. பிறெகென்ன?.. அன்று நடந்த சம்பவம் பற்றி ஆஸ்பத்திரியில், சக பணியாளர்கள் யாராவது பேசியிருப்பார்களா?.. இருக்கும்... சந்தேகமே இல்லை. அதுதான். முகம்மது டாக்டரைப் பார்க்கப் போனேன்

என்று சொன்னது உண்மை நிலவரத்தை அறிந்துகொள்வதற் காகத்தானிருக்கும். அப்படியென்றால் டாக்டர் நடந்ததைச் சொல்லியுமிருப்பாரே? அப்புறமும் ஏனிந்தப் பிணக்கம்? ஸபிதா வுக்குச் சலிப்புத் தட்டியது. மனைவியைச் சந்தேகிக்கும் கணவன். மனைவியின் போக்கைக் குறித்து நண்பரிடம் விசாரிக்க இரகசிய மாகச் செல்கிற ஆண். ஏன் இவர் தன்னிடம் நேரடியாகவே கேட்டிருக்கக் கூடாது? ரஷீதின் உடல்நிலை காரணமாக அல்லவா நான் முதலில் அதைச் சொல்லாமல் விட்டேன்? முகம்மது டாக்டரும் அதைத்தானே சொன்னார்? நினைவுபடுத்த விரும்பாத ஒரு சம்பவம் என்பதாலும், சரியான சந்தர்ப்பம் கிடைக்காமலிருந்ததாலும், அழுகிப்போன விஷயங்களைத் திரும்பவும் வெளியே இழுத்துப்போட விரும்பமில்லை. ஆனால் இப்போது..? நானொரு நிரபராதியென்று ரஷீதின் முன் நின்று அழுது தெளிவுபடுத்த வேண்டிய அவசியமொன்றும் தனக்கில்லை. விருப்பமிருந்தால் நம்பட்டும். ஸபிதா திரும்பிப் படுத்து மகன் ஸஹீரைக் கட்டிப்பிடித்தபடி தூக்கத்தைத் தியானிக் கத் தொடங்கினாள்.

இருபத்து நான்கு

ஸபிதா இப்போது முன்போல் தன்னிடம் அன்பாக இல்லை எனும் வேதனை ரஷீதை நாளுக்கு நாள் வருத்திக் கொண்டிருந்தது. முகம்மது டாக்டரின் வீட்டுக்குச் சென்றால், அங்கே அப்துவின் நடவடிக்கைகள் ரஷீதை இன்னும் தொந்தரவு செய்தன. முகம்மது டாக்டர் சொன்னது போல்தான் நடந்திருக்க வேண்டும் என்று மனதை நூறு முறை சொல்லி நம்பவைக்க முயற்சி செய்தான். இருந்தாலும் மீண்டும் சந்தேகங்கள் முளைவிடும். இல்லையென்றால் அப்து ஏன் தனது எதிரில் வருவதில்லை? முன்போல் ஏன் இயல்பாக நடந்துகொள்ளாமலிருக்கிறான்? ஏன் வீட்டுக்கு வருவதில்லை? மனதிற்குள் குற்ற வுணர்ச்சி இருப்பதால்தானா? குற்றவுணர்ச்சியா ..? நான் ஏன் இப்படியெல்லாம் சிந்திக்கிறேன்? உண்மையாகவே நான் சந்தேகப்படுகிறேனா? ஸபிதாவின் அப்துவின் நட்பில் எந்தவிதத் தவறான எண்ணமும் தனக்கு இதுவரையிலும் தோன்றியதில்லை. நானும் அப்துவும் எப்படியோ, அப்படித்தான் ஸபிதாவும் அப்துவும். தங்களிடம் அவனுக்கிருந்தது மரியாதை கலந்த ஒரு அன்புதான். இந்த நம்பிக்கையிருந்ததால்தானே தாயிஃபிலிருந்து அவர்கள் ஒன்றாகச் சேர்ந்துப் புறப்பட்டபோது மனதில் எந்த ஒரு விகல்பமும் தோன்றாமலிருந்தது. இப்படியெல்லாம் சிந்தித்தபோதும்கூட ஸாஹிர் ஆஸ்பத்திரியிலும் முகம்மது டாக்டரின் வீட்டிலும் ஸபிதாவின் அண்மையிலும் அபவாதத்தின் கருநிழல்கள் விழுந்து கிடப்பதாலுமிருக்கலாம், முன்போல் தன்னால் நடந்துகொள்ள முடியவில்லை. இந்த உணர்வால்தான் மனதை எவ்வளவுதான் நம்ப வைக்க முயற்சி செய்தும் பழைய ரஷீதாக அவனால் மாற முடியவில்லை.

சமீபகாலமாகச் சாயங்கால வேளைகளில், பெரும்பாலான நேரமும் ரஷீது வீட்டுக்கு வெளியில்தான் இருந்தான். தன்னுடைய பழைய நண்பரைத் தேடி இருண்ட கட்டடங்களின் இடைவழிகளினூடே, அல்லது ஹரமைச் சுற்றிய வெளிப்பகுதிகளில் அவன் தேவையில்லாமல் அலைந்து திரிந்தான். ஸஹீருக்கு வாப்பா திரும்பக் கிடைத்த அந்த நல்ல நாட்கள் மீண்டும் நினைவுகளாக மாறிப்போயின. அவனைத் தூக்கி வைத்துக் கொள்ளவோ, கொஞ்சவோ ரஷீதுக்கு நேரமோ, விருப்பமோ இல்லாமல் போனது. விளையாட்டுச் சாமான்களுடன் மட்டுமே வேடிக்கை பேசி அவன் திரும்பவும் தன்னுள் ஒடுங்கிக்கொண்டான். குடும்பச்சூழலில், அதிருப்தியின் பெரும்பூதங்கள் அழையா விருந்தாளிகளாக வந்து புகுந்து விளையாடத் தொடங்கின.

விலாதா ஆஸ்பத்திரியிலும் ஸபிதாவுக்குத் தொந்தரவுகளின் தினங்களாகவே இருந்தன. ஹஜ்ஜு மொரப்தாவின் கடைசி நாட்களில் ஸபிதாவுக்கு பக்தூர் இக்பாலுடன் முரண்பட வேண்டியதும் வந்தது. ரஷீதின் உடல் நலமின்மையின் தீவிரம் அப்போது ஸபிதாவின் கவனத்தில் படத் தொடங்கவில்லை, அவனது உடல் சோர்வும் அதிகமான தூக்கமும் யோசிக்க வைத்ததென்றாலும். தொடர்ந்து, பதினைந்து நாட்கள் இடைவிடாத பன்னிரண்டு மணி நேர மொரப்தா டியூட்டி முடிந்த பிறகு, ஹாஜிகளின் கூட்டமும் காஷுவாலிட்டியும் குறைவதற்கேற்ப படிப்படியாக டியூட்டியும் எட்டு மணி நேரத்திற்குக் குறைந்துகொண்டே வரும். மொரப்தாவின்போது விடுப்பெதுவும் அனுமதிக்கப்படுவதில்லை என்பதால் பன்னிரண்டு மணி நேர டியூட்டியிலிருந்து நான்கு மணி நேரம் குறைந்து கிடைப்பது அனைவருக்கும் மிகப்பெரிய ஆறுதலாக இருக்கும். சில வருடங்களில் இருபது நாட்கள்வரை மொரப்தா பணி இருக்கும். இந்த வருடம் பதினைந்து நாட்களுக்குப் பிறகு, எட்டு மணி நேர டியூட்டியாக மாற்றப்பட இருக்கும் நல்ல தகவலை ஸபிதாவும் கேள்விப்பட்டிருந்தாள். அன்று மொரப்தாவின் பதினான்காவது நாள். இன்னும் ஒரே ஒரு நாள்தான். அப்பாடி . . . மகனை நன்றாகக் கவனித்தோ, கொஞ்சியோ யுகங்கள் கடந்துவிட்டதைப்போலிருந்தது. ரஷீதைப் பதினைந்து நாட்களாகப் பார்க்கவே இல்லை. அஸ்மா தாத்தா சொன்ன விவரங்களிருந்துதான் அவன் ஹஜ் செய்துவிட்டு வந்ததையும், பிற விவரங்களையும் கேட்டாவது அறிந்துகொண்டிருந்தாள். அப்போது இரண்டு பேருக்குமே நேரெதிரான டியூட்டி ஷெட்யூல். ஸபிதா போய்ச்சேரும்போது ரஷீது அப்போதுதான் வீட்டை விட்டுக் கிளம்பியிருப்பான். ரஷீது வரும்போது அவள் கிளம்பியிருப்பாள். அன்று காலை பத்து மணி இருக்கும். பிரசவ

வார்டின் டியூட்டி அறையிலமர்ந்து கேஸ் ஷீட்டுகளைப் பரிசோதனை செய்துகொண்டிருந்த ஸபிதாவின் பக்கத்தில் எகிப்து டாக்டர் அஷ்ரஃப் எரிச்சலுடன் வந்து சொன்னார்:

“பக்தூரரா டியூட்டி ரோஸ்டரைப் பார்த்தீர்களா? நம் இரண்டு பேருக்கு மட்டும் பதினைந்து கழிந்தாலும் மொரப்தாவாம். பாக்கியெல்லோருக்கும் எட்டு மணி நேரமாக மாற்றப்பட்டிருக்கிறது.”

“சே, அப்படியிருக்க முடியாது. பக்தூர் தவறாகப் புரிந்திருப்பீர்கள். எல்லாருக்குமே எட்டு மணி நேர டியூட்டியாக மாற்றியிருப்பதாகத்தான் கேள்விப்பட்டேன்.”

“பக்தூரரா போய்ப் பார்த்துவிட்டு வாருங்களேன்; பிறகு வந்து பேசுங்கள்.”

தியேட்டருக்கு வெளியே வைக்கப்பட்டிருக்கும் டியூட்டி லிஸ்டைப் போய்ப் பார்த்தபோது ஸபிதாவுக்கு வருத்தமும் கோபமும் வந்தது. அவளுக்கும் அஷ்ரஃபுக்கும் மட்டும் பதினாறுக்கும் மொரப்தா.

“இதென்ன நியாயம்?ஒருவேளை பக்தூர் இக்பாலுக்குத் தவறு நேர்ந்திருக்குமோ?”

“தவறுதல் எதுவும் கிடையாது. என்னை பக்தூர் இக்பாலுக்குப் பிடிக்காது. பக்தூரரா இந்தியாக்காரி. அமைதியான குணம். எதுவும் மறுத்துப் பேச மாட்டீர்கள் என்பது உறுதி.” அஷ்ரஃப் திடமாகச் சொன்னார்.

“நான் ஏன் பேசாமலிருக்க வேண்டும்? நியாயமில்லாத விஷயங்களென்றால் நான் கேட்டே தீருவேன்.”

ஒரு மணி நேரத்திற்குப் பிறகு பக்தூர் இக்பால் பிரசவ அறைக்குள் வந்தார். நோயாளிகளைப் பார்த்துவிட்டு டியூட்டி அறைக்குள் திரும்பிப் போகும்போது ஸபிதா போய்க் கேட்டாள்.

“ஒரே ஒரு நாள்தானே, டியூட்டியை இப்படித்தான் அட்ஜஸ்ட் பண்ண முடிகிறது. டியூட்டி போட்டாகிவிட்டது. அப்படியே செய்துவிடுங்கள்.”

இந்த உத்தரவுத் தொனி ஸபிதாவுக்குப் பிடிக்கவில்லை. இக்பால் கன்ஸல்டன்டாக இருக்கலாம். ஆனால் இவர் உட்பட நாங்கள் அனைவருமே சௌதி அரசாங்கத்தின், மருத்துவ அதிகாரிகளின் கண்களில் அஜ்னபிகளெனும் இரண்டாம் தரப் பிரஜைகள்தான். இரண்டாம் தரப் பிரஜைகளில் முதல் தரமானவர்களாகத் தங்களை முன்னிறுத்தும் இந்த மனோபாவம் இப்போது இவரிடம் அதிகமாகிக்கொண்டிருக்கிறதா?

“அது சாத்தியப்படாது, பக்தூர் இக்பால். விதியென்பது அனைவருக்குமே பொதுவாக இருக்க வேண்டும். சிலர் மட்டுமே அட்ஜஸ்ட் செய்துகொள்ள வேண்டுமென்று சொல்வது என்ன நியாயம்? மொரப்தாவின் சுமையை எல்லோரும்தானே தாங்கினோம்?''

தனது குரலில் அழுத்தமும் உறுதியுமிருப்பதை ஸபிதாவால் உணர்ந்துகொள்ள முடிந்தது.

“நீங்கள் வேண்டுமானால் நியாயம் கேட்டு முதீரிடம் புகார் செய்யலாம். நான் டியூட்டி லிஸ்ட்டைத் திருத்துவதாக இல்லை.”

பக்தூர் இக்பால் டியூட்டி லிஸ்ட்டை மாற்றவில்லை. ஸபிதா, முதீர்அயாதாவிடம் புகார் செய்யலாமா என்று யோசித்தாள். பிறகு, வேண்டாம் ஒரேயொரு நாள்தானே? விடுவோம். இங்கே வந்து சேர்ந்த புதிதில் எதையெல்லாம் சகித்தும் அட்ஜெஸ்ட் செய்தும் சமாளித்தோம்.

பக்தூர் இக்பால், விலாதாவில் அனைவருக்குமே பிடித்தமான ஒருவர். அவரைப் பற்றிய ஒரு புகாரை முதீர்அயாதா ஹுஸைன் எப்படி எடுத்துக்கொள்வார் என்று தெரியாது. மட்டுமல்ல, முதீர்அயாதா இவ்வளவு காலமும் ஸபிதாவுக்கெனச் சில முன்னுரிமைகளும் ஒத்துழைப்புமளித்த ஒரு மனிதரும்கூட. அவரைத் தேவையில்லாத ஒரு இக்கட்டில் ஆழ்த்துவது எதற்கு? எப்படியோ இனி அதிகக் காலமொன்றும் சௌதியில் இருப்பதாக நோக்கமுமில்லை. ஆறாண்டுகள் கடந்துவிட்டன. சொந்த மண்ணின் அழைப்புக்குச் செவிமடுக்கக் கேட்டு ஸபிதாவின் அகமனம் நச்சரிக்கத் தொடங்கி மாதங்களாகின்றன. சுத்தமான, சுதந்திரக் காற்றுக்காக உடலின் நாடி நரம்புகள் மட்டுமல்ல, மனதின் சர்வ அணுக்களும்கூட இரந்துகொண்டிருந்தன.

துல்ஹஜ் பதினாறாம் தேதி டியூட்டி, ஸபிதாவையும் அஷ்ரஃபையும் கேலிசெய்வதுபோல் கடந்துபோனது. ஸபிதா யாரிடமும் போய் பரிதவிப்பைக் காட்டிக்கொள்ளவில்லை. இரண்டு நாட்கள் கழிந்தன, ஸபிதாவுடன் டியூட்டியிலிருந்த ஹாஷிம், ஆண் டாக்டர்களின் ஓய்வறையில் வைத்து பக்தூர் இக்பால் சொன்ன ஒரு கமென்டைப் பற்றி அவளிடம் சொன்னார்: “என்ன இருந்தாலும் அவளொரு பெண்ணல்லவா? என்னிடம் எவ்வளவு தைரியமாகப் பேசுகிறாள் தெரியுமா? ஒரு ஆணிடம் பெண்ணொருத்தி இப்படிப் பேசவே கூடாது. அதனால்தான் நான் டியூட்டியை மாற்றவே கூடாது என்ற முடிவுக்கு வந்தேன்.”

ஸபிதாவினுள் இந்த வார்த்தைகள் கோபத்தின் அலைகளைத் தூண்டியது. என்னதான் கல்வியறிவு பெற்றிருந்தாலும் உலக ஞானமிருந்தாலும் இவர்களது மனங்களிலிருந்து ஆணாதிக்க மனோபாவங்கள் விடுபட்டு விடாதென்பது அவளுக்கு முடிவாகத் தெரிந்தது. அவள் ஹாஷிமிடம் சொன்னாள்:

"உங்களுடைய கன்ஸ்டல்டன்டிடம், நான் அவரை இவ்வளவு காலமாக ஏற்றுக்கொண்டிருந்தற்கான காரணம், அவர் ஒரு ஆண் என்பதற்காக அல்ல. அவருடைய குணங்களையும் திறமைகளையும் முன்வைத்துதான் என்பதைச் சொல்லிவிடுங்கள்."

ஹாஷிம் கண்டிப்பாக இதைச் சொல்லியிருப்பார். எதுவாயினும் பழைய காதல் மனதின் புதிய உருமாற்றங்கள், ஸபிதாவுக்கு யோசிப்பதற்கான ஒரு காரணத்தை ஏற்படுத்திக்கொடுத்தது.

மாதங்கள் மீண்டும் கடந்தன. ரஷீது உடல் நலமில்லாமலிருந்த ஒரு மாத காலமும் அவனைக் கவனிப்பதிலும் பிற வேலைகளிலுமாக முழு நேரமும் இயங்கி வந்தாள் ஸபிதா. இதனிடையில் பாகிஸ்தான் வமிசாவளியிலுள்ள ஒரு சௌதி வியாபாரிக்கும் பக்தூரா ஷம்ஸாதிற்கும் திருமணம் நடந்து முடிந்தது. இந்தியர்களுடனான ஆர்வம் பாகிஸ்தான்வரை பரந்துவிட்டதா என்பது தெரியவில்லை. சங்கீதமும் கலை மரபுகளும் நிறைந்த இந்தியக் கலாச்சாரம் அவளது பலவீனமாக இருந்ததல்லவா? காற்றிலாடும் சிவப்புத் துப்பட்டாவின் அலட்சியத்தையும் கற்பனைச் சிறகுகளில் மேகக் கூட்டங்களினூடே பறக்கவிட்ட கஜல் இசையின் ஈரடிகளையும் அவள் மரபின் எச்சங்களினுள்ளே தேடுகிறாளோ என்னமோ? அவள் திருப்தியுடனிருப்பதை ஸபிதா மகிழ்ச்சியுடன் கவனித்தாள்.

ஒருநாள் ஆபரேஷன் தியேட்டரில், டியூட்டி அறையில் நோட்ஸ் எழுதிக்கொண்டிருந்த ஸபிதாவின் எதிரில் செயரில் உட்கார்ந்திருந்த அனஸ்தடிக் பர்வேஸ் நல விசாரணைகளில் ஈடுபட்டிருந்தபோது, தான், துருக்கிக்குப் போய் வந்த செய்திகளை ஆர்வமாகச் சொல்லிக்கொண்டிருந்தான் மன்சூர்:

"பக்தூரா அடுத்த விடுமுறையில் கண்டிப்பாக நீங்கள் துருக்கிக்குப் போக வேண்டும். மிக அற்புதமாக இருக்கிறது, பக்தூரா. அது மறந்துவிட முடியாத ஒரு அனுபவமாக இருக்கும்."

"இல்லை, மன்சூர். நான் இந்த வருடம் ஒப்பந்தத்தை முடித்துவிடலாம் என்று நினைத்துக்கொண்டிருக்கிறேன். நாட்டுக்குத் திரும்பிவிட வேண்டும்."

"ஏன் பக்தூரா, திடீரென்று இப்படி ஒரு முடிவு?"

"திடீரென்று எடுத்த முடிவொன்றுமில்லை. கொஞ்ச நாட்களாகவே யோசித்துக்கொண்டுதானிருக்கிறேன். இனி மகனை ஸ்கூலில் சேர்க்க வேண்டியதெல்லாமிருக்கிறது. மனநிலையும் சரியில்லாமலிருக்கிறது. நாட்டுக்கே திரும்பிவிடலாம் என்று தோன்றுகிறது."

இதைச் சொல்லிக்கொண்டிருக்கும்போதுதான் பக்தூர் இக்பால் வந்து நிற்பதை ஸபிதா கவனித்தாள். இவர் எப்போது இங்கே வந்தார்? நான் கவனிக்கவே இல்லையே? நான் பேசியதைக் கேட்டுத்தானா அவரது முகம் வாடிப்போயிருக்கிறது. அப்படி நான் எதையும் சொல்லிவிடவுமில்லையே? ஒருவேளை தன்னுடைய மனவருத்தங்களுக்கான காரணம், அவருடனான முரண்பாடும், பின்பு நடந்த விரும்பத் தகாத விஷயங்களும்தான் என்று பாவம், தவறாக நினைத்துவிட்டாரோ? ஸபிதாவுக்குச் சிரிப்புதான் வந்தது. அவருக்கு என்ன தெரியும்? வேறு என்னென்ன மன வேதனைகளை எல்லாம் இப்போது நான் எதிர்கொள்கிறேன் என்பதெல்லாம் அவருக்குத் தெரியாதல்லவா? அன்று நடந்த அந்த உரசல், அரபு ஆண் ஒருவனின் மனோபாவம் குறித்த நேரடியான பார்வையை எனக்குக் காட்டியதைத் தவிர வேறு எதுவும் நடக்கவில்லை என்பதை அவர் அறியமாட்டார். ஒருவேளை, ஹாஷிமிடம் சொல்லியனுப்பிய விஷயம் அவரைப் பாதித்திருக்கலாம்.

ஒப்பந்தத்தை முடித்துக்கொள்வது பற்றித் தீவிரமாகச் சிந்திக்கத் தொடங்கி கொஞ்ச நாட்களாகிறது. இப்படியே வாழ முடியாது. நாட்டுக்குத் திரும்பிவிடத்தான் வேண்டும். வடகரையில் வீட்டு வேலைகள் கிட்டத்தட்ட பூர்த்தியாகிவிட்டன. அங்கேயே தங்கிவிட வேண்டியதுதான். 'ஸீயெம்'மிலோ 'மைலாஞ்சி'யிலோ வேலை கிடைக்காமலிருக்காது. கைனகாலஜிஸ்டுக்கு எப்போதுமே தேவைகள் இருக்கும். ஸஹீரை அங்கேயே ஒரு நர்சரியில் சேர்த்துவிட வேண்டும். அவனது கல்வி மலையாளம் படிப்பதிலிருந்து தொடங்கட்டும். சுற்றிலும் இடமிருக்கும் அந்த வீட்டில் நானொரு பூந்தோட்டம் அமைப்பேன். இடைவெளிகளிலும் எல்லைக் கற்களிலும்கூடப் பசுமை படர்ந்தேறும் தாய்நாட்டின் மண் என்னை அழைக்கத்தொடங்கி நீண்ட காலமாகிவிட்டது. வீட்டில் நல்லதொரு காய்கறித் தோட்டமும் போட வேண்டும். நீரூற்றி சொந்தமாக நட்டு வளர்த்த காய்கறிகளைப் பக்குவம் செய்து மகனுக்குக் கொடுக்க வேண்டும். மலையாளச் செய்திப் பத்திரிகைகளிலிருந்தும் விவசாய இதழ்களிலிருந்தும் வெட்டியெடுத்து பாதுகாப்பாக வைத்திருக்கும் குறிப்புகளில் ஸபிதாவின் ஆசைக்கனவுகள் துயில்கொண்டிருக்கின்றன. இதுவரையிலும் வாழ்ந்ததெல்லாம் வாழ்க்கையே ஆகாது.

ஆனால், ரஷீது திரும்பிப் போவதற்கு விரும்பாமலுமிருக்கலாம். முதல் காரணம், தன்னுடன் கொண்டிருக்கும் மனதளவிலான வேறுபாடு. அப்புறம், சௌதி அரேபியாவோடும் இஸ்லாமிய வரலாற்றிலும் தற்போது அதிகரித்துக்கொண்டிருக்கும் அவனது மனதளவிலான ஐக்கியம். அலைந்து திரிந்து வந்தபிறகு மிச்சமிருக்கும் நேரம் முழுவதும் புத்தகங்களுடனிருந்தான். மெக்காவின் வரலாறு; புனித மதீனாவின் வரலாறு; இஸ்லாமியச் சமூக வரலாறு; குர்ஆன் வியாக்கியானங்கள். பத்திரிகை வாசிப்பதுகூடக் குறைந்துவிட்டது. ஸஹீரைக் கொஞ்சுவதும், அவனையும் அழைத்துக்கொண்டு வெளியே போவதுமெல்லாம் அபூர்வமான விஷயங்களாகவே மாறிவிட்டன. ஸபிதா யாரோடும் தன் வருத்தங்களைப் பகிர்ந்துகொள்வதில்லை. இந்த வேறுபாட்டுக்கான காரணம் தன்மீதான நம்பிக்கைக் குறைவு என்பதை நினைக்கும்போதெல்லாம் அவளுக்குக் குமட்டல் வரும். ரஷீதிடம் பரிவுடன் நடந்துகொள்வதற்கு இயலாமலும் போய்விடும். இருந்தாலும் அவன் மருந்துகளைச் சரியாகச் சாப்பிடுகிறானா என்பதை அவள் கண்காணிக்கவும் அதைத் தந்திரமாக உறுதிப்படுத்திக்கொள்ளவும் செய்தாள்.

இரண்டு பேருக்குமே அப்போது காலை ஷிஃப்ட்தான். ஒருநாள் இரவுச் சாப்பாட்டுக்குச் சேர்ந்து அமர்ந்திருக்கும்போது ஸபிதா ரஷீதிடம் சொன்னாள்:

“நான் ஒப்பந்தத்தை முடித்துக்கொள்ளலாம் என்று நினைத்திருக்கிறேன். நாளையோ மறுநாளோ விண்ணப்பம் கொடுக்கப் போகிறேன். விடுமுறைக்கு நான்கு மாதங்களுக்கு முன்பு விண்ணப்பம் கொடுக்கப்பட வேண்டும் என்பது விதியாம்.”

தலையை உயர்த்திப் பார்த்த ரஷீதின் முகத்தில் தென்பட்ட நம்பிக்கையின்மையையும் திகைப்பையும் ஸபிதா கவனிக்கத் தவறவில்லை. தொடர்ந்து ஒரு வார்த்தைகூடப் பேசாமல் குனிந்தபடியே உட்கார்ந்து சாப்பிட்டு முடித்தான்.

தூக்கம் வராமல் புரண்டுகொண்டிருக்கும்போது பக்கத்தில் ரஷீது அசையாமல் படுத்துக்கிடப்பதை ஸபிதா உணர்ந்தாள். பிறகு ஏதோ ஒரு நிமிடத்தில், ரஷீதின் கைகள் நீண்ட நாட்களுக்குப் பிறகு ஸபிதாவைத் தேடி நகர்ந்தன . . .

“நீ . . . நீ என்னைத் தனியாக விட்டுவிட்டுப் போகப்போகிறாயா . . ?”

“நீயும் கூடவே வருவதாக இருந்தால் மகிழ்ச்சிதான். ஆனால், நீ வரமாட்டாய் என்று என் மனம் சொல்கிறது . . .”

"அப்படி, நான் வரவில்லையென்றால் நீயும் குழந்தையுமாகப் போய்விடுவீர்களா?"

"வேற வழியே இல்லையே, ரஷீது. இப்படியே வாழ்ந்துவிட முடியாது. இது மகனையுமல்லவா பாதித்து விடும்? அவன் நாட்டுக்குச் சென்று மனிதர்களைப் பார்த்து வளரட்டும்."

"நானும் இங்கிருப்பவர்களுமெல்லாம் மனிதர்களே இல்லையென்றா நினைக்கிறாய்?"

"நான் அப்படிச் சொல்லவில்லை. இருந்தாலும் அவன் மீது முழுமையான உதாசீன பாவம் காட்டுகிற வாப்பாவைப் பற்றி அவன் இனி சிந்திக்கத் தொடங்கிவிடக்கூடாது. மட்டுமல்ல, அவனைப் பள்ளிக்கூடத்தில் சேர்க்க வேண்டிய வயதுமாகிக்கொண்டிருக்கிறது."

"இங்கே நர்சரிகளும் பிளே ஸ்கூல்களும் இருக்கிறதல்லவா? இந்த மெக்காவிலேயே . . ."

"அரபு நர்சரியா? இல்லை, உருது நர்சரியா? அது முடியாது ரஷீது. அவன் முதலில் மலையாளம் படிக்கட்டும். அன்னிய மொழிகளெல்லாம் அப்புறம்."

"தனித்த முடிவாக இருக்கிறதே?"

"ஆண், இண்டிஃபெரெண்டாக இருக்கும்போது பெண்கள் சில நேரங்களில் தனியாகவே முடிவெடுக்க வேண்டியதிருக்கும். குறிப்பாக அது குடும்பத்தின் நலன் சம்பந்தப்பட்ட பிரச்சினையாக இருக்கும் பட்சத்தில்."

பிறகு ரஷீது பேசவே இல்லை. ஸபிதாவும்தான். ஸபிதா தூங்குவதற்கு நீண்ட நேரமானது. ரஷீதும் தூங்கவில்லை என்பது அவளுக்குத் தெரிந்தது. விடிகிற வேளையாக இருக்கலாம். ரஷீது உணர்ச்சி மேலிட்டு வாயை மூடிக்கொண்டு தேம்புவதையும் தொடர்ந்த அவனது குரல் தடுமாற்றத்தையும் கேட்டு ஸபிதா விழித்துக்கொண்டாள்.

"நீயில்லாமல் . . . நீயில்லாமல் . . . நான் இங்கே வாழ்ந்துவிடுவேன் என்றா நினைக்கிறாய் . . ?" ரஷீது தேம்பித் தேம்பி அழுகிறான்.

அழட்டும், அழுதழுது மனதின் கரடுகளெல்லாம் கரைந்து போகட்டும்.

ஸபிதா ஆறுதல்படுத்துவதுபோல் அவனது முதுகை மெல்லத் தட்டிக்கொடுத்தாள்.

இருபத்தைந்து

ஒப்பந்தத்தை முடித்துக்கொள்வதற்கான விண்ணப் பத்தை முதீர் வழக்கம்போல் ஒரு மாதம் வரை முடிவு செய்யாமல் ஒதுக்கி வைத்தார். ஒரு மாதத்திற்குப் பிறகு கடைசி முடிவை அறிவிக்க வேண்டும். அதன் பிறகுதான் விண்ணப்பம் இயக்குனரகத்திற்கு அனுப்பி வைக்கப்படும். மறு விண்ணப்பத்துடன் ஒரு மாதத்திற்குப் பிறகு சென்ற போது முதீர்அயாதா ஹுஸைன் நிராசையுடன் சொன் னார்:

“ஒய் பக்தூரா ஸபிதா? ஒய் யூ வாண்ட் கோ? வல்லாஹி, யூ வேர் ஸோ நைஸ். உண்மையாகவே நாங்கள் மிகவும் வருந்துகிறோம்.”

“குடும்ப விஷயங்கள்தான் காரணம் பக்தூர் ஹுஸைன். மட்டுமல்ல, மகனை ஸ்கூலில் சேர்க்க வேண் டிய வயதுமாகிவிட்டது.”

“இந்தியன் எம்பஸி ஸ்கூல்கள் ஜித்தாவில் இருக்கிற தல்லவா? நான் கேள்விப்பட்ட வகையில் இங்கிருந்து பஸ்சும் இருக்கிறது.”

“மொழிப் பிரச்சினை இருக்கிறது டாக்டர். எங்க ளுடைய பிராந்திய மொழி உருதுவல்ல. அவன் அதை இழந்துவிடக் கூடாது என்றும் நினைக்கிறேன்.”

ரஷீதின் ஆஸ்பத்திரியிலும் அவர்களின் ஒப்பந்த முடிவு பேச்சுக்கான விஷயமானது.

“லே பக்தூர் ரஷீது? இன்தி ஃபுல்லூஸ் ஹீன, ஹரம் ஹீன, ஹொர்ம, பிஸ்ர குல்லு ஹீன, லே ஆப்க ரூஹ்.”

(உங்களுக்கு இங்கே பணமும் பாதுகாப்புமெல்லாமிருக்கிறது. அல்லாஹுவின் இல்லமிருக்கிறது. உங்களுடைய மனைவியும் குழந்தையும் இங்கேயே இருக்கிறார்கள். பிறகு நீங்கள் எதற்காகப் போகிறீர்கள்.)

உண்மைதான், பிறகு எதற்காகப் போக வேண்டும்? உனக்கு இங்கே தொழுவமிருக்கிறது, பனயோலை கிடைக்கிறது, அவலும் சர்க்கரையும் தருவதற்கு பக்தர்களிருக்கிறார்கள். கிரீடம் வைத்து உன்னைக் கோயில் வாசலில் எழுந்தருளச் செய்கிறார்கள். இருந்தும் ஏன் யானை உன் மனதிலிருந்து கானகப் பசுமையும் நீரருவிகளும் கரும்பனைக் கூட்டங்களும் உனது கூட்டாளிகளும் மரணம்வரை மறைந்து போவதில்லை. காலில் கிடக்கும் சங்கிலியை உருவியெறிய இயலாமல் உன் மனம் கொதிப்பது ஏன் யானை? மனம் புகைந்து உன் கண்களிலிருந்து நீர் வடியும் போது கோயில் முற்றத்தில் உன்னைக் காண வந்திருக்கும் பாலகன் மட்டும் ஆச்சரியத்துடன் அப்பாவிடம் கூவிச் சொல்கிறானே: “பாருங்கப்பா யானை அழுவுது . . .” என்று.

நாட்டுக்குத் திரும்பிப்போக முடிவு செய்ததுமே ஸபிதாவின் மன இறுக்கம் குறைந்து ஒரு தூவல்போலாகிவிட்டது. நிம்மதியின், மகிழ்ச்சியின் மந்தமாருதத்தில் தானாகவே அலைந்து திரிகிற ஒரு சிறு தூவல். எப்படி இந்த மகிழ்ச்சியைப் பற்றி இதுவரை அறியாமலிருந்தோம்? ஒவ்வொரு வருடமும் விடுமுறையில் நாட்டுக்குப் போகும்போது விமானத்திலிருந்து தென்னை வளமிகுந்த அழகிய நாட்டின் ‘பனோரமிக் வியூ’வைப் பார்த்து ரசிக்கும்போதெல்லாம் இதயம் நெஞ்சுக்கூட்டை விட்டு வெளியேறித் துடிப்பதை அனுபவித்தறிவாள். முதன்முதலில் வந்தது, கொச்சி மார்க்கமாக. கோழிக்கோடு விமான நிலையத்தில் அன்று இறுதிக் கட்டப் பூச்சு வேலைகள் நடந்துகொண்டிருந்தன. அந்த ஆரம்ப காலக் காட்சியின் அனுபூதி இன்றுகூட மனதில் துடைத்து மினுக்கிய சித்திரம்போலிருக்கிறது. நீலக் கடலை எல்லையாகக் கொண்ட தீவு நிறைய பசுமையின் ஆனந்த நடனம். எவ்வளவு அழகானது எனது நாடு. குர்ஆனின் சுவர்க்க வர்ணனை கேரளத்தைதான் நினைவுபடுத்துகிறது.

அடுத்த வருடம் கோழிக்கோடு வழியாகப் பயணம். வயனாடன் மலையடுக்குகளைப் பார்த்தவாறே வந்திறங்கினாள், மனித முயற்சியின் மிக உன்னத செல்வமாகிய தென்னந்தோப்புகளையும் வாழைத் தோட்டங்களையும் இடையிடையே வளைந்தும் நெளிந்தும் செல்கிற சாலைகளையும் நீரோடைகளையும் பார்த்தவாறே. இடையிடையே தாழ்வாகப் பறக்கும் விமானத்தின் சாளரம் வழியாக. ஒரு நிமிடம் மட்டுமே சற்று பெரிதாகத் தெரியும் இந்தக் காட்சியின் ஆச்சரியமும்

ஆனந்தமும் சுருங்குகிற இதயத்தை விசாலமாக்கும். கீழே பறந் திறங்கும்போது தெரிந்த காட்சி, வெறுமனே இயற்கையை இரசிக்கிற மனோபாவமாக மட்டுமே இருக்கவில்லை என்பது இன்றுதான் புரிகிறது. அது, அறுந்துபோகாத ஆத்ம உறவின் கயிற்றால் வரிந்து கட்டுதல். பயணம் முழுவதும் அனுபவிக்க நேர்ந்தது இதுதான் என்பதை இப்போதுதான் புரிந்துகொள்ள முடிகிறது.

தொட்டருகிலுள்ள ஃபிளாட்டிலிருந்த காஷ்மீரி பார்ம சிஸ்ட் அகில், வருத்தத்துடன் சொன்னார்:

“உங்களுக்கெல்லாம் ஓடிப்போவதற்கு ஒரு நாடு இருக்கிறது. முடிவு செய்கிற வேலை மட்டும்தான் உங்களுடையது. எங்களுக்கு விடுமுறையிலும்கூட நாட்டின் அழைப்புக்குச் செவிகூர முடிவ தில்லை.”

ரஷீதுக்கும் ஸபிதாவுக்கும் அவரது வருத்தத்தை இப்போது தான் சரியாகப் புரிந்துகொள்ள முடிந்தது.

“பக்தூரரா ஸபிதா, நீங்கள் ஏன் இப்போது இப்படியொரு முடிவெடுத்தீர்கள்? உங்களுடைய கணவருக்குத் திரும்பிப் போவதில் பெரிய விருப்பமொன்றும் கிடையாதென்று கேள்விப் பட்டேனே? உங்களுடைய முடிவுதான் இது, இல்லையா?”

பக்தூரரா ஷாஹீனின் இந்தக் கேள்வியில் சக பணியாளரின் இழப்பின் மனப்பூர்வமான வருத்தம் தொனித்து நின்றதால் ஸபிதா வெறுமனே சிரித்து வைத்தாள்.

“அதெல்லாமில்லை. இது இரண்டுபேரும் சேர்ந்தெடுத்த முடிவுதான். பீடியாட்ரிக்ஸிலிருந்து படர்ந்த தகவலாக இருக்கு மில்லையா, இது?”

பக்தூர் முகம்மதுவுக்கு ரஷீதை இழந்துவிடுவதில் வருத்த மிருக்கிறது என்ற விஷயம் ஸபிதாவுக்குத் தெரியும். தன்னிடமும் முகம்மது டாக்டர் இப்படிப் பேசியது ஸபிதாவின் நினைவுக்கு வந்தது.

அலுவலகத்தில் பேப்பர்கள் சம்பந்தமான இறுதிக் கட்டப் பணிகளுக்காகச் சென்றபோது முதன்முதலில் வேலையில் சேர வந்தபோது மட்டுமே பார்த்த சௌதி குமாஸ்தாவின் கேள்வி இப்போதும் ஸபிதாவைத் திகைக்க வைத்தது.

“ஏன் பக்தூரரா நீங்கள் போகிறீர்கள்? இந்த முஸ்தஷ்ஃபா முழுவதுமே அழுகிறது தெரியுமா?”

மனம் திறந்த அன்பின், அதன் களங்கமில்லாத வெளிப் பாட்டின் விஷயத்தில் அரபிகளால் பிற நாட்டவர்களை அப் படியே தோற்கடித்துவிட முடிகிறது.

மனதை வருத்தப்பட வைத்த மற்றொரு விஷயம், பக்தூர் இக்பால் திடீரென்று நாட்டுக்குப் புறப்பட்டதுதான். ஸபிதா திரும்பிப் போவதற்குப் பத்து நாட்களுக்கு முன் இரண்டு வார அவசர விடுமுறையில் இக்பால் நாட்டுக்குப் போயிருக் கிறார் என்பதை அறிந்தபோது ஸபிதாவுக்கு மிகவும் வருத்தமாக இருந்தது. கொஞ்ச நாட்களாகவே தன்னை நேரில் பார்க்கும் போதெல்லாம் அவர் வேதனைக்குள்ளாவதாக ஸபிதாவுக்குத் தோன்றியதுண்டு. ஏனோ ஸபிதாவின் அவசரத் தீர்மானத்தின் பின்னணியில் தன்னுடன் ஹஜ்ஜு காலத்தில் ஏற்பட்ட, மன துக்குப் பிடிக்காத அனுபவம்தான் காரணமென்று அவர் உறுதி யுடன் நம்புவதாக ஸபிதாவுக்குத் தோன்றியது. போவதற்கு முன், அல்லது கடைசி நாளிலாவது இந்தத் தவறான எண்ணத்தை மாற்றிவிட வேண்டுமென்றும் அவள் நினைத்திருந்தாள். தன் னிடம் ஒரு வார்த்தையும்கூடச் சொல்லாமல் அவர் போனது ஸபிதாவை மிகவும் ஆச்சரியப்படுத்தியது. ஏழு வருடம்வரை ஒன்றாக வேலை பார்த்ததன் நட்பையாவது அவர் நினைத்துப் பார்த்திருக்கலாம். கடைசி நான்கு நாட்களும் பிரிவுபசார வேலைகள்தான். சௌதி நர்ஸ்கள் சார்பாக ஒன்று. ஃபிலிப்பைனி நர்ஸ்கள் சார்பாக மேற்கத்திய முறையில் ஒன்று. டாக்டர்கள் அனைவருமாகச் சேர்ந்து ஒரு விருந்து. பொதுக்கூடத்தில் வைத்து வாழ்த்துரைகளும் பரிசுகள் வழங்குவதும் நிகழ்ந்தன. விழா முடிந்ததும் ஆண் டாக்டர்களுக்கும் பெண் டாக்டர்களுக் கும் தனித்தனிக் கூடங்களில் விருந்து. பரிசுப் பொருட்கள் குவிந்தன. மணி பர்ஸ்கள், பூச்செண்டுகள், தங்கமோதிரம், அலங்கார வளையல்கள் இப்படியாக. டாக்டர்களுடைய பரி சாக ஒரு பார்சலிருந்தது. பெண் டாக்டர்களின் அறையில் வைத்து பக்தூரா ஸமீகா அதைப் பிரித்து எல்லோரிடமும் காட்டினாள். கல் பதித்த ஒரு தங்க நெக்லஸ். பிரிவுபசார விழாவின் பொருளாளரான பக்தூர் ஹாஷிம் பரிசுப் பொருள் வாங்கும் பொறுப்பை பக்தூரா ஸமீகாவிடமும் ஷாஹீனிடமும் ஒப்படைத்த கதைகளையெல்லாம் அவள் அப்போது சொன் னாள்.

“உண்மையாகவே சொல்கிறேன். ஒப்பந்தத்தை முடித்துக் கொண்டு போய்விடலாமா என்று எனக்கும்கூட இப்போது தோன்றுகிறது.” ஸமீகா தன்னுடைய செலக்சனான அந்த நெக் லெசைப் பார்த்துச் சிரித்தபடியே சொன்னாள்.

மகிழ்ச்சியும் அன்பும் பிரிவின் வேதனைகளும் பகிர்ந்து கொள்ளப்பட்ட அந்தக் கடைசி நாளைய ஒன்றுகூடலின்போது பக்தூரா ஆஷியா சொன்னாள்:

“பக்றுாரா ஸபிதா, உங்களிடம் நல்ல மனத்திடமும் அறிவுத் திறனுமிருக்கின்றன. நாட்டுக்குச் சென்றபிறகு அவற்றை நீங் கள் இஸ்லாத்தின் வளர்ச்சிக்காகப் பயன்படுத்த வேண்டும்.”

“கண்டிப்பாகச் செய்வேன் பக்றுாரா, இஸ்லாம் சிந்தனை களுக்குத் தடைபோடாதவரைக்கும், அது அன்பின் மதமாக இருக்கும்வரையிலும்.”

விருந்து முடிந்து ஒவ்வொருவராக ஸபிதாவிடம் சலாம் கூறி, பணிகளுக்குத் திரும்பினார்கள். இந்திய டாக்டர்கள் உட்பட அனைவருமே கட்டித்தழுவி விடைபெற்றார்கள். கடைசி யில் ஸபிதா படியிறங்கிக் கீழே வரும்போது பக்றுார் ஹாஷிமும் கூடவே வந்தார்.

“பக்றுாரா ஸபிதா நீங்கள் எப்போது புறப்படுகிறீர்கள்?”

“இரண்டு மூன்று நாட்களுக்குள். இன்னும் சில பேப்பர்கள் கிடைக்க வேண்டியதிருக்கின்றன. டிக்கெட் ஓகேயாகிவிட்டது. இருபதாம் தேதிக்கு.”

“நாட்டில்போய் திருப்தியான வாழ்க்கை வாழ்வதற்கு என்னுடைய வாழ்த்துக்கள். பக்றுார் இக்பால் திரும்பி வருவதற்கு இன்னும் ஒரு வாரமாகும்போல் தெரிகிறது . . .”

ஸபிதா ஆச்சரியத்துடன் பக்றுார் ஹாஷிமின் முகத்தை ஏறிட்டுப் பார்த்தாள். பக்றுார் ஹாஷிம் இப்போது பக்றுார் இக்பாலின் விஷயத்தைப் பற்றிப் பேசுவதற்கான காரணமென்ன?

“அன்று நடந்த சம்பவத்தைப் பற்றி பக்றுார் இக்பாலுக்கு வருத்தமிருக்கிறது. உங்களுடைய பிரிவுபசார விழாவுக்கான எல்லா ஏற்பாடுகளையும் கலந்து பேசியதும் முடிவு செய்ததும் பக்றுார் இக்பாலின் முன்னிலையில்தான். உங்களுக்குத் தகுதி யான பிரிவுபசாரமாகவே இருக்க வேண்டுமென்பதில் அவருக்கு நிர்ப்பந்தமிருந்தது.”

பிறகேன் அந்த நாளை அவர் தவிர்த்தார் என்று ஸபிதா கேட்கவில்லை.

ஏதாவதொரு அவசர விஷயமாகவே அவர் போயிருக்கிறார் என்கிற வெற்று வார்த்தைகளை ஹாஷிம் பயன்படுத்தவுமில்லை.

“உங்களுக்கு அளிக்கும் பரிசுப்பொருள் மிக விலையுயர்ந்த தாக இருக்க வேண்டும் என்கிற எண்ணம் பக்றுார் இக்பாலுக் கிருந்தது. நான் சொல்வது முறைதானா என்று எனக்குத் தெரியவில்லை. என்னிடம் சொல்லவேண்டாமென்றும் சொல்லி யிருந்தார். அவருடைய மிகப்பெரிய ஒரு பங்களிப்பையும் என் னிடம் தந்துவிட்டுத்தான் போயிருக்கிறார்.”

“அவருக்கு என்னுடைய ஆத்மார்த்தமான நன்றியையும் அன்பையும் தெரிவித்துவிடுங்கள். அவரும் இருந்திருந்தால் அதுவே மிகப்பெரிய அன்பளிப்பாக இருந்திருக்கும் என்பதையும் சொல்லிவிடுங்கள். அப்புறம் . . . நான் போவது முழுக்க முழுக்கக் குடும்பரீதியிலான தனிப்பட்ட காரணங்களால்தான் என்பதையும் . . .”

பக்தூர் இக்பால் செய்தது வெறுமொரு பிராயச்சித்தமா? அல்லது, வருடங்கள் கடந்துபோகவே யதார்த்தங்களின் வறட்சியினுள் மெல்லத் துளிர்த்திறங்கும் ஒரு சிறு காதலுணர்வின் ஈரமா? ஒருவேளை அவருக்கே அதில் உறுதிப்பாடில்லாமலிருக்கலாம். ஹாஷிமின் பேச்சிலும் தெரிகிறதல்லவா ஒரு வாக்குமூலத்தின் தொனி? பக்தூர் இக்பாலுக்கும் தனக்குமிடையிலான முரண்பாட்டிற்குத் தானும் ஒரு காரணமல்லவா என்பதுவுமிருக்கலாம் அவர் இதைச் சொல்வதற்கான நோக்கம். மனவிசாரங்களை ஒவ்வொருவரும் என்னென்ன விதங்களிலெல்லாம் வெளிப்படுத்துகிறார்கள் என்பதை ஸபிதா ஆச்சரியத்துடன் நினைத்துப்பார்த்தாள்.

ரஷீதும் நடந்து முடிந்த பிரிவுபசார விழாவின் நிறைந்த மனதுடனும் பல்வேறு உணர்வுகளுடனும்தானிருந்தான். திரும்பிப் போவதாக முடிவு செய்தது முதல் ரஷீதின் சுறுசுறுப்பையும் உற்சாகத்தையும் ஸபிதா மகிழ்ச்சியுடன் கவனித்தாள். ஊரில், புதிய வீட்டுக்கான சாதனங்களை வாங்கிச் சேர்க்கும் பணியில் ரஷீது தீவிரமாக ஈடுபட்டிருந்தான். முகம்மது டாக்டரும் எல்லாவற்றிலும் கூடவே நின்றிருந்தார். ஸபிதாவும் அஸ்மா தாத்தாவும் சாதனங்களைக் கவனமாகக் கட்டிவைக்கும் பணியில் ஈடுபட்டிருந்தார்கள். அஸ்மா தாத்தாவுக்கு முகம்மது மலபாரியின் கத்தாமாவாக விசா ஏற்பாடாகிக் கிடைத்திருந்தது. நாட்டுக்குப் போய்விட்டு உடனே திரும்பி வரவேண்டும். சுலைமானும் சமதும் அவ்வப்போது வந்து அஸ்மா தாத்தாவுக்கும் ஸபிதாவுக்கும் சாதனங்களைக் கட்டிவைப்பதில் உதவி செய்தார்கள். அப்து இல்லாமலிருப்பது அப்போது மிகப்பெரிய குறைபாடாகத் தோன்றியது ஸபிதாவுக்கு. இவற்றையெல்லாம் சரியாகக் கட்டிவைத்து உதவி செய்வதற்கு அவன் கண்டிப்பாக இங்கே இருந்திருக்க வேண்டும். அவனுடைய மனதிலிருக்கும் குழப்பத்தைத் தீர்க்கவும், அவனைப் பழைய அப்துவாக மாற்றியெடுக்கவும் ஸபிதா நினைத்திருந்தாள். இதை ரஷீதே முன்வந்து செய்யாமலிருப்பதில் அவளுக்கு வருத்தமிருந்தது. ஒருவேளை ரஷீதின் ஆர்வமற்ற நடவடிக்கைகளாலும் அவன் விலகிப்போயிருக்கலாம். தான் முழுமனதுடன் ஏற்றுக்கொள்ளப்படாத ஒரு இடத்தில் வருவதற்கு அவனுடைய

சுயமரியாதை அனுமதிக்காது என்பதையும் ஸபிதா அறிவாள். ஒரு குழந்தையின் பிடிவாதத்துடன்தான் அவன் இம்மாதிரி யான விஷயங்களில் நடந்துகொள்வான். ரஷீதோ, தன்னுடன் ஆர்வத்துடன் நடந்துகொள்பவர்களைத் தவிர, தானாகவே முன்வந்து நட்பைத் தொடங்கவோ புனரமைக்கவோ செய்யா தவன்.

பேக்கிங் எல்லாம் முடிந்துவிட்டது. மறுநாள் அதிகாலையில் புறப்படுவதற்குத் தயாராக நின்ற ஸபிதாவிடமும் ரஷீதிடமும் காலையில் வருகிறேன் என்று சொல்லிவிட்டுக் கிளம்பிய முகம்மது டாக்டரிடம் ஸபிதா சொன்னாள்:

“அப்துவிடம் கூப்பிட்டதாகச் சொல்லுங்கள். நாளைக்கு வெள்ளிக்கிழமைதானே? நாங்கள் இரண்டுபேரும் கூப்பிட்ட தாகச் சொல்லுங்கள். அப்து வந்தபிறகுதான் நாங்கள் கிளம்பு வோம்.”

காலையில் ஐந்தரை மணிக்கு டாக்சி ஏற்பாடு செய் திருந்தார்கள். கார்கோவில் அனுப்ப வேண்டியவற்றை ரஷீதும் முகம்மது டாக்டரும் முதல் நாளன்றே அனுப்பி வைத்துவிட்டார் கள். மெல்லிய இருட்டிலும் டிசம்பர் மாதப் பனிமூட்டத்திலும் தொழுகை முடிந்து பள்ளிவாசலிலிருந்து திரும்பி வந்துகொண் டிருந்தவர்களினிடையில் முகம்மது டாக்டரும், அப்துவின் உயரம் குறைந்த வெளுத்த உருவமும் அலசலாக நடந்து நெருங் கிக்கொண்டிருப்பதைக் காரின் பக்கத்தில் நின்றிருந்த ஸபிதாவும் ரஷீதும் மகிழ்ச்சியுடன் பார்த்தார்கள். ஸபிதாவின் சேலையைப் பிடித்துக்கொண்டு நின்றிருந்த ஸஹீர் உற்சாகத்துடன் கூவினான்: “அங்கே பாருங்க, அத்துக்கா.”

அப்து, ஸஹீரை தூக்கியெடுத்து நலம் விசாரிக்கத் தொடங் கினான். பத்து மணிக்குதான் ஃபிளைட். இரண்டு மணி நேரத் திற்கு முன்பு செக்கிங் செய்ய வேண்டும். அப்து கூட வருகிறாயா? முகம்மது டாக்டர் அவசரப்படுத்தினார். ஸபிதாவும் ரஷீதும் கீழே இறங்கி நின்று அகிலினிடமும் மெகமூதாவிடமும் ஸஹீரின் குட்டித் தோழன் வஹீதிடமும் கையசைத்து விடைபெற்று வேனில் ஏறினார்கள். டொயோட்டா வேனில் இடம் தாராள மாக இருந்தது. அப்து உறவினன்போல் ஆனால், முகத்தை விட்டகலாத சிறு சங்கோஜத்துடன் ஸஹீரையும் அருகில் அமர வைத்து ஸீட்டில் உட்கார்ந்தான். பயணம் முழுவதும் ஸஹீருடன் கொஞ்சியபடியே வந்தான்.

ஏர்போர்ட்டுக்கு வந்து சேர்ந்ததும் வேனிலிருந்து சாதனங் களை இறக்கி வைப்பதற்கும் லக்கேஜ் பெட்டியின் பக்கத்தில் அவற்றைக் கொண்டுவந்து சேர்ப்பதற்கும் அப்து உற்சாகத்தோடு

உதவி செய்தான். அப்துவிடம் எதைப் பேசத் தொடங்குவது என்று சந்தேகத்துடன் ரஷீதைப் பார்த்துவிட்டு ஸபிதாவே முன்வந்தாள்.

"அப்து இவ்வளவு நாட்களாக, சின்னக் குழந்தைபோல், எங்களிடம் கோபத்தில் இருக்கக் காரணமென்ன?"

"கோபமெல்லாம் ஒண்ணுமில்லெ. உங்களுக்கும் தெரியுமே. உங்களோட முகத்தையெல்லாம் பார்ப்பதற்கு ஒரு தயக்கம், அவ்வளவுதான். – இதைச் சொல்லும்போது அவனது வெளுத்த முகம் அப்படியே கன்றிப் போனது.

"ஏன்? அதற்கு அப்து என்ன தவறு செய்தீர்கள்?"

"தவறு செய்ததாகச் சொல்ல வரல்லெ. நான் சொல்லட்டுமா? வயசு வித்தியாசம் எப்படியும் இருக்கட்டும், எனக்கு நீங்க ஒரு அக்காவைப் போல. அப்படிப்பட்ட ஒரு ஆளைப் பற்றி . . . அந்த போலீஸ் ஸ்டேஷனுக்கு நாம வந்ததும் . . . அவனுங்களோட பயமுறுத்தலும். அப்புறம் ரஷீது டாக்டர் பேசாம நடக்குறதையும் பார்த்தபோது."

"அப்படியென்றால் அதுதான் மேலும் பிரச்சினையாக மாறியது இல்லையா? அப்து பேசாமல் நடந்ததுதான் ரஷீது டாக்டருக்குப் பிரச்சினை. இது அப்துவுக்குத் தெரியுமா? மட்டுமல்ல, உதறித் தள்ளவேண்டிய ஒன்றுமில்லாத சம்பவத்தை நாம் இவ்வளவுக்குப் பெரிதாக ஆக்கியிருக்க வேண்டுமா?"

அது சரி என்றுதான் ரஷீதுக்கும் தோன்றியது. உண்மை எதுவாக இருக்குமென்று அறிந்திருந்த பிறகும்கூட நினைவிலி மனதின் மட்டமான ஊசலாட்டத்தில் சிக்கி தனிமனித உறவுகளில் கரி பூசுகிற எண்ணமல்லவா இதுவரையிலும் நிகழ்ந்தது? ரஷீது அப்துவைப் பார்த்து மனம் திறந்து புன்னகைத்தான். என்ன ஒரு ஆச்சரியம்? அப்துவின் முகத்தில் மாதங்களாகக் கறுத்துக் கிடந்த சங்கோஜமும், களையற்று நிராசையும் கலந்த அந்த வசீகரமற்ற முகமூடியை யாரோ இழுத்தெறிந்ததுபோல் விலகிவிட்டது. முகம் இப்போது பழையதுபோல் சுத்தமும் பிரகாசமும் அடைந்தது.

இருபத்தாறு

லக்கேஜை ஏற்றிவிடுவதற்கான வரிசை நீளமாக இருந்தது. நின்று சலித்தபோது ரஷீதும் முகம்மது டாக்டரும் அஸ்மா தாத்தாவைப் பெட்டிகளுக்குக் காவல் வைத்துவிட்டு ஸபிதாவின் பக்கத்தில் வந்தார்கள். அப்து, ஸஹீருடன் விளையாடியபடி, பக்கத்திலேயே நின்றிருந்தான்.

“இல்லே, கேக்குறேன். நீங்க எதுக்காக இப்போ அவசர அவசரமாப் போகப்போறீங்க? மகனே, ஸஹீரே, நீ எதுக்காக அவசரமாப் போறே?” ரஷீதிடமும் ஸபிதாவிடமும் ஆரம்பித்த கேள்வியை அப்து, ஸஹீரிடம் கொண்டுபோய் முடித்தான். ஸஹீருக்கு இந்தக் கேள்வி சுத்தமாகப் பிடிக்கவில்லையோ என்னமோ.

“எனக்குப் போகணும்.” அவன் பிடிவாதமாகச் சொன்னான்.

“அதான் எதுக்குனு கேக்குறேன். நமக்கு இங்கேயே இருந்தா போதாதா?”

“மாட்டேன். எனக்குப் போகணும். நான் போவேன்.” ஸஹீர் திடீரென்று அப்துவின் கையை விட்டுவிட்டு ஸபிதாவுடன் சேர்ந்து நின்றுகொண்டான். அத்துக்கா ஒருவேளை போகவேண்டாமென்று அவனைப் பிடித்து நிறுத்திவிட்டால் என்ன செய்வது? பிறகெப்படி ஊருக்குப் போய் சிஞ்சுவைப் பார்ப்பது? கரையொழுகும் ஓடை நீரின் வேகத்தைப் பார்த்துப் பார்த்து . . . உம்மம்மாவும் உப்பாவுமிருக்கும் கொய்யாப் பழங்கள் தொங்கும் குடும்ப இல்லத்துக்கு சிஞ்சுவையும் அழைத்துக்கொண்டு போவது? ஸபிதா சொல்வதைக் கேட்டு அவனுக்கு இப்போது அந்த ஊரின் பாதைகளெல்லாம் பரிச்சயமாகிவிட்டன.

"எல்லாருமே திரும்பிப் போகவேண்டியவர்கள்தானே அப்து? இன்றில்லையென்றால் நாளையாவது..?"

"இருந்தாலும் இவ்வளவு சீக்கிரமாகவானு ஏனோ தோணுது"

"ஸபிதா டாக்டர் திரும்புவதற்கு அதிகமான காரணங்களும் அர்த்தங்களும் இருக்குமோ என்பது என்னுடைய சந்தேகம். அனுபவங்கள் நிறைய இருக்கிறதல்லவா. அகமன வேட்கை யுடன் கூடிய ஒரு மீள் பயணம்..? உண்மைதானே?... ரஷீது டாக்டருக்குத் தெரிந்திருக்கும், இல்லையா?" முகம்மது டாக்டருக்குச் சந்தேகம்.

"ஒருவேளை அப்படியுமிருக்கலாம், இல்லையா ஸபிதா? ஸபிதா நம்மைப்போல் ஒன்றுமில்லையே? பழைய நோஸ்டால் ஜியாவுக்கு, வடக்கன்பாடல்களின் மரபுகளுக்கு... ஷாஹினா என்ற முஸ்லிம் பெண்ணின் தோழியாக மட்டும்... வெளிப் படையாகச் சொல்லேன் ஸபிதா... இதுதானே உன்னுடைய ஆசைகள்.?"

"உங்களுக்கு நோஸ்டால்ஜியா கிடையாதா ரஷீது? திரும்பிப் போகும் முடிவில் உங்களுக்குப் பங்கில்லையா? எனக்குத் தெரியும். உங்களால் எப்போதுமே ஒரு அரேபியன் முஸ்லிமாக மாற இயலாதென்கிற விஷயம். ஏழு வருடங்களான பிறகும்கூட உங்களுடைய வேர்களும் புதைந்து கிடப்பது வேறொரு மண்ணில் அல்லவே?"

"அது உண்மைதான். வேர்களைத் தேடிப்போனால் நாம் நான்கு பேருமே சென்றடைவது ஒரே மண்ணில்தான். வடக்கன் மலபாரின் பசிய மண்ணில். இல்லையா?" முகம்மது டாக்டருக்கு ஆர்வம் மேலிட்டது.

"ஆனால் ஒரு விஷயம் பக்றுரா, ஏழு வருடங்கள் என்பது சுருங்கிய கால அளவொன்றுமில்லையே? இஸ்லாமியத் திலிருந்தும் ஏதாவது உங்களை வந்தடைந்திருக்குமில்லையா? நீங்கள் அறியாமலாவது?"

இஸ்லாத்துடன் தனக்கு எந்தவிதமான உறவு? ஸபிதா யோசித்துப் பார்த்தாள். ரஷீதைக் காதலிக்கத் தொடங்கிய காலங்களில் இஸ்லாத்தின்மீது தனக்குக் கற்பனைகளிருந்தன. அன்பின் ஊற்றுக் கண்களுடன் அது தன்னை வாரிப் புணர்ந்தது. அதற்கும் முன்பே தனக்கு அது அன்பின் அடர்ந்த பசுமைத் தீவாகத் தெரிந்தது. எளியோர்கள்மீதான பரிவின் நேரடிக் காட்சிகளாகவுமிருந்தன. கிராமப்புறத் தனித் தன்மைகளுடனும் உள்ளூர் சுவைகளுடனும் வளமான மண்ணில் வேர்களை

யூன்றிய பரஸ்பரம் கண் பார்த்துச் சிரிக்கும் இரண்டு கலாச் சாரங்கள். அதன் பூரணத்துவமாக அமைந்தது, ரஷீதும் நானும் இணை சேர்ந்ததில்தான். நீண்ட இந்த ஏழு வருட காலங்களாக இஸ்லாத்தை நெருக்கமாக அறிந்துகொண்டதும் படித்ததும் உண்மைதான். நேரடியான இந்த அனுபவங்கள் சில வேளைகளில் தன்னை மிகவும் தொந்தரவுக்குள்ளாக்கியதுண்டு. சில வேளை களில் திகைக்கவும் வைத்தது. மோசமான மன அழுத்தங்களுக் குள்ளாக்கிய சந்தர்ப்பங்களுண்டு. ஆதிமனதின் ஆணியல்பு வெளிப்படையாகவே கிளர்ந்தெழுவதைப் பார்த்து மனம் வெறுமையடைந்ததுண்டு. இருந்தாலும் . . . இருந்தாலும் . . . இது தன்னுடைய தேர்வுதான் . . . அன்பைத் தேடிவந்த ஒரு தேர்வு. இன்னுமின்னும் முத்தெடுப்பதற்காக மூழ்கும் சாகச வீரனைப் போல். இதில் கற்பனைகளும் அன்பும் சகோதரத்துவமும் எல்லாவற்றுக்கும் மேலாக அகமனத் தேடுதலும் நிகழ்ந்து கொண்டே இருக்கும் தன் மனதில்.

“டாக்டரின் கேள்விக்கு ஸபிதா இன்னும் பதில் சொல்ல வில்லை. இஸ்லாம் உனக்கு எதுவுமே தரவில்லையா?”

“இல்லையென்று சொல்லவில்லையே, ரஷீது. தந்திருக் கிறது . . . இஸ்லாத்திலிருந்து நான் நீரும் உரமும் சேகரித்திருக் கிறேன். என்னுடைய வேர்கள் . . . அதன் சமூக சமத்துவம், சகோதரத்துவம், அது நம்மிடமிருந்து எதிர்பார்க்கும் சமூக ஒப்புதல் . . . அப்புறம், அதன் வரலாற்றில் தூங்கிக்கிடக்கும் புரட்சியின் கூறுகள். இவையெல்லாமே என்னைப் பாதித்த விஷயங்கள்தான். ஆனால் . . .” ஸபிதா ரஷீதின் கண்களினூடே ஆழ்ந்து பார்த்தாள்.

“ஆனால் ரஷீது இஸ்லாமென்பது எனக்கு உன்னுடனான காதலும்கூட. என்னுடைய இளமை சேகரித்தெடுத்த ஈரமான அனுபவங்களும்கூட. அதையெல்லாம் என்னால் இழந்துவிடவும் முடியாது.”

புரிதலின் ஒரு வெள்ளியிழை ரஷீதின் கண்களில் மின்னி யதை ஸபிதா கவனித்தாள்.

“எனக்குத் தெரியும் . . . எனக்குத் தெரியும் ஸபிதா . . . என்னால் உன்னைப் புரிந்துகொள்ள முடிகிறது.”

வரிசையின் நீளம் இப்போது குறைந்திருக்கிறது. அஸ்மா தாத்தா கௌண்டரின் பக்கத்தில் ஒன்றிரண்டு பேர்களின் பின்னால் நிற்கிறாள். ரஷீது அப்துவின் கையைப் பற்றிக் குலுக்கிவிட்டு முகம்மது டாக்டருடன் அங்கே சென்றான். ஸஹீர் உற்சாகமாக வாப்பாவுடன் நடந்தாலும் அதே வேகத்தில் திரும்பி வந்து உம்மாவின் கையைப் பற்றிக்கொண்டான்.

உம்மா ஒருவேளை பேச்சு சுவாரஸ்யத்தில் ஃபிளைட் ஏற மறந்துபோய்விட்டால் என்ன செய்வது? அப்து பேசிக்கொண்டே இருந்தான். நாட்டைப் பற்றி, பிள்ளைகளைப் பற்றி, தன்னுடைய ஜெமீலாவைப் பற்றி . . . பிறகு இன்னும் வேலை பூர்த்தியாகாத தன்னுடைய வீட்டைப் பற்றி . . . அவன் மிகவும் உணர்ச்சி வசப்பட்டு நின்றான்.

“நீங்க இப்போ சொன்னது நெஜந்தான். நம்ம வாழ்க்கைகளெல்லாமே மரம்போலதான். அது அப்படியே வளர்ந்து, படர்ந்து . . . பல இடங்களிலேருந்தும் நீரையும் உரத்தையும் உறிஞ்செடுக்குது . . . பிடுங்கியா பார்க்க முடியும், எங்கெல்லாம் வேரோடிக் கிடக்குனு. இல்லைனாலும் எதுக்காக அப்படிப் பிடுங்கிப் பார்க்கணும். அது வெறும் மூடத்தனமில்லையா?” அப்து பேசிக்கொண்டே இருந்தான்.

பயணிகள் ‘செக் இன்’ செய்வதற்கான அறிவிப்பு கேட்டது. முகம்மது டாக்டர் ஸபிதாவை அவசரமாக அழைத்தார். ஸஹீரின் கையைப் பிடித்து அப்துவிடமும் டாக்டரிடமும் விடைபெற்றுவிட்டுத் திரும்பி நடக்கும்போதுதான் ஸபிதாவுக்குச் சொல்ல மறந்து போன விஷயம் நினைவுக்கு வந்தது.

“ஆமாம், அப்து. மரங்களெல்லாம் எங்கிருந்துதான் நீரையும் உரத்தையும் உறிந்து வளர்ந்தாலும் அவை, ஆகாயத்தைக் கனவு கொண்டுதான் வளருகின்றன. அதை நோக்கியேதான் கிளைகளையும் இலைகளையும் உயர்த்துகின்றன. முடிவின்மையை நோக்கி . . . சாஸ்வதத்தை நோக்கி . . . பரம்பொருளைத் தேடி.”

ரஷீது ஏர்போர்ட்டின் இடைவழிக் கதவின் முன் காத்து நின்றிருந்தான்.

ஸஹீரின் கையைப் பிடித்து நடந்து வந்துகொண்டிருக்கும் ஸபிதாவை அவன் இமைகொட்டாமல் பார்த்தான். மஃப்தாவிலிருந்து குதறிய சுருண்ட செம்பட்டை முடியிழைகள் போர்த்திய அவளது தங்க முகம், இப்போது வரலாற்றின் இடைக்காலத்தில் எப்போதோ பார்த்த ஒரு பளபளக்கும் பெண்முகத்தின் சாயலுடன் இருப்பதை அவன் நினைவுகூர்ந்தான். நான் திடீரென்று முதுமையடைந்துவிட்டேனா என்பதுபோல் அவனுக்குத் தோன்றியது.

FCW - #0119 - 061026 - C0 - 216/140/16 - PB - 9788189945886 - Matt Lamination